యండమూరి వీరేంద్రనాథ్

రుద్ర నేత్ర

AA000491

B08M365V99

నవసాహితి బుక్ హౌస్

ఏలూరు రోడ్ ● విజయవాడ-520 002.

RUDRA NETRA

By :
YANDAMOORI VEERENDRANATH

36, U.B.I. Colony,
Road No. 3, Banjara Hills,
HYDERABAD - 500 034.
Ph : 924 650 2662
yandamoori@hotmail.com
yandamoori.com

SARASWATHI VIDYA PEETAM,
Kakinada - Samalkot Road,
MADHAVAPATNAM.

15th Edition :
September, 2022

Publishers :
NAVASAHITHI BOOK HOUSE
Eluru Road, Near Ramamandiram,
Vijayawada - 520 002.
Ph : 0866 - 2432 885
navasahithiravi@gmail.com

Cover Design :
KASI ARTS,
Vijayawada.

Printers :
Nagendra Enterprises
Vijayawada-3, Ph : 94901 96963

Price :
₹ **120/-**

స్టోరీ నెరేషన్

డ్రమటైజేషన్

రీడబులిటీ

లాజికల్ వివరణ

మనస్తత్వాల చిత్రీకరణ

అన్నిటినీ మించి

ప్రతి ఒక్కరూ చూసుకునే

సెల్ఫ్ ఐడెంటిటీతో

మనసులను పదునుబెట్టే

డైనమిక్ స్పై నవల

యండమూరి వీరేంద్రనాథ్

రుద్రనేత్ర

All it took was just one kiss
For my decision to go amiss,
I tried to check myself in vain
Silently asking for it again and again.

Its a lathel combination of love and desire
In between, I am like a house on fire

యండమూరి వీరేంద్రనాథ్

మనోవైజ్ఞానిక రచనలు

తప్పక చదవండి ...! చదివించండి ...!!

★ ప్రేమ ఒక కళ   ★ విజయానికి ఐదు మెట్లు   ★ విజయంలో భాగస్వామ్యం
★ లోయ నుంచి శిఖరానికి   ★ విజయానికి ఆరో మెట్టు   ★ విజయ రహస్యాలు
★ ఇడ్లీ - ఆర్కిడ్ - ఆకాశం   ★ మైండ్ పవర్   ★ చదువు - ఏకాగ్రత
★ తప్పు చేద్దాం రండి...!

నాన్ ఫిక్షన్

మంచుపూల వర్షం   (సుభాషితాలు)   మంచి ముత్యాలు   (Quatations)
విజయంవైపు పయనం   పాపులర్ రచనలు చేయటం ఎలా?
మిమ్మల్ని మీరు గెలవగలరు   పిల్లల పేర్ల ప్రపంచం
మీరు మంచి అమ్మాయి కాదు!   SECRET OF SUCCESS
మిమ్మల్ని మీ పిల్లలు ప్రేమించాలంటే...   THE ART OF STUDYING
గ్రాఫాలజీ   FIVE STEPS TO SUCCESS
పడమటి కోయిల పల్లవి   (Poetry)

నవసాహితి బుక్ హౌస్
ఏలూరు రోడ్, విజయవాడ-520002

"సార్..... అన్నదామె బెరుగ్గా.

సర్పభూషణరావు కళ్ళు విప్పాడు. కిటికీ తెరల మధ్య నుంచి పడే ఎండకి అతడి బుగ్గమీద లిప్‌స్టిక్ చార మెరిసింది.

"... టైమైంది" అన్నదామె

అది చిన్న గది- కంపార్ట్‌మెంట్‌లా వుంది.

కానీ అందులో ప్రతి వస్తువుకి ఒక స్పెషాలిటీ వుంది. మధ్యలో గుండ్రటి మంచం మీదవున్న నీలం కాశ్మీరు దుప్పటి, క్రింద వేసిన జపనీస్ తివాచీకి 'మ్యాచ్' అయింది.

మంచం పక్కనే వున్న ఫ్లవర్ వేజ్‌లో ఆ రోజే స్విట్జర్లాండ్‌లో పూసిన స్నో ఫ్లవర్స్ వున్నాయి.

ఆ పువ్వులు జ్యూరిచ్‌లో మార్చబడ్డాయి.

సర్పభూషణరావు లేచి ఫ్రిజ్‌లోంచి నీళ్ళు తీసుకుని, రెండు గుక్కలు తాగాడు. ఆ రూంకి ఆనుకునే బాత్ రూం వుంది. బాత్ టబ్‌లోకి వెళ్ళబోయేముందు సెక్రటరీ వచ్చి అతడి టర్కీ గౌన్ తీసింది.

అతడు భారీ మనిషి. ఆరడుగుల ఎత్తుంటాడు. చెవుల దగ్గర జుట్టు కాస్త తెల్లబడిందంతే. వయసు యాభై సంవత్సరాలు. అటు తిరిగి వున్నాడతను. వీపు విశాలంగా కనపడుతుంది.

"షల్ ఐ బేత్ యూ సర్...?" నమ్రతగా అడిగింది.

"నో థాంక్యూ...." అంటూ అతడు బాత్ టబ్‌లోకి దిగాడు. గోరువెచ్చటి నీటిలో కలిసివున్న 'ప్యారిస్ లవ్' పరిమళాన్ని ఆస్వాదిస్తూ రెండు నిమిషాల్లో స్నానం ముగించాడు.

అతడి సెక్రటరీ సూట్ తీసి రెడీగా వుంచింది. అతడు దాన్ని ధరించి వెళ్ళి కుర్చీలో కూర్చున్నాడు. కిటికీ పక్కనున్న తెర తొలగించి బయటకు చూసాడు. అక్కడక్కడ మేఘాలు దూరంగా కనపడుతున్నాయి. వేగంగా వెనక్కి కదుల్తున్నాయి.

"జిన్ సర్....?" అతడికి సాయంత్రం జిన్ తాగడం అలవాటు. కానీ, ఈసారి "వద్దు.... టీ ....." అన్నాడు.

ఆమె కాస్త తటపటాయించి "ఇండియన్....?" అని అడిగింది.

"కాదు చైనీస్ టీ" అతడి అలవాట్లు ఎలా వుంటాయో అతడికే తెలీదు. ఆమె పక్కనున్న వరండాలోకి వెళ్ళింది. వెనుకే తలుపు మూసుకుంది.

న్యూయార్క్ కేసు తాలూకు కోర్టు కాగితాలు చదవడం ప్రారంభించాడు. అందులో ప్రాముఖ్యత ఏమీలేదు. గెలుపు తాలూకు ఉత్సాహం అది. కొంచెం సేపు చదివి ఆ కాగితాలు పక్కన పడేసి ఎదుటి సీటు మీద కాళ్ళు పెట్టి సిగార్ వెలిగించాడు.

నలుగురు కూర్చోవడానికి వీలుగా సీట్లున్నాయి. మధ్యలో టేబిల్ మీద ఆ రోజు తాలూకు విదేశీ పేపర్లున్నాయి. న్యూయార్క్‌టైమ్స్' లండన్ హెరాల్డ్ వగైరా పత్రికలు. న్యూయార్క్‌టైమ్స్ మొదటి పేజీలో ఎడమ వైపు వున్న వార్తమీద అతడి దృష్టి పడింది.

సన్నగా నవ్వుకున్నాడు అతడు.

* * *

విమానాశ్రయం తాలూకు గ్రౌండ్ కంట్రోలర్‌కి పైలెట్ నుంచి అనుమతి కోసం వైర్‌లెస్ వచ్చింది. "వాతావరణ క్లియర్‌గా వుంది. మీరు దిగవచ్చు" అన్నాడు అనుమతిస్తూ.

కాలక్షేపం కోసం వచ్చి పక్కన కూర్చున్న ఆఫ్ డ్యూటీ ఆఫీసర్ అడిగాడు "ఇప్పుడే విమానం వుంది....?"

"ఎయిర్ ఇండియా కాదు. ఛార్టర్ ప్లేన్"

"ఛార్టర్ ప్లేనా...?" ఆశ్చర్యంగా అడిగాడు. "స్వంత విమానం భరించగలవా రెవరబ్బా....?"

"సర్పభూషణరావనీ.,.. ఫార్మాస్యూటికల్ ఇండస్ట్రీయలిస్ట్."

ఆకాశంలో దూరంగా మినుక్కుమంటూ విమానం చిన్న చుక్కలా వస్తూ కనిపించింది.

* * *

ఆమె టీ తీసుకొచ్చి అతడికిచ్చింది.

"ఇంకా ఎంతసేపు.....?" అని అడిగాడు.

"ఇంకో అయిదు నిమిషాలు సర్" అంది. అతడు కిటికీ తెర తొలగించిమళ్ళీ చూసాడు. మేఘాల మధ్య నుంచి విమానం నెమ్మదిగా దిగుతూంది. క్రింద నగరం కనపడుతూంది.

నగరపు ఉత్తర భాగాన వున్న ఇండస్ట్రీయల్ ఎస్టేట్ పై నుంచి దిగుతూంది విమానం, ఆ ఎస్టేట్‌లో నాలుగోవంతు ఫ్యాక్టరీలు అతడివే. ఎత్తయిన ఫ్యాక్టరీ గొట్టపు పొగలు నల్లగా గాలిలో కలుస్తున్నాయి. పొగాకు పురుగుల్ని చంపే ఇంటాజిన్ -5 మందు ఉత్పత్తి చేసే ఫ్యాక్టరీ అది.

అతడు కిటికీ తెర మూసేసి పేపరు చేతిలోకి తీసుకున్నాడు.

సెక్రెటరీ వచ్చి అతడు ఖాళీ చేసిన కప్పు తీసుకెళ్ళిపోయింది. పైలెట్ కంఠం మైకులో నమ్రతగా వినిపించింది. "సర్.. మరో రెండు నిమిషాల్లో మనం దిగబోతున్నాం."

అతడు లేచి మంచం దగ్గరికి వెళ్ళాడు. ఆ గదికి, పైలట్ కాబిన్‌కి మధ్య ఒక చిన్న రూము వుంది. అందులో అతడి పి.ఏ. ఎయిడీ కూర్చుని వున్నారు. వెనుక వైపు వాష్ బేసిన్ దగ్గర అతడి సెక్రెటరీ అద్దంలో చూసుకుంటూ లిప్‌స్టిక్ సరిచేసుకుంటూంది. ఎర్రటి స్కర్ట్‌లో ఆమె తెల్లటి శరీరం మెరుస్తూంది.

జూరిచ్‌నుంచి ఇండియా దాదాపు ఎనిమిది గంటలు ప్రయాణం. న్యూయార్క్‌నుంచి బయల్దేరి, జూరిచ్ వెళ్ళి స్విస్ బ్యాంక్‌లో తన పని చూసుకుని స్వదేశం వస్తున్నాడు అతను. న్యూయార్క్ కోర్టులో సాధించిన విజయం అతడిని మంచి మూడ్‌లో వుంచింది. అందువల్ల, ఆరుగంటలుగా అతడి సెక్రెటరి ఉక్కిరి బిక్కిరి అయింది. నిద్రలేదు.

అతడి ప్రైవేట్ గెస్ట్‌హౌస్ నమూనాలోనే ఆ విమానపు అంతర్భాగం అలంకరణ చేయబడింది. చిన్న బెడ్‌రూం, ముందు లాంజ్, వెనుక భోజనం ఏర్పాట్లు, అతడి తాలూకు మనుషులు కూర్చోవటానికి పక్కన మరో గది.

అక్కడి వాతావరణం, ఒక్కసారి లోపలికి ప్రవేశించాక, అది విమానం అన్న విషయాన్ని మరిపించేలా వుంటుంది. చాలా సమస్యల్ని అప్పటికప్పుడు మర్చిపోయేలా చేసుకోవడం అతడికి అలవాటు. అతడికి ఒక కూతురు. పుట్టగానే భార్య చచ్చిపోయింది. ఆ విషాదాన్ని మర్చిపోయేలా (ఎప్పటికప్పుడు మారే) అతడి కూతురు వయసున్న కొత్త కొత్త సెక్రటరీలు ఇప్పటివరకూ చేస్తూ వచ్చారు. అతడి లాయర్లు, అతడి డాక్టర్లు, అతడి అకౌంటెంట్లు, అందరూ అతడి సమస్యల్ని పంచుకుంటారు. అతడి సెక్రెటరీ జీతం రాష్ట్ర గవర్నర్ జీతంకన్నా రెండు రెట్లు ఎక్కువన్న నిజం ఈ విషయాన్ని నిరూపిస్తుంది.

విమానం నేలకు తగిలి, చిన్న కుదుపుతో ఆగటానికి ఆయత్తమవుతూంది.

అతడు లేస్తూంటే, దృష్టి మరోసారి 'న్యూయార్క్ టైమ్స్' పేపర్ కిందవైపు ఎడమ భాగంలోవున్న వార్త మీద పడింది.

"భారతీయ మందుల ఉత్పత్తిదారు
సర్పభూషణరావు పై న్యూయార్క్
ఫెడరల్ కోర్టు కేసు కొట్టివేత."

అని వుంది హెడ్డింగ్. అతడి పెదవుల మీద చిరునవ్వు అలాగే వుంది. ఈలోపులో విమానం ఆగింది. 'నో స్మోకింగ్' అన్న లైటు ఆరింది. అతడు అగ్గిపుల్ల వెలిగించాడు. అయితే సిగరెట్ అంటించుకోవటానికి కాదు.

న్యూయార్క్ నుంచి భారతదేశం వస్తున్నప్పుడు, మధ్యలో జూరిచ్‌లో ఆగిన సందర్భంలో భారతదేశానికి పొరుగునవున్న ఒక విదేశం నుంచి వచ్చిన ఒక అభినందన టెలిగ్రామ్‌ని కాల్చెయ్యటానికి.

ఆ టెలిగ్రాంలో...... **'మీరు సాధించిన విజయానికి అభినందనలు. ఏజెంట్ క్యూ'** అని వుంది.

ఆ కాగితం పూర్తిగా మసి అయిపోయేవరకూ ఆగి, తరువాత తన ప్రైవేట్ విమానం నుంచి క్రిందికి దిగాడు సర్పభూషణరావు. భారతదేశానికి శత్రువైన ఆ దేశపు ఏజెంటు పంపిన టెలిగ్రాం తన దగ్గిర వుండటం క్షేమకరంకాదు. ఏ కోణంలోనూ చట్టానికి దొరక్కుండా వుండటం అతనికి వెన్నతో పెట్టిన విద్య.

* * *

ఆగిన విమానం వరకూ వచ్చి పక్కనే నిలబడ్డ రోల్స్ రాయిస్ కారు ఎక్కకుండా, ఎయిర్‌పోర్ట్ లాంజివరకూ నడుస్తూన్న అతడిని ఆశ్చర్యంగా చూచింది సెక్రెటరీ.

కారణం రెండు నిమిషాలవరకూ అర్థంకాలేదు. తరువాత తెలిసింది...

విమానాశ్రయపు లాంజిలో విలేకరులు వున్నారు. అతడు తన విజయాన్ని భారతదేశపు ప్రతి పత్రికా ప్రచురించాలని కోరుకుంటున్నాడు. అందుకే స్వయంగా వారి దగ్గరకు వెళ్తున్నాడు.

సర్పభూషణరావుకి పత్రికలతో చాలా సత్సంబంధాలున్నాయి. ఎవర్ని ఎలా మంచి చేసుకోవాలో అతడికి బాగా తెలుసు. చిరునవ్వుతో చెయ్యి ఎత్తాడు. కెమెరాలు క్లిక్ మన్నాయి. ఆఖరి కెమెరా క్లిక్ మనేవరకూ వుంచి, చెయ్యి దించాడు.

"మీ మీద కేసు కొట్టివేయడం వల్ల మీరే విధంగా ఫీలవుతున్నారు...?" ప్రశ్నలు మొదలయ్యాయి.

"అంతిమ విజయం ధర్మానిదే" నవ్వుతూ సమాధానం చెప్పాడు.

"కేవలం వ్యక్తిగత కక్షల వల్లే మీ మీద అమెరికాలో నేరం మోపబడిందని మీరు భావిస్తున్నారా?"

"ఎదుగుతున్న మనిషి మీద కళ్ళుండడం మామూలే కదా...."

"అమెరికన్ హాస్పిటల్స్‌కి మీరు ఎగుమతి చేసిన మందుల్లో కల్తీ వుందన్న విషయం పట్ల మీ అభిప్రాయం ఏమిటి....?"

"ఆ కల్తీ మా ఫ్యాక్టరీలోగాని, ఇండియాలోగాని జరగలేదు. చాలా ప్రతిష్టాత్మకమైన ఎగుమతి అది. అది నచ్చని విదేశీ కంపెనీల హస్తం ఇందులో వుందని భావిస్తున్నాను."

సర్పభూషణరావు నవ్వుతూ చెబుతున్నాడు. ఇవన్నీ రేపు ప్రముఖంగా ప్రచురింపబడతాయని అతనికి తెలుసు. ఈ విలేకర్లందరికీ క్రితం సాయంత్రమే స్కాచ్ పార్టీ ఇవ్వబడింది. "సర్పభూషణరావు లాంటి పారిశ్రామికవేత్త భారతదేశానికి

గర్వకారణం. అతడిని అప్రదిష్టపాలు చేయడానికి కొందరి ప్రయత్నం. అందులో ప్రభుత్వంకూడా వుండే వుండవచ్చు. ఎన్ని అన్యాయపు కేసులు బనాయించినా ఆయన చెక్కుచెదరలేదు. విమానాశ్రయంలో విలేకరులు ఈ విషయం ప్రత్యక్షంగా గమనించారు...." వగైరా వగైరా వార్తలు మరుసటిరోజు పేపర్లో పడడానికి సిద్ధమవుతున్నాయని అతనికి తెలుసు.

"ఈ భారతదేశం నాది. దీని అభివృద్ధికోసం, పారిశ్రామికీకరణ కోసం, నా ప్రాణాలున్నంతవరకూ పాటుపడతానని విన్నవించుకుంటున్నాను" అన్నాడు చేతులు జోడించి, 'ఇక వెళ్ళొస్తాను- పనైపోయింది' అన్నట్టు.

"కల్తీ మీ కంపెనీలో జరగలేదన్నారు. విదేశపు గోడౌన్‌లో జరిగిందా...?" ఎవరో విలేకరి చివరగా ప్రశ్నించాడు.

"అవును...... ముందే చెప్పాను కదా. మేము ఇక్కడి నుండి పంపించాక విదేశంలో జరిగింది."

"గుంటూరు జిల్లాలో పత్తి, పొగాకు పంటల కోసం మీ కంపెనీ తయారుచేసిన మందుల కల్తీ కూడా విదేశాల్లోనే జరిగిందా.....?"

ఉలిక్కిపడి అరక్షణంలో సర్దుకున్నాడు సర్పభూషణరావు. ఓరగా ఆ విలేకరి వైపు చూశాడు. కుర్రవాడు అతడు. పాతికేళ్ళుంటాయి. ఉత్సాహమే తప్ప అనుభవం కనపడలేదు.

"పొగాకు మందు కల్తీ ఏమిటి?"

"మీకు చాలా మందుల ఉత్పత్తి వుండడంలో బహుశా మర్చిపోయి వుంటారు. ఇంటాజిన్ -5, పొగాకు పురుగుల మందు గురించి నేను అడిగేది. అది మీ తయారీయే."

"ఇంటాజిన్ -5 చాలా ప్రతిష్టాకరమైన క్రిమిసంహారక మందు."

"కొన్ని వేల మంది రైతులు తమ సర్వస్వం కుదువపెట్టి వేసిన పొగాకు పైరు, ఈ పురుగులవల్ల పైసాకు పనికిరాకుండా పోయింది."

"అవును.... చాలా దురదృష్టకరమైన సంఘటన అది."

"కొన్ని కుటుంబాలు మూకుమ్మడి ఆత్మహత్యలు చేసుకున్నాయి."

"వారికి నా సానుభూతి."

"కానీ మిస్టర్ భూషణ్‌రావు... వారు వాడింది మీ ఇంటాజిన్-5"

"దానికీ దీనికీ ఏమిటి సంబంధం......?"

"వ్యవసాయాధికారి నివేదిక. ఇది చూడండి. మీ మందువల్ల పురుగులు చావకపోగా, అభివృద్ధి చెందాయని వ్రాశారు".

కిసుక్కున ఎవరో నవ్వారు. భూషణరావు దూరంగా వున్న తన పి.ఏ. వైపు చూశాడు. అతడు విలేకరుల మధ్య చోటుచేసుకుంటూ దగ్గరికి రావటానికి ప్రయత్నిస్తున్నాడు. విలేకర్లు గబగబా వ్రాసుకుంటున్నారు.

"ఆ నివేదిక నేను చూడలేదు. ప్రభుత్వం నుంచి నా వరకూ వచ్చాక పరిశీలిస్తాను." అక్కడినుంచి కదలడానికి ప్రయత్నించాడు.

"మీకు స్విస్ బ్యాంక్‌లో అకౌంట్ వుందా....?"

పాము పడగ మీద కాలు వేసినట్టు ఆగిపోయాడు సర్పభూషణరావు. అతడి మొహంలో రంగులు మారాయి.

"ఆ అనుమానం మీకెందుకు వచ్చింది....?" నవ్వడానికి ప్రయత్నించాడు.

"న్యూయార్క్‌నుంచి వస్తూ మీరు జూరిచ్‌లో ఆగినట్టు ఇక్కడ విమానాశ్రయపు అధికారిని ఎంక్వయిరీ చేస్తే తెలిసింది."

"నా సెక్రెటరీకి స్నో ఫ్లవర్ అంటే ఇష్టం. అందువల్ల జూరిచ్‌లో ఆగాం కొంచెంసేపు."

"మీ సెక్రెటరీల్ని రెండు సంవత్సరాల కొకసారి మార్చడంలో అంతరార్థం ఏమైనా వుందా:....?"

అతడి మొహం ఎర్రబారింది. విలేకరి నొచ్చుకుంటున్నట్టు మొహం పెట్టాడు. "అయామ్ సారీ సర్ .... కేవలం ఆమె పువ్వులకోసం విమానం ఆపారు అంటే, ఆమె పర్మినెంట్ సెక్రెటరీనా? రెండు సంవత్సరాల్లోగా మిగతా వారిలాగా వెళ్ళిపోతుందా అని సంశయం."

"అది నా వ్యక్తిగతం."

"ఇప్పటివరకూ మీ పర్సనల్ సెక్రెటరీలుగా పనిచేసిన పదహారు మంది అమ్మాయిల్లో తొమ్మిదిమంది ఉద్యోగం పోయిన రెండు నెలలకాలంలోనే ఏదో ఒకరకంగా మరణించారు. దీనిమీద మీ వ్యాఖ్యానం....?"

పి.ఏ. ఈ లోపు తోసుకుంటూ వచ్చి "సార్ మీకు అర్జెంటు అపాయింట్‌మెంట్ వుంది. మర్చిపోయారా....?" అంటూ హడావిడిగా అక్కడినుంచి తీసుకెళ్ళి కారు ఎక్కించాడు.

"ఎవరతను...?" కారెక్కుతూ అడిగాడు సర్పభూషణరావు.

"........ కరస్పాండెంట్ సార్"

"ఆంధ్రా అరుణ్ సౌరి అనుకుంటున్నట్టున్నాడు. కాస్త చూడు."

పి.ఏ. ఆగిపోయాడు. కారు కదిలింది. సర్పభూషణరావు పక్కన సెక్రటరీ కూర్చుంది.

"ఆ కుర్రాడెవరో చాలా తెలివైనవాడిలా వున్నాడు కదూ...." అన్నాడు. ఆ అమ్మాయి మాట్లాడలేదు, ఏం మాట్లాడితే ఏం ప్రమాదమొస్తుందోనని.

"నా మీద చాలా డిటెక్షన్ చేసినట్టున్నాడు. స్విస్ బ్యాంక్ అకౌంట్‌లూ, పొగాకు మందులూ, నివేదికలూ, విమానాశ్రయంలో ఎంక్వయిరీలూ, చాలా వివరాలు సంపాదించాడు" సాలోచనగా అన్నాడు.

'వచ్చే కొత్త సెక్రటరీలు, పోయే పాత సెక్రెటరీలు, రహస్యాలు తెలిసిన అమ్మాయిల్ని భూమ్మీద వుంచకపోవడాలూ, వీటి గురించి కూడా ఆ విలేకరి వివరాలు సంపాదించాడు, అని మాట్లాడడేం తన బాస్...?' అనుకోలేదా అమ్మాయి. అలా ఆలోచించడానికి భయపడింది.

కారు స్లో అయింది. సర్పభూషణ రావు ఇంటిముందు, కుడి పక్క జనం గుమికూడి వున్నారు.

"ఏం జరిగింది డ్రైవర్ ..." అడిగాడు.

"యాక్సిడెంట్ అయినట్టుంది సార్."

అట్నుంచి ఓ పోలీసు హడావిడిగా వస్తున్నాడు. సర్పభూషణరావుని చూసి సెల్యూట్ చేశాడు. "సారీ సర్ ...... ట్రాఫిక్ ఇటువైపు క్లోజ్ చేశాం. స్కూటరిస్టు చచ్చిపోయాడు. హిట్ అండ్ రన్ కేసు."

వెనుకవైపు నుంచి వెళ్ళడం కోసం కారు పక్కకి తిరుగుతూ వుండగా తన ఇంటిముందున్న జనానికి అవతల వైపు నిలుచున్న పి.ఏ.ని చూశాడు. పి.ఏ. కొద్దిగా తలవంచి పైకి ఎత్తాడు సూచనగా.

"ఎవరు పాపం చనిపోయింది....?" అని అడిగాడు పోలీసుని.

"ఏదో పత్రిక కరస్పాండెంట్ సార్. కుర్రవాడు. వయసు కూడా ఎక్కువ లేదు. మీ ఇంటిముందే చనిపోవడంతో మీకీ అసౌకర్యం కలిగింది."

"దానిదేముంది..... ఇటు రూట్ బ్లాక్ అయింది. అటు వెళ్తాను-అంతేగా."

కారు వేగం పుంజుకుంది. అతడి పక్కనున్న సెక్రెటరీ నిశ్చేష్టురాలై కూర్చునివుంది. మూగి వున్న జనం కాళ్ళమధ్యనుంచి ఆ కుర్రవాడి శరీరం తల, తల్లోంచి కారిన రక్తం ఆమెకు కనబడింది. "కాస్త చూడు...." అన్న సర్పభూషణరావు

సూచన- అతడు తన కారులో ఇంటికొచ్చే లోపు.... ఆ కరస్పాండెంట్ ఎటువైపు వెళ్తాడన్న ఎంక్వయిరీ జరిగిపోవడం, ఆక్సిడెంట్ కోసం లారీ ఏర్పాటు, సర్పభూషణరావు సూచన అమలు జరగడం.... ఆమెని దిగ్భ్రాంతిలో పడేసినయ్. తన యజమాని ఎంత గొప్పవాడో ఆమెకి అర్థమైంది.

అతడి గొప్పతనంలో ఆమెకి తెలిసింది పాతికశాతమే అని ఆమెకి తెలియదు. తెలిసుంటే తన బోయ్ ఫ్రెండ్ దగ్గిర ఆ సాయంత్రం జరిగినది చెప్పి నోరు జారి వుండదు. చేజేతులా మరణాన్ని కొనితెచ్చుకుని వుండదు.

* * *

ఇండియాకి రెండువేల మైళ్ళ దూరంలో ..... అదేరోజు-

పాకిస్తాన్ జనరల్ ఇయాసత్‌ఖాన్ తన కుర్చీలో అసహనంగా కదిలాడు. సైన్యాధికారి సోయాబ్ అహ్మద్, సెకండ్ లెఫ్టినెంట్ కరీముల్లా బేగ్, డిఫెన్స్ సలహాదారు రెహమాన్ అతడి చుట్టూ కూర్చుని వున్నారు.

దేశపు ప్రెసిడెంట్ విమాన ప్రమాదంలో మరణించిన తరువాత ఆ దేశ పరిస్థితుల్లో చాలా మార్పులు జరిగాయి. ప్రజాస్వామ్యం రావడం మిలటరీకి అసలు ఇష్టంలేదు. దాంతో కూ(ప్) జరిగింది. జనరల్ ఇయాసత్‌ఖాన్ పదవిలోకి వచ్చాడు.

మరణించిన ప్రెసిడెంట్ అంత తెలివైన వాడుకాదు. ప్రస్తుత జనరల్ ఇయాసత్‌ఖాన్ ఆఫ్ఘన్ పేరు చెప్పి అమెరికా సాయం పొందలేక పోతున్నాడు. రష్యాతో వైరం లేకుండా చూసుకోలేక పోతున్నాడు.

ఆర్థికస్థితి రోజు రోజుకి దిగజారి పోతూంది. వీటన్నిటికన్నా ముఖ్యంగా రద్దు చేయబడిన రాజకీయ పక్షాలు ప్రజల్లో అలజడి లేపుతున్నాయి. ఎక్కడ చూసినా డెమొక్రసీ పేరు వినపడుతూంది. ఈ సమయంలో ప్రజల దృష్టి మరల్చడానికి ఒకటే ఆయుధం- యుద్ధం.

భారత దేశపు సరిహద్దు ప్రాంతాల్లో అలజడి సృష్టించి యుద్ధ వాతావరణం సృష్టిస్తే తప్ప లేకపోతే తన అధికారానికే ముప్పు వచ్చేలా కనపడింది.

కానీ..... ఇందులో ఒక ప్రమాదం వుంది. ఇంకో పది సంవత్సరాలు పోయినా (ఆటంబాంబు తయారయితే అది వేరే సంగతి) భారత సైన్యంతో తలపడడం కష్టం. దాదాపు నాలుగు మిలియన్ల సైనికులున్న ఆ సైన్య దళాన్ని ఏదో విధంగా బలహీనపరిస్తే తప్ప యుద్ధం ప్రకటించడానికి వీల్లేదు. దానికన్నా

ముందు ఆ దేశపు సైనిక సామర్థ్యాన్ని అంచనా వేయాలి. ఆ పనికి సమర్థుడు ఏజెంట్ క్యూ ఒక్కడే.

జనరల్ ఇయాసత్‌ఖాన్ మరోసారి కుర్చీలో అసహనంగా కదిలాడు.

అప్పటికి పావుగంట గడిచింది. ఏజెంట్ క్యూ రాలేదు. సర్వసైన్యాధికారి, దేశపు ప్రెసిడెంట్, దేశపు నియంతనే పదిహేను నిమిషాలు వెయిట్ చేయించగల వ్యక్తి అయిన ఏజెంట్ క్యూ తలుపు తీసుకుని అప్పుడు లోపలకు వచ్చాడు. అప్పుడు సమయం ఆరుగంటల పదిహేను నిమిషాలైంది.

ఒక అమెరికన్ యువతికి, పఠాన్‌కి పుట్టిన ఏజెంట్ క్యూ అసలు పేరు ఎవరికీ తెలియదు. ఆఫ్ఘనిస్తాన్‌లో సోవియెట్ ప్రాబల్యాన్ని తగ్గించడానికి చేసిన 'ఆపరేషన్ రెస్క్యూ' విజయవంతంగా నిర్వహించినప్పటి నుంచి అతడి పేరు ఏజెంట్ 'క్యూ' గా వ్యవహరిస్తున్నారు.

ఆరున్నర అడుగుల ఎత్తు, పులికన్నా చురుకైన కళ్ళు, ఆ కళ్ళల్లో తెలివితేటలు, దానికి మించిన క్రౌర్యం, బిగించిన పెదవుల వెనుక పట్టుదల అతడి ఆభరణాలు. అతడి మొహంలో ఏ రకమైన భావాలూ కనిపించవు.

అవతలివ్యక్తి మరణాన్ని కూడా చిరునవ్వుతో చూడడం అతడి అలవాటు.

"కూర్చో మిస్టర్ క్యూ. నువ్వు అరగంట ఆలస్యంగా వచ్చావు" అతడు కూర్చుంటూ వుండగా సలహాదారు అన్నాడు.

"అవును.... అర్జెంటుగా జూరిచ్ ఒక టెలిగ్రాం ఇవ్వవలసి వచ్చింది. భారతదేశానికి సంబంధించిన సర్పభూషణరావ్‌కి" అన్నాడు.

సెకండ్ లెఫ్టినెంట్ కరీముల్లా బేగ్ వ్యంగ్యంగా "ప్రెసిడెంట్ పిలుపు కన్నా ఆ టెలిగ్రామే ఎక్కువైందా?" అని అడిగాడు.

"ఒక రకంగా అంతే సర్..." అన్నాడు క్యూ. అతడి మాటల్లో నిర్లక్ష్యం లేదు. కానీ చిన్న చిరునవ్వు వుంది. "మనమందరం ఇక్కడ సమావేశమైంది భారతదేశాన్ని సైనికంగా ఎలా బలహీనం చెయ్యాలో వ్యూహం వెయ్యడం కోసం! దానికి సరిపడ ఏకైక ఆయుధం భూషణరావు" అన్నాడు.

నలుగురు సైనికాధికారులూ ఉలిక్కిపడ్డారు. తమకి మాత్రమే ఈ సమావేశపు వివరాలు తెలుసుననుకున్నారు ఇప్పటివరకు వాళ్ళు. దాన్ని అతడు చెప్పడం అలజడి పుట్టించింది.

ఇయాసత్‌ఖాన్ తన అలజడి కప్పిపుచ్చుకుంటూ “మిస్టర్ క్యూ.... దానికి అయిదు నిమిషాలు చాలు. ఇంకో పాతిక నిమిషాలు ఆలస్యంగా వచ్చావు” అన్నాడు.

“అవును సార్.... ఈ రాత్రికి మీ మీద జరగబోతున్న కూ(ప్) వివరాలు కనుక్కోవడంలో ఆ ఆలస్యమైంది.”

బాంబు పడ్డట్టు అదిరిపడ్డారు నలుగురూ.

“వాటార్యూ టాకింగ్....?” జనరల్ అడిగాడు.

“మీ ముగ్గురిలో ఒకరు ఈ రాత్రికి సైన్యంలో తిరుగుబాటు లేవదీయా లనుకుంటున్నారు మిమ్మల్ని చంపడం ద్వారా...” కామ్‌గా చెప్పాడు క్యూ.

ఆర్మీ చీఫ్, డిఫెన్స్ అడ్వయిజర్, సెకండ్ లెఫ్టినెంట్ కరీముల్లాల శరీరాలు చెమటతో తడిసిపోయాయి. జనరల్ ఇయాసత్‌ఖాన్ చేయి అత్యవసర సమయాల్లో ఉపయోగించే బటన్ మీదకు వెళ్ళింది. అది చూసి అకస్మాత్తుగా తిరుగుబాటుదారుడు కరీముల్లా బేగ్ కుర్చీలోంచి మెరుపులా లేచాడు. కనురెప్పపాటు కాలంలో జేబులోంచి పిస్టల్ తీయడం, జనరల్ ఇయాసత్‌ని గురి చూడడం జరిగిపోయింది.

‘ఢాం’ అన్న శబ్దంతో ఆ గది గోడలు కంపించాయి.

కరీముల్లా బేగ్ కుప్పలా కూలిపోయాడు.

ఎప్పుడు తీశాడో తెలీదు. అతడికన్నా వేగంగా పిస్టల్ తీసి ఏజంట్ క్యూ అతన్ని కాల్చాడు. రెండు కళ్ళ మధ్య నుంచి గుండు దూసుకువెళ్ళి ఆ తిరుగుబాటుదారుడు అక్కడికక్కడే మరణించాడు.

“థాంక్యూ.... థాంక్యూ మిస్టర్ క్యూ...” అన్నాడు ఇయాసత్ ఖాన్.

“ఇట్సాల్‌రైట్ సర్...”

శవాన్ని తీసుకెళ్ళే ఏర్పాట్లు జరుగుతున్నాయి. మిగతా ఇద్దరూ ఇంకా ఆ షాక్ నుంచి తేరుకోలేదు. యుద్ధంలో ఎంతో అనుభవమున్న వారినే ఈ అకస్మాత్ సంఘటన దిగ్భ్రాంతుల్ని చేసింది. ఏజెంట్ క్యూని ఒక అద్భుతమైన వ్యక్తిలా చూస్తూ వుండిపోయారు.

“వెళ్ళొస్తాను సార్. ఈ రాత్రికి ఇండియా వెళ్తున్నాను. కొద్ది రోజుల్లో మనం ఇండియా మీద కయ్యానికి కాలు దువ్వుతాం. కొద్ది నెలల్లో అది యుద్ధంగా మారుతుంది. సిద్ధంగా వుండండి.”

.... తలుపు తెరుస్తూ అతడు పూర్తి చేశాడు. “...... గెలవడానికి.”

2

ఇండియా

ఆగస్ట్ 22, సోమవారం

క్రైమ్ ఇన్‌వెస్టిగేషన్ డిపార్ట్‌మెంట్ డైరెక్టర్ తన గదిలో విసుగ్గా అటూ ఇటూ పచార్లు చేస్తున్నాడు. అతడు విసుగుకి ఒక ప్రత్యేక కారణం వుంది. సర్పభూషణరావుని ఎలా కటకటాల వెనక్కి పంపాలా అని అతను ఆలోచిస్తున్నాడు. గంట క్రితం అతడు తన ఆఫీసుకి మూడు వేర్వేరు డిపార్ట్‌మెంట్‌ల నుంచి ఆయా శాఖల వున్నతాధికారుల్ని రప్పించాడు. దేశపు దిగుమతుల్ని పర్యవేక్షించే అధికారి, డ్రగ్ కంట్రోలర్, హోమ్ సెక్రటరీ.

సర్పభూషణరావు దిగుమతుల్ని గాని, అతడి దేశీయ అమ్మకాల్ని గాని తాము ఏ విధంగానూ ఆపుచేయలేమని మొదటి ఇద్దరు అధికారులూ తమ నిస్సహాయతని వెలిబుచ్చారు. హోం సెక్రటరీ కూడా అదే అన్నాడు. ఇప్పటికే సర్పభూషణరావుని 'ఫెరా' , 'మీసా'ల క్రింద రెండు సార్లు అరెస్ట్ చేయడం జరిగిందని, మరోసారి ఆ ప్రయత్నం చేస్తే, అతడు ప్రభుత్వం మీద కోటిరూపాయిలకు దావా వేస్తాడని, పార్లమెంట్‌లో కూడా తనకున్న పలుకుబడి ద్వారా సమస్య లేవ నెత్తుతాడని, అతడిని ఏ విధంగానూ ఏమీ చెయ్యలేమని హోం సెక్రటరీ చెప్పాడు. క్రైమ్ ఇన్‌వెస్టిగేషన్ డిపార్ట్‌మెంట్ చీఫ్ డైరెక్టర్ భగీరథరావు ప్రస్తుత విసుగుకి అదీ కారణం. ఇప్పుడు అమెరికాలో కేసు గెలవడం ద్వారా, భారత ప్రధానమంత్రి పుట్టినరోజు పండక్కి ఒక పాకెట్ నిండా హెరాయిన్ పంపి 'బెస్ట్ కాంప్లిమెంట్స్ ఫ్రం యస్.బి.ఆర్, అని వ్రాయగల సమర్థత తన కుందని సర్పభూషణరావు మరోసారి నిరూపించాడు.

'ఇన్‌సల్ట్..... ఇన్‌సల్ట్...' అనుకుంటూ రావు దూరదర్శన్ ఆన్ చేశాడు. వార్తలు వస్తున్నాయి. పుండు మీద కారం జల్లినట్టు ఆ రోజు విమానాశ్రయంలో సర్పభూషణరావు ఇచ్చిన స్టేట్‌మెంట్ ప్రసారమవుతూంది. 'ఇది తన దేశమనీ, తన దేశం కోసం ప్రాణాలైనా ఇస్తాననీ, అమెరికాలో కేసు కొట్టివేయబడి స్వదేశం తిరిగివచ్చిన భూషణరావు విలేకరులకు చెప్పారు' అంటూ చెప్పుకుపోతున్నాడు వార్తలు చదివే వ్యక్తి.

ఒక క్రిమినల్...చట్టం నుంచి తప్పించుకోవడమే కాక, అదొక గొప్ప విజయంలా దేశమంతా ప్రచారం చేసుకోవడానికి దూరదర్శన్‌ని ఉపయోగించు కోవడం- (ప్రభుత్వానికి సంబంధించిన దూరదర్శన్‌ని ఉపయోగించు కోవడం!!!)

ఏదో ఒక మిష మీద పొరుగు శత్రు దేశానికి మాటిమాటికీ వెళ్ళి రావడం, ఈ దేశాన్నే పుట్టిల్లులా వాడుకుంటూ, తన కార్యకలాపాలు కొనసాగించడం – తన అసమర్థతకి నిదర్శనం.

.... ఇక ఆగలేకపోయాడు అతడు.

ఇంటర్ కమ్‌లో సెక్రటరీకి ఏదో సూచన ఇవ్వబోతూ క్షణం తటపటాయించాడు. తను తీసుకుంటున్న ఈ నిర్ణయం సరైనదో కాదో ఆలోచించాడు.

ప్రధానమంత్రి మీద హత్యా ప్రయత్నాలు, ఇంటర్ పోల్ గూఢచారి సంస్థల బ్రేక్ డవున్..... లాటి అంతర్జాతీయ కేసుల్లో తప్ప మామూలు చిన్న కేసుల్లో పాల్గోనని స్పెషల్ సీక్రెట్ ఏజెంట్‌కి ఈ స్వదేశీ అంతర్గత విషయం అప్పగించడం సమంజసమా కాదా అని.

'బయట పురుగుకన్నా- లోపల క్రిమి హానికరం' అనుకుని ఒక నిర్ణయానికి వచ్చినట్టు ఇంటర్ కమ్‌లో సెక్రటరీకి 'ఏజెంట్ నేత్రను పిలువు' అని చెప్పాడు.

* * *

విశాలమైన హాలు.

నేలమీద గీతలు సమాంతరంగా, గళ్ళలా వున్నాయి.

ఒక పక్క బాక్సింగ్ బ్యాగ్ మీద ఒక వ్యక్తి పంచెస్ యిస్తున్నాడు. కొంతమంది ఎక్సర్ సైజ్ చేస్తున్నారు. ఒక మూల చిన్న కాఫీ బార్ వుంది. కొంతమంది అక్కడ నిలబడి స్నాక్స్ సేవిస్తున్నారు. ఇంటర్ పోల్‌కి ఒక రకంగా వ్యాయామశాల, శిక్షణాకేంద్రం అది. గోడకి అయిదడుగుల యివతలగా చిన్న స్టాండ్ వుంది. దానికి ఒక కాగితం, మధ్యలో నల్లటి చుక్క వృత్తాకారంలో చుట్టూ గీతలున్నాయి.

చిన్న పిస్తోలు చప్పుడు. కాగితం మీద వున్న నల్లటి చుక్కలోకి బుల్లెట్ దూసుకుపోయింది. తరువాత వరుసగా మూడుసార్లు చప్పుడైంది. చిత్ర మేమిటంటే..... ఆ కాగితంమీద మరే రంధ్రమూ పడలేదు.

కేవలం కొద్దిమందికే ఆ విద్య వుంటుంది. మొదటి బుల్లెట్ చేసిన రంధ్రంలోంచే మిగతా బుల్లెట్స్‌ని షూట్ చేయగలగడం.

"కంగ్రాట్స్" అన్నాడు భాస్కర్ దగ్గరగా వస్తూ. భాస్కర్ దగ్గర అతడు షూట్ చేసిన కాగితం వుంది.

అతడు నవ్వి వూరుకున్నాడు. నిశ్చయంగా అది చాలా సంతృప్తి కరమైన షూటింగ్.

అతడి ఎత్తు అయిదడుగుల ఎనిమిది అంగుళాలు. సన్నటి నడుము, ఆ పైన విశాలంగా పైకి పాకిన ఛాతీ. ఏ ప్రశ్నకైనా దాని జవాబు నవ్వొచ్చేలా మార్చగల స్పాంటేనిటీ....... యివేమీ కావు అతని ఆకర్షణలు... అతడి కళ్ళు.

తల్లిదండ్రులు అతనికి సరి అయిన పేరు పెట్టారు "నేత్ర"

భాస్కర్ అన్నాడు "ఈ రోజు పేపర్ చదివావా?"

"చదివాను."

ఇంటర్ పోల్‌కి అన్ని విదేశాల పేపర్లూ వస్తాయి.

"ఏజెంట్ క్యూ ప్రెసిడెంట్‌ని రక్షించిన విధానం చాలా థ్రిల్లింగ్ కదూ...?"

వెంటనే జవాబు చెప్పలేదు నేత్ర. తరువాత సాలోచనగా అన్నాడు "విధానం వరకూ బాగానే వుంది. శత్రువు చేతిలో ఆయుధం పేలకముందే అతడి కళ్ళ మధ్యలో కాల్చడం గొప్పే. కానీ అటువంటి పరిస్థితుల్లో చెయ్యీ, మెదడూ ఒకేసారి పనిచెయ్యగలగాలి... ఆ హడావుడిలో చురుగ్గా ఆలోచించే శక్తి ఆ ఏజెంట్‌కి తక్కువైందేమో అని నా అనుమానం."

"ఏం ... ఎందుకని...?"

"ఆ కాల్చేదేదో భుజం మీదో చేతి మీదో కాల్చవచ్చుగా. ఒక తిరుగుబాటు దారుణ్ణి చంపడం చాలా సులభం. కానీ అతడిని ప్రాణాల్తో పట్టుకుని వుంటే వెనుక యింకా ఎవరున్నదీ తెలిసేది."

భాస్కర్ సిగ్గుతో "నిజమే.... నేను ఇంత ఆలోచించలేదు. అతడు కాల్చిన విధానం చదివి థ్రిల్ అయ్యాం" అని కొంచెం ఆగి, "నువ్వూ, ఏజెంట్ క్యూ తలపడితే ఎలా వుంటుందో చూడాలని నాకెప్పటినుంచో కోరిక నేత్రా. నువ్వు తెలివైన వాడివే. కానీ.... అతడు నీ కన్నా నిశ్చయంగా బలమైనవాడు" అన్నాడు.

"అవును. పఠాన్ కదా..." క్లుప్తంగా అన్నాడు నేత్ర.

"నీకు ఏజెంట్ క్యూ మీద అంత సదభిప్రాయం లేనట్టుందే" అన్నాడు భాస్కర్ నవ్వుతూ.

"నీ ప్రశ్న నాకు అర్థమైంది. 'నువ్వు నీ దేశాన్ని ఎంత ప్రేమిస్తావో అతడు తన దేశాన్ని అంత ప్రేమిస్తాడు.' అంతేనా?"

భాస్కర్ తలూపాడు. నేత్ర సాలోచనగా అన్నాడు.

"నేను నా దేశాన్ని రక్షించటానికి నా వృత్తిని ప్రేమిస్తాను. అతడు తన శత్రు దేశాన్ని నాశనం చేయటానికి తన వృత్తిని ప్రేమిస్తాడు."

"నాకర్థం కాలేదు."

"నాది డెఫెన్సివ్ రోల్. శత్రు దేశపు ఆనకట్ట బద్దలు కొట్టమని నన్ను మన ప్రభుత్వం పంపిస్తానంటే బహుశ నేను నా ఉద్యోగానికి రాజీనామా చెయ్యవచ్చు. అతనిది అఫెన్సివ్ రోలు. లక్షమంది భారతీయుల్ని చంపే పథకం అతడి ప్రభుత్వం అతడికి అప్పగిస్తే చాలా సంతోషంగా ఆ పనిని స్వీకరిస్తాడు అతడు. అదీ తేడా."

"అది తప్పంటావా?"

"నిశ్చయంగా తప్పే–"

"నేత్రా! రేప్రొద్దున్న నేను నీలాగా సీనియర్ ఏజెంట్ నవ్వొచ్చు. ఇంటర్ పోల్‌కి సంబంధించిన విషయాలమీద విదేశాలకి వెళ్ళొచ్చు. ఒక ఆపరేషన్ పూర్తి చేయటానికి ఆ దేశంలో కొంతమంది అమాయకుల్ని చంపవలసి రావొచ్చు. మరి అది తప్పంటావా?"

"ఏది తప్పు? ఏది కాదు? అన్నది మనసుకి సంబంధించింది. ఒక విదేశీ రాయబారి కార్యాలయంలో మనం దొంగతనం చేయటానికి వెళ్ళినప్పుడు అతడు మనని చూడటం తటస్థించవచ్చు. అతన్ని చంపటం రాక్షసత్వం. కానీ చంపకపోతే ఆ దేశంతో యుద్ధంవచ్చే పరిస్థితుల కది దారి తీయవచ్చు. నేను చెప్పిన ఆనకట్ట ఉదాహరణకీ, నీ ప్రశ్నకి సంబంధం లేదు."

"ఏం చదువుకున్నావు నేత్రా నువ్వు?"

నేత్ర నవ్వేడు. "చాలా తక్కువ చదువు. బియ్యే. హిస్టరీ మెయిన్‌గా–"

"మరి ఈ లైన్లోకి ఎలా వచ్చావు?"

"మా తాతగారి ఆలోచన ఇది. నా రెండో ఏట మా నాన్న పోయాడు. తాతగారే పెంచారు. మిలట్రీ మనిషి ఆయన. ఈ కాలం వాళ్ళు ఆయన్ని చూసి చాలా నేర్చుకోవాలి. ముఖ్యంగా తల్లులు!పిల్లలు కిండర్ గార్డెన్‌చదివే రోజునుంచి వాళ్ళని డాక్టర్లనో, ఇంజనీర్లనో చెయ్యాలనే రాక్షస ప్రయత్నంలో చదువు తప్ప మిగతా అన్ని దారులూ మూసెయ్యలేదాయన. పిల్లాడికి పది మార్కులు తక్కువొస్తే ప్రపంచ ప్రళయం వచ్చినట్టు ఏడ్చే అమ్మమ్మని తెగ తిట్టేవాడు. పైకి చాలా చిన్న విషయాలుగా కనిపించి, మనసు అభివృద్ధి చెందటానికి ఎంతగానో సాయపడే వాటిని ఎన్నో చేసాడు ఆయన."

"ఎలాటివి?"

"వేసవి సెలవుల్లో దేశ పర్యటన వుందనుకో. అది తిరుపతేకానీ, కాశ్మీరేగానీ, అంత చిన్న వయసులో తోటి పిల్లల్తో వెళ్లటం కుర్రవాడికి ఎంత ఆత్మ స్థయిర్యాన్ని ఇస్తుంది. ఇలా ఆలోచిస్తాడు ఆయన. ఆ రోజుల్లోనే కరాటే నేర్పించాడు. గ్రాడ్యుయేషన్ అవగానే ఈ వుద్యోగం వస్తే నాకన్నా ఎక్కువ సంతోషించింది ఆయనే..."

"నువ్వు సంతోషించలేదా?"

నేత్ర నవ్వేడు. "ఆ రోజుల్లో సీక్రెట్ ఏజెంట్ అంటే నాకు చాలా ఆహ్లాదకరమైన అపోహలు వుండేవి. ఆ అపోహలన్నీ ఉద్యోగంలో చేరిన కొద్ది రోజుల్లోనే పోయాయి. తప్పు నాది కాదు. ఫాంటసీ రైటర్స్‌ది..." అంటూ చివర్లో "నీలాగా" అని కలిపాడు.

భాస్కర్ నవ్వేడు. అతడూ చిన్న తరహా రైటరు. ఇప్పుడిప్పుడే నాలుగైదు రచనలు ప్రచురితమయ్యాయి. కొత్తగా సాహితీ రంగంలోకి అడుగుపెట్టిన అందరు యువ రచయితల్లాగా, అతడి ప్రపంచం అంతా రచనా మయమే. సాయంత్రమయ్యే సరికి ఆ ప్రపంచంలోకి వెళ్ళాలని తహతహలాడుతూ వుంటాడు. కప్పు టీ తాగి, రాత్రి చాలా పొద్దు పోయేవరకూ స్నేహితుల్తో నిరర్థకమైన చర్చలు జరపటం అతడి హాబీ. అతడికో చెల్లెలుంది. పేరు కళ్యాణి. చూపులేని పిల్ల. ఇద్దరూ అనాథలే. ఇద్దర్నీ గజపతిరావుగారు చేరదీసి పోషించారు.

జీవితం ఇంకా పాఠాలు నేర్పలేదు అతడికి. వృత్తిలో అతడు ఇంకా స్థిరపడలేదు. స్థిరపడే సమయంలోనే విధి అతడితో దారుణంగా ఆడుకుంది.

అతనేదో అనబోయాడు. అంతలో అక్కడికి అహోబిల వచ్చింది. ఆమె డిపార్ట్‌మెంట్ రికార్డ్ సెక్షన్‌లో పనిచేస్తూ వుంటుంది. ఆరడుగుల ఎత్తు, ఎత్తుకు తగ్గ లావు. బలమైన రెండు బుగ్గలు, రెండు పెద్ద కళ్ళు, కండలు తిరిగిన రెండు చేతులు..... ఆమెలో అన్ని రెట్లూ విశిష్టంగా కనబడుతూ అవసరమైన దానికన్నా ఎక్కువ ఆకర్షణీయంగా వుంటాయి. మనిషి మంచిది.

"డైరెక్టర్ పిలుస్తున్నట్టున్నాడు. నేను వెళ్ళొస్తాను" నేత్ర అన్నాడు.

"డైరెక్టర్ నిన్నే పిలుస్తున్నాడని ఎలా తెలిసింది?"

"రికార్డు సెక్షన్‌కి ఏ మాత్రం సంబంధించని ఆ పనిని అహోబిల తన నెత్తిన వేసుకుని వచ్చిందంటే నాకోసమే అయివుంటుంది" అని నేత్ర నవ్వి ఆమె దగ్గరగా వెళ్ళాడు.

* * *

భగీరథరావు వెనక్కి వాలి "కూర్చో" అన్నాడు. ".....ఏమిటి నిన్న కారు స్పీడుగా డ్రైవ్ చేసి పోలీసుల కేసులో ఇరుక్కున్నావట?"

నేత్ర అరచేతులవైపు చూస్తూ కూర్చున్నాడు.

"ఎవరు నీ పక్కనున్న అందమైన ఆ అమ్మాయి?"

"ఆహా.... నిజంగా మీరు చాలా గొప్పవారు సార్. ఈ డిపార్ట్‌మెంట్‌కి డైరెక్టర్ అంటే అచ్చు మీలా వుండాలి. మీరీ కుర్చీలోనే కూర్చుని, అక్కడెక్కడో పోలీసు నా కారు పట్టుకున్న సంగతి, అందులో అమ్మాయి వున్న సంగతి కనుక్కోగలిగా రంటే హ్యాట్సాఫ్ టు యూ."

"నేనడిగిన ప్రశ్నకి సమాధానం అది కాదు మిస్టర్ నేత్రా" తాపీగా అన్నాడు రావు.

"పోలీసులకి ఆ అమ్మాయి ఎవరో తెలియడం నాకిష్టంలేదు సార్. చాలా గౌరవప్రదమైన కుటుంబంలోంచి వచ్చిన అమ్మాయి. నాతో కలిసి తిరిగిందని తెలిస్తే ఆవిడ ప్రాణాలు కూడా పోవచ్చు"భయం నటిస్తూ అన్నాడు.

"ఈ అమ్మాయిల్ని వెంటేసుకుని తిరగటాన్ని బట్టి, నువ్వు చాలా ఖాళీగా వున్నట్టు తెలుస్తోంది. ఏదో ఒక కేసు నీకప్పగిస్తే తప్ప లాభం లేదు."

"మీరీ టాపిక్ లేవనెత్తి నన్ను డిఫెన్స్‌లో పడేసినప్పుడే ఈ విధమైన చర్య ఏదో తీసుకోవటానికి అది నాంది అనుకున్నాను సార్. ఇవ్వండి ఏం చేస్తాం! నిన్న సాయంత్రం చచ్చిపోయిన స్కూటరిస్టు యాక్సిడెంటు గురించి ఎంక్వయిరీ చేయ మంటారా? పాపం ఎడమవైపు స్కూటర్ మీద వెళ్తున్న మనిషిని వెనక నుంచి లారీ వచ్చి కొట్టిందంటే, ఆ దుర్మార్గుల్ని కనుక్కుని, పట్టుకుని చట్టానికి అప్పగించిన రోజే మన డిపార్ట్ మెంట్ దేశానికి సేవ చేసినట్టు."

"నువ్వేమీ సెటైరికల్‌గా మాట్లాడనవసరంలేదు నేత్రా. అంత చిన్న కేసు అప్పగించబోవడంలేదు నీకు. సర్పభూషణరావు తెలుసుగా నీకు."

"తెలియకపోవడం ఏమిటి? ఫెరా కేసులో అతడు ప్రభుత్వం మీద గెల్చాడుగా!"

"అతడిని ఎలాగైనా బంధించాలి నేత్రా. అది నా పర్సనల్ కేసు. ఎన్ని చేసినా ఆ దుర్మార్గుడు కోర్టు దగ్గరకి వచ్చేసరికి తప్పించుకుంటున్నాడు. నీకు సంబంధించినంతవరకూ యిది చాలా చిన్నకేసు. కానీ కేవలం నాకోసం నువ్వీ కేసు టేకప్ చేయాలి. నాకే సిగ్గుగా వుంది నిన్నీ కేసు చెయ్యమని అడగడం."

"ఏ పుట్టలో ఏ పాముందో సర్! స్కూటరు మీద నుంచి పడి చచ్చిపోయిన జర్నలిస్టు కేసు టేకప్ చేసినా సర్పభూషణరావు దగ్గరికి దారి తీయవచ్చు."

"ఏమిటి నువ్వు మాట్లాడేది..."

"ఏదీ చిన్న కేసు కాదంటున్నాను సర్. సర్పభూషణరావుని విమానాశ్రయంలో నిలదీసిన జర్నలిస్టు ఇంటికి చేరుకునే లోపులో ఆ ఎస్.బి.ఆర్. ఇంటి ముందే శవంగా మారడం చిత్రంగా లేదూ? పైగా ఆ జర్నలిస్టు చాలా స్మార్టు. సర్పభూషణరావు జూరిచ్‌లో ఆగిన సంగతి కూడా అతడు తెలుసుకున్నాడు. అతడి బ్యాంక్ అకౌంట్ సంగతి కూడా."

"యస్.బి.ఆర్. కి స్విస్ బ్యాంక్‌లో అకౌంట్ వున్నదన్న సంగతి మనకీ తెలుసుగదా. నిరూపించలేకపోయాంగానీ...."

"మనకి తెలియడం వేరు. మనలా హంగు, ప్రభుత్వ సహకారం లేని ఒక జర్నలిస్టు తనకున్న తెలివితేటల్తో, వృత్తి పరమైన దీక్షతో కనుక్కోవడం వేరు. అలాంటి వాడు చనిపోయాడంటే విచారంగా వుంటుంది. పైగా సర్పభూషణరావుకి ఎన్నో మందుల కంపెనీలు, రిసెర్చి చేయటానికి ప్రయోగశాలలూ వున్నాయి. అయినా అతడి ఫారమ్ హవుస్ తోటకి తరచు కెమికల్స్, రకరకాల యాసిడ్స్ ఎందుకు వెళ్తుంటాయి. అక్కడేమైనా ప్రయోగశాలలు పెట్టాడా? ఇవన్నీ కనుక్కోవాలి."

డైరెక్టర్ ఆశ్చర్యంతో కళ్ళు పెద్దవి చేసి "ఇవన్నీ నువ్వెప్పుడు కనుక్కున్నావ్...?" అన్నాడు.

"ఇన్వెస్టిగేటివ్ జర్నలిస్టే అతడి గురించి అంత తెలుసుకోగా లేనిది నేర పరిశోధనే వృత్తి, ప్రవృత్తిగా వున్న నేను కనుక్కోవడంలో చిత్రమేముంది" అన్నాడు నేత్ర. "అన్నిటికన్నా ముఖ్య విషయం ఏమిటంటే, జూరిచ్‌లో వుండగా అతడికో టెలిగ్రాం వచ్చింది. అందులో విషయం ఏమిటో తెలియదుగాని, అది ఇండియా నుంచి మాత్రం కాదట."

"మైగాడ్.... యివన్నీ నీకెవరు చెప్పారు?" అడిగాడు చీఫ్. నేత్ర ఇబ్బందిగా చూసి, ఇక చెప్పక తప్పదన్నట్టు "మోకాలికి అంగుళం పైన పుట్టుమచ్చ వున్న అమ్మాయిలు మనసులో ఏ విషయమూ దాచుకోలేరు" అన్నాడు.

"ఎవరా అమ్మాయి...."

"సర్పభూషణరావు సెక్రెటరీ..." నవ్వాడు నేత్ర.

డైరెక్టర్ మాట్లాడటానికి కూడా ఓపిక లేనట్టు చూస్తూ వుండిపోయాడు.

"అతని దగ్గర పనిచేసే అమ్మాయిల్ని స్వంత భార్యల్లా చూసుకోవడం అతని అలవాటు. మరీ ఎక్కువ రహస్యాలు తెలుస్తాయనుకున్న రోజు వాళ్ళని ఏదో ఒక నెపంమీద ఉద్యోగం లోంచి తీసేస్తాడు. నెల రోజుల క్రితం ఈ అమ్మాయి నాకు కనకమహాలక్ష్మి గుడి దగ్గర పరిచయం అయింది. ఆ సాయంత్రం బార్ కెళ్ళాం. ఆ రాత్రే పుట్టుమచ్చ సంగతి తెలిసింది. యస్.బి.ఆర్. కి సెక్రెటరీ అని తెలిసాక ఉత్సాహం పెరిగింది. నిన్న అమెరికా నుంచి రాగానే ఆ అమ్మాయి హుషారుగా ఎయిర్‌పోర్టు విశేషాలు, యస్.బి.ఆర్. తన పి.ఎ.కి **'ఆ విలేకరి సంగతి కాస్త చూడు'** అని చెప్పిన వైనం, విలేకరి మరణం వగైరాలు నాకు వివరిస్తుండగా పోలీసులు కారు వేగం ఎక్కువ నేరం మీద పట్టుకున్నారు."

"ఇంత కథ వుందా దీని వెనుక........"

"చూసారా సార్... నేనేదో అమ్మాయిల వెనుక తిరుగుతున్నాననుకున్నారు. పని చేస్తున్నా సార్ ... పని . ఏ అమ్మాయి వెనుక ఏ రహస్యం తాలూకు బాంబ్ వుందో అని..."

"మోకాళ్ళు వెతుకుతూ వుంటావ్..." అని పూర్తి చేశాడు. నేత్ర జవాబు చెప్పలేదు. అంతలో అహోబిల లోపలికి వచ్చింది,

"సర్పభూషణరావు సెక్రెటరీ తన యింట్లో ఆత్మహత్య చేసుకుందటసార్" అంది వస్తూ.

ఇద్దరూ ఒకరి మొహం ఒకరు చూసుకున్నారు. ఆ గదిలో నిశ్శబ్దం తాండవం చేసింది. చాలా విషాదకరమైన నిశ్శబ్దం. అంతవరకూ హుషారుగా వున్న వాతావరణం ఒక్కసారిగా మారిపోయింది. నేత్ర అసహనంగా తలూపాడు. అతడి కళ్ళు ఎర్రబడ్డాయి. "సర్పభూషణరావుకి నాతో తన సెక్రెటరీ స్నేహం సంగతి తెలిసి వుంటుంది. నాదే ఈ తప్పంతా" అన్నాడు స్వగతంలో....

"రెండు హత్యలు...ఏదీ నిరూపించలేం....షిట్ ...." అన్నాడు డైరెక్టర్ బల్లమీద నిస్సహాయంగా కొడుతూ.

నేత్ర లేచి నిలబడ్డాడు. "ఒకే సర్! ఈ కేసు నేను టేకప్ చేస్తాను. ఇది ఎంత చిన్న కేసైనా సరే. ఆ యస్బీయార్‌ని కటకటాల వెనక కూర్చోబెడతాను" అన్నాడు.

వాళ్ళనుకున్నంత చిన్న కేసు కాదది.

3

When the whole world is fast a sleep
I wake up from my sound sleep.
To see you, the stars hurriedly line -up
The sky eagerly sheds its cloudy make -up
The stars whisper- "He is here
Hurry up my dear"
I hesitate for a while
The roses give an encouraging smile
Sky and the moon –
Force me to speak up soon
Suddenly up I wake
Its already day break.
Emotion and devotion
The two doors of my world close behind,
"There is still another night"
To a dejected self I remind.

అయిదు నిమిషాలు పట్టింది ఆమెకా గేయం వ్రాయటానికి. ఆమెకు ఇంగ్లీషులో మంచి ప్రవేశం వుంది. మంచి భావాల్ని చక్కని పదాల్లో పొందుపర్చగల్గటం ఆమె నైపుణ్యం. "నేనేమో మౌనంగా వుంటాను. నిన్ను చూడటం కోసం నక్షత్రాలు వరుసగా నిలబడతాయి. ఆకాశం కూడా మేఘాల మేకప్ తీసేస్తుంది" అన్నది నిజంగా మంచి ప్రయోగం.

ఆమె చదివిన చదువు రసాయన శాస్త్రమైనా, ఈ అభిరుచి ఎందుకో ఆమెకు బాగా అలవడింది. కొన్ని పరస్పర విరుద్ధ సంస్కృతుల సమ్మేళనం ఆమె. ఆమె అంత భావుకతతో కూడిన గేయం వ్రాస్తూంటే పక్కనున్న టేప్ రికార్డర్‌లోంచి "...జస్ట్ బీటిట్" అన్న పాట రణగొణ ధ్వనితో వస్తోంది. చెంపల మీదకు జారిన జుట్టు, స్వచ్ఛమైన కళ్ళు, చిన్న నోరు, మొత్తమంతా కలిపితే ఆమె, హిమశిఖరం నుంచి కరిగిన నీహారికా బిందు సందోహం నీటి చుక్కై కొండ పక్క

శిథిలమైన గుడిని ఆనుకుని వున్న కోనేట్లో కలువపూల రేకుల మీద చేరినంత నిర్మలంగా వుంటుంది ఆమె. అయితే దానికి వ్యతిరేకంగా ఆమె జీన్స్ ఫాంట్‌లోకి దోప్పించిన బనియను మీద రొమ్ముల మధ్య 'సంగ్ యిట్ హియర్' అని వుంటుంది ఫ్యాషన్ ప్రపంచానికి కీట్స్ కూతురు రాణి అయితే ఎలా వుంటుందో అలా వుంటుందామె.

ఆమె పేరు హంసలేఖ.

తను వ్రాసిన గేయాన్ని మరోసారి చూసుకుంటూ వుండగా సన్నటి ఆర్తనాదం వినిపించింది. మొదట ఆమె తన చెవుల్ని నమ్మలేదు. కానీ అనుమానం మాత్రం అలాగే వుండిపోయింది. వాళ్ళతోటే అది. కానీ ఆమె రావటం మొదటిసారి.

చుట్టూ ఎత్తయిన ప్రహరీ గోడ, మధ్య అయిదారెకరాల తోట, చెట్ల నడుమ ఒక పురాతనమైన భవనం. ఎవరూ అక్కడికి రాక చాలా కాలమైనట్టు వుంది. ముందు భాగంలో ఎండుటాకులూ, పుల్లలు, చెత్త పేరుకుని వుంది.

ఆమె బంగ్లావైపు నడిచింది.

అప్పుడప్పుడు అరచే పక్షి కూత తప్ప అంతా నిశ్శబ్దంగా వుంది. ఆ నిశ్శబ్దంలో ఆమె అడుగుల చప్పుడు మరింత గట్టిగా వినపడుతూంది.

హంసలేఖ భవంతికి చేరువైంది. ముందు వైపు చిందరగావున్నా, వెనుక వైపు టైర్ల గుర్తులు కనబడ్డాయి. ఆమె అటు నడిచింది. అక్కడ తలుపులు బిగించి చెక్కలు కొట్టేసారు. లోపలికి దారిలేదు.

ఆమె వంగి సందులుగుండా చూచింది. లోపల లైట్ల వెలుతురు కనపడుతూంది.

అంతలో ఒక వ్యక్తి లోపల నుంచి తనువున్న వైపు రావడం గమనించింది. చప్పున పక్కకి తప్పుకుంది. ఆమెకి ఆశ్చర్యం కొలిపేలా అతడు వచ్చి తలుపు తెరుచుకుని బయటికి వెళ్ళిపోయాడు. చెక్కలు కొట్టినట్టు బయటకు కనబడుతూన్న ద్వారం బయటకు తెరుచుకునే వీలున్నది.

ఆమె తటాపటయించకుండా తలుపు తోసి లోపలికి ప్రవేశించింది.

అలా ప్రవేశించడంతో ఆమె జీవితంలో ఒక గొప్ప మలుపుకు మొదటి శంకుస్థాపన జరిగింది.

* * *

ఆ వ్యక్తి డ్రైవర్ దుస్తుల్లో వున్నాడు. మొహంలో భయం ప్రస్ఫుటంగా కనబడుతుంది. హడావుడిగా టెలిఫోన్ బూత్‌లోకి వెళ్ళి ఒక నంబర్ తిప్పాడు.

చాలా కొద్ది మందికి తెలుసు ఆ నెంబరు. సరాసరి సర్పభూషణరావు మొదటి పి.ఎ. కి వెళ్తుంది అది.

అట్నుంచి "హలో" అని వినపడగానే "సార్...... నేను.... డేవిడ్‌ని మాట్లాడుతున్నాను" అన్నాడు కంగారుగా. పి.ఎ. ఆశ్చర్యంతో "ఎవరు....?" అన్నాడు.

"నేను సార్...... నేను డ్రైవర్ డేవిడ్‌ని మాట్లాడుతున్నాను. అర్జెంటుగా సార్‌తో మాట్లాడాలి. టైమ్ లేదు."

ఎంతో అర్జంటయితే తప్ప ఆ నంబర్‌కి ఫోన్‌లు రావు. పి.ఎ. ఆలస్యం చేయకుండా సర్పభూషణరావుకి కనెక్షన్ యిచ్చాడు. ఒక సాధారణ డ్రైవర్ కాదు డేవిడ్. అయినాసరే- అతడికి ఆ నంబర్‌కి చేసే అధికారం లేదు. అయినాసరే చేసేడంటే అనుకున్నాడు పియ్యే.

పొగాకు పురుగులమీద నివేదిక ప్రభుత్వానికి 'అసలు రూపం'లో చేరకుండా ఎవరెవరిని ఎలా సంతృప్తిపరచాలో తన ఫైనాన్స్ సెక్రెటరీతో చర్చిస్తున్నాడు సర్పభూషణరావు ఆ సమయానికి. ఫోన్ ఎత్తి విసుగ్గా "హలో" అన్నాడు.

"సార్ .... నేను డేవిడ్‌ని మాట్లాడుతున్నాను. అమ్మాయిగారు తోటలోకి వెళ్ళారండి."

మొదట అర్థం కాలేదు. కాగానే సర్పభూషణరావు మొహంలో విసుగు మాయమైంది. షాక్ ఒకవైపు, కంగారు మరొకవైపు చోటు చేసుకున్నాయి. ఆ వ్యక్తి అంతగా కంగారు పడటం అదే మొదటి సారి. అమెరికా నుంచి వచ్చిన స్వాయంత్రమే నేత్రతో కలిసి తన సెక్రెటరీ కారులో కనబడింది అని తెలిసిన రోజు కూడా అతడు కంగారు పడలేదు. తాపీగా ఆమె ఆత్మహత్య ప్లాన్ చేశాడు. కానీ..... యిది అంత చిన్న విషయం కాదు. కూతురికి సంబంధించింది.

"ఎలా జరిగింది యిది?" అన్నాడు కఠినత్వం నిండిన కంఠంతో.

"మన తోటేకదా... వెళ్దామన్నారండి. వద్దని నేనెంత చెప్పినా వినలేదు."

"నేను వెంటనే అక్కడికి వస్తున్నాను. ఈ లోపులో అమ్మాయి ఆ మేడవైపు వెళ్ళకుండా చూడు. మరీ మొండితనం చేస్తే స్పృహ తప్పించినా ఫర్వాలేదు. తను మాత్రం అటు వెళ్ళడానికి వీల్లేదు. అండర్ స్టాండ్....?" ఫోన్ పెట్టేసి లేచాడు.

* * *

ఎత్తయిన గోడలవైపు చూచాడు నేత్ర.

లోపల తోట పైభాగం, చెట్ల ఆకులు స్పష్టంగా కనిపిస్తున్నాయి. తోటలో అలికిడి లేదు. అయినా అతడు తన పరిశోధనని తోట నుంచి మొదలు పెట్టదల్చుకున్నాడు. ప్రహరీ గోడ పైనున్న వైరులో కరెంట్ ప్రవహిస్తూంది. గోడ లోపలి వైపు కందకంలా వుంది. వైర్ తగలగానే షాక్ కొట్టింది.

నేత్ర చేతిలో వున్న తాడుని గాలిలో లోపలికి విసిరి, అది చెట్టుకి తగులిందని నమ్మకం కుదరగానే దాని సాయంతో పైకి ఎక్కాడు. కుడి వైపు సెక్యూరిటీ రూం వుంది. అయిదారు బలమైన కుక్కలు తిరుగుతున్నాయి. గార్డ్స్ వున్నారు. చెట్ల మధ్య దూరంగా బిల్డింగ్ కనపడుతూంది.

అటువైపు నిశ్శబ్దంగా నడుస్తూ చూసుకోకుండా రెండు చెట్లకి కట్టిన సన్నని తీగని ఢీకొన్నాడు. అంతే.... ఆ ప్రదేశమంతా అలారం శబ్దం ప్రతిధ్వనించింది.

* * *

"నేను వెంటనే అక్కడికి వస్తున్నాను" అని సర్పభూషణరావు అంటున్నప్పుడే డ్రైవర్ డేవిడ్ వళ్ళు చెమట్లు పట్టింది. విషయం చాలా సీరియస్ అని గ్రహించాడు. అతడు యస్.బి.ఆర్. కి చాలా నమ్మకస్తుడయినవాడు. యస్. బి.ఆర్. పి.య్యే. వ్యక్తిగత టెలిఫోన్ నెంబర్ తెలిసిన 'ఎ' కేటగిరి అసిస్టెంటు. అతడికి తోట లోపల ఏం జరుగుతుందో తెలీదు. ఏదో జరుగుతూ వుందని మాత్రం తెలుసు. ఇంత సీరియస్ అని తెలియదు.

టెలిఫోన్ పెట్టేసి తోట దగ్గరకు పరిగెత్తుకుంటూ వచ్చాడు. గార్డ్స్ అతని కంగారు చూసిఏదో ప్రమాదం జరిగిందని వణికిపోయారు. మామూలుగా అయితే 'ఎ' కేటగిరి అసిస్టెంట్స్‌కి కూడా ఆ తోటలోకి ప్రవేశంలేదు. కానీ సర్పభూషణరావు కూతురు కారులో వుండడం చూసి ఏమీ మాట్లాడలేకపోయారు.

డ్రైవర్ పరుగెత్తుకుంటూ చెట్టు దగ్గరకి వచ్చాడు. అక్కడ హంస లేఖ లేదు. ఆమె వ్రాసిన పాట తాలూకు కాగితం మాత్రం వుంది.

అతడి కంగారు ఎక్కువైంది.

అంతలో అతడి భుజం మీద చెయ్యి పడింది. ఉలిక్కిపడి వెనుదిరిగాడు. ఎదురుగా బాస్!

"ఏదీ అమ్మాయి..?"

"ఇప్పటి వరకూ యిక్కడే వుంది సార్. మీకు ఫోన్ చెయ్యడానికి నేను వచ్చినప్పుడు ఇక్కడి నుంచి లేచి వెళ్ళివుంటారు. ఇదిగో అమ్మాయి గారు వ్రాసిన కాగితం" సంజాయిషీ చెపుతున్నట్టు అన్నాడు.

"నాక్కావలసింది, విషయం ఎలా జరిగింది అన్న వివరణ కాదు. ఎందుకు జరిగింది అన్న వివరణ. ఆ నూతి దగ్గర చూడు...." తాపీగా అన్నాడు.

డేవిడ్ అనాలోచితంగా నూతి దగ్గరకు పరుగెత్తాడు. యస్.బి.ఆర్. నిశ్శబ్దంగా పిస్టల్‌కి సైలెన్సర్ అమర్చాడు. డేవిడ్ ఆ బావిలోకి తొంగిచూస్తున్నాడు. నూతి గోడకి వున్న ఇనుప రాడ్‌ని పట్టుకుని నూతి లోపల చీకటిలోకి కళ్ళు చిట్లించి వెతుకుతున్నాడు. వెనుకనుంచి పిస్టల్ పేలింది. అతడు పట్టుకున్న రాడ్ వూడిపోయి నూతిలోకి జారిపోయాడు. ఆ వెనకే అతని మూలుగు వినిపించింది.

"రెండు రోజులపాటు ఆ చీకట్లో లోపలే వుండు డేవిడ్. బ్రతికి వుంటే బయటకు తీయిస్తాను. నువ్వు చేసిన పనికి అదీ శిక్ష" అంటూనే ఎస్.బి.ఆర్. భవంతి వైపు నడిచాడు.

అప్పుడు వినిపించింది అలారం శబ్దం.

అతడు విద్యుద్ఘాతం తగిలినవాడిలా ఆగిపోయాడు. మొట్టమొదటి సారి ఆ తోటలో అలారం మోగింది! ప్రభుత్వం కన్ను తనమీద వున్నదని తెలుసుకాని వచ్చిందెవరు? ప్రభుత్వం మనిషైతే రహస్యంగా రాడు. తనకు ముందే తెలుస్తుంది.

ఒకసారి అలారం శబ్దం వినిపించగానే గార్డులు యాక్షన్‌లోకి వచ్చారు. కుక్కలు నాలుగు వైపులా పరుగెత్తటానికి సిద్ధమయ్యాయి. కానీ భూషణరావు చీఫ్ గార్డ్‌కి ఆగమన్నట్టు సైగ చేశాడు.

"ఎవరో లోపలికి వచ్చారు సార్...." కంగారుగా అన్నాడు సెక్యూరిటీ అధికారి.

"నేను అమ్మాయిని తీసుకెళ్ళేవరకూ మీరేం చెయ్యొద్దు. ఇక్కడ యింత సెక్యూరిటీ వుందని మా అమ్మాయికి అనుమానం రాకూడదు" అంటూ భవంతి వైపు వడి వడిగా నడిచాడు. నిజానికి సెక్యూరిటీ చీఫ్‌క్కూడా లోపల ఏం జరుగుతుందో తెలీదు.

అదే సమయానికి భవంతిలోకి అడుగుపెట్టిన హంసలేఖ కళ్ళముందు దృశ్యాన్ని చూసి అవాక్కయి నిలబడి పోయింది.

ఆమె నిలబడిన మెట్టుకింద, అండర్ గ్రౌండ్‌లో విశాలమైన హాలు వుంది. ఒక మూల తెల్లటి మాస్క్‌ల్లో కొందరు ప్రయోగాలు చేస్తున్నారు. అదికాదు ఆమె నిశ్చేష్టురాల్ని చేసింది. హాలు మధ్యలో అయిదారుగురు వ్యక్తుల శరీరాలున్నాయి.

చేపల మార్కెట్‌లో గుట్టలు పోసినట్టు ఆ అయిదారుగురి శరీరాలు ఒకదానిమీద ఒకటి పడివున్నాయి. ఒక్కొక్కటే స్ట్రెచర్ మీదికి చేర్చబడుతుంది. హాస్పిటల్ వార్డ్ బోయ్స్‌లా తెల్లడ్రెస్‌లో వున్న వ్యక్తులు ఆ శరీరాల్ని బయటకు చేరుస్తున్నారు.

ఒక మనిషి శరీరం బల్ల మీద పడుకోబెట్టబడి వుంది. అతడి శరీరం నుంచి రెండు వైర్లు కార్డియో గ్రాం కి కనెక్ట్ చేయబడి వున్నాయి. అతని గుండె చప్పుడు- ఆ మిషన్‌లో చుక్క రూపంలో ప్రయాణం చేస్తూ వుంది.

అంతలో ఆ మనిషి దగ్గరే నిలబడి డాక్టర్లా పరీక్షిస్తున్న వ్యక్తి తన మొహంమీద వున్న మాస్క్ తీసేసింది. ఆ వ్యక్తి ఒక అమ్మాయి. ఆమెని చూసి హంసలేఖ ఉలిక్కిపడింది.

తన అక్కని ఆ స్థితిలో అక్కడ చూస్తానని, ఆ విధంగా చూస్తానని హంసలేఖ ఊహించలేదు.

ఆమె హంసలేఖ కన్నా నాలుగైదు సంవత్సరాలు పెద్దది. ఆమె వేసుకున్న తెల్లకోటు ఆమెనో డాక్టరుగా సూచిస్తోంది. ఆమె కళ్ళలో విజ్ఞానం తొంగి చూస్తోంది. కళ్ళక్రింద నల్ల గీతలు విషాదాన్ని, అలసటనీ చెపుతున్నాయి. అన్నిటికన్నా ఏదో తెలియని 'కసి' ఆమెలో కనపడుతూంది.

ఆమె పేరు స్వర్ణరేఖ.

ఆమె అక్కడినుంచి కదిలి, గాజు బీకర్ల దగ్గరకు వెళ్ళింది. వరుసగా వున్న గాజు పెట్టెల్లో పది కుందేళ్ళు వున్నాయి. ఆమె బీకర్ల చివరవున్న సంప్ తిప్పగానే, వాటికి అమర్చబడివున్న పైప్‌లోంచి గ్యాస్ ఆ పెట్టెల్లోకి వెళ్ళింది. కుందేళ్ళు నెమ్మదిగా అచేతనమయ్యాయి. వరుసగా తగిలిన బుల్లెట్స్‌కి ఒక్కొక్క సైనికుడూ కూలిపోయినట్టు కుందేళ్ళు ఒకదాని తరువాత ఒకటి మరణించటాన్ని హంసలేఖ స్తబ్ధురాలై చూసింది.

అంతలో ఆమె వెనుక నీడ పొడుగ్గా పాకింది. ఆమె ఇంకా ఆ నిశ్చేష్టావస్థలో వుండగానే భుజం మీద చెయ్యి పడింది. కెవ్వున పెట్టాలనుకున్న కేకని అతి కష్టంమీద ఆపుకుంది. కారణం - ఎదురుగా తండ్రి నిలబడి వుండడం.

"ఏమిటమ్మా ఇక్కడ నిలబడి వున్నావు?"

"నాన్నా.... యిక్కడ ..... యిక్కడ .... ఏం జరుగుతూ వుందో తెలుసా?"

సర్పభూషణరావు నవ్వాడు "ఏమీ జరగడం లేదమ్మా. భయంకరమైన కాన్సర్ వ్యాధిని నయంచేసే ప్రక్రియ గురించి అక్క ప్రయోగం చేస్తూ వుందంతే."

"కానీ .... ఈ జనం ....?" అంది శవాకారంలో వున్న మనుషుల్ని చూపిస్తూ.

"ఎలాగూ కొద్దికాలంలో మరణించబోయే కాన్సర్ పేషెంట్లు. మిగతా విషయాలు బయటకువెళ్ళి మాట్లాడుకుందాం రామ్మా. వీళ్ళకెందుకు డిస్ట్రబెన్స్" అంటూ భవంతి బయటకు తీసుకొచ్చాడు.

సరిగ్గా అదే సమయంలో నేత్ర అక్కడికి వచ్చి చెట్ల చాటు నుంచి చూసాడు.

సర్పభూషణరావు సెక్రెటరీ కొన్ని రోజులక్రితం కార్లో తనతో చెప్పిన విషయం గుర్తొచ్చింది. "ఆయన కూతురు కూడా రిసెర్చి చేస్తుంది. విషయం ఏమిటో తెలీదు. చాలా రహస్యంగా జరుగుతూ వుంటాయవి."

అతను వాళ్ళకి దూరంగా వున్నాడు. వాళ్ళు మాట్లాడుకుంటున్నది అతడికి వినపడలేదు. లోపల నుంచి శరీరాల్ని తీసుకువచ్చి వ్యాన్‌లో ఎక్కిస్తున్నారు. ఆ క్షణమే వాళ్ళిద్దర్నీ అరెస్టు చేయించవచ్చు. కానీ...... ఆ సాక్ష్యం సరిపోదు: టోటల్ రైడింగ్ చేయించాలి. దానికన్నా ముందు ఆ ప్రయోగం ఏమిటో తెలుసుకోవాలి. ఆ శరీరాలు బ్రతికి వున్నవో లేదో తెలుసుకోవాలి. అవి బ్రతికున్నవైనా, లేదా వాళ్ళు చేసేది శవాలమీద ప్రయోగాలైనా తను అనవసరంగా బయటపడినట్టు అవుతుంది. వాళ్ళకి అంత చిన్న శిక్ష సరిపోదు.

ఇన్ని ఆలోచనలతో అతనుండగా వ్యాన్ దగ్గర హంసలేఖ తండ్రిని అడుగుతోంది "బయట తాళం వేసి వుండటాలూ, లోపల ప్రయోగాలూ ఏమిటి నాన్నా యిదంతా..."

యస్.బి.ఆర్. భారంగా నిశ్వసించాడు. "లోక కళ్యాణార్థం చేసే పన్లకి కూడా చాటు అవసరం. హంసలేఖా. రేప్రొద్దున మేము ఈ మందు కనిపెడితే మాకు నోబెల్ బహుమతి రావచ్చు. కానీ... యిలా అనుమతి లేకుండా ప్రయోగాలు చేస్తున్నామని తెలిస్తే ప్రభుత్వం ఒప్పుకోదు. అందుకే మన తోటని ఎన్నుకున్నాం."

నేత్ర తన జేబులోంచి వాకీ టాకీ తీశాడు. మైలుదూరంలో చీఫ్ దగ్గర బెల్ మోగింది. భగీరథరావు స్పీకర్ ఆన్‌చేసి "హలో" అన్నాడు.

"నేను ఏజెంట్ నేత్రని మాట్లాడుతున్నాను. యస్.బి. ఆర్. తోటలో అతని కూతురు అనుమానాస్పద పరిస్థితుల్లో ప్రయోగాలు చేస్తూంది. మిగతా విషయాలు నేనొచ్చి చెపుతాను" అని వాకీటాకీని ఆఫ్ చేశాడు. ఏ క్షణమైనా ఏజెంటు ప్రాణాలు

పోవచ్చు. అంత ప్రమాదకరమైనది వాళ్ళపని. అందువల్ల ఏజెంట్లు తన పరిశోధనా ఫలితాన్ని చివరి వరకూ వెల్లడి చెయ్యకుండా ఆపు చెయ్యకూడదు. ఎప్పటికప్పుడు తమ డిపార్ట్‌మెంట్‌కి అంచెలంచెలుగా వివరాలు (ప్రోగ్రెస్) అందచేస్తూ వుండాలి.

నేత్ర వాకీటాకీ జేబులో పెట్టుకుంటూన్న సమయానికి సర్పభూషణరావు కూతుర్ని కారెక్కించాడు.

"ఈ విషయం యిక్కడే మర్చిపోతానని, ఎంత బలవంతం చేసినా ఎవరికీ చెప్పనని నామీద ఒట్టెయ్యమ్మా....."

"ఒక మంచి పనికోసం మీరు చేస్తున్నదాన్ని నేనెందుకు బయట పెడతాను నాన్నా...."

"నామీద ఒట్టేస్తేగానీ తృప్తి వుండదమ్మా."

"అలాగే... నీ మీదొట్టు.... చెప్పను. సరేనా?" కారు కదిలింది. తండ్రి చూస్తూ నిలబడ్డాడు. ఒక్కసారి ఆ కారు గేటు దాటటం ఏమిటి, సెక్యూరిటీ చీఫ్-"ప్రొసీడ్" అన్నాడు. కుక్కలు రంగంలోకి దూకాయి. గార్డ్సు పరుగెడుతున్నారు. అక్కడ వాతావరణం వున్నట్టుండి మారిపోయింది. "అంగుళం అంగుళం గాలించండి" అరుస్తున్నాడు యస్.బి.ఆర్.

నేత్రకి అంత సంచలనం ఒక్కసారిగా ఎందుకొచ్చిందో అర్థం కాలేదు. చిన్నతోట అది. కుక్కల బారినుంచి తప్పించుకోవడం కష్టం. గార్డులు కూడా సుశిక్షితులైన వారిలాగే వున్నారు. కేవలం హంసలేఖ అక్కడినుంచి వెళ్ళిపోవడం కోసం వాళ్ళు ఆగారని అతడికి తెలీదు.

అలారం మోగిన ఇంత సేపటికి వాళ్ళు వెతకటం మొదలుపెట్టటం అతడికి అందుకే ఆశ్చర్యం కలిగించింది.

మృత్యువు తోసుకు వస్తున్నట్టు తోచింది. ఒక గార్డు రెండు కుక్కల్ని పట్టుకుని అటే వస్తున్నాడు. వాటి ఫోర్సుని ఆపటానికి ఆ గార్డు చాలా కష్టపడవలసి వస్తున్నట్టు అతడు పట్టుకున్న గొలుసులే చెబుతున్నాయి. పరాయి వ్యక్తి తాలూకు వాసన పసిగడ్తూ దూసుకు వస్తున్నాయవి.

నేత్ర బిల్డింగ్‌వైపు పరుగెత్తాడు. పక్కనున్న చెట్టెక్కి బిల్డింగ్ మీదకు దూకాడు.

వెనుక వస్తూన్న కుక్కలు ఆ చెట్టువరకు వచ్చి మొరగడం ప్రారంభించాయి.

గార్డ్ చెట్టుమీదకు గన్ పేల్చడం ప్రారంభించాడు. దట్టంగా కొమ్మలు, ఆకులు వున్న చెట్టు అది. ఒక రౌండ్ కాల్చి ఆపి, ఒక గార్డు చెట్టెక్కడం మొదలు పెట్టాడు.

ఈలోపు శవాలు వ్యాన్‌లో వెయ్యడం పూర్తయింది. సర్పభూషణరావు వ్యాన్ పక్కనే నిలబడి వున్నాడు. ఒక గార్డు అతని దగ్గరకు ఒక తాడు తీసుకొచ్చి చూపించాడు.

నేత్ర ఉపయోగించిన తాడు అది. దాన్ని చూడగానే ఎస్బీఆర్ భృకుటి ముడివడింది. మామూలు దొంగలు వాడేది కాదది. కరెంట్‌ని షార్ట్ సర్క్యూట్‌చేసి, హుక్‌తో ఎంత బరువైనా ఆపగలిగే ప్రొఫెషనల్ పరికరం.

వచ్చింది మామూలు దొంగకాదు అని తెలియగానే అతను డ్రైవర్‌తో "గో.... గో... " అని తొందరపెట్టాడు. ఆ శవాలు అక్కడ లేకపోతే సాక్ష్యాధారాలు లేనట్టే. వచ్చిన వ్యక్తిని తరువాత తేలిగ్గా వెతుక్కోవచ్చు. చంపి కాకులకూ, గద్దలకూ వెయ్యచ్చు.

వ్యాన్ బయలుదేరింది.

దాని పైభాగాన చేరిన నేత్ర దానితోపాటే వెళ్ళిపోయాడని అక్కడి వారికి తెలీదు. ఇంకా చెట్టుమీద వెతుకుతూనే వున్నారు.

*　　*　　*

బిల్డింగ్ మీదనుంచి వ్యాన్‌మీదకు దూకిన నేత్ర ఆ వాహనం కదలగానే పైనున్న రాడ్ పట్టుకున్నాడు. గతుకుల్లో పడినప్పుడల్లా వళ్ళు కదిలిపోతూంది. ఒకచేత్తో దాన్ని పట్టుకుని, వాకీటాకీలో చీఫ్‌తో మాట్లాడాడు. మొత్తం జరిగిందంతా చెప్పాడు.

"వెంటనే తోటని రెయిడ్ చేయిస్తాను" చీఫ్ అన్నాడు.

"లాభం వుంటుందనుకోను. అక్కడ మీకో గెస్ట్‌హౌస్ తప్ప ఏమీ కనబడదు. ఆలోచించడంలో మనకన్నా ఎస్బీఆర్ ఫాస్ట్."

"నువ్వెక్కడనుంచి మాట్లాడుతున్నావ్?"

"శవాకారాల రూపంలో వున్న కళేబరాల పైనుంచి" వాకీటాకీ ఆఫ్‌చేసి చుట్టూ చూశాడు నేత్ర. అవతల్నుంచి చీఫ్ ఇంకా "హలో...... హలో" అంటున్నాడు.

చిన్న కొండ పక్కనుంచి వెళ్తుంది వ్యాను. పక్కనే నదిలో నీరు వేగంగా ప్రవహిస్తోంది. ఈ మనుష్యుల్ని ఎక్కడికి తీసుకువెళ్తున్నారు అన్న ఆలోచనల్లో అతనుండగానే దూరంగా ఆకాశంలో సన్నటి చుక్క కనబడింది. అతడి చెయ్యి రాడ్‌మీద బిగుసుకుంది. అతడి సునిశితమైన దృష్టికి అదేమిటో వెంటనే తెలిసింది. హెలికాప్టరు.

నేత్రకి ఈ కేసు కొద్ది కొద్దిగా జటిలమవుతున్నట్టు తోచింది.

హెలికాప్టర్ ఆగగానే వ్యాన్ వెనుకనుంచి కారులో సర్పభూషణరావు దిగి, దాని దగ్గరకు వెళ్ళాడు. కొండకీ, రోడ్డుకీ మధ్యనున్న చిన్నస్థలంలో దిగింది అది. నేత్ర ఊపిరి బిగపట్టి దానివైపే చూస్తున్నాడు. అంతలో ఒక వ్యక్తి అందులోంచి దిగాడు.

హెలికాప్టర్‌లో దిగిన ఆ వ్యక్తిని చూసి నేత్ర నిర్విణ్ణుడయ్యాడు. ఏజెంట్ క్యూ. భారతదేశపు నడిగడ్డలో ఏజెంట్ 'క్యూ'! మూడో కంటికి తెలియకుండా, దేశపు సరిహద్దులు దాటి– ఇంతదూరం వచ్చిన ఏజెంట్ క్యూ !! ఒకటికి ఒకటి కలిపి ఆలోచించాడు నేత్ర. జ్యూరిచ్‌లో సర్పభూషణరావుకి టెలిగ్రాం పంపిన వ్యక్తి అతనే అయ్యుంటాడు.

ఆ దేశపు గూఢచారిని ఈ దేశంలో చూడడం కన్నా, భూషణరావుతో చూడడం అపశృతిలా అనిపించింది నేత్రకి. ఏదో ఘోరమైన విపత్తు జరగబోతున్నట్టు మనసు సూచిస్తోంది. ఇద్దరు నరరూప రాక్షసులు దేశపు నడిబొడ్డులో కలుసుకున్నారంటే నిజంగా విపత్తే.

వాళ్ళిద్దరూ ఏదో మాట్లాడుకుంటున్నారు. ఏజెంట్ క్యూకి వాన్‌లో వున్నవారిని చూపిస్తున్నాడు. అతడు తలూపి ఏదో చెబుతున్నాడు.

నేత్ర వాకీటాకీని జేబులోనుంచి తీయకుండానే దాని బటన్ నొక్కాడు. అలా మాట్లాడకుండా నొక్కితే, అది తను ఎక్కడ వున్నదీ సూచిస్తుందనీ, చీఫ్ ఆ కోడ్ చూసి వెంటనే బయలుదేరతాడని అతడికి తెలుసు. చప్పుడు చేయకుండా పిస్టల్ తీసి, ఊహించని వేగంతో వాళ్ళిద్దరి మధ్యకు వెళ్ళాడు.

ఆ హఠాత్సంఘటనకి భూషణరావు బెదిరిపోయాడు.

"నువ్వు విదేశీ తొత్తువని తెలుసుగాని, ఏ దేశానికి పనిచేస్తున్నావో ఇంతకాలమూ తెలియలేదు. ఇప్పుడు తెలిసింది భూషణరావ్. నిన్ను కటకటాల వెనక చూసే అవకాశం భారత ప్రజలకు యిన్నాళ్ళకు దొరికింది" అన్నాడు నేత్ర.

"నువ్వేమీ నిరూపించలేవు" బింకంగా జవాబిచ్చాడు భూషణరావ్.

"అవసరంలేదు. ఏజెంట్ క్యూ మా బందీగా వుంటే చాలు. మీ యిద్దర్నుంచీ రహస్యాలు ఎలా చెప్పించాలో నాకు తెలుసు."

సంభాషణంతా తాపీగా వింటున్న ఆ విదేశీ ఏజెంటు ఈ చివరి మాటలకు నవ్వి అన్నాడు "అంతకాలం మీ ప్రభుత్వం అధికారంలో వుండదు నేత్రా. రాజలాంఛనాల్తో మమ్మల్ని విడుదల చేయడానికి కొత్త ప్రభుత్వం ఎలా వస్తుందో చూడాలంటే నువ్వు కొంతకాలం ఆగాలి."

నేత్ర మెదడు కాలిక్యులేటర్ కన్నా వేగంగా ఆలోచిస్తూంది. లాకప్‌లో ఏజెంట్ క్యూని ఎంత హింసించినా ఒక్క రహస్యమూ బయటకురాదన్నది నిర్వివాదాంశం. సర్పభూషణరావుని జైల్లో ఒక్కరోజుకన్నా ఎక్కువ వుంచనివ్వరు లాయర్లు.

ఈ రెండింటికన్నా ప్రమాదకరమైన విషయం ఇంకొకటి వుంది.

వీళ్ళిద్దరి మధ్య వున్న సంబంధం బయటపడిందంటే ఆ శత్రుదేశం భవిష్యత్తులో సర్పభూషణరావు సేవలు కోరకపోవచ్చు. లేకపోతే అతడిని చంపెయ్యవచ్చు. సర్పభూషణరావు పోతే ఇక ఈ రహస్యం శాశ్వతంగా బైటపడదు.

ఏం చెయ్యాలి....?

అతడి ఆలోచన్లని, నిశ్శబ్దాన్నీ మరోలా అర్థం చేసుకుని క్యూ మళ్ళీ నవ్వాడు. "మీ దేశానికి నువ్వు నంబర్ వన్ ఏజెంట్‌వైతే, నేను మా దేశానికి నంబర్ వన్‌ని. నా గమ్యం నీకు తెలుసుగా. ప్రపంచ పటం నుంచి నీ దేశం తాలూకు ఛాయల్ని పూర్తిగా తొలగించడం. ఈసారి ఆ పని చేయకుండా వెళ్ళను."

"నా కంఠంలో ప్రాణం వుండగా ఆ పని జరగనివ్వను."

"నీ ప్రాణాలు తీయవలసిన అవసరం నాకు చాలా వుంది నేత్రా. ఈ దేశపు అత్యంత ప్రతిష్ఠాకరమైన వ్యక్తి మాకు అమ్ముడుబోయాడని, అతడి లాబ్స్‌లో ప్రమాదకరమైన రీసెర్చి సాగుతోందని తెలిసిన వ్యక్తివి నువ్వే. ఆ రహస్యం నీతో సమాధి కాక తప్పదు" నవ్వాడు క్యూ. "మా ఇద్దర్లో ఒకరి మీదకే పిస్టల్ పేల్చగలవు నువ్వు. రెండోసారి పేలేలోపులో నేనూ నా పిస్టల్ పేలుస్తాను. మనం ముగ్గురం చావడం ఖాయం. దాంతో నీ దేశ సమస్య తీరదు. అవునా.....?"

నేత్ర సమాధానం చెప్పలేదు. దూరంగా వాహనాలు వస్తున్న చప్పుడు వినిపించింది. అప్పుడు నవ్వాడు.

"నిజమే.... నువ్వు అంత వేగంగానూ పిస్టల్ పేల్చగలవు. నీకు బలమూ, చురుకుదనమూ ఎక్కువ. కాని తెలివితేటలే కాస్త తక్కువ మిస్టర్ క్యూ. మిమ్మల్ని ఇంతసేపూ మాటల్తో నిలబెట్టాలనే నా ఆశయం నెరవేరింది. మా డిపార్ట్‌మెంట్ వాళ్ళు వస్తున్నారు. ఆ కొండ మలుపులో చూడు"

ఏజెంట్ క్యూ నవ్వాడు. అటు చూడలేదు. "నీ కంటే నాకేం ఎక్కువ తెలివితేటలున్నాయని నేను అనడంలేదు. కాని పరిస్థితిని నాకు అనుగుణంగా ఉపయోగించుకోగల శక్తి వుందని మాత్రం నిశ్చయంగా చెప్పగలను. అదిగో అటు చూడు" అన్నాడు.

నేత్ర వాన్‌వైపు చూశాడు.

వాన్‌లోవున్న శరీరాలవైపు పిస్టల్ గురిపెట్టి వున్నాడు క్యూతో పాటు వచ్చిన హెలికాప్టర్ పైలెట్. క్యూ అన్నాడు ఈలోపులో.....

"నువ్వు నన్ను చంపగలవు. భూషణరావుని చంపగలవు. కాని ఇప్పుడు అమాయక ప్రజానీకం చావుకి దగ్గర్లో వున్నారు. చెప్పు.... మన చదరంగం ఆటలో ఆ అమాయక పావుల్ని బలిపెడతావా? పిస్టల్ వదిలేస్తావా?"

నేత్ర నిర్విణ్ణుడయ్యాడు. అతడీ పరిణామం ఆలోచించలేదు.

"చెప్పు నేత్రా ..... పిస్టల్ వదిలేస్తావా....? ఆ పేషెంట్స్‌ని చంపెయ్యమంటావా....?"

నేత్ర పిస్టల్ వదిలేశాడు. క్యూ దగ్గరగా వచ్చి, దాన్ని చేతిలోకి తీసుకుని బిగ్గరగా నవ్వాడు "సాటి మనిషి కష్టంలో వుంటే నువ్వు మిగతా విషయాలు మరిచిపోతావని నాకు తెలుసు నేత్రా. అందుకే అబద్ధమాడాను. ఆ వాన్‌లో వున్నవి శవాలు. సర్పభూషణరావు ప్రయోగశాలలో సమిధలుగా మారినవాళ్ళు."

దూరంనుంచి వస్తున్న వాహనాల చప్పుడు ఎక్కువైంది.

"గుడ్‌బై నేత్రా .....వచ్చే జన్మలో కలుసుకుందాం" అంటూ మరి నేత్ర మాట్లాడడానికి అవకాశం ఇవ్వకుండా పిస్టల్ పేల్చాడు.

నేత్ర గాలిలోకి డైవ్ చేశాడు.

కానీ ఏజెంట్ క్యూ ప్రపంచంలోకెల్లా గొప్ప షూటర్. మొదటి గుండు మిస్సయినా, రెండోది సూటిగా వెళ్ళి తగిలింది.

నేత్ర నీళ్ళల్లోకి గెంతాడు. ఈ లోపులో మరో బుల్లెట్ అతడి శరీరం గుండా దూసుకుపోయింది. అలాగే మరొకటి..... మరొకటి.

నీళ్ళు ఎర్రగా మారాయి. క్యూ పెదవుల మీద నవ్వు కదలాడింది.

నేత్ర శరీరం శవమై పైకి తేలింది. దానికోసమే చూస్తున్న క్యూ తన వాహనం వైపు వెళ్తూ "క్విక్ ....నువ్వెళ్ళిపో ఇక్కడినుంచి" అన్నాడు. మరో నిమిషంలో సర్పభూషణరావు వాన్ అక్కడినుంచి అదృశ్యమైంది. క్యూ హెలికాప్టర్ గాలిలోకి లేచింది. నిమిషం క్రితం జరిగిన ఘోరమైన సంఘటన తాలూకు ఛాయలేమీ లేవు.

అసలక్కడ ఏమీ లేదు.

సెంట్రల్ ఇంటలిజన్స్ చీఫ్ తన బలగంతో అక్కడికి వచ్చేసరికి అక్కడెవరూ లేరు. నీళ్ళు మాత్రం ఎర్రగా వున్నాయి. అతడి మనసు కీడు శంకించింది.

"సెల్ఫ్" అని అరిచాడు.

చప్పున నలుగురు నీళ్ళలోకి దూకారు.

నిమిషం తరువాత నేత్ర అచేతనమైన శరీరాన్ని పైకి తెచ్చారు.

"నేత్రా ...." గాద్గదికమైన కంఠంతో అతడి శరీరాన్ని స్పృశించాడు చీఫ్. ఒక ఏజెంట్ ఒక అధికారి కన్నా సన్నిహిత బాంధవ్యమే వారిది.

నేత్ర ఏదో మాట్లాడటానికి ప్రయత్నించాడు. "ఏజెంట్ క్యూ........ క్యూ........ " అన్నాడు. అంతలో అతడి తల వాలిపోయింది.

అధికారులందరూ దూరంగా నిలబడి వున్నారు.

బుల్లెట్స్ దూసుకుపోయిన నేత్ర శరీరాన్ని నిశ్చేష్టుడై చూస్తూ ఉండి పోయాడు చీఫ్.

* * *

రాత్రి పదకొండున్నర అయింది.

ఆ గదిలో దీపం లేదు. దీపం అవసరం కూడా లేదు. కారణం 'స్కూల్ ఫర్ బ్లయిండ్' హాస్టల్ అది. ఆ గది మధ్యలో కూర్చుని ఒకమ్మాయి తన అన్నయ్యకి ఉత్తరం వ్రాస్తూంది. 'వ్రాస్తూంది' అనడం కన్నా 'చెక్కుతూంది' అనడం సబబేమో. బ్రెయిలీ లిపిలో కాగితం మీద సూదితో గుచ్చుతూ ఉత్తరం పూర్తిచేసింది.

ఒరేయ్ భాస్కర్ అన్నయ్యా.....

నువ్వు పెద్ద ఇడియట్‌వని నాకు ఈవేళే అర్థమైంది. నా కోసం నువ్వు అసలు బ్రెయిలీ నేర్చుకోలేదని, నువ్వు వ్రాసే ఉత్తరాలన్నీ నేత్ర అన్నయ్యతో వ్రాయిస్తున్నావని, అలాగే నేను వ్రాసే ఉత్తరాలు కూడా తనతోనే చదివించు కుంటున్నావని తాతయ్య చెప్పాడు. ఎందుకురా ఈ గుడ్డి చెల్లెల్ని యిలా మోసం చేయడం? నేత్ర అన్నయ్యకున్న ప్రేమలో నూరోవంతు నీకుండివుంటే నేనెంతో సంతోషించి వుండేదాన్ని. 'ప్రేముంది, కాని కష్టపడడమే చేతకాదు' అంటావు. పైకి ఎంతో కష్టంగా అనిపిస్తుంది కాని, ఈ బ్రెయిలీ నేర్చుకోవడం చాలా సులభం. కావాలంటే నేత్ర అన్నయ్యని అడుగు. తనని చూసి బుద్ధి తెచ్చుకో. నాకోసం తను అది నేర్చుకున్నాడు. నువ్వు నన్ను చేసిన మోసానికి శిక్షగా ఈ సంవత్సరం నీకు రాఖీ కట్టడం లేదు.

ఆఫీసులో కరెంట్ పోయిందనుకుంటాను... మా సూపర్నెంట్ విసుక్కుం టున్నాడు. ఇటువంటి సమయాల్లోనే కళ్ళు లేకపోవడం వల్ల వున్న లాభాలు తెలుస్తూ వుంటాయి.

కళ్యాణి

మరుసటిరోజు ఉత్తరం బాక్సులో పడేసి, స్కూలుకెళ్ళింది.

ఆ రోజు సేఠ్ కన్వర్‌లాల్ బర్త్‌డే. పుట్టిన రోజునాడు ప్రతి ఏడాది అంధ పాఠశాల పిల్లలకి స్వీట్లు, బట్టలు ఇవ్వడం కన్వర్‌లాల్ అలవాటు.

అందరికీ అలా పంచుతూ వచ్చాడు.

"ఎందుకు మాకు ఈ బహుమతులు?" అడిగింది కళ్యాణి.

"నా పుట్టినరోజు. అందుకని."

"మీ పుట్టినరోజున మీ వర్కర్స్‌కి ఇవ్వచ్చుగా. మాకెందుకు?"

కన్వర్‌లాల్ కొంచెం ఇబ్బందిగా "దేవుడు అన్యాయం చేశాడు కాబట్టి" అన్నాడు.

"మా అవకరాన్ని మీ సానుభూతితో మరోసారి గుర్తుకు తెస్తున్నారు సార్. దీనికన్నా మా స్కూల్ ఫండ్‌కి డొనేట్ చెయ్యండి. మమ్మల్ని మరింత సమర్థవంతమైన మనుష్యులుగా తయారు చెయ్యడానికి సాయపడండి, మాకు జాలి వద్దు. చేయూత నివ్వండి. పుణ్యం కోసం స్వీట్లు, దానధర్మాలు వద్దు. సమానత్వం కోసం మానవత్వం చూపించండి."

కన్వర్‌లాల్ కదిలిపోయాడు. "ఎవరు బోధించారమ్మా నీకిదంతా?"

"మా నేత్ర అన్నయ్య."

"నువ్వు చెప్పింది బావుంది. కాని నీ మాటల్తో నా కళ్ళు తెరుచుకున్నాయి అనలేను. ఎందుకంటే నేనూ నీ లాగే పుట్టు గుడ్డిని కనుక."

కళ్యాణి చప్పున "అయామ్ సారీ" అంది.

"ఫర్వాలేదమ్మా. ఒక గొప్ప సత్యం తెలుసుకున్నాను" అని చెప్పి ఆయన వెళ్ళిపోయాడు.

ఆ రోజు స్కూల్లో టీచర్ వాళ్ళందరికీ బ్రెయిలీ పేపర్లిచ్చింది. "రేపటినుంచి పదిహేను రోజులపాటు సెలవులు. హోమ్ వర్క్‌గా ఈ రోజు పేపర్ని బ్రెయిలీలో మార్చి మీ అందరికీ యిస్తున్నాను. అనువాదం చేసి తీసుకురండి" అంది టీచర్. ఒకరోజు న్యూస్ పేపర్ని మొత్తం బ్రెయిలీలోకి అనువదించడానికి పదిహేను రోజులు పడుతుంది.

రూముకొచ్చాక కళ్యాణి పేపర్ చదవడం మొదలుపెట్టింది. ఒక చోట చిన్న వార్త.

ఇంటర్‌పోల్ ఏజెంట్ నేత్ర హత్య.

ఆమెకో క్షణం అర్థంకాలేదు. అది కలో వాస్తవమో తెలియలేదు. గబుక్కున లేచి నిలబడింది. చెయ్యి తగిలి పేపరు కింద పడింది. ఆమె వణికే చేతుల్తో దాన్ని తీసుకుంది.

చాలా దయనీయమైన స్థితి !

ఆమె తనకు కళ్ళు లేని ఇబ్బందిని జీవితంలో మొదటిసారి ఎదుర్కొంది.

తను తడిమి చదివింది నిజమేనా?

లేక తన భ్రమా?

నిజమని నమ్మలేకపోతోంది.

అతడు రాజకీయ నాయకుడు కాదు. సంఘ సేవకుడు కాదు. అందువల్ల మొదటి పేజీలో పెద్ద అక్షరాల్తో నోచుకోలేదా వార్త. కేవలం నాలుగే లైన్లు.

తనకు కళ్ళు లేనందుకు మొదటిసారి ఆ అమ్మాయి ఏడ్చింది. ఆ వార్త తను సరిగ్గా అర్థం చేసుకుందో లేదో తెలీదు. అన్ని వార్తల్లో అది ఎక్కడుందో తెలుసుకోవడం కోసం మొత్తం ఆ కాగితాలన్నిటినీ వేళ్ళతో తడమసాగింది.

* * *

గౌరవసూచకంగా గాలిలో తుపాకులు పేలాయి. కదిలే మంచు పల్లకి నిండా పూలతో శవపేటిక వచ్చి ఆగింది. పోలీసు అధికారులు చేతులు కట్టుకుని నిలబడ్డారు. ఆ డిపార్ట్‌మెంట్ వ్యక్తులకి మాత్రమే తెలుసు నేత్ర దేశాన్ని ఎన్నిసార్లు విపత్కర పరిస్థితుల్నించి బయట పడేశాడో.

నేత్ర మరణంతో దేశం ఒక గొప్ప సీక్రెట్ ఏజెంట్‌ని కోల్పోయిందని ప్రధాన మంత్రి సందేశం పేర్కొంది.

అతడికి తల్లి, తండ్రి లేరు. తాతే వున్నాడు. ఆయనే చితి అంటించవలసింది. ఆజానుబాహువు. ఆయనొక్కడే బింకంగా వున్నాడు.

చీఫ్ దూరంగా నిలబడి వున్నాడు. ఏజెంట్ క్యూయే నేత్రమీద పిస్తోలు పేల్చిందని తెలుసు. ఆ తెర వెనుక సర్పభూషణరావు వున్నాడనీ తెలుసు. అయినా ఏమీ చెయ్యలేని నిస్సహాయత.

నేత్ర తాతయ్య గజపతిరావు చితికి నిప్పు పెడుతున్నాడు. చీఫ్ ఆ మంటల్నే చూస్తున్నాడు. ఎర్రటి మంటలు. దూరంగా వుండి చూస్తున్న వారిలో భూషణరావు కూడా వున్నాడు. ఇద్దరి కళ్ళూ కలుసుకున్నాయి. 'నిన్ను ఉరికంబం ఎక్కించేవరకు అవి మండుతూనే వుంటాయి ఎస్బీఆర్' అనుకున్నాడు చీఫ్ మనసులో.

నేత్ర శరీరం బూడిదగా మారుతూంది. అదే సమయానికి ఏజెంట్ క్యూ, తెలంగాణాలో మారుమూల గ్రామం అయిన నారాయణ్‌పేట్ వెళుతున్నాడు.

* * *

"అయామ్ సారీ.... ఫర్ వాట్ హ్యేడ్ హ్యేపెండ్" అన్నాడు చీఫ్ విచారంగా.

"అయామ్ నాట్ ఫీలింగ్ సారీ. నా మనవడు ఒక శత్రువుని ఎదుర్కొని యుద్ధంలో మరణించాడు."

దూరం నుంచి వెక్కి వెక్కి ఏడుస్తున్న చప్పుడు. చీఫ్ తలతిప్పి చూశాడు. గజపతిరావు భార్య పైటకొంగు నోట్లో పెట్టుకుని ఏడుపు ఆపుకోవడానికి ప్రయత్నిస్తూంది. పక్కనే ఒక గుడ్డి అమ్మాయి ఆవిడని ఓదార్చడానికి ఆవిడమీద చెయ్యి వేస్తూంది.

అతడు నిశ్శబ్దంగా బయటకు వచ్చేశాడు. భాస్కర్ అతడిని అనుసరించాడు.

ఒక శిల్పి రాత్రింబవళ్ళు కష్టపడి చెక్కుకున్న శిల్పం పిడుగుపడి వెయ్యి వక్కలైతే ఎలా వుంటుందో అలా వుంది గజపతిరావు మానసిక స్థితి. భార్య దగ్గరికి వెళ్ళాడు. "ఊరుకో పార్వతీ... ఊరుకో. భాస్కరూ, కళ్యాణి, వీళ్ళంతా మన పిల్లలు కాదూ? కళ్యాణీ లోపలకు తీసుకెళ్ళు."

కళ్యాణి ఆవిడని తీసుకెళ్ళింది. ఆయన నేత్ర ఫోటోవైపు చూశాడు. అతడికీ తనకీ దగ్గర పోలికలున్నాయి. నాలుగు దశాబ్దాల క్రితం తను అలాగే వుండేవాడు. కళ్ళలో అదే కసి...... శత్రువుని యుద్ధంలో ఎలాగైనా సరే గెలవాలనే కసి. రెండు యుద్ధాల్లో గెలిచాడు. కాని గెలుపు శత్రువుల్ని నిర్మూలించదు. మళ్ళీ తయారవుతూనే వుంటారు. ఈసారి ఓటమి తన మనవడికి.

ఫోటో దగ్గరగా వెళ్ళారు. కళ్యాణి కట్టిన రాఖీ కనబడింది. 'మనిషికి సెంటిమెంట్ ఎక్కువ ఆనందం యిస్తుందా? గంభీరత ఎక్కువ ఆనందం. యిస్తుందా? తన భార్య లాగానో, కళ్యాణి లాగానో ఏడవగలిగితే ఎంత బావుణ్ణు! అనుకుంటూ ఆ రాఖీ చేతుల్లోకి తీసుకున్నాడు. ఆయన మనసంతా అదోలాటి ఉద్విగ్నత చోటు చేసుకుంది. నేత్ర పోయినప్పుడు 'అన్నయ్యా' అంటూ ఆ రాఖీ పట్టుకుని ఆ పిల్ల ఏడుస్తూంటే చిత్రంగా అనిపించింది. ఏమిటి ఈ ఆడవాళ్ళు ? అనిపించింది. మరిప్పుడు తన వేళ్ళెందుకు వణుకుతున్నాయి! నో..... నో.... అనుకున్నాడు తడి చెంపల్ని తుడుచుకుంటూ. నిజంగానే నేత్రని తన ఆలోచనలకు రూపంగా చిన్నప్పటినుంచీ తీర్చుదిద్దుకున్నాడు ఆయన.

బయట కారు దగ్గరకు వస్తూ భాస్కర్ చీఫ్‌తో అన్నాడు "నన్నూ, కళ్యాణిని చిన్నప్పటినుంచి గజపతిరావుగారే పెంచారు సార్. నేత్ర స్ఫూర్తితోనే నేనీ డిపార్ట్‌మెంట్‌లో చేరాను."

చీఫ్ మాట్లాడలేదు.

తన ఆలోచనలో నిశ్శబ్దంగా వున్నాడు.

ఇద్దరూ కారు దగ్గరికి వచ్చారు.

చీఫ్ భాస్కర్ భుజం మీద చెయ్యి వేశాడు "భాస్కర్... నువ్వీకేసు టేకప్ చేస్తావా?" ఊహించని ప్రపోజల్ ఇది. ఒకవైపు ఆనందం– తనలాంటి జూనియర్‌కి ఈ కేసు అప్పగించినందుకు. మరోవైపు విషాదం– స్నేహితుడు ప్రాణాలర్పించిన కేసు తను టేకప్‌చేయవలసి రావడం. కానీ పగ! !

ప్రతీకారం నిండిన స్వరంతో "తప్పకుండా సర్..... ప్రాణం పోయినా సరే వాడి అంతు తేలుస్తాను" అన్నాడు భాస్కర్.

తానొక పెద్ద కొండతో ఢీకొనబోతున్నట్టు ఆ పొట్టేలుకు తెలీదు ఆక్షణం. తను చేస్తున్న తప్పు తెలియని చీఫ్ "క్యూ ఈ దేశంలోనే వున్నాడు. ఆంతవరకు చెప్పగలను. మిగతా వివరాలు నువ్వు సేకరించు" అన్నాడు. 'షా' చెప్పడం కోసం ప్రత్యర్థి మంత్రి పక్కనే చిన్నబంటుని నిలబెట్టటమే చీఫ్ చేస్తున్న తప్పు. దాని ఫలితం దాదాపు ఆరునెలల తరువాత కనబడింది.

"థాంక్స్ సర్. జూనియర్‌నైనా నాకింత పెద్ద పని అప్పగించినందుకు".

చీఫ్ విషాదంగా నవ్వాడు "మెలో డ్రామా అంటే యిదే– సర్పభూషణరావు కేసు నేత్రకిచ్చినప్పుడు 'ఇంత చిన్న కేసు అతడికా' అనుకున్నాను. క్యూ కూడా ఇందులో వుంటాడనుకోలేదు. జాగ్రత్త భాస్కర్! అంతకన్నా ఏం చెప్పలేను. చిన్న కేసు కాదిది. అది మాత్రం చెప్పగలను" అన్నాడు.

ఆ విషయం తనకు తెలుసు అన్నట్టు తలూపి, భాస్కర్ ఒక క్షణం ఆగి "ఎస్బీఆర్ మీద కూడా ఒక ఏజెంట్‌ని నియమిస్తే బావుంటుందనుకున్నాను సర్" అన్నాడు.

"అవును.... ఏజెంట్ ప్రతిమకి ఆ కేసు అప్పగించాను" అన్నాడు చీఫ్.

* * *

ప్రతిమ బాత్‌రూమ్‌లో స్నానం చేస్తూంది.

ఆమె వయసు ఇరవైనాలుగు సంవత్సరాలు. గ్రాడ్యుయేషన్ పూర్తవగానే ఈ ఉద్యోగంలోకి వచ్చింది. తెలివైనదే కాని, హడావుడి ఎక్కువ. నిత్యశంకితురాలు. అసుక్షణం ప్రమాదాల్లోకి చొచ్చుకు పోవడమంటే ఇష్టం దురదృష్టవశాత్తు అలాంటి ప్రమాదాలు ఎక్కువ రావు. ఆమె తయారు చేసుకుంటే తప్ప.

కొన్ని నెలల క్రితం సర్పభూషణరావు కేసు డిపార్ట్‌మెంట్ ఆమెని టేకప్ చేయమన్నప్పుడు ఆమె పొంగిపోయింది. ఆ క్షణం నుంచి మృత్యువు తనని వెంటాడుతూ వుందనుకుంది. తన జాగ్రత్తలో తనుంది.

ప్రతిమకి ఒక నాయనమ్మ తప్ప ఎవరూ లేదు. సదరు నాయనమ్మ మొగుడు డిప్టీ తాసిల్దారుగా చేస్తూ చచ్చిపోయాడు. ఆవిడకి అదొక అబ్సెషన్. ఆ రోజుల్లో ఆయన లేకపోతే ఆంధ్ర రాష్ట్ర అభివృద్ధి అయిదు సంవత్సరాలు వెనక్కి వెళ్ళి వుండేదని ఆవిడ నమ్మకం. వాళ్ళిద్దరి సంభాషణా కెనెడీ, కృశ్చేవ్ లెవెల్లో జరుగుతుంది.

"నువ్వు ఏ కాశీయో, రామేశ్వరమో వెళ్ళకూడదా నాయనమ్మా?"

"ఎందుకే?"

"సీక్రెట్ ఏజెంట్స్‌కి నా అనేవాళ్ళు ఎవరూ వుండకూడదు. నువ్వు పోతే నేను ఒంటరిగా అపాయాల్లోకి దూకవచ్చు".

"అయ్యో..... అయ్యో యివెక్కడి అప్రాచ్యపు మాటలే? నువ్వు పోయేముందు నన్ను పొమ్మంటావా?"

"ఛా...ఛా... అదికాదు నాయనమ్మా. దేశంకోసం చావడానికి సిద్ధపడ్డవాళ్ళకు బంధాలుండకూడదు. అందుకే నిన్ను కాశీ వెళ్ళమంటున్నాను."

"అంటావే.... అంటావ్. మీ తాతగారు డిప్టీ తాసిల్దారుగా చేసేరోజుల్లో నీలాంటి ఏజెంట్లు మా ఇంటినిండా వుండేవారు. వంటపని నుంచి కూరలు తేవడందాకా అన్నిపన్లూ వాళ్ళే చేసేవారు."

"మైగాడ్...... మా పరువు తీస్తున్నావ్ నాయనమ్మా. వాళ్ళు ఏజెంట్లు కాదు. సర్వెంట్లు."

"ఏవింట్లో..... శుభ్రంగా పెళ్ళి చేసుకోకుండా ఈ ఫైళ్ళు, పిస్తోళ్ళు ఏమిటే?"

ఇలా సాగుతుంది వారి సంభాషణ.

ప్రతిమ అందమంతా ఆమె మెడ దగ్గర వుంది. రెండు నేషనల్ హైవేస్ రెండు పక్కలకి జారిపోయినట్టు ఆమె మెడనుంచి రెండువైపులకీ నునుపుదనం యారుతుంది. మధ్యలో సగే సగి. ఆమె సీక్రెట్ ఏజెంట్‌గాకన్నా, అందాల పోటీల్లో

బాగా రాణిస్తుంది. ఆమె అలా స్టూల్ మీద కూర్చుని షవర్ కింద స్నానం చేస్తుంటే బంగారు విగ్రహం పాలలో జలకమాడుతున్నట్టు వుంది. అలా అని ఆమెకి పనిలో శ్రద్ధలేదని కాదు. ఇచ్చిన పని పూర్తి చేసేవరకు నిద్రపోదు. కాని బిగించిన ఆ పెదవుల వెనుక పట్టుదల కన్నా అల్లరి, హడావుడీ, బోళాతనమూ ఎక్కువ కనిపిస్తాయి.

సర్పభూషణరావు గురించి ఆలోచిస్తూ ఆమె స్నానం చేస్తూంది. ఆమె సంపాదించిన వివరాల ప్రకారం గత రెండు నెలల్లో ఎస్బీఆర్ ఆరుసార్లు నారాయణ్‌పేట్ వెళ్ళాడు.

ఎందుకు?

అదే ఆలోచిస్తూంటే ఆమె సునిశితమైన చెవులకు తన ఫ్లాట్‌ముందు గది తలుపు తెరుచుకోవడం వినిపించింది. ఆమె మూడో అంతస్తులో వుంటుంది. ఆమె తాళం సందుల్లోంచి చూసింది. బెడ్‌రూం అవతల మెయిన్ హాల్లో రెండు కాళ్ళు నెమ్మదిగా వస్తూ కనిపించాయి.

"బామ్మా....." అంది రహస్యంగా.

జవాబు లేదు.

"బామ్మా.... " అంది మరోసారి.

సన్నటి మూలుగు వినిపించింది.

ఆమె షవర్ ఆపుచేసింది. ఆ నిశ్శబ్దం మరింత భయంకరంగా వుంది. ఆమె చెవులు రిక్కించి విన్నది. బైట గదిలో ఎవరో కుర్చీలాగిన చప్పుడు. తరువాత మళ్ళీ నిశ్శబ్దం.

ఆ తరువాత రెండో వ్యక్తి అడుగుల శబ్దం.

బల్లమీద ఏదో పెడుతున్న చప్పుడు ట్రే కదిపిన శబ్దం.

ప్రతిమ నెమ్మదిగా లేచి వంటికి టవల్ చుట్టుకుంది. బాత్ టబ్ అంచుమీద వున్న పిస్టల్ తీసుకుని శబ్దం కాకుండా తలుపు తీసి ఒక్క ఉదుటున ముందుకు దూకి, రెండు చేతుల్తోనూ పిస్టల్ గురిచూడబోయి, అంతలో వంటికి చుట్టుకున్న టవల్ జారిపడబోగా ఒకచేత్తో దాన్ని ఆపుచేసి, బిగ్గరగా 'హ్యాండ్సప్' అని అరిచింది.

ఆ అరుపుకి గది గోడలు ప్రతిధ్వనించాయి.

కుర్చీలో కూర్చున్న వృద్ధుడు కాఫీ మీద ఒలకబోసుకుని అదాటున లేచాడు. ఆయన సి.బి.ఐ. చీఫ్ భగీరథరావు.

"ఓ మీరా సార్... సారీ... శారీ...శారీ..." అంటూ చీరెకోసం పక్కగదిలోకి గెంతింది. అదృష్టవశాత్తు ఆయన వెనక్కి తిరిగి చూసేలోపు ఆమె పక్క గదిలోకి వెళ్ళిపోగలిగింది. అదే సమయానికి ముసలావిడ వస్తూంది.

"ఏమిటే కోతిలాగా ఆ గెంతులు?" అని అడిగింది ట్రే పట్టుకెళ్తూ.

తనకి వినపడిన శబ్దాల తాలూకు అర్థాలు తెలిసినయ్ ఆమెకి. బామ్మ ఆయన కోసం కుర్చీలాగి, ట్రేతో కాఫీ ఇచ్చింది.

"నీకు బుద్ధిలేదు నాయనమ్మా! పిలిస్తే బయటినుంచి పలకొద్దూ! ఎవరో విదేశీ గూఢచారి వచ్చాడనుకున్నాను. అదృష్టం బావుంది. లేకపోతే ఆ ముసలాయన తల పేలిపోయేదే" అంటూ బట్టలు వేసుకుని బయటకు వచ్చింది. క్షణంలో స్వరం మార్చేసి నమ్రతగా- "గుడ్ మార్నింగ్ సార్..." అంది అవసరమైన దానికన్నా ఎక్కువ వినయంతో.

"మిస్ ప్రతిమా.... సర్పభూషణరావు మీద ఫైలు తయారు చేయమన్నాను. చేశావా?"

"చేశాను సార్. ఇంకా కొద్దిగా మిగిలింది" అంటూ గోడ గడియారం దగ్గరికి వెళ్ళి దాంట్లోంచి తాళం తీసి బీరువా తెరిచింది. లోపల చీరలున్నాయి. వెనుక ఒక సీక్రెట్ అర వుంది. దాన్ని తాళంతో తీసి, లోపలనుంచి ఫైలు తెచ్చి ఆయనకి ఇచ్చింది. ఆయన ఈ ప్రోసెస్ అంతా ఒక భేతాళ మాంత్రికుడ్ని పల్లెటూరివాడు చూసినట్టు విస్తుబోయి చూశాడు.

"ఇంకా ఎన్నాళ్ళల్లో పూర్తవుతుంది?"

"ఒకటి రెండు రోజుల్లో సర్."

"గుడ్! పోతే నీకో సలహా అమ్మాయ్! ఇయాన్ ఫ్లెమింగ్ జేమ్సుబాండ్ నవల్లు ఎక్కువ చదవకు"

ఆయన సలహా ఆమెకు అర్థం కాలేదు.

లోపలికి వెళ్ళి ఒక గ్లాసు చేతి రుమాలుతో తీసుకువచ్చి అందిస్తూ- "నిన్న రాత్రి ఆయనిచ్చిన పార్టీ కెళ్ళాను. అతి కష్టంమీద ఆయన వేలి ముద్రలు సంపాదించాను సార్. ఇదిగో ఆయన తాగిన విస్కీ గ్లాసు" అంది.

తలుపు వెనకనుంచి నాయనమ్మ ప్రతిమని పిలిచింది.

"అదేమిటే! బంగారంలాంటి గాజు గ్లాసు ఆయనకిచ్చేస్తున్నావ్?"

"దానిమీద ఒక దేశద్రోహి వేలిముద్రలున్నాయి నాయనమ్మా."

"ఏం ముద్రలో పాడో! మనదేమో అనుకుని పొద్దున్నే శుభ్రంగా తోమాను కదే!"

ప్రతిమ అదిరిపడి "తోమావా?" అంది.

"ఆహా.... విమ్ పౌడరేసి మరీ తోమాను."

"నాయనమ్మా.... దేశంకోసం ప్రాణాలర్పించే సీక్రెట్ ఏజెంట్‌కి, నాయనమ్మగా వుండే అర్హత నీకు లేదు నాయనమ్మా" ఉక్రోషంగా అంది. అసలే ఎర్రనైన ఆ అమ్మాయి మొహం కోపంతో మరింత ఎర్రబడింది.

"ఇప్పుడేమైందే? ఆ వేలిముద్రల్లేకపోతే, నావి వుంటాయిగా, మీ ఫైల్లో పెట్టుకోవడానికి అవి చాల్లే."

"ఇంటర్‌పోల్ అంటే నీకంత వేళాకోళంగా వుందా నాయనమ్మా?"

"అనవే అను... మీ తాతగారే బ్రతికుంటే...."

"నువ్వీరోజు చేసిన పనికి చితకబాది వుండేవారు. హు...." అంటూ అక్కడినుంచి ముందు గదిలోకి వచ్చింది. చీఫ్ అక్కడ ఎదురు చూస్తున్నాడు.

"సారీ సర్... రేపు వాళ్ళ కుటుంబసభ్యుల ఫోటోలు కూడా సంపాదిస్తాను" అంది క్షమాపణ చెప్పుకుంటున్నట్టు.

ఆయన లేచాడు.

ప్రతిమ కాస్త తటపటాయించింది. సర్పభూషణరావు ఇటీవల తరచు నారాయణ్‌పేట్ వెళ్తూ వుండడం సంగతి ఆయనకి చెపుదామా అనుకుంది. ఆ మరుసటి రోజే ఆ విషయం దర్యాప్తు జరపడంకోసం ఆమె కూడా ఆ వూరు వెళ్ళాలనుకుంది. అది కూడా చెపుదామనుకుని నాలుక చివరివరకు వచ్చి ఆగిపోయింది.

–'బగ్–'

సీక్రెట్ ఏజెంట్స్ ఇళ్ళల్లో శత్రువులు 'బగ్స్' ఏర్పాటుచేసి రహస్యాల్ని వింటూ వుంటారన్న సంగతి ఆమెకి గుర్తుకొచ్చింది. అందులోనూ తనిప్పుడు చాలా ప్రాముఖ్యత సంతరించుకున్న కేసు పరిశోధిస్తున్న ఏజెంటాయె!

ప్రయాణం సంగతి తనలోనే దాచుకుంది.

ఆ మరుసటిరోజే ఆమె నారాయణ్‌పేట్ బయల్దేరింది.

అదే కొంప ముంచింది.

* * *

బస్ ఫెయిలై ప్రతిమ ఆ వూరు చేరుకునేసరికి రాత్రి పదిన్నర అయింది. అప్పటికే దాదాపు ఆ వూరంతా నిద్రపోయింది. అంత చిన్న వూరు అది.

ఆమె మేకప్‌లో పెద్ద మార్పు లేదు. ఉద్యోగంలో చేరి ఎక్కువ కాలం కాలేదు కాబట్టి తననెవరూ గుర్తుపట్టరన్న ధీమా ఆమెకుంది. కొన్ని నెలల క్రితం చీఫ్ ఆమెని సర్పభూషణరావు గురించి వివరాలు సేకరించమని చెప్పినప్పుడు ఆమె పొంగిపోయింది. అంత జూనియర్‌కి ఆ కేసు రావడం అదృష్టంగా భావించింది. అప్పటినుంచి చాలా జాగ్రత్తగా ఆ పని చేస్తూ వచ్చింది. హడావుడి, తొందరగా ఒక నిర్ణయానికి రావడం, ప్రతిదాన్నీ అనుమానించడం లాంటి దుర్గుణాలు తప్ప, ఆమె పనిలో వంక పెట్టడానికి లేదు. చాలా ఏకాగ్రతతో చేస్తుంది.

ఒక కుటుంబ నియంత్రణ ఆఫీసర్‌లా కొప్పు వేసుకుని, ఫుల్ వాయిల్ చీర కట్టుకుని చేతిలో గొడుగు పట్టుకుని ఆమె బస్ దిగింది.

బస్‌స్టాండ్ పక్కనే వున్న కిళ్ళీ కొట్టులో అడిగింది "ప్రెసిడెంట్‌గారిల్లెక్కడ?"

అంత రాత్రిపూట వచ్చిన ఆ అమ్మాయిని చూస్తూ "రెడ్డినాయుడా?" అని తిరుగు ప్రశ్న వేశాడు.

"అవును."

"గట్ల సీదా పోతే, కుడేపు చడావుంటది. ఆ పక్కిల్లే."

ప్రతిమ నడక సాగించింది. కిళ్లీ కొట్టు బల్లమీద కూర్చున్న ఇద్దరు యువకులు లేచి ఆమెని అనుసరించారు. రోడ్డంతా చీకటి. ఇళ్ళు దూరంగా విసిరేసినట్టున్నాయి. ఒకడు ఆమె వెనగ్గా వచ్చి చెవిలో ఏదో గుసగుసలాడాడు. తెలంగాణా యాస అర్థంకాలేదు. ఆమె నడక వేగం హెచ్చించింది. వెనుక వాళ్ళూ వేగం పెంచారు. ఆమె భయపడడం వాళ్ళకి మరింత ధైర్యాన్ని ఇచ్చింది. ఒకడు నడుము మీద చెయ్యి వేశాడు. ఆమె విదిలిస్తే నవ్వాడు. ఆమె అరవకపోవడంతో ఇంకొంచెం పైకి వెళ్ళాడు.

ఆమె ఆలోచిస్తున్నది వేరు. అనవసరంగా గొడవ అవడం ఆమె కిష్టంలేదు.

ఆ అలుసు తీసుకుని వెనుక వాడు ఆమె కడుపు మీదనుంచి ఈసారి చెయ్యి కిందికి జార్చాడు. ఆమె కుచ్చిళ్ళ లోంచి చెయ్యి క్రిందికి వెళ్ళింది. ఆమె అరిస్తే నోరు ముద్దామని మరొకడు రెడీగా వున్నాడు. ఆమె అరవలేదు. కాలు గాలిలోకి లేపింది.

చీర కట్టుకోవడం వల్ల కాస్త కష్టమైంది కాని, లేకపోతే ఆ కిక్‌కి అతడు మూడు నెలలు మంచం మీదనుంచి లేచేవాడు కాదు. ట్రైనింగ్ మొదట్లో నేర్పుతారు అలాంటి కిక్. ఆమె కాల్తో ఇచ్చిన పంచ్‌కి అతడు వెళ్ళి రోడ్డు పక్కన వున్న కాలువలో

పడ్డాడు. అతనితో పాటు వున్న రెండోవాడికి ఏమీ అర్థంకాలేదు. ఉన్నట్టుండి స్నేహితుడు ఎలా మాయమయ్యాడో అర్థంకాక చీకట్లోకి కళ్ళు చిట్లించి చూస్తూ "ఏమైనాది?" అని అడిగాడు.

"ఏం గాలె..... నువ్వు గిట్టొకసారి సూడు" అంది. వాడు సువిశాలంగా నవ్వుతూ ఆమెని చూశాడు. వాడి దవడ పేలిపోయింది.

హార్డ్‌కోర్ టెర్రరిస్టుల నుంచి విషయాలు రాబట్టడానికి కొట్టే దెబ్బ అది. వాడి నోరు కింది భాగం కదిలిపోయింది. బహుశా ఇక జీవితంలో ఎన్నటికీ వాడి పై పళ్ళూ, కింది పళ్ళూ కలుసుకునే అవకాశం వుండకపోవచ్చు.

క్షణంలో ఆమె మాములుగా అయిపోయింది.

చేతి సంచిలో వున్న .38ని చేత్తో తడిమి చూసుకుని, మెట్లెక్కి ప్రెసిడెంట్ తలుపు తట్టింది.

* * *

"వారి.... నువ్వు గిట్ట సెయ్యపడతావుంటే అచ్చం స్వర్గంలో వున్నట్టున్నాది రా....." తన్మయత్వంలో అన్నాడు ప్రెసిడెంట్ రెడ్డినాయుడు.

యాదగిరి యజమాని వళ్ళు పడుతున్నాడు. దూరంగా హరికెన్ లాంతరు మినుక్కు మినుక్కు మంటూంది. యజమాని మాటలకు వాడు రవ్వంత సిగ్గుతో "సాల్దియ్ దొరా.... ఊరికే బనాయించకు....." అన్నాడు.

"బనాయించినాన్రా? నేనేమన్నా? నువ్వు గిట్టవళ్ళు నొక్కుతుంటే ఈ దునియాలో ఇంకేమవసరం లేదన్న. అంతెగద?"

యాదగిరి కళ్ళు అరమోడ్పులు చేసి "అవ్.... నిన్న రాత్రి నీ పెండ్లం కూడా అట్టనే అన్నది" అన్నాడు ఆనందంగా.

ప్రెసిడెంట్ అదిరిపడి పక్కమీద లేచి కూర్చుని "నా పెండ్లం ఒళ్ళు పట్టినావురా?" అని అరిచాడు. ఉన్నట్టుండి యజమాని అలా అదిరిపడి ఎందుకు లేచి కూర్చున్నాడో అర్థంకాలేదు యాదగిరికి. విశాలమైన నవ్వుతో "అవ్ పట్టిన గద" అంటూ అదొక గొప్ప అఛీవ్‌మెంట్‌లా జవాబిచ్చాడు.

"నీ యమ్మ..... గెంత పని చేసినవ్‌రా?"

"నీ తల్లి.... ధొరసాని ఏం చెప్తే అది చెయ్యమని నువ్వు గాదు చెప్పింది?" చిరాగ్గా అడిగాడు.

"నే చెప్పినాన్రా?" రెట్టించాడు.

"చెప్పలేదా.... నీ తల్లి.... చెయ్యకుంటే ఉద్యోగం పోద్దని అన్లేద నువ్వు?" అంతకన్నా గట్టిగా వాడు డబాయించేసరికి, మరేమీ అనలేక నీళ్ళు కారిపోతూ అడిగాడు రెడ్డినాయుడు. "ఇంకేం జేసినవ్‌రా?"

"నాకు సిగ్గయిద్ది....."

"సంపుత. చెపుతావాలేదా?"

"ఇంకేం జేస్త? వళ్ళు పట్టిన. తలకు తేల్ రాసిన. ఆ తరువాత స్నానం జేస్తనంటె....." వాడి మాటలు, పూర్తి కాలేదు.

రెడ్డినాయుడు మంచంమీదే ఎగిరిపడి "స్నానం కూడా జేయించి నావురా దొంగ నా కొడకా..... బాడ్‌ఖవ్" అని తిట్లు లంకించుకున్నాడు.

"గట్ట పరేషానయి తిడ్తవేంది దొరా.... నేనే మన్ననిప్పుడు? దొరసాని తానం జేస్తనంటే నీళ్ళు పెట్టిన. అంతే గద...."

రెడ్డినాయుడు తేలిగ్గా వూపిరి పీల్చుకుని "గంతేనా...." అన్నాడు పక్కమీదకు తిరిగి జేరబడుతూ.

"గంతేమల్ల.... ఆ తరువాత బొక్కలోనుండి చూసిన అంతే" తాపీగా మిగతాది పూర్తిచేశాడు.

ఆరిపోయిందనుకున్న బాంబు పేలినట్లు అదిరిపడి లేచి, మళ్ళీ కూర్చున్నాడు. "చూసినావురా- నా పెండ్లం తానం చేస్తంటే చూసినావ్‌రా?"

"నీళ్ళు చల్ల గున్నయ్యొ, ఎచ్చగున్నయ్యొ చెయ్యిపెట్టి చూడొద్దా"

రెడ్డినాయుడు ఏదో అనబోతుంటే బయట తలుపు చప్పుడైంది.

యాదగిరి వెళ్ళి తలుపు తీసి, ఎదురుగా అమ్మాయి వుండడంతో అడుగు వెనక్కి వేశాడు.

ప్రతిమ తన జీవితంలో ఎన్నడూ అంత షాక్ అవలేదు. తను చూస్తున్నది కలో నిజమో కూడా తెలియడం లేదామెకు. అలాగే శిలాప్రతిమలా నిలబడిపోయింది. ఆమె గుండె వేగంగా కొట్టుకుంటూంది. మెదడులో సముద్రపు హోరు.

ఎదురుగా నిలబడ్డవాడు ముమ్మూర్తులా ఏజెంట్ నేత్రలా వున్నాడు. తలకట్టు తీసేసి, దుస్తులు మార్చి, షేవ్ చేస్తే అచ్చు నేత్రలా వుంటాడు. మనుష్యులను పోలిన మనుషులుంటారని తెలుసు కాని మరీ ఇంత పోలిక లుంటాయనుకోలేదు.

"ఎవరు గావాలె దొరసానీ..... " అని అడుగుతున్నాడు యాదగిరి. ఆమెకి సరిగ్గా వినబడలేదు. ఆమె ఇంకా దిగ్భ్రమ నుంచి తేరుకోలేదు. అస్పష్టంగా "ఏజెంట్ నేత్ర" అంది.

"దొరా.... ఎవరో జంత నేత్రంట. వొచ్చింది" అన్నాడు యాదగిరి లోపలకు చూస్తూ.

అప్పటికే అమ్మాయి కంఠం విన్న రెడ్డినాయుడు పంచె సర్దుకుంటూ బయటకి వచ్చాడు. ప్రతిమను ఆహ్వానిస్తూ "ఎమ్మీవో చెప్పిండు నీ గురించేనా? రా లోపలికి. ఫ్యామ్లీ ప్లానింగ్ ఆఫీసరంటే ఎవరో పెద్దావిడ అనుకున్న. నీలాంటి సిన్నపిల్ల అనుకోలేదు" అన్నాడు.

"నేనెక్కడుండాలో ఆ యిల్లు చెప్తే...." ప్రతిమ మాటలు పూర్తి కాలేదు. "ఇంత యిల్లుంచుకుని ఏడుండేది ఏటి? మా యింట్లోనే వుండు" అన్నాడు రెడ్డినాయుడు.

"ఔ.... దొరసాని కూడా నేదు" పక్కనుంచి అందించాడు యాదగిరి. ప్రతిమ రెడీగా కాలు గాలిలోకి విదిలించి చూసుకుంది ఎందుకైనా మంచిదని.

"నోర్మూసుకుని అమ్మగారికి గది సూయించు. పాపం బస్‌లో వచ్చింది. ఏన్నీళ్ళు పెట్టు."

"అవసరం లేదు" అంది పైకి. నిజానికి ఆమెకి స్నానం చేస్తే తప్ప ప్రాణం వచ్చేట్టు లేదు.

"నేదంటె ఎట్ట దొరసాని? సేద్దుగాని రా" అన్నాడు యాదగిరి. వాడికి 'ల' అనే అక్షరం పలకదని ఆమె తన సీక్రెట్ ఏజెన్సీ పరిజ్ఞానంతో తెలుసుకున్నందుకు తనని తనే అభినందించుకుంది.

ఆమెని లోపలికి తీసుకువెళ్తూన్న యాదగిరి, ఏదో అనుమానం వచ్చినవాడిలా ఆగి, "సిన్నమ్మ ఒళ్ళు కూడా నొక్కమంటావ దొరా?" అని అడిగాడు నమ్రతగా.

వింటూన్న ప్రతిమ అదిరిపడింది.

"నీ యమ్మ..... కొత్తగొచ్చిన అతిథిని అదరగొడ్తవురా?"

"నీ తల్లి యిప్పుడేమన్న? రా దొరసాని ...... యిల్లు చూపిస్త" అంటూ లోపలికి తీసుకెళ్ళాడు యాదగిరి.

* * *

పడుకుందన్నమాటే గాని ఆ రాత్రి ప్రతిమకి నిద్ర పట్టలేదు.

ఏజెంట్ నేత్రతో ఆమెకు పరిచయం లేదు. దూరంనుంచి ఒకటి రెండుసార్లు చూసిందంతే. కాని డిపార్ట్‌మెంట్‌లో అతని గురించి అందరూ చెప్పుకోవడం విన్నది.

నేత్ర మరణం డిపార్ట్‌మెంట్‌కి ఎంత లోటో ఆమెకి తెలుసు.

అటువంటి నేత్రలాంటి మనిషిని తను కనిపెట్టింది. కొలంబస్ కనుక్కున్నట్టు కనుక్కుంది. ఆ థ్రిల్ వలన ఆమెకి ఆ రాత్రి మరి నిద్ర పట్టలేదు.

ఆ మరుసటి రోజు ప్రొద్దున్నే స్నానం చేసి, ఆమె పోస్ట్ ఆఫీస్‌కి బయల్దేరదామనుకుంది. విడిగా గోడ బాత్‌రూం లేదు. పెరట్లో తడికల్తో కట్టిందే బాత్‌రూం. ఆమె బట్టలు విప్పి తడికెమీదవేసి, పీటమీద కూర్చుంది. ఎదురుగా బాల్చీలో నీళ్ళున్నాయి. ఆమె వేలు పెట్టి చూసింది. ఎక్కువ వేడిగా వున్నాయి. ఆమెకేం చెయ్యాలో తోచలేదు. మళ్ళీ బట్టలు కట్టుకుని బయటకు వెళ్ళాలికదా అని ఆమె ఆలోచిస్తుండగా "ఏం కావాలి దొరసానీ..... సన్నీళ్ళా?" అని వినిపించి ఆమె ఉలిక్కిపడి చుట్టూ చూసింది. పైన తాటిచెట్టుమీద యాదగిరి కనబడ్డాడు. కెవ్వున కేకవేసి చీర లాక్కుంది. ఆమె మొహం కందిపోయింది.

వాడు దిగొచ్చి నీళ్ళు బయట పెట్టాడు. చాలా సేపటివరకు మనసు కుదుటపడలేదు. సిగ్గుతో చితికిపోయింది.

పది అవుతుండగా ఆమె పోస్టాఫీస్ నుంచి సిటీకి ట్రంకాల్ చేసింది.

అట్నుంచి చీఫ్ ఫోన్ ఎత్తగానే, "ఆకాశంలో మేకలు, నీళ్ళల్లో పక్షులు" అంది రహస్యంగా.

"ఎవరు ? ప్రతిమా?"

"అవును సార్. నేనే!"

"ఏదైనా అపాయంలో వున్నప్పుడే ఆ కోడ్ ఉపయోగించాలి. ఎక్కణ్ణించి నువ్వు?"

"నారాయణ పేటనుంచి."

చీఫ్ కంఠం కీచుగా అరిచింది "నారాయణపేట నుంచా? అక్కడికెందు కెళ్ళావ్ నువ్వు?"

"మీతో చెప్పడానికి వీల్లేకపోయింది సార్. సర్పభూషణరావు తాలూకు వివరాలు సంపాదించడం కోసం ఇక్కడికి రావలసి వచ్చింది."

చీఫ్ ఏదో అనబోయి వూరుకుని– "దట్సాల్ రైట్! ఏమిటి విశేషాలు?" అని ప్రశ్నించాడు.

"ప్రపంచంలో ఎనిమిదో వింతని చూశాను సార్. అచ్చు గుద్దినట్టు ఏజెంట్ నేత్రలాంటి మనిషొకడు ఈ వూళ్ళో వున్నాడు. నేనున్న ఇంట్లోనే వున్నాడు" ఆతృత, ఆవేశం, ఉద్వేగం మిళితమైన కంఠంతో అంది.

"ఈజిట్?"

"అవును సార్! అతడిని కొద్దిగా సంస్కరించి శత్రువుల్లోకి పంపామంటే వాళ్ళు బెదిరిపోతారు. చచ్చిపోయిన నేత్ర తిరిగివచ్చాడని తెలిస్తే చాలు- వాళ్ళు మానసికంగా బలహీనమైపోతారు. నేత్ర పేరు చెప్తే...."

ఆ మాటలు సగంలో ఆపి, చీఫ్ తాపీగా "నేత్ర పేరు చెప్తే శత్రువులు ఏమవుతారో తెలీదు కాని, నీ ఉద్వేగం చూస్తుంటే డిపార్ట్‌మెంట్‌లో అమ్మాయిలు ఎలా రెచ్చిపోతారో అర్థమవుతూంది. ఇంతకీ ఇప్పుడే మంటావ్?" అన్నాడు.

ప్రతిమ కాస్త నిరాశ చెందినా, వెంటనే సర్దుకుని "ఆ తెలంగాణా జీతగాడిని సంస్కరించి చదువు నేర్పి, కోటు సూటు వేసి నేత్రగా తయారు చేస్తాను."

"దానికెంత కాలం పడుతుందో తెలుసా?"

"అడవిదొంగ సినిమాలో ఒక పాటలో చిరంజీవి చదువంతా నేర్చుకోలేదా సార్? కాళిదాసు ఒక్క స్పర్శతో కవి అయిపోలేదా సార్?"

"నిన్నక్కడికి పంపింది కేసు పరిశోధించమని. అంతే తప్ప పాటలు పాడుతూ మనుష్యుల్ని మార్చడానికి కాదు. నేత్రమీద నీకు మనసుంటే, అతడు పోయాడు కాబట్టి, ఆ పోలికలున్న మనిషిని ఓ పది సంవత్సరాలు కష్టపడి తీర్చి దిద్దుకుంటే నాకభ్యంతరం లేదు. ఇలాంటి ఫోన్లు మాత్రం చెయ్యకు" అంటూ ఫోన్ పెట్టేశాడు.

ప్రతిమ కూడా నిరుత్సాహంగా ఫోన్ పెట్టేసింది. ఇంటికి వెళ్ళే వరకు ఈ విషయమే ఆలోచించింది. ఇంటికొచ్చాక తన పరిశోధన ప్రారంభించింది. మధ్యాహ్నం ఒంటిగంటకి భోజనం చేసి అందరూ నిద్రపోయారు. రెడ్డినాయుడి కొడుకు ఎక్కడో గోళీలాడుకోవడానికి వెళ్ళాడు. దూరంగా కాకి అరుపు తప్ప అంతా నిశ్శబ్దంగా వుంది. యాదగిరి నుంచి కూపీ లాగేందుకు యిదే మంచి సమయం!

ముందు గదిలో స్తంభానికి ఆనుకుని తాదాత్మ్యంగా చుట్ట కాలుస్తున్నాడు యాదగిరి. "స్...స్..." అని సన్నటి స్వరంతో పిలిచింది. యాదగిరి కళ్ళు విప్పగానే, తన గదిలోకి రమ్మన్నట్టు సైగ చేసింది.

వాడు ఆమె గదిలోకి ప్రవేశించాడు. ఆమె మంచం మీద కూర్చుంది. నాందిగా ఒక చక్కటి నవ్వు నవ్వింది. అతడు అయోమయంగా చూసి "ఊహు... నేనట్టాటోడ్ని కాదు దొరసానీ..." అన్నాడు. ఆమె అర్థం కానట్టు చూసింది. వాడు ఇబ్బందిగా "ఇట్టాటి పన్లు నాకు నచ్చవు" అన్నాడు.

లాగి పెట్టి కొట్టినట్టయింది. సర్దుకోవడానికి అయిదు నిమిషాలు పట్టింది. ఏడవలేక నవ్వుతూ "అది కాదు యాదగిరీ .... నిన్ను కొన్ని ప్రశ్నలడుగుతాను. అలా కూర్చుని సమాధానాలు చెప్పు."

"పని నేకుండా యిట్ట కూకుంటే పెద్ద దొర తనఖా ఇయ్యడు."

"ఫర్వాలేదు. ... నా దగ్గర వున్నానంటే ఏమీ అనడు" అంది సర్ది చెపుతున్నట్టు.

"పెయ్యి (ఒళ్లు) నొక్కేదా దొరసానీ? గట్ట పనిచేస్తూంటే ఏం అనడు దొర."

ఆమె కుంచించుకుపోయి "వద్దొద్దు....." అంది.

"అయితే పోయొస్త, దొర చూస్తె ఏందా కబుర్లంటడు."

"వద్దు కూర్చో....యిలా వేళ్ళు నొక్కు" అని చెయ్యి అందించింది. ఆమెకు దేశం గుర్తుకువచ్చింది. దేశంకోసం ప్రాణాలర్పించిన వీరులున్న ఈ దేశంలో ఒక దేశ ద్రోహిని పట్టుకోవడానికి వేళ్ళు నొక్కించుకుంటే తప్పేమిటి అనుకుంది. ఒకసారి చరిత్రాత్మకమైన ఆ నిర్ణయానికి వచ్చాక ఇక తను నారాయణ్‌పేట్ వచ్చిన పనికోసం కూపీ లాగడం మొదలుపెట్టింది. అయితే డైరెక్ట్‌గా విషయానికి రాలేదు.

"నీకు సూటు బూటు వేసుకోవడం యిష్టమేనా?" అంటూ సంభాషణ మొదలు పెట్టింది.

"సూటా? అంటే ఎట్టగుంటది?"

"సిన్మాల్లో చూస్తావ్ చూడు అలా."

"ఎందుకు దొరసానీ సూటు నాకు?"

"నీకు చదువు కూడా నేర్పుతాను."

"వొద్దునే దొరసాని.... నాకిట్ట నొక్కేదే బావుంది" కళ్ళు అరమోడ్పులు చేసి అన్నాడు.

అందులో ద్వంద్వార్థం ఏదైనా వుందేమో అని వాడివైపు అనుమానంగా చూసి, 'ఇప్పుడు లాభం లేదు. రేపు ప్రయత్నించాలి' అనుకుని మాట మార్చి -

"ఈ వూరికి ఈ మధ్య జీపులు, కార్లు ఎక్కువ వస్తున్నాయి కదూ" అడిగింది.

"కార్లూ-సీబునా?" అవి వాడు తలగోక్కుని "కార్లంటే తెలుసు. సీపునంటే? ఈ రెంటికీ తేడా ఏటి?" అని అడిగాడు.

ఆమెకు ఎలా చెప్పాలో అర్థంకాలేదు...

అంతలో వాడే– "ముందు పొడుగ్గా వుండేవి కార్లు. ఎనక ఎత్తుగా వుండేవి సీపును. అంతేగా దొరసాని" అన్నాడు.

వాడి మాటలో ద్వంద్వార్థం ఏదైనా వుందా? వాడు అతి తెలివితో మాట్లాడుతున్నాడా అని చూసి, అటువంటిదేమీ లేదని తెలుసుకున్నాక అవునన్నట్టు తలూపింది.

"అటువంటివి రానేదే ఈ వూరు!"అన్నాడు.

"నువ్వు చూసుండవు."

"ఏమో మల్ల నాకు తెల్వదు" అన్నాడు.

ఆమె ప్రశ్న మారుస్తూ "సర్పభూషణరావు అనే ఆయన ఈ వూళ్ళో సగం స్థలం కొనేశాడటగా. నిజమేనా?" అని అడిగింది.

"ఓ ఆయనా.... ఊళ్ళో ఏడ కొన్నడు? చెర్లో కొన్నడు."

ఆమె ఆశ్చర్యంగా "చెరువులోనా?" అని అడిగింది మళ్ళీ.

"అవ్.... దాన్ని పూడ్పించి స్తనాన్లు చేసి అమ్ముతాడంట."

ఉన్నట్టుండి ఆమె కెవ్వున అరిచింది.

"ఏమైంది? ఏమైంది దొరసాని?" కంగారుగా అడిగాడు.

ఆమె అరిచింది వాడికి "ల" అన్న అక్షరం పలకడం రానందుకు కాదు. "వేలు .. నావేలు గట్టిగా నొక్కినట్లున్నావు. విరిగిపోయింది" అంది బాధగా.

"మా దొరసాని అయితే ఇంకా గట్టిగా వొత్తమంటది" అన్నాడు వాడు కార్యదీక్షాపరాయణుడిలా.

"చాల్లే యిక పో" అంది విసుగ్గా.

* * *

రాత్రి పన్నెండింటికి ప్రతిమ లేచింది. పెట్లోంచి పిస్టల్ తీసి జాకెట్‌లో పెట్టుకుంది. 'ఓ ఆయనా... వూర్లో ఏడకొన్నడు? చెర్లో కొన్నడు. దాన్ని పూడ్పించి స్తలాలు చేసి అమ్ముతాడంట' అన్న యాదగిరి మాటలు ఆమెకు గుర్తొస్తున్నాయి. సర్పభూషణరావు లాటివాడు ఇంత చిన్నస్థలాల వ్యాపారం ఎందుకు చేస్తాడు? చేసినా స్వయంగా ఇన్నిసార్లు ఎందుకు వస్తాడు?

ఈ రాత్రే ఆ విషయం తేల్చెయ్యాలనుకుంది.

బ్రీఫ్ కేసుతో ఆమె గదిలోంచి బయటి కొచ్చింది. పురాతనమైన తెలంగాణా టైపు చావిడి నిర్మానుష్యంగా వుంది. దూరంనుంచి రెడ్డినాయుడి గురక వినిపిస్తూంది.

ఆమె ముందు తలుపుతీసి బయటికొచ్చింది. చల్లటిగాలి రివ్వున కొట్టింది. వీధి నిర్మానుష్యంగా వుంది. ఆమె అడుగు వెయ్యబోతుంటే ఆ మసక వెన్నెల్లో ఒక నీడ ఆమె వెనకనుంచి ముందుకు పాకింది.

భుజం మీద నుంచి చెవి దగ్గరగా సన్నగా "బయటకా దొరసాని....." అని వినిపించింది. ప్రతిమ ఒక్క గెంతులో పక్కకి దూకి పిస్టల్ తీసి గురిచూసింది.

ఎదురుగా యాదగిరి.

"నువ్వా.....?" అంది తేలిగ్గా ఊపిరి పీలుస్తూ.

ఆమెకి అతడిని చూస్తుంటే 'నిశాచరుడు' అన్న పదానికి సరయిన అర్థం తెలుస్తూంది. సర్దుకుని "అయిదు రూపాయిలిస్తాను. నేనిలా అర్థరాత్రి బయటకు వెళ్తున్న విషయం ఎవరికీ చెప్పకు" అంది.

"మా దొరసాని అయితే పది రూపాయినిచ్చేది" అన్నాడు బేరం సరిగ్గా సెటిల్ చెయ్యమన్నట్టు.

"షటప్.... నేనెవరో తెలుసా....? ఇండియన్ సీక్రెట్ సర్వీస్ ఏజెంట్ని. భారతీయుడివైనందుకు మా డిపార్ట్మెంటుకి సాయపడడం నీ ధర్మం. ఈ విద్యుక్త ధర్మాన్ని..... " అంటూ చెప్పుకుపోతున్న ఆమెని మధ్యలో ఆపి "తెనుగులో చెప్పు దొరసాని.... సమ్జైత లేదు" అన్నాడు.

"ఒక నిగూఢ రహస్యాన్ని లోకానికి వెల్లడి చేయడానికి వెళ్తున్నాను. ఈ విషయం ఎవరికీ చెప్పకు."

"చెప్పను"

"నిజంగా చెప్పకూడదు"

"ఒక్కసారి చెప్పొద్దన్నాక చెప్తానా.....? ఇప్పుడు నువ్విట్ట నిల్చున్నావు. నీ కాళ్ళమధ్య నుంచి తొండొకటి పైకి బోయింది. నేనైమైన నీకు చెప్పినాను....?"

వాడి మాటలు పూర్తికాలేదు. మోకాలి మీద నుంచి పైకి ఏదో పాకినట్టయింది. కెవ్వున అరిచి వాడిని కౌగిలించుకుంది. 'అవసరం' వాడి మెడచుట్టూ చేతులు వేయించి గెంతిస్తోంది. వాడు ఆమె చీరని పట్టుకుని చీర కుచ్చిళ్ళు దులిపాడు. ఒక తొండ రోడ్డుకడ్డంగా పడి పరుగెత్తింది.

"పడింది దొరసాని ..... పడింది.... " అన్నాడు వాడు ఆనందంగా. ఆమె స్థిమిత పడడానికి రెండు నిమిషాలు పట్టింది.

"ఈ వూళ్ళో తొండలెక్కువా....?" అని అడిగింది. ఏజెంట్ క్యూనీ, తొండనీ పక్క పక్కన నిలబెడితే, తొండకే ఎక్కువ భయపడుతుందామె. అందుకే ఆ ప్రశ్న అడిగింది.

"అవ్ .....సానా....." అన్నాడు.

"నువ్వు నాతోటే వస్తావా?"

"ఎక్కడికి దొరసాని....?"

"దేశంకోసం. రా చెప్తాను" బ్రీఫ్‌కేసు చెయ్యి మార్చుకుంటూ అంది.

"దేశంకోసం చచ్చినా ఫర్లేదన్నావు. తొండని చూసి గిట్ట బేజారవుతున్నావ్ .... నీ తల్లి.....పద....."

ఇద్దరూ దాదాపు గంట నడిచారు. చెరువొచ్చింది. చెరువుకి అవతలివైపు కోటలాంటి గృహం వుంది. శిథిలమైపోయింది. నీళ్ళు దాన్లోకి కూడా వెళ్ళి వున్నాయి.

ఆమె చాలా సేపు నిలబడింది "ఇక్కడేం లేదుగా....?" అన్నాడు యాదగిరి. ఆమె జవాబు చెప్పలేదు. ఏదో కృత్రిమత్వం కనపడుతూంది అక్కడ. దూరంగా రోడ్డుమీద, చెరువు వరకూ వచ్చి ఆగిపోయిన టైర్ల గుర్తులు.

"నువ్విటు వెళ్ళి చెరువుని చుట్టిరా. నేనటు వెళ్తాను" వాడిని అక్కణ్ణుంచి దూరంగా పంపించివెయ్యడానికి అంది.

"వెళ్ళి ఏం జెయ్యాలె....?" అని ఎదురు ప్రశ్న వేశాడు.

"ఏవైనా గుర్తులుగానీ, వస్తువులు గానీ కనపడుతాయేమో చూడు."

"నాకు రేజీకటి. ఏం కనబడవు. నీతోనే వుంటా" దగ్గరికి చేరుతూ అన్నాడు.

ఆమె విసుక్కుంటూ "సరే రా..." అంటూ శిథిలమైన భవంతివైపు నడిచింది. చెరువులో నీళ్ళు భవంతి గోడలను తడుపుతున్నాయి. మరింత దగ్గరికి వెళ్ళారు. కీచురాళ్ళ శబ్దం మరింత ఎక్కువైంది.

"వద్దు దొరసానీ.... నాకు భయమవుతూంది. పోదాంపద ఎనక్కి"

ఆమె అడుగు ముందుకేసింది. కాలికి ఒక ట్యూబ్ తగిలింది. రబ్బర్ ట్యూబ్ అది. నీళ్ళలోంచి బయటకు వచ్చింది. ఆమె అనుమానం స్థిరపడింది. ఆమె ఓరకంట యాదగిరిని చూసింది "వెళ్ళిపోదామంటావా...?"

అతడు తలూపాడు. ఇద్దరూ తిరిగి గ్రామం వైపు నడక సాగించారు. చెట్ల తోపులోకి వచ్చాక అతనన్నాడు "ఇంకిటేపు రాకండి దొరసాని. ఇక్కడ పాములు, తేళ్ళు ఎక్కువ."

ఆమె నుంచి సమాధానం రాకపోవడంతో అతడు చుట్టూ చూశాడు.

ఆమె లేదు. అతడు కంగారుపడ్డాడు. “దొరసానీ... ” అని పిల్చాడు. జవాబు లేదు. దూరంగా చెరువు వైపు వెళ్తూన్న నీడ కనిపించింది. “ఆగు దొరసానీ...” అని అరిచాడు.

అప్పటికే ఆలస్యమైంది.

బ్రీఫ్‌కేస్‌లోంచి మాస్క్ తీసి మొహానికి అమర్చుకుని నీళ్ళలోకి దూకింది. ఆమె మంచి స్విమ్మరు. ఆ ట్యూబ్‌ని పట్టుకుని నీళ్ళ అడుక్కి వెళ్ళింది. అడుగునంతా నాచు, పిచ్చి మొక్కలు. ఆమె టార్చిలైటు కాంతిలో చేపలు మెరుస్తూ కనపడుతున్నాయి. ఆమె ట్యూబ్‌తో పాటే మరింత దూరం వెళ్ళింది. అకస్మాత్తుగా ఆమె ముందు గోడ ఒకటి కనిపించింది. ఆమె దాన్ని తడుముతూ నీటి పైకి వచ్చింది పైకి మామూలుగా కనపడుతున్నా ఆ చెరువు లోతే దాదాపు యాభై అడుగు లుంటుంది.

చెరువు అవతలి వైపునున్న శిథిల గృహంలోకి తను వచ్చినట్టు గ్రహించింది. ఆరడుగుల వెడల్పున్న బాట అది. నడుము లోతు వరకు నీళ్ళున్నాయి. ఆమె ఆ బాటలో మరింత దూరం వెళ్ళింది.

అక్కడ కనబడింది ట్రాప్ డోర్.

ఆమె దాన్ని పరిశీలించింది. ఆమె గుండె వేగంగా కొట్టుకుంటూంది. ఆమె దాన్ని తెరవ బోతుంటే వెనుక చప్పుడైంది. ఆమె వెనక్కు తిరగబోయే లోపులో ఒక వాటర్ యారో ఆమె పక్కనుంచి దూసుకుపోయింది. వాటర్ సూట్‌లో వున్న ఇద్దరు వ్యక్తులు ఆమెవైపు వేగంగా వచ్చారు. ఆమె నీటి పైకి రావడానికి ప్రయత్నించింది. ఆమె ప్రయత్నం కొనసాగనివ్వకుండా వెనక్కి లాగారు. వాళ్ళల్లో ఒకడు కత్తితో ఆమెను పొడవడానికి ప్రయత్నించాడు. ఆమె పక్కకి తిరగడంలో భుజం చీరుకుపోయి భగ్గున మండింది.

ఆమె చాలా జూనియరు. విదేశీ గూఢచారుల వ్యవహారాల్లో గాని, హార్డ్‌కోర్ స్మగ్లర్ కేసుల్లో గాని ఆమె ఇంతవరకూ పనిచేయలేదు. కేవలం రహస్య ఫైళ్ళు తయారుచేయడం వరకే ఈ రెండు సంవత్సరాలలో నేర్చుకుంది. సీక్రెట్ సర్వీస్‌లో ఆమెకు ట్రైనింగ్ ఇచ్చారు. కానీ ‘అండర్ వాటర్’ పద్ధతులు ఆమెకు తెలియవు.

ఒక వ్యక్తి ఆమె చేతులు వెనక్కి విరిచి పట్టుకున్నాడు. ఇంకో వ్యక్తి కడుపులో పొడవబోయాడు. ఆమె కళ్ళు మూసుకుని దేవుణ్ణి ప్రార్థించసాగింది. అంతలో అక్కడ నీళ్ళలో చిన్న కలకలం వినిపించింది. ఆమెను పట్టుకున్న చేతులు విడిపోయాయి. ఆమె అప్రయత్నంగా నీటిపైకి వచ్చింది.

అడుగున రెండు తిమింగలాలు దెబ్బలాడుకుంటున్నట్టు కల్లోలం.

క్షణం తరువాత యాదగిరి పైకి తేలాడు. వాడితోపాటు ఒక రక్త సిక్తమైన శరీరం పైకి వచ్చింది. చుట్టూ రక్తం కలిసిన నీళ్ళు, పక్కనే శవం. అన్నీ చూసి ఆమె బేజారైంది. ఇంతలో దూరంగా జీపు వస్తున్న చప్పుడు వినిపించింది. రెండో మనిషి ఏమయ్యాడో తెలీదు.

చప్పున అతడామె చెయ్యి పట్టుకుని నీటిలోకి తీసుకెళ్ళాడు. ఆమె చూసిన రబ్బరు ట్యూబ్ ఆ శిథిలమైన గోడల నుంచి లోపలకు వెళ్ళింది నీళ్ళలోనే వాళ్ళిద్దరూ గోడమలుపు తిరిగారు. అక్కడి దృశ్యం చూసి ఆమె స్థాణువైంది. అద్దం అవతల ప్రయోగశాల వుంది. నీళ్ళల్లో, పైకి శిథిలమై కనిపించే ఆ కోట అడుగు భాగం అది.

ఆమె తల తిప్పి పక్కకు చూసింది. యాదగిరి జేబులోంచి కటింగ్ ప్లేయర్‌లాంటి పనిముట్టు తీశాడు. ఆ రబ్బర్ ట్యూబ్‌ని కరెంట్ వైరుగా గుర్తించింది.

ఆమెను అక్కడే నీటిలో వుండమన్నట్టు సైగచేసి అతను ట్రాప్‌డోర్ గుండా లోపలికి వెళ్ళాడు.

ఊహించని విధంగా ట్రాప్ డోర్ లోంచి లోపలకు వచ్చిన వ్యక్తిని చూసి, లోపలి వాళ్ళు అరవబోయారు. యాదగిరి వారి మెడమీద కొట్టిన చిన్న దెబ్బతో స్పృహ తప్పారు. ప్రతిమ తన కళ్ళను తాను నమ్మలేకపోయింది. పవోలిన్ కిక్ అది. ఎంతో శిక్షణ పొందితే కాని అది రాదు.

ఈ లోపులో అతను వెతికి, తనకి కావల్సిన కెమికల్స్ తీసుకున్నాడు. రెండు నిమిషాల్లో మిశ్రమంగా తయారుచేశాడు. రబ్బరు ట్యూబు విడగొట్టి, షార్ట్ సర్క్యూట్ చేసి, వేగంగా బయటకొచ్చాడు. ఆమె ఇంకా లోపలికి చూస్తూనే వుంది. ఆమె చెయ్యి పట్టుకుని దూరంగా తీసుకెళ్ళాడు. చెరువు అవతలికి వెళ్లడానికి అర నిమిషం పట్టింది. ఇద్దరూ నీటిలోంచి పైకి వచ్చారు.

మొహానికి వున్న మాస్క్ తీయగానే ఆమె అడిగిన మొదటి ప్రశ్న "ఎవరు నువ్వు....?"

అతడు జవాబు చెప్పకుండా దూరంగా వున్న శిథిలాలవైపు చూడసాగాడు. ఈ లోపులో అటునుంచి జీపు వచ్చి అక్కడ ఆగింది. అందులో నుంచి యస్బీయార్ దిగాడు. చీకట్లోవున్న యాదగిరి, ప్రతిమ- దూరంగా జీపులోంచి దిగిన వాళ్ళకి కనబడడం లేదు. యస్బీఆర్ రెండు అడుగులు వేయగానే శవం కాలికి తగిలింది. అదిరిపడ్డాడు. సగం నీళ్ళలోనూ, సగం ఒడ్డునా వున్న ఆ శవాన్ని చూసి అతడు ఏదో అంటున్నాడు. అరుస్తున్నాడు. అంతా హడావిడి, కంగారు, జనం అటూ ఇటూ పరుగెడుతున్నారు.

అప్పుడు జరిగింది విస్ఫోటనం.

ఆ చెరువులో వున్న నీళ్ళన్నీ కదిలిపోయేలా, శిథిలాలు ఎగిరి పోయేలా ప్రేలుడు సంభవించింది. క్షణం సేపు నీటి అడుగు నుంచి మంటలు బయటికొచ్చాయి. ఆ శబ్దం నారాయణపేట వరకు కూడా వినిపించి వుంటుంది. ఆ వెలుగులో ఆ ఆకస్మిక సంఘటనకు భూషణరావు దిగ్భ్రమ చెందడం స్పష్టంగా కనిపించింది. జీపులోంచి దిగి మనుష్యులు పరుగెడుతున్నారు. ఇటే వస్తున్నారు. చెరువుకి అవతలి వైపున ఆకారాల్ని చూసి కాల్పులు మొదలుపెట్టారు. "పరుగెత్తు... రన్... క్విక్..." అన్నాడు ఆమెతో.

ఆమె కదల్లేదు. జీపు వాళ్ళవైపు బయలు దేరింది.

"యూ బ్లడీ.... వాళ్ళొచ్చేస్తున్నారు... పరుగెత్తు....."

"ఎవర్నువ్వు...? అది చెప్తేగాని కదలను" ఆమె మొండిగా కదలకుండా అంది.

"నేత్ర.....ఏజెంట్ నేత్ర....." అన్నాడు ఆమె చెయ్యి పట్టుకుని లాక్కెళ్తూ.

* * *

"ఈ రాత్రికి మనం ఈ అడవిలోనే తలదాచుకోవాలి. వాళ్ళు ఇంకా వెతుకుతూనే వుంటారు."

"నా ముందున్నది నేత్ర అని నా కళ్ళను నేనింకా నమ్మలేక పోతున్నాను. శ్మశానంలో బూడిదయిన నేత్ర బ్రతికి ఎలా వచ్చాడు....?"

"అది హోడినీట్రిక్." అతడు ఆ రాత్రి కోసం చెట్టుకొమ్మల మీద- ఫారెస్ట్ బెడ్ ఏర్పాటు చేస్తూ అన్నాడు. ఇక రెడ్డినాయుడు ఇంటికి వెళ్లడం ప్రమాదకరం.

"ఎందుకీ నాటకం..?" అడిగింది.

అతడు కూర్చుని చెప్పడం ప్రారంభించాడు.

"దేశాన్ని విచ్ఛిన్నం చేయడానికి ఏదో జరుగుతూంది. లేకపోతే ఏజెంట్ క్యూ ఇంతకాలం ఇండియాలో మకాం వెయ్యడు. సర్పభూషణరావు తోటలో మొదట ప్రయోగాలు ప్రారంభమయ్యాయి. దానికి ఏకైక సాక్షిని నేను. అక్కడే ఏజెంట్ క్యూని చూశాను. అతడిని చూడగానే ఇది చిన్న విషయం కాదని తెలిసిపోయింది. దాంతో నేను చని పోయినట్టు నాటకం ఆడాను. నేను పోవడంతో ఇక ఈ విషయం తెలిసినవాళ్ళు ఎవరూ లేరు కదా అన్న ధైర్యంతో వాళ్ళు తమ కార్య కలాపాలు కొనసాగించారు. అయితే అక్కడ ఆ తోట ప్రమాదకరం

అనుకున్నారు. మకాం మార్చేశారు. ఎక్కడన్నది తేలలేదు. అందుకని నేన రహస్యంగా పరిశోధన సాగించాను. సర్పభూషణరావు చాలాసార్లు నారాయణపే వచ్చాడు. అందుకని నేనూ ఇక్కడకొచ్చి ప్రెసిడెంట్ దగ్గర నౌకరుగా చేరాను ఆర్నెల్లు ఓర్పుతో వున్నాను. ఇక్కడ చెరువులోంచి భూషణరావు ఫిష్ ఎక్స్‌పోర్ట్ చేసే మిష మీద ప్రయోగశాల నడుపుతున్నాడని తెలిసింది. కానీ దాన్ని పట్టుకుంటే ఏం లాభం... అతని తప్పేం వుండదు. అతన్ని లీగల్‌గా ఏమీ చెయ్యలేం. అందువ వాళ్ళ పరిశోధనలు పూర్తి అయ్యేవరకు వేచి వుండాలి అనుకున్నాము. మన సీక్రెట ఏజెంట్ ఒకరు వాళ్ళలో చేరి వున్నాడు. వలవేసి సిద్ధంగా వున్నాం. ఎప్పటికప్పుడ తనకి తెలిసిన వివరాలు మన ఏజెంట్ చెప్తున్నాడు. కానీ ఈ లోపున నువ్వు వచ్చావు. వాళ్ళ రహస్యం మనకి తెలిసినట్టు వాళ్ళు కనుక్కున్నారు. నీ వల్ల మొత్తం ప్లానంతా పాడయింది. నిన్ను నారాయణ్‌పేట నుంచి వెనక్కి పంపిద్దామకున్నాను నాక్కూడా తెలియకుండా నీళ్ళలో దూకావ్. ఇక తప్పని పరిస్థితుల్లో ఆ లాబ్‌ పేల్చేయ్యవలసి వస్తుంది. సర్పభూషణరావుకి ఇది తప్పకుండా సి.బి.ఐ. పనే అని అనుమానం వస్తుంది. ఈసారి మళ్ళీ అతడేం చేస్తాడో వేచి చూడాలి. ఒక వాక్యంలో చెప్పాలంటే మళ్ళీ అంతా మొదటి కొచ్చింది" అంటూ పూర్తిచేశాడు

అప్పటివరకు వింటున్నదల్లా, అతడు చెప్పడం ముగించగానే వున్నట్టుండి ఏడవడం ప్రారంభించింది. నేత్ర కంగారుగా "ఏమిటి - ? ఏమైంది - ఏమైనా కుట్టిందా...." అని అడిగాడు.

"నేను సీక్రెట్ ఏజెంట్‌గా పనికిరాను. మీరింత కష్టపడి చేసింది నేను నా మూర్ఖత్వంతో పాడుచేశాను. రేపు మన చీఫ్‌కి నేను ఎలా జవాబు చెప్పగలను...?" అందామె ఏడుస్తూ.

"ఏదో ఒకటి నేనే చెప్తాలే. తప్పనిసరి పరిస్థితుల్లో అలా చేయవలసి వచ్చిందంటే బహుశా నిన్నేమీ అనకపోవచ్చు."

ఆమె కృతజ్ఞత నిండిన కంఠంతో "థాంక్యూ" అంది కాస్త తేరుకుని.

"ఇక పడుకో..., నేను కాపలా వుంటాను" అన్నాడు.

ఆమె మనసు తేలికయింది. వెల్లికిలా పడుకుని ఆకాశంకేసి చూస్తూ గట్టిగా "కల నిజమాయెగా కోరిక తీరెగా" అని పాడడం ప్రారంభించింది. అతడు అదిరిపడి లేచి "నీకేమైనా పిచ్చి ఎక్కిందా?" అని అడిగాడు.

ఆమె బిక్క మొహం వేసి "రాత్రి నిద్రపోయే ముందు కొంచెంసేపు అలా గొంతెత్తి గట్టిగా పాడడం అలవాటు. లేకపోతే నిద్ర రాదు. మా నాయనమ్మ కూడా తిడుతుంది" అంది.

"అడవిలో వాళ్ళు మనకోసం వెతుకుతున్నారు. కేవలం పాడటమేనా....? రాత్రుళ్ళు పక్కమీద డాన్స్ గట్రా కూడా చెయ్యాలా....?" అన్నాడు కోపంగా.

"పాట చాలు...." అంది బిక్కమొహంతో.

"అయితే మనసులో గట్టిగా పాడుకో"

"కానీ...."

"పైకి ఇంకొక్క మాట మాట్లాడావంటే చంపేస్తాను"

బెదిరి ఆమె పక్కకి తిరిగి పడుకుని కళ్ళు గట్టిగా మూసుకుంది.

* * *

అది విశాలమైన హాలు. ఆ హాలు మధ్యలో గుండ్రటి టేబుల్ వుంది. దాదాపు పదహారు మంది కూర్చోవచ్చు దానిచుట్టూ. ఆధునికమైన డైనింగ్ టేబుల్ పై భాగం తిరిగేట్టు, దానిక్కూడ గిర్రున తిరిగే ఏర్పాటు వుంది.

బల్ల చుట్టూ పదహారు మంది వున్నారు.

ఎత్తుగా మొదటి కుర్చీలో వున్న క్యూ దగ్గరికి ఒకమ్మాయి ట్రేలో లక్ష్మీదేవి బంగారు విగ్రహం పట్టుకొచ్చింది. దాన్ని తీసుకుని తన ముందు బల్లమీద పెట్టుకుని, అతను చెప్పడం ప్రారంభించాడు. "ఈ దేశం సమూలంగా నాశనమై, మా దేశంలో లీనమయ్యాక కాబోయే గవర్నర్లకు నా హృదయ పూర్వక స్వాగతం. మీ అందరూ మీ మీ రంగాల్లో నిష్ణాతులు. మైక్రో బయాలజీ రీసర్చి స్కాలర్ల నుంచి, ప్రజల్ని కనుసన్నల్లో ఆడించగల రాజకీయనాయకులు మీలో వున్నారు. మీలో ఒకరు గొప్ప విజయం సాధించారు. వారి కోసం ఒక బహుమతి!" ఏజెంట్ క్యూ తన ముందున్న టేబుల్ని గట్టిగా తిప్పాడు. అది వేగంగా తిరగడం ప్రారంభించింది. దాని మీదున్న లక్ష్మీదేవి విగ్రహం ఎదురుగా కూర్చున్నవారి ముందునుంచి సాగిపోతూంది. అందరూ ఊపిరి బిగబట్టారు.

టేబుల్ టాప్ స్లో అయింది.

నెమ్మదిగా వచ్చి ఒక స్త్రీ ముందు ఆగింది. ఏజెంట్ క్యూ వచ్చి ఆ అమ్మాయి వెనగ్గా నిలబడ్డాడు.

"ఏ మనిషి జీవితాన్ని ఎలా నిర్ణయించాలో తెలిపే చక్రం ఇది. ఈ రోజు విజయలక్ష్మి ఈమెను వరించింది. డియర్ ఫ్రెండ్స్... ఈమె పేరు స్వర్ణరేఖ. కెమిస్ట్రీలో అపురూపమైన శోధన చేసింది. ఈమె సాధించిన విజయానికి ప్రతీకగా

మా దేశం ఈ చిన్న బహుమతిని అందజేస్తుంది" అంటూ బంగారు విగ్రహాన్ని ఆమెకి అందజేశాడు.

"దీని ఖరీదు లక్ష డాలర్లు. అంటే..... యాభై లక్షల రూపాయిలు. కేవలం అడ్వాన్సు మాత్రమే- ఈమె సాధించబోయే అపురూప విజయానికి" అన్నాడు.

స్వర్ణరేఖ ఆ విగ్రహం వైపే చూస్తూంది కన్నార్పకుండా. ఆమెలో ఆనందం లేదు. 'డబ్బు కోసమా తను చేస్తోంది....?' రేఖ కళ్ళు మూసుకుంది.

ఆమె పరుగెడుతూంది. వెనుక ఒక కుర్రవాడు పరుగెడుతున్నాడు. ఇక ఎటు పోతుందిలే అన్న ధీమాతో జింకను వేటాడే పులిలా వున్నాడు.

రెండవ దృశ్యంలో ఆమె చేతిలో ఒక బీకరు వుంది. ఆమె అరిచిన అరుపు ఆ గదిలో ప్రతిధ్వనించింది. దాన్ని పైకి ఎత్తి విసిరింది.

ఆమె ఇంకా గతం తాలూకు స్మృతుల్లో వుండగానే ఆమె భుజం మీద ఒక చెయ్యి తట్టింది. ఆమె కళ్ళు విప్పి చూసింది. పక్కన సర్పభూషణరావు. 'తీసుకో' అన్నట్టు చూస్తున్నాడు. ఆమె విగ్రహం అతనివైపు తోసింది. ఈ లోపు ఏజెంట్ క్యూ తిరిగి ప్రారంభించాడు. "ఇంత ఆనందకరమైన సంఘటన పక్కనే మరో విషాద సంఘటన వుంది ఫ్రెండ్..."

ఒక స్త్రీ ట్రేలో పుర్రె పట్టుకొచ్చింది. దాన్ని తీసి తన ముందు పెట్టుకున్నాడు.

"మన మిత్రుడు సర్పభూషణరావు మా దేశానికి సాయం చేస్తున్నాడని మనలో ఎవరో సీక్రెట్ ఇన్ఫర్మేషన్ పాస్ చేశారు. దాదాపు కోటి రూపాయలు విలువగల ప్రయోగశాల నాశనమైపోయింది. ఇది మనకి రెండో దెబ్బ. చెప్పండి.... మీలో ఎవరు ఆ ద్రోహి....?"

ఎవరూ మాట్లాడలేదు.

క్యూ బలంగా ఆ బల్లని తిప్పాడు.

పుర్రె అందరి ముందు నుంచి సాగిపోతూంది. అందరూ ఊపిరి బిగపట్టారు. ఈసారి మాత్రం తన ముందు ఆగకూడదని ప్రతివారూ దేవుణ్ణి ప్రార్థించారు.

క్రమంగా వచ్చి అది ఒక వ్యక్తి ముందు ఆగింది.

అతడు చప్పున కుర్చీలోంచి లేచి "ఇది అన్యాయం.... నాకేం తెలీదు" అని అరిచాడు.

"జాతక చక్రం అబద్ధం చెప్పదు మిస్టర్ భాస్కర్. నీ బహుమతి స్వీకరించు" అంటూ క్యూ బ్రీఫ్‌కేస్ తెరిచాడు.

"డబుల్ ఏజెంట్‌గా పనిచేశావు. కానీ, ఇప్పటివరకు మాకు చేసిన సాయానికి నిన్ను చిత్రహింస పెట్టి ప్రాణాలు తీయడం నాకు ఇష్టంలేదు. నీ ప్రాణాలు నువ్వే తీసుకో. ఇదిగో పిస్టల్...." అంటూ బ్రీఫ్‌కేస్‌లోంచి పిస్టల్ తీసి ఇచ్చాడు.

అతడు తటపటాయించాడు.

"మరో దారిలేదు భాస్కర్రావ్. నువ్వు చస్తావా....? నన్ను చంప మంటావా .....?"

"అవును... నేను డబుల్ ఏజెంట్‌నే. భారత్ సీక్రెట్ సర్వీస్ ఏజెంట్‌ని. ఈ రోజు ఇలా నీ స్థావరం కూడా తెలుసుకోగలిగాను. చేతులెత్తు మిస్టర్ క్యూ.... నీ ఆటకట్టు..." అన్నాడు.

క్యూ చెతులెత్తకుండా నవ్వుతూ అతని దగ్గరకు వచ్చాడు.

"ఐ విల్ షూట్ యూ..."

క్యూ బెదరలేదు. మరింత సామీప్యానికి వచ్చాడు. నవ్వుతూ "నీతోనే నిజం చెప్పించాను చూసావా..." అన్నాడు.

భాస్కర్ ట్రిగ్గర్ నొక్కాడు. అంతే... ఏదో షార్ట్ సర్క్యూట్ అయినట్టు కెవ్వున కేకవేసి చేతిని పట్టుకుని విలవిల్లాడి పడిపోయాడు. పిస్టల్ దూరంగా పడింది.

క్యూ బిగ్గరగా నవ్వాడు. భాస్కర్ మీద బోనులా పై నుంచి అద్దాల కేస్ జారింది. అందరూ ఊపిరి బిగపట్టి చూస్తున్నారు. క్యూ వారిని అడిగాడు– "గాలి ... నీరు.... అగ్ని.... పంచభూతాల్లో మూడు. ఏ భూత సాయంతో ఈ మనిషిని చంపితే బావుంటుంది చెప్పండి ఫ్రెండ్స్....?"

ఎవరో "నీరు" అని అరిచారు.

క్షుద్ర గణాధిపతులు అరచినట్టు అందరూ "నీరు నీరు" అని అరవడం ప్రారంభించారు. ఆ ప్రతిధ్వనులు ఆ గదిలో రిథమాటిక్‌గా వినిపించసాగాయి.

పైనుంచి అద్దాల కేసులోకి నీరు కారసాగింది. భాస్కర్ అద్దాలు పగలకొట్టాలని ప్రయత్నిస్తున్నాడు. అవి బుల్లెట్ ప్రూఫ్‌లా వున్నాయి.

స్వర్ణరేఖ చూస్తూంది.

చేప నీటి బయట కొట్టుకున్నట్టు అతడు నీటిలో కొట్టుకోవడం అద్దంలో స్పష్టంగా కనిపిస్తూంది.

సభ్యులు చూస్తున్నారు.

స్వర్ణరేఖ కళ్ళు మూసుకుంది.

...

నీటి అడుగున అతడి శరీరం అచేతనమైంది.

* * *

మనిషికి ఒక అవయవం బలహీనమైతే, అది చేయవలసిన పనిని మిగతా అవయవాలు చేస్తాయన్న వాస్తవాన్ని ఆ రోజే నేత్ర ప్రత్యక్షంగా చూశాడు.

అతడు పూర్తిగా లోపలికయినా రాలేదు, కళ్యాణి గుర్తు పట్టేసింది.

"అన్నయ్యా" అంటూ దగ్గరకొచ్చింది.ఆమె కంఠంలో కొద్దిగా అయినా అనుమానం లేదు.

అప్పటికి అతడు ఆమెను మరికాస్త ఏడిపించడానికి "భాస్కర్ వున్నాడాండీ......" అన్నాడు. విదేశీ గూఢచారులను కూడా ఏమార్చగల అతడి కంఠం ఆమెను తప్పుదోవ పట్టించలేకపోయింది. ఆమె ఒక్క వుదుటున అతని దగ్గరకు వచ్చి అతని చేతుల్ని తన చేతుల్లోకి తీసుకుని ఒక్కసారిగా ఏడ్చేసింది. ప్రతి విషయాన్నీ ఎంతో మామూలుగా తీసుకునే అతడు కూడా ఆ స్పర్శకి చలించాడు.

పార్వతమ్మ సరేసరి. ఒక్క పెట్టున శోకం మొదలు పెట్టింది. గంభీరంగా వున్నది గజపతిరావు ఒక్కడే. "అప్పుడు పోయాడని ఏడ్చావు. ఇప్పుడు వచ్చాడని ఏడుస్తున్నావు. నీ ఏడుపుకి అర్థం ఏమైనా వుందటే..." అంటూ తిట్టాడు గజపతిరావు.

నేత్ర నవ్వాడు. అతడికి తన క్లాస్‌మేట్ గుర్తొచ్చాడు. యస్పీరెడ్డి అని-తరువాత సినిమా ప్రొడ్యూసర్ అయ్యాడు. కథ బాగా తయారవలేదని తాగేవాడు. కథ బాగా వచ్చిందని తాగేవాడు. షూటింగ్ అన్న ప్రకారం జరగలేదని తాగేవాడు. అనుకున్నట్టు అయిన రోజూ తాగేవాడు. ఫ్లాప్ అయితే ఆ విషాదంలోనూ, సక్సెస్ అయితే ఆ ఆనందంలోనూ తాగేవాడు. ఆ సాయంత్రం తాగడానికి కారణం పగలంతా వెతుక్కునేవాడు.

"భాస్కర్ ఎక్కడున్నాడో తెలిసిందిరా....?"

"వచ్చేస్తాడు తాతయ్యా.... త్వరలోనే"

ఈ లోపు కళ్యాణి అతని చేతికి రాఖీ కడుతూ "ఇది నీ కోసమే వుంచాను. భాస్కర్ అన్నయ్యకి ఈ సంవత్సరం లేదు" అంది చిన్న పిల్లలా.

"ఆర్నెల్ల తరువాత ఇప్పుడా" - అనలేదు నేత్ర.

మామూలు కంటికి అది తగరం ముక్క పెనవేసిన దారం పోగు. మరో దృష్టితో చూస్తే, ఆప్యాయతకి అనురాగం పెనవేసిన చక్కటి అనుభూతి "నువ్వు నాకెంతో కావలసిన వాడివి అన్నయ్యా" అన్నట్టు.

నేత్ర నవ్వి "వాడు ఏడుస్తాడు. రాగానే వాడికీ కట్టు" అన్నాడు. అతడి మాటలు పూర్తవకముందే ఇంటి ముందు వ్యాన్ ఆగింది. ముందు సీట్లోంచి చీఫ్ దిగాడు. వెనుక నుంచి నలుగురు మనుష్యులు శవాన్ని దింపుతున్నారు. ఒక క్షణం ఏమీ అర్థం కాలేదు. భాస్కర్ శవం నేల మీదకు చేర్చబడింది.

నేత్ర నిర్విణ్ణుడయ్యాడు. తన ప్రాణాలకు బదులుగా మరో సీక్రెట్ ఏజెంట్ ప్రాణాలు తీసుకున్నందుకు శత్రువు విజయగర్వంతో నవ్వుతున్నట్టు అనిపించింది. గజపతిరావు, పార్వతమ్మ షాక్ తగిలినట్టు చూస్తున్నారు.

"ఏమైంది...? ఏమైందన్నయ్యా...?" అని కళ్యాణి నేత్రని అడుగుతూంది. కాలి అడుగుల్ని గుర్తు పట్టగల ఆ అంధురాలికి నాలుగు భుజాలమీద నిశ్శబ్దంగా వస్తున్న శరీరం ఆమె అన్నయ్యదని చెప్పగల సాహసం అక్కడ ఎవరికీ లేదు. ఎంతో దయనీయమైన స్థితి.

ముందు తేరుకున్నది నేత్రే. కళ్యాణిని పొదవి పట్టుకుని, నెమ్మదిగా భాస్కర్ శవం దగ్గరికి తీసుకెళ్ళి స్పృశింపచేశాడు. ఆమెకు మొదట అర్థంకాలేదు. ముందు "అన్నయ్యా" అంది. చలనం లేని శరీరం జరిగిన వాస్తవాన్ని స్పర్శతో తెలియచెప్పింది. ఒక్కసారిగా అక్కడ అగ్ని పర్వతం బ్రద్దలయింది.

ఆ అమ్మాయిని ఓదార్చడం ఎవరికీ సాధ్యం కాలేదు. "వాడి మీద కోపంతో వచ్చే సంవత్సరం కడతానన్నాను. నా మీద కోపంతో వచ్చే జన్మవరకూ కట్టించుకోనని వెళ్ళిపోయాడు...." అంటూ ఏడుస్తోంది కళ్యాణి.

నేత్ర అక్కడ వుండలేక ముందు వరండాలోకి వచ్చాడు. అక్కడ ఛీఫ్ పక్కన ప్రతిమ వుంది.

"ఇదంతా నావల్లే.... నావల్లే...." అంది ప్రతిమ కంటినిండా నీటితో.

"నేను చెరువు దగ్గరకు వెళ్తున్నట్టు చీఫ్‌కి చెప్పకపోవడంవల్లనే ఇదంతా జరిగింది. వాళ్ళకి భాస్కర్ మీద అనుమానం రావడానికి కారణం నేనే. చిన్నపిల్లలా తెలిసీ తెలియని ఉత్సాహంతో నేను చేసిన పని భాస్కర్‌ని బలి తీసుకుంది" అంది రుద్ధ కంఠంతో. ఆమె జీవితంలో ఎప్పుడూ ఇంత బాధపడలేదు. ప్రతిదాన్నీ ఎంతో తేలిగ్గా, హుషారుగా తీసుకునే ఆ అమ్మాయికి ఇది నిజంగా పెద్ద దెబ్బ.

"ఊరుకో.... నువ్వు మాత్రం ఏం చెయ్యగలవు....?" అన్నాడు నేత్ర, ఆమె చేతిమీద చెయ్యివేసి ఓదారుస్తూ, అతడి చేతికి చెల్లెలు కట్టిన రాఖీ వుంది.

ఆ రాఖీ తనని పరిహసిస్తున్నట్టు అనిపించింది.

* * *

ఆమె బెడ్‌రూం ఆధునీకత మూర్తీభవించినట్టుంది. ఆమె ముందు గ్లాసులో విస్కీ వుంది. స్వర్ణ రేఖ గ్లాస్ తీసుకుని సిప్ చేసింది. తలుపు తోసుకుని సర్పభూషణరావు ఆనందంగా లోపలకు వచ్చాడు. "యాభై లక్షలు.... చూశావా... తల్లీ... నువ్వు సాధిస్తావనే నమ్మకంతో అంత ఖరీదైన విగ్రహాన్ని బహుమతిగా ఇచ్చాడు. నీ మీద అతడికి అంత నమ్మకం వుంది" అన్నాడు.

ఆమె ఆ మాటల్ని పట్టించుకోకుండా "చాలా దారుణంగా చేశాడు నాన్నా మర్డర్" అంది.

"మరి ఆ ఏజెంట్ మన ఆర్గనైజేషన్ని అంతే మోసం చేశాడుగా అమ్మా" అన్నాడు. ఆమె మాట్లాడకుండా సిప్ చేసింది.

"నీ మనసీరోజు అంత బాగోలేనట్టుంది. షాట్ తీసుకోలేదామ్మా..." అంటూ ఆమె చేతికి ఇంజక్షన్ ఇస్తూ, "చూసింది మరిచిపో. ఆనందంలో విహరించు. లైఫ్ ఈజ్ టు ఎంజాయ్" అన్నాడు.

ఆమె అద్దంలోకి చూసింది. ప్రతిబింబం మసగ్గా కనపడుతూంది. ఇంజక్షన్ పని చేస్తోంది.

ఒకగాంధీ టోపి, ఒక ఇన్‌స్పెక్టర్ టోపీ, నోట్ల కట్టలు గిర్రున తిరుగుతున్నాయి ఆమె బిగ్గరగా నవ్వింది.

"బావుందా అమ్మా.....?"

"బాగుంది నాన్నా.... అయామ్ హ్యాపీ .... అయామ్ హ్యాపీ...." ఆమె నవ్వుతూ అంది. ఇంతకు ముందున్న విషాదం లేదు. "ఈ దేశాన్ని సర్వనాశనం చెయ్యాలి. ఈ దేశాన్నే కాదు. ఈ ప్రపంచాన్నే సర్వనాశనం చెయ్యాలి" అని బిగ్గరగా నవ్వింది.

అప్పుడే లోపలికి వచ్చిన హంసలేఖ అక్క వైపు ఆశ్చర్యంగా, దిగులుగా చూసింది. ఆమె ఏదో అనబోతూ వుంటే తండ్రి ఆమెని అక్కడ నుంచి తీసుకు వెళ్లిపోయాడు.

* * *

"జీవితం బండి చక్రం వంటిది. పుట్టుకతో ప్రారంభమై మరణంతో అంతమవుతుంది" అన్నాడొక తత్వవేత్త. అది నిజమైతే అవ్వొచ్చునేమో కాని, ఈ బండి చక్రంకు పరిధిమాత్రం ఒక్కొక్క జీవితానికి ఒక్కొక్క పరిణామంలో వుంటుంది. రవుతుపల్లిలో పుట్టినవాడు బర్రెలు కాస్తూ పెద్దవాడై అదే వూళ్ళో రైతు

కూలీగా చచ్చిపోవచ్చు. పత్తిపాడులో పాలేరు కొడుగ్గా పుట్టినవాడు ప్రధాన మంత్రయి పారిస్‌లో శేష జీవితం గడపొచ్చు. జీవిత పరిణామాలకి కాలం కొలబద్ద కాదు.

స్వర్ణరేఖ జీవితం కూడా స్వల్పకాలంలోనే ఇలాటి మలుపు తిరిగింది. ఆమె తండ్రి బాక్టీరియాలజీ, వైరాలజీలలో రిసెర్చి చేసి, పెస్టిసైడ్స్‌లో కృషిచేశాడు. సర్పభూషణరావు తాలూకు మందుల ఫ్యాక్టరీల రిసెర్చి విభాగంలో ప్రధానాధికారిగా ఆయన పని చేసేవాడు. ఆ రోజుల్లో అతడి కూతురు స్వర్ణరేఖ కూడా తండ్రికి సాయపడుతూ ఆ విభాగంలోనే పనిచేసేది.

పైకి చాలా సాధారణంగా, మామూలుగా కనిపించే రేఖ తండ్రి, ఎంతో తెలివైనవాడు. అతడు కనుక్కున్న పి.జి. గ్యాస్ (విషవాయువు) ఫైలం ప్రొటో జోవా నుంచి, నాన్‌- కార్డైటా వరకూ అన్ని చిన్న తరహా జీవుల్నీ చంపేస్తుంది. అంతేకాదు. సాధారణంగా ఏదైనా మందు ఒక పంటకి వాడితే, కొన్ని సంవత్సరాలకి ఆ క్రిములు ఆ మందుపట్ల 'ఇమ్యూన్' అయి పోతాయి. ఈ వాయువులో అటువంటి స్వభావం లేదు. వేర్వేరు పురుగులకు వేర్వేరు మందులు అవసరం లేకుండా కేవలం స్ప్రే ద్వారా చంపే ఈ గ్యాస్‌గానీ మార్కెట్‌లోకి వచ్చి వుంటే దేశపు వ్యవసాయోత్పత్తి రెండు మూడు రెట్లు పెరిగి వుండేది. అనుకున్న ప్రదేశాల్లో అనుకున్నప్పుడు క్రిములు సంహారమయ్యేవి. గ్రీన్ రివల్యూషన్ వచ్చి వుండేది.

ఇవన్నీ జరగకపోవడానికి కారణం చివరి క్షణంలో సంభవించిన ఒక దురదృష్టకరమైన సంఘటన!

అది ఆ సైంటిస్టు మరణం!

ప్రస్తుతం ఆ ఫార్ములా తెలిసింది అతని కూతురైన స్వర్ణరేఖ ఒక్కతే!

ఆమె దానిని బయటపెట్టలేదు.

ఆమెలోని కసి, ఫ్రస్టేషన్, తన తండ్రి మరణం, తనకు జరిగిన అన్యాయం, తను తీసుకునే మత్తు ఇంజెక్షన్లు- అన్నీ కలిసి, ఆ ఫార్ములాని తనలోనే నొక్కేసేలా చేశాయి. ఆ ఫార్ములా పునాదిగా ఆమె ఇంకా పై ఎత్తున పరిశోధనలు చేస్తోంది.

కానీ అంతకన్నా ఎక్కువకాలం స్వర్గంలోనే గడుపుతోంది.

తండ్రి చనిపోయాక పెంపుడు తండ్రి ఇచ్చే ఇంజెక్షన్లవల్ల కనపడే స్వర్గం అది! ఏజెంట్ క్యూ చేతుల మధ్య దొరికే స్వర్గం అది!! రెండే ప్రపంచాలు ప్రస్తుతం ఆమెకి.

వాటిలోంచి బయటకు రావడానికి ఇష్టం లేనంతగా కూరుకుపోయింది ఆమె!

* * *

"ఇంకా ఎంతకాలం పడుతుంది నువ్వు ఈ ఎక్స్‌పెరిమెంట్ పూర్తి చెయ్యడానికి...?" క్యూ అడిగాడు.

"తొందర్లోనే పూర్తవ్వచ్చు" అంది స్వర్ణరేఖ. ఆమె పూర్తి నగ్నంగా వుంది. ఎయిర్ కండిషనర్ లోంచి వస్తున్న చల్లటి గాలి ఆమె శరీర స్పర్శకి వేడెక్కుతూంది. ఆమె పక్కన 'క్యూ' పెద్ద సింహంలా వున్నాడు. బలమైన భుజాలు, సన్నటి నడుము, విశాలమైన ఛాతి, అన్నిటికన్నా మంచి ....ఓర్పు!

అతడికి మామూలు మేటింగ్ సరిపోదు. దాదాపు నాలుగైదుగంటలు కావాలి. మొదట్లో ఆమె కది బాధగా వుండేది. కాని అలవాటయిన తరువాత అందులో ఆనందం తెలిసింది. "నేనెవరి దగ్గిరా వుండలేను" ఆనందంతో కూడిన బాధతో అంది. "ఇంత సామర్థ్యం నీకెలా వచ్చింది?"

"యోగ" నవ్వేడు అతడు. "మీ భారతీయుల్లో నాకు నచ్చిన ఒకే ఒకటి యోగ. కానీ మీ బద్ధకస్తులు దాన్నీ సరిగ్గా చేస్తున్నారనుకోను. తినడం కోసం బ్రతకడం, పడుకోబోయే ముందు మొక్కుబడి చెల్లించుకోవడం - అంతే-"

"నీకు ఈ దేశం మీద తక్కువ అభిప్రాయం వున్నట్టుందే?"

"తక్కువ కాదు. అసల్లేదు. మీది కేవలం ప్రపంచ పటంలో కనిపించడానికే పెద్ద దేశం. సియోల్ ఒలింపిక్స్ నుంచి రాజకీయాల వరకూ అన్నీ ఆ విషయాన్ని నిరూపిస్తున్నాయి. ఒక ప్రభుత్వం ఢిల్లీ "వెళ్ళి" అరాచకం సృష్టిస్తే మరో ప్రభుత్వ హైద్రాబాద్ "వచ్చి" రాస్తా రోకో నిర్వహిస్తుంది. రాష్ట్ర ప్రభుత్వానికి వ్యతిరేకంగా కాంగ్రెస్ ఒకరోజు బంద్ నిర్వహిస్తే కేంద్ర ప్రభుత్వానికి వ్యతిరేకంగా రాష్ట్రంలో ప్రభుత్వమే ఒక రోజు బంద్ నిర్వహిస్తుంది. జనం తమని మర్చిపోతారేమోనని జనతా ఒకరోజు, తామూ వున్నామంటూ కమ్యూనిస్టులు ఒకరోజు- ఇలా ఏడాది కాలం బంద్‌లతో గడిచిపోతుంది. ఇప్పుడు కొత్తగా 'ఆందోళన కార్యక్రమాలు చేపట్టడం' ఒకటి! చూస్తూ వుండు. నా దేశపు మిలటరీ అధికారంలోకి వచ్చాక ఎలా అది ఈ మనుష్యుల్ని దార్లోపెడుతుందో" అన్నాడు క్యూ.

ఆమె అతడి మెడ చుట్టూ చేతులు వేసి, "సెక్స్‌లోంచి రాజకీయాల్లోకి వచ్చావేంటి" అంది. అతడు ఆమె మీదకు వంగి పెదవుల్ని గట్టిగా నొక్కి పట్టాడు.

కేవలం పెదవులతోనే అతడు అరగంట ఆడుకోగలడు. కరాటే, బాక్సింగ్ లాగే దీన్నికూడా నిష్టతో అభ్యసించాడేమో అని అతన్ని ఎనలైజ్ చేసిన అమ్మాయిలకి అనిపిస్తుంది!! "హోల్డింగ్"అతడి ఆర్టు. చైనా, జపాన్, రష్యాల్లో అతడు ఇంటర్ పోల్ ఏజెంటుగా నెగ్గుకు రావడానికి సాయపడిన ఆయా దేశపు స్త్రీల్లో చాలా శాతం ఈ విద్యకే పడిపోయారనడం అతిశయోక్తి కాదేమో! తను ఆనందించడం కన్నా ఎక్కువగా అవతలి వ్యక్తిని ఆనందింప చేయడం ముఖ్యోద్దేశంగా పెట్టుకుంటాడు. అంతేకాదు. అవతలి పార్టనర్ నుంచి తనకు కావాల్సింది రాబట్టుకోగలడు. తీసుకోవడం, అంతకు రెట్టింపు ఇవ్వడం– అలా ఇవ్వడం కోసం నిరంతరం సాధన చెయ్యడం అతని టెక్నిక్. ఆ విధంగా అతడి దగ్గిర నేర్చుకున్న ఏ స్త్రీ అయినా అతడికి జీవితాంతం కృతజ్ఞురాలుగా వుండిపోక ఏం చేస్తుంది? తమకు అంతవరకు తెలియని కొత్త ప్రపంచం అది. తమకి అనుక్షణం జీవితంలో ఉపయోగపడే విద్య అది. అంతకన్నా కావాల్సింది ఏముంది? గురుదక్షిణగా ఎందరో విదేశీ సైనికాధికారుల భార్యలు అతడికి ఎన్నో సీక్రెట్ వివరాలు అందించారు. అతడికి తన పిస్టల్, తన తెలివితేటలు, తన పోరాట నైపుణ్యం ...... వీటికన్నా తన ఈ 'కళ' మీదే ఎక్కువ నమ్మకం!!

తన బాధలతో అవతలి పార్టనర్‌ని విసిగించకపోవడం అతడికి వున్న మరో గొప్ప గుణం. స్త్రీ పురుషులు తమ బాధల్ని ఒకరికొకరు చెప్పుకుని స్వాంతన పొంది, ఆ విధంగా ఉత్పన్నమయ్యే కృతజ్ఞత ద్వారా మానసికంగా దగ్గిరవుతున్నారన్నది నిజమే అయి వుండవచ్చు. కానీ ఎవరి సమస్యలు వారే పరిష్కరించుకోవాలి, ఇవ్వగలిగింది మాట సాయం మాత్రమే అన్న విధానాన్ని అతడు ఎక్కువ నమ్ముతాడు. ఉన్న కొద్ది సేపు తన బాధలు వినిపించక, తన వాదనల్తో విసిగించక, మూర్తీభవించిన ఆనందంలా వుంటాడు. శత్రుదేశపు సైన్యం మొత్తం వలవేసి దగ్గిరకొస్తూ, కూత వేటు దూరంలోకి వచ్చినా సరే– ఆ టెన్షన్‌ని ప్రియురాలికి తెలియనివ్వక పోవడం అతడి విద్య. వళ్ళో తల పెట్టుకుని ఏడ్చే మొగవాడిని ఎక్కువ ప్రేమించినా, ఈ విధమైన 'మాన్లీనెస్' చూసేక ఏ స్త్రీ అయినా దాసోహం అవక తప్పదు.

మామూలు స్త్రీలకే ఆ విధంగా వున్నప్పుడు, అత్యంత ప్రతిభావంతురాలు, నిరంతరం తన రిసెర్చి విషయాల్లో అలిసిపోయే స్వర్ణరేఖకు అతడి చెలిమి 'స్వర్గం' అనడంలో విశేషమేమీ లేదు.

అటువంటి స్వర్ణరేఖకు నేత్ర 'స్వర్గం' కన్నా అతీతమైనది ఏం చూపించి, ఏ విధంగా 'క్యూ' నుంచి బయటకు తీసుకొచ్చి తన వైపు తిప్పుకున్నాడు అనేది

కాలమే తేల్చాలి. సర్పభూషణరావు రహస్యాలు ఆమె ద్వారా బయట పడడమనేది అంత చిన్న విషయం కాదు.

* * *

అనామిక ఆర్ట్స్ అండ్ సైన్స్ కాలేజ్, బియస్సీ మూడో సంవత్సరం క్లాస్ అది. ముప్ఫయి ఎనిమిదేళ్ళ పెళ్ళికాని లెక్చరర్... పిల్లలు ఎలా పుడతారో హుషారుగా చెప్పుకుపోతోంది.

".... అండ్ దజ్ ది ఫిజికల్ యాక్షన్ బిట్వీన్ మ్యాన్ అండ్ ఉమన్ కంప్లీట్స్. ది స్పెర్మ్ విచ్ హ్యాజ్ గాట్ ది కెపాసిటీ టు స్విమ్, ట్రావెల్స్ అండ్ రీచెస్ ది ఓవమ్. విత్ దిస్ ది ఓవమ్ స్లోలీ టర్న్స్ ఇన్ టూ ఎమ్బ్రియో అండ్ గివ్స్ బర్త్‌టు ఏ బేబీ. దట్స్ హౌ రిప్రొడక్షన్ టేక్స్ ప్లేస్."

బెల్ మోగగానే స్టూడెంట్స్ లేచారు. క్లాస్‌మేట్స్‌తో కలిసి దార్లో వస్తుంటే హంసలేఖ అన్నది. "మేడమ్ చెప్పింది నాకొక్క ముక్క అర్థంకాలేదు".

అరుణ ఆమె వైపు ఆశ్చర్యంగా చూస్తూ "ఒక్క ముక్క అర్థంకాలేదా...?" అంది.

"స్పెర్మ్,... ఎంబ్రియో...ఉహూ.... నాకు ఒక్క ముక్క అర్థం కాలేదు" హంసలేఖ దిగులుగా అంది.

"నీకెన్నేళ్ళే...?"

"ఇరవై ఒకటి ఏం.....?"

"ఇరవై ఒక్కేళ్ళొచ్చాయి. పిల్లలెలా పుడతారో తెలీదా?"

"ఉహూ...."

ఇద్దరూ అరుణ రూముకి చేరుకున్నారు. అరుణ హాస్టల్‌లో వుంటూంది.

"థర్డ్ ఇయర్ బియస్సీ చదువుతున్నావు. పిల్లలెలా పుడతారో తెలీదంటే నవ్వుతారు. అఫ్‌కోర్స్ ..... మా అక్కయ్యకు కూడా పెళ్ళయిన మూడో రోజు వరకూ తెలీలేదట్లే. అన్నట్టు శోభనం అంటే తెలుసా కనీసం....?"

"మంచానికి పూలూ అవీ కడతారు అదేనా.....?" హంసలేఖ అడిగింది. ఆ వయసులో వుండే సహజమయిన కుతూహలం ఆ ఇద్దరి అమ్మాయిల్లోనూ కనపడుతుంది. ఒకళ్ళకి వినాలని, మరొకళ్ళకి చెప్పాలని.

"ఆ - అదే" అంది అరుణ.

"శోభనానికీ పిల్లలు పుట్టడానికి సంబంధం ఏమిటే? పూలు కట్టిన మంచం మీద పడుకుంటే పుడతారా?"

"నీ మొహం. చాప మీగ నిలబడ్డా పుడతారు" అంటూ అరుణ దగ్గిరగా వచ్చి రహస్యం చెపుతున్నట్టు "అదే .... ఆరోజు మొగుడు పెళ్ళాన్ని గట్టిగా నోటిమీద ముద్దు పెట్టుకుంటాడు. ఆ ముద్దుతో కడుపొస్తుందన్న మాట. అర్థమైందా పిచ్చి మొహమా....?" అంది.

హంసలేఖ అర్థమయినట్టు తలూపింది. గోడమీద కేలెండర్‌లో మర్ఫీ కుర్రాడు ఇద్దరి వైపూ నవ్వుతూ చూస్తున్నాడు.

"ఫస్టు క్లాస్ స్టూడెంట్‌వి. రేప్పొద్దున ఫారిన్ వెళ్ళి పెద్ద రీసెర్చ్ చేయబోతున్నావు. ఇంకెవర్నీ ఈ విషయం అడక్కు. నవ్విపోతారు!"

హంసలేఖ తలూపింది. అరుణ ఓ పుస్తకం తీసిస్తూ "ఇదిగో .... ఇది చదువు.... పెళ్ళయ్యాక పనికి వస్తుంది." అంది. హంసలేఖ దాన్ని చూసి "ఛీ" అంది. అన్నదేగాని తిరిగి ఇచ్చే ప్రయత్నం చేయలేదు. తన పుస్తకాల మధ్య దాచుకుంది.

"ఇదేం బూతు పుస్తకం కాదు, సైన్సు! ఈ సైన్సు పెళ్ళయిన మొగాళ్ళకి సగం మందికి తెలీదట. షాపువాడు చెప్పాడు. మనలాటి మోడరన్ గర్ల్సు అందరూ చదవాల్సిన పుస్తకమట. అనుభవం మీద చెప్తున్నాను" అంది అరుణ. ఆ పుస్తకం పేరు –

'ముద్దు పెట్టుకోవడంలో 32 రకాలు'

* * *

ఏజెంట్ నేత్ర సి.బి.ఐ. ఆఫీసులోకి ప్రవేశించేటప్పటికి పదకొండయింది.

అహోబిల కళ్ళు అరమోడ్పులు చేసి అతనిని భక్తిగా చూసింది. అతడు ఫుల్ సూట్‌లో వున్నాడు. తెల్ల పాంటు, తెల్లకోటు అతడి పచ్చటి శరీరం మీద అందాన్ని సంతరించుకున్నాయి. అతని నడకలో స్టైయిల్ ఎలాంటి అమ్మాయినైనా కనీసం ఒక్కసారి తిరిగి చూసేలా చేస్తుంది.

"మీ కోసం చీఫ్ గంట నుంచి చూస్తున్నారు" అంది అహోబిల.

"మంచిదేగా.... వేచి వుండడం ఆరోగ్యానికి ఆల్వేస్ బెస్ట్" అన్నాడు నవ్వుతూ.

"మీ కోసం జీవితాంతం వేచి వుంటాను మిస్టర్ నేత్ర."

"వద్దు. రాత్రికే వీలయితే డిన్నర్‌కి తీసుకెళ్తాను."

"నా కన్నా అందమైన అమ్మాయి ఈ రోజు మరెవరూ మీక్కనపడకూడదని రాత్రి వరకూ ప్రార్థిస్తూ వుంటాను. ఇదిగో చూశారా" అంటూ బల్లమీద చూపించింది. ఎర్ర సిరా వొలికిపోయి గుడ్డతో తుడిచినట్టు వుంది.

"ఏమిటిది?" ఆశ్చర్యంగా అడిగాడు.

"మీరు బ్రతికి వున్నట్టు తెలిసింది. అప్పటివరకు నుదుట బొట్టు లేదు. ఇంకులో వేలు ముంచి నుదుట పెట్టుకోబోతుంటే సీసా పడిపోయింది."

నేత్ర నవ్వబోయాడు. ఆమె మొహంలోకి చూశాడు. అతడి మనసు జాలితో నిండిపోయింది. చెప్పినా ఆ అమ్మాయికి అర్థంకాదు. మొదట్లో తనామెతో నవ్వుతూ మాట్లాడడమే చేసిన తప్పు. అప్పటివరకు ఎవరూ ఆమెతో ఆ మాత్రమైనా ఆప్యాయంగా మాట్లాడి వుండరు. కాస్త వేడికి కరిగిపోయే మానసిక స్థితిలో వుందామె. "నేత్ర నిన్ను ప్రేమించడం ఏమిటి" అని దేవుడే సాక్షాత్తు దిగివచ్చి చెప్పినా నమ్మేస్థితిలో లేదామె. ఇలాటి అభిమానాలు తర్కానికి అందవు. ఇలాటి ప్రేమల ప్రమాదం అనుభవించే వాళ్ళకే తెలుస్తుంది.

నేత్ర నవ్వి తలుపు తీసుకుని లోపలకు వెళ్ళాడు.

లోపల ప్రతిమ కూడా వుంది. "గుడ్‌మార్నింగ్ సర్" అని, ప్రతిమవైపు తిరిగి"ఏమిటి కళ్ళు ఎర్రగా వున్నాయి....? రాత్రంతా పాట పాడావా...?" అని అడిగాడు.

"మిస్టర్ నేత్రా..... ఆర్నెల్లు ఆ నారాయణ్‌పేట్లో వుండి నువ్వు చేసిందేమిటో నాకర్థం కావడంలేదు. నువ్విచ్చిన రిపోర్ట్ చదివాను. చేపల్లో రకాలెన్ని, చేపల వేపుడు ఎన్ని రకాలుగా చేస్తారు అని వుంది తప్ప, దేశానికి ఏర్పడుతున్న ప్రమాదం గురించి లేదు."

"రిపోర్టులు రాయడం నా వంటికి పడదని నేను ముందే చెప్పాను సార్. ఐ బిలీవ్ ఇన్ యాక్షన్. ఆ రిపోర్టు నేను రాయలేదు. మా పక్కింటి బాబుతో రాయించాను" కుర్చీలో కూర్చుంటూ అన్నాడు.

"నాన్‌సెన్స్.... ఇంతింత జీతాలు ఇచ్చి మిమ్మల్ని పని చేయమంటే, చేపలమీద వ్యాసాలు- అదీ పక్కింటి స్టూడెంట్‌తో వ్రాయిస్తావా?"

"ఐ- ఐ అబ్జెక్ట్ ఇట్ సర్...." అంది ప్రతిమ. "ప్రాణాలకు తెగించి నేను సర్పభూషణరావు మీద రికార్డు తయారుచేశాను. అది మా ఇంట్లో బీరువాలో భద్రంగా వుంది. మీరు చూశారు కూడా" అంది.

"మగవాళ్ళకన్నా ఆడవాళ్ళకి పని మీద ఎక్కువ ఏకాగ్రత వుంటుందని నిరూపించావమ్మాయ్. నేను నీ గురించి అనడంలేదు" అని చీఫ్ అంటుండగా ఫోన్ మోగింది. ఆయన అందుకుని మాట్లాడి "నీకు మీ నాయనమ్మ" అన్నాడు ప్రతిమతో.

"నాయనమ్మకు కూడా ఇంటర్‌పోల్ ఫోన్ నెంబర్ ఇచ్చావా...?" అన్నాడు నేత్ర. "మొగాళ్ళకన్నా ఆడాళ్ళకి ఇంటి మీద ఎక్కువ ఏకాగ్రత వుంటుందని నిరూపించావు."

అతడిని తినేసేలా చూస్తూ ప్రతిమ ఇబ్బందిగా ఫోన్ అందుకుని "నాయనమ్మా..... ఇది సీక్రెట్ ఫోన్. ఎంతో అవసరమైన పరిస్థితి వస్తే తప్ప వాడకూడదు. ఏమిటి విషయం చెప్పు" అంది చిన్న గొంతుతో.

అటునుంచి నాయనమ్మ "నీ మొహం..... అవసరం ఏమిటి ....అనవసరం ఏమిటి....? డిప్టీ తాసిల్దారుగా వున్నప్పుడు మీ తాతగారు 'సాయంత్రం కూరేమిటి' అని అడగడానికి ఆఫీసు ఫోన్ ఉపయోగించేవారు తెలుసా.....?" అంది తీరిగ్గా మాట్లాడే కార్యక్రమానికి మొదటి అధ్యాయాన్ని ప్రారంభిస్తూ-

"ఇక్కడ మేం దేశ భద్రతకి సంబంధించిన అత్యవసర సమావేశంలో వున్నాం నాయనమ్మా, విషయం ఏమిటో త్వరగా చెప్పు" కోపాన్ని అణచుకుంటూ అంది.

"స్టీలు సామాన్లు వాడొచ్చాడమ్మాయ్. మొన్న చీర ఎక్కడ పెట్టావ్....?"

ప్రతిమ మొహం ఎర్రటి పెనంలా తయారైంది. నేత్ర ఓరగా చూస్తున్నాడు. అతి కష్టం మీద కోపం దిగమింగుకుని, "అది అడగడానికి సమయం ఇప్పుడా నాయనమ్మా......?" అంది.

"వాడి దగ్గర ఓ గిన్నె బావుందే. అచ్చు అటాంటి గిన్నెలోనే మీ తాతగారు నా చేత ముద్దలు కలిపించుకుని తినేవారు. ఆయన పోయాక ..." అంటూ ఏడుపు మొదలు పెట్టింది. ప్రతిమ కంగారుపడి "వద్దు నాయనమ్మా... తాతగారు నీతో కలిసి దేంట్లో ఏం చేసేవారో - ఆ పురాణం విప్పకు. చీర నా బీరువాలో వుంది- తీసుకో" అని చెప్పబోయి, "కాని అందులో చాలా ఇంపార్టెంట్ ఫైలుందే. నే వచ్చి ఇస్తాలే" అంది సందిగ్ధంగా.

"అప్పటివరకూ ఆ గిన్నెలవాడు వుండడే."

"ఉండకపోతే పొమ్మను. అది చాలా ముఖ్యమైన ఫైలు."

"ఏమిటి ముఖ్యం...? చేస్తున్నావులే బోడి వుద్యోగం. మీ తాతగారు డిప్టీ తాసిల్దారుగా చేసే రోజుల్లో కూడా 'వసుంధరా... తాళాలివిగో' అని నాకే ఇచ్చేవారు. ఈరోజు ఆయన పోయాక నా ప్రారబ్ధం ఇలా కాలింది. ఆ స్టీల్ గిన్నెలో మీ తాతగార్ని చూసుకుందామనుకున్నాను. నా బ్రతుకు..."

"వద్దు నాయనమ్మా... తాళం చెవి గోడ గడియారంలో వుంది. తీసుకో! ఫైలు జాగ్రత్త. బీరువా లెక్కకు. అసలే నీకు నడుము మాటి మాటికీ పట్టేస్తుంది!" అంటూ ఫోన్ పెట్టేసింది. అటు నాయనమ్మ కూడా ఫోన్ పెట్టి, స్టూల్ బీరువా దగ్గిరకు లాగింది.

జాగ్రత్తగా స్టూలు ఎక్కి గడియారం లోంచి తాళం తీసుకుని, బీరువా తెరిచి అందులో నుంచి చీర తీసుకోబోయింది. చీరపైన సీక్రెట్ ఫైలుంది. బీరువా పక్కనే వాటర్ ప్యూరిఫయర్ వుంది. దానిపై మూతలేదు. ఆవిడ ఫైలు ఎత్తి, చీర తీస్తుండగా అందులో నుంచి ఒక కవర్ జారి నీళ్ళలో పడింది. ఆవిడ చూసుకోలేదు. నేత్ర జీవితంలో ఒక చరిత్రాత్మక మార్పుకు ఆ సంఘటన మూల కారణమైంది.

* * *

ప్రతిమ వచ్చి కూర్చుని ఏదో మాట్లాడబోయేంతలో నేత్ర "ఏమిటి....? ఇంటి నుంచి ఏదో ఫోన్ వచ్చినట్టుంది....? ఏమిటంత అర్జంటట..?" అని క్యాజువల్‌గా అడిగాడు.

"ఏమీ లేదు"

నేత్ర చీఫ్ వైపు తిరిగి "తోటలో ప్రయోగశాలని నేను కనుక్కోగానే దాన్ని రహస్యంగా నారాయణపేటకు మార్చారు. అంత ఖరీదైన అండర్ వాటర్ లాబ్ అంటే..... బహుశా ఇదంతా మనం అనుకునేటంత చిన్న విషయం అయ్యుండదు. క్యూ కూడా ఇందులో వున్నాడు కాబట్టి తప్పకుండా శత్రుదేశం సహాయం వుండి వుంటుంది" అన్నాడు.

"పోనీ రేఖని అరెస్ట్ చేస్తే...?" అంది ప్రతిమ. చీఫ్ అడ్డంగా తలూపుతూ "ఏం కేసు పెడతాం.....? కావాలంటే ఆ చెరువు ఎస్.బి.ఆర్. ది కాబట్టి అతన్ని అరెస్టు చెయ్యవచ్చు. దానివల్ల మన సమస్య తీరదు" అన్నాడు. ఇద్దరూ ఆలోచనలో పడ్డారు.

ప్రతిమ మరోసారి గిల్టీగా ఫీలయింది. 'ఇదంతా నా మూలానే' అనుకుంది. నారాయణపేట్ వెళ్ళేముందు చీఫ్‌కిగాని, చెరువులో దిగే ముందు 'యాదగిరి'కి గాని చెప్పి వుంటే సమస్య ఇంతవరకూ గాకపోవును.

వాళ్ళిద్దరి నిశ్శబ్దం ఆమెని మరింత ఇబ్బందిలో పడేసింది. పేపర్ వెయిట్ కేసి నిర్వేదంగా చూడసాగింది. అంతలో ఆమె తలలో ఏదో ఫ్లాష్ వెలిగినట్టయింది. "ఐడియా" అంది. ఆమె కళ్ళు ఉద్వేగంతో మెరుస్తున్నాయి. ఆ ఆలోచన రాగానే అప్పటివరకూ వున్న టెన్షన్ పోయింది. "వచ్చేసింది... ఆలోచన వచ్చేసింది" అంది.

"ఏమిటి" అన్నాడు చీఫ్.

నేత్ర ఆమెవైపు కుతూహలంగా చూస్తున్నాడు.

ఒక్కసారిగా తనకొచ్చిన ప్రాముఖ్యతకి ఆమె పొంగిపోయింది. ముందుకి వంగి, ఒక సర్వసైన్యాధికారి యుద్ధ వ్యూహం గురించి మిగతా వారికి బోధిస్తున్న రీతిలో "ఆ రహస్యం బయట పడడానికి ఒకే మార్గం వుంది. సర్పభూషణరావు కూతురిని ట్రాప్ చేయడం" అంది.

ఆ గదిలో ఒక్కసారిగా నిశ్శబ్దం అలుముకుంది. ఆమె చెబుతున్న దేమిటో వాళ్ళకు వెంటనే తెలియలేదు. ఇద్దరూ ఆమెవైపు అర్థం కానట్టు చూశారు. ప్రతిమ ఆ ఇద్దర్నీ చూస్తూ మరింత ముందుకు వంగి, "ఆ అమ్మాయి పేరు రేఖ. ఆర్నెల్లు కష్టపడి నేను సర్పభూషణరావు గురించి తయారుచేసిన ఫైల్లో ఆ అమ్మాయి గురించి ప్రసక్తి కూడా వుంది. ఫైలు చదివితే తెలుస్తుంది" అంది హుషారుగా.

"ఫైళ్ళు చదవడాలు, నోట్లు పుటప్ చెయ్యడాలు మనకి సరిపడవు గాని, విషయం సరిగ్గా చెప్పు" అన్నాడు నేత్ర.

"రేఖ ఏదో ప్రాజెక్టులో నిమగ్నమై వుంది. మత్తు పదార్థాల అలవాటుంది. సొసైటీ అంటే కేరెపిన్‌లా వ్యవహరిస్తుంది. అందమైన మొగవాళ్ళంటే విపరీతమైన పిచ్చి. సర్పభూషణరావు రహస్యాలన్నీ దాదాపు ఆమెకు తెలుసు. ఆమెనుంచి రహస్యాలు రాబట్టే ఏకైక ఒకే ఒక సాధనం అందమైన మొగతనం. అది మన ఏజెంట్ నేత్ర దగ్గర వుంది" అంటూ నవ్వింది ప్రతిమ.

"యు ఆర్ టాకింగ్ నాన్‌సెన్స్ .... తండ్రి రహస్యాలు కనుక్కోడానికి కూతుర్ని ట్రాప్ చెయ్యాలా...?" అన్నాడు నేత్ర.

"తప్పేముంది....? శత్రు సైనికుడు దొరికితే రహస్యాలు రాబట్టు కోవడం కోసం చిత్ర హింస పెట్టడం లేదూ...? ప్రాణాలు తియ్యడం లేదూ.... ?"

"అది యుద్ధంలో! ఇక్కడ మన స్వప్రయోజనాల కోసం ఒక అమాయకురాల్ని బలిపెట్టడం"

"అమాయకురాలు కాదు" ప్రతిమ ఆవేశంగా అన్నది. "ఆ అమ్మాయికి మార్జువానా ఇంజక్షన్ల అలవాటుంది. చీర మార్చినట్టు మగవాడిని మారుస్తుంది. తండ్రితో సీక్రెట్ మీటింగ్స్‌లో పాల్గొంటుంది. ఒక దేశద్రోహిని నీ అందంతో మత్తులోకి దింపి, దేశాన్ని రక్షించడంలో తప్పులేదు. శీలంకన్నా దేశం ముఖ్యం అన్నది మొగవాడికి కూడా వర్తిస్తుంది."

"దేశం కోసం ప్రాణాలు వదలమన్నా సిద్ధపడతాను. దేశ ద్రోహుల్ని నిర్దాక్షిణ్యంగా చంపుతాను. కానీ.... ఒకమ్మాయి శీలానికి ఎరగా నా వ్యక్తిత్వాన్ని బలి పెట్టలేను. అయామ్ సారీ... మీరింకో ఏజెంట్‌ని ఈ పనికి ఉపయోగించుకోండి" అని నేత్ర లేచాడు. చీఫ్ అతన్ని వారిస్తూ –

"కూర్చో .... కూర్చో... " అని ప్రతిమ వైపు తిరిగి. "ముందు నువ్వెళ్ళి ఆ ఫైలు తీసుకురా" అన్నాడు. ఆమె హుషారుగా బయలుదేరింది. ఆమె వెళ్ళిపోయాక చీఫ్ కంఠం ఆ గదిలో మంద్రంగా వినిపించసాగింది.

"నువ్వు చెప్పింది నిజమే. ధనంకన్నా, ప్రాణంకన్నా, మానం విలువైంది. ముఖ్యంగా మన భారత స్త్రీకి. కాని...... మన సీక్రెట్ సర్వీస్ చరిత్రలో పాతిక సంవత్సరాల క్రితం ఒక అపూర్వమైన సంఘటన జరిగింది తెలుసా........? జర్మన్ నాజీ నియంతల రహస్యాలు తెలుసుకొనడానికి అమెరికన్ ప్రభుత్వం ఒక సీక్రెట్ ఏజెంట్‌ని నియమించింది. ఆ అమ్మాయి సంవత్సరం పాటు అకుంఠిత దీక్షతో జర్మన్ భాష, ఆచార వ్యవహారాలు నేర్చుకుంది. ప్లాస్టిక్ సర్జరీ చేయించుకుని జర్మన్‌గా మారి ఒక సైనికాధికారిని పెళ్ళిచేసుకుంది. అతడికి ఒక బిడ్డను కూడా కన్నది. తన జీవితాన్నే అలా హామీగా పెట్టి రహస్యాలు అమెరికాకు పంపి ఆత్మహత్య చేసుకుంది. గూఢచారులకి ఆదర్శప్రాయంగా నిలిచింది. ఇదంతా నిన్ను కన్విన్స్ చేయడానికి చెప్పడం లేదు. నీ వాదన కూడా కరెక్టే. కాని..... ఆలోచించు..... నీ కిష్టం లేకపోతే ఆ అమ్మాయిని సెక్స్ వరకూ తీసుకెళ్ళకు. ప్రతిమ రిపోర్టు ప్రకారం ఆమె "టేక్ ది లైఫ్ ఈజీ" టైప్. నీ మేల్ కారిష్మా ఉపయోగించి ఆమె నుంచి ఏ మాత్రం విషయం రాబట్టినా మనకెంతో ఉపయోగపడుతుంది. ఏ స్టేజిలో నువ్వు దాన్ని సాధించగలవనేది నీ కాన్ఫిడెన్స్ మీద ఆధారపడివుంటుంది. దానికోసం నువ్వన్నట్టు ఎవరి శీలాన్నీ బలి చెయ్యనవసరం లేదు. ఆర్ యూ కన్విన్స్‌డ్....?"

ఏజెంట్ నేత్ర చేతి గోళ్ళవైపు చూసుకుంటూ మౌనంగా వుండి పోయాడు. తన జీవితంలో ఒక పని చేయడానికి అతడు తటపటాయించడం అదే ప్రథమం.

చీఫ్ అతడి వైపే చూస్తున్నాడు.

* * *

"ఇంకో గిన్నె ఇమ్మంటారా...?" స్టీలు సామాన్లవాడు అడిగాడు.

"వద్దు నాయనా.... నా మనవరాలు ఇవన్నీ చూసిందంటే ఒంటి కాలిమీద లేస్తుంది."

ఆవిడ గిన్నె పట్టుకుని, లోపలకు వెళ్తూ, షాక్ తగిలినదానిలా నిలబడి పోయింది.

నీటిపైన స్వర్ణరేఖ తడిసిన ఫోటో తేల్తూ కనిపించింది. ఆవిడి దాన్ని తియ్యబోయే టైములో కాలింగ్ బెల్ వినిపించింది. ఆవిడ మరింత కంగారుపడి, ఆ ఫోటో పైటతో తుడవడానికి ప్రయత్నించింది. దాంతో పై పొర చిరిగి పోయింది. ఇంతలో బయట నుంచి "నాయనమ్మా" అన్న ప్రతిమ కేక వినిపించింది. ఆవిడ ఫోటో వైపు దిగాలుగా, భయంగా చూసింది. "చాలా ముఖ్యమైన ఫైలు బామ్మా" అని ప్రతిమ ఫోన్‌లో చెప్పిన విషయం గుర్తుకు వచ్చింది.

బైటనుంచి బెల్ ఆగకుండా మోగుతోంది.

ఆవిడ ఫైల్ తీసింది.

అందులో ఇంకా చాలా ఫోటోలున్నాయి. అందులో ఒక ఫోటో తీసి, చప్పున కవర్‌లో పెట్టేసి, దాన్ని ఫైల్లో దోపి, ఫైలు యథాస్థానంలో వుంచి, వెళ్ళి తలుపు తీసింది.

"ఏమిటి నాయనమ్మా ఇంత ఆలస్యం...?" అంటూ ప్రతిమ హడావుడిగా వచ్చి, తెరిచి వున్న బీరువా చూసి, "నీకు నిర్లక్ష్యం ఎక్కువైపోతోంది. ముఖ్యమైన కాగితాలున్నాయని చెప్పానుగా...." అంటూ అక్కడికి వెళ్ళి ఫైలు తీసుకుంది.

ఎంత వేగంగా వచ్చిందో, అంత వేగంగా అక్కడి నుంచి వెళ్ళిపోయింది.

నాయనమ్మ కవర్లో పెట్టిన ఫోటో హంసలేఖది.

* * *

హంసలేఖ గది అది.

గవాస్కర్ పోస్టరు, బీటిల్స్ బొమ్మ గోడకి వున్నాయి.

అధునాతనమయిన డ్రెస్సులు హ్యాంగర్స్‌కి వ్రేలాడుతున్నాయి. అంతా మోడరన్‌గా వుంది. గదిలో ఒక మూల టి.వి. వుంది.

టి.వి. లో కోహినూర్ అడ్వర్టయిజ్‌మెంట్ వస్తోంది. కుటుంబ నియంత్రణ గురించిన ప్రకటన అది. అబ్బాయి అమ్మాయి పెదవుల దగ్గరగా వచ్చి ఆగిపోయాడు.

"ఆగండి....." అని అరిచింది హంసలేఖ-

"ముద్దు పెట్టుకోబోయే ముందు మరోసారి ఆలోచించండి. మరో బిడ్డకు ఇదా తరుణం? బిడ్డకూ బిడ్డకూ మధ్య ఎడముండేలా చూసుకోవడం మీ ఆరోగ్యానికి చాలా మంచిది. పిల్లలు కలగకుండా చేసే ఏకైక ఉత్తమ మార్గం నిరోధ్" అంటూ పాకెట్ ఎత్తి పట్టుకుంది.

తలుపు దగ్గర చప్పట్లు వినిపించాయి.

స్వర్ణరేఖ నవ్వుతూ లోపలకు వచ్చింది. లేఖ సిగ్గుపడింది.

"ఏమిటి.... చదువు మానేసి అడ్వర్టయిజ్‌మెంట్ కంపెనీలో చేరి పోతున్నావా....?" అంది స్వర్ణ. ఆమె కంఠంలో క్రితం రాత్రి తాలూకు హేంగోవర్ లేదు.

"లేదక్కయ్యా...... రేపు కాలేజీ తరపున పక్క పల్లెకి మా స్టూడెంట్సంతా వెళ్ళి వాలంటరీ ప్రోగ్రాం ఇవ్వాలి. దానికి రిహార్సల్స్ చేస్తున్నా" అంది. స్వర్ణరేఖ చూస్తుండగా తన ఉపన్యాసం కొనసాగించింది.

"కేవలం చదువు లేకపోవడంవల్ల, అవగాహన లేకపోవడంవల్ల గంపెడు సంసారాన్ని సృష్టించి మీ జీవితాలు నాశనం చేసుకోకండి. ఇదిగో నిరోధ్... ముద్దు పెట్టుకోబోయే ముందు ఈ టాబ్లెట్ వేసుకుంటే మీకు పిల్లలు పుట్టరు" పాకెట్ ఎత్తి పట్టుకుని రిహార్సల్స్ కొనసాగించింది.

వింటున్న స్వర్ణరేఖ అదిరిపడి- "ఏమిటి? ఇంకోసారి చెప్పు" అంది. హంసలేఖ ఇంతకు ముందు అన్నది మరొకసారి చెప్పింది. స్వర్ణరేఖకి చెల్లి కెలా చెప్పాలో అర్థం కాలేదు.

"రేపా పల్లెలో ఇలాగే ఉపన్యాసం ఇచ్చావంటే వంకాయల్తో- టమోటాల్తో కొడతారు" అంది వస్తున్న నవ్వాపుకుంటూ.

"ఏం? ఎందుకని? " అని అడిగింది హంసలేఖ కోపంగా.

స్వర్ణకు ఏం చెప్పాలో తోచలేదు. "లోపల టాబ్లెట్లుండవు. ఆ పాకెట్ విప్పి చూడు" అనేసి ఇక అక్కడ వుండడం మొహమాటమేసి వెళ్ళిపోయింది.

హంసలేఖ అనుమానంగా కవర్ విప్పింది. లోపల వస్తువు చూడగానే తను చేసిన తప్పు అర్థమైంది.

“గ్రామీణులారా! మీరు మీ జీవిత భాగస్వాముల్ని ముద్దు పెట్టుకోబోయే ముందు ఈ శుభ్రమైన, స్వచ్ఛమైన ప్లాస్టిక్ కాగితాన్ని పెదవులకు అడ్డుగా పెట్టుకోండి” అంటూ కొనసాగించింది.

* * *

ఇది ఇక్కడ జరుగుతున్న సమయానికి అక్కడ ప్రతిమ మీటింగ్‌లో అంటోంది. “ఆ అమ్మాయి పేరు రేఖ. సర్పభూషణరావుకి కూతురంటే చాలా ప్రేమ. అయితే ఆ ప్రేమ సహజంగా వచ్చింది కాదు. డబ్బు వల్ల వచ్చింది. మిగతా వివరాలన్నీ ఈ ఫైల్లో వున్నాయి” అంటూ ఫైలు అందించింది.

“ఫైలు చదవడాలు అవీ నాకింటరెస్టు లేదని ముందొకసారి చెప్పాను” అంటూ మొదటి పేజీ తిప్పాడు. లోపల కవరుంది. కవరు మీద రేఖ అని రాసి వుంది. లోపలనుంచి ఫోటో తీశాడు. అది హంసలేఖ ఫోటో. ప్రతిమ నాయనమ్మ హడావుడిలో మార్చిపెట్టిన ఫోటో అది.

అతడు దానివైపే సూటిగా కన్నార్పకుండా చూశాడు.

అతడికి ఆ ఫోటో చూడగానే ఆ రోజు తోటలో ఆ అమ్మాయి సర్పభూషణరావుతో మాట్లాడడం గుర్తొచ్చింది. ఫోటోలో హంసలేఖ అమాయకంగా చూస్తోంది. ఆ కళ్ళల్లో రవ్వంత చిలిపితనం, కుతూహలం కూడా వున్నాయి.

“చాలా అమాయకంగా వున్నాయి కదూ ఆ కళ్ళు. ఆ కళ్ళని చూస్తే అసలు మోసం చేసే అమ్మాయిలా కనపడడం లేదు” అన్నాడు.

“ఎల్.ఎస్.డి. ఇంజక్షన్లు తీసుకుని తీసుకుని అలా అయ్యాయి ఆ కళ్ళు” అంది ప్రతిమ. – ఆ ఫోటో వైపు చూడకుండా.

“ఓకే! మిగతా విషయాలు నేను చూసుకుంటాను. ఈ అమ్మాయిని తండ్రితో సహా ఆ రోజే తోటలో చూశాను. నాకు గుర్తుంది” అన్నాడు.

“ఈ సాయంత్రం హోటల్ బ్రాడ్‌వేలో సర్పభూషణరావు కుటుంబం ఒక పార్టీకి వస్తోంది. దానికి ఇన్విటేషన్ కూడా సంపాదించాను. ఇదిగో... ” అంటూ ఆహ్వానపత్రం ఇచ్చింది. తను చెప్పిన ప్లాన్ చీఫ్ మెచ్చుకోవడం, నేత్ర అంత తొందరగా వప్పుకోవడం ఆమెకి చాలా సంతోషంగా వుంది.

నేత్ర బయటకొచ్చి అహోబిలతో “ఇదిగో.... ఈ ఫైలు రికార్డ్ రూంలో పడెయ్యి” అంటూ యిచ్చాడు.

ఆమె దాన్ని అందుకుని "ఈ సాయంత్రం ...." అంది- అతడిచ్చిన వాగ్దానం గుర్తు చేస్తూ.

"సారీ అహోబిలా.... సాయంత్రం కాస్త గవర్నమెంటు వర్కుంది" అన్నాడు వెళ్ళడానికి ఉద్యుక్తుడవుతూ.

ఆమె దిగులుగా అతను వెళ్ళినవైపే చూస్తూ వుండిపోయింది.

* * *

లోపల పార్టీ జరుగుతూంది. చాలా ఖరీదైన పార్టీ అది. విశాలమైన హాలు. ఇవతల వరండాలో నిలబడి వున్నారు నేత్ర, ప్రతిమ. అద్దాల్లోంచి లోపల మనుష్యులు కనబడుతున్నారు. "అదిగో ...ఆ అమ్మాయే"అంది ప్రతిమ.

"చేతిలో కోకాకోలా గ్లాస్ పట్టుకున్న అమ్మాయేగా....?" హంసలేఖను చూస్తూ అన్నాడు నేత్ర.

"పేరుకి కోకాకోలా.... ఎవరూ చూడకుండా అందులో రమ్ కలిపి వుంటుంది" కసిగా స్వర్ణరేఖను చూస్తూ అంది ప్రతిమ.

"చూస్తుంటే నేనే నిజంగా ప్రేమలో పడేట్టు వున్నాను. అంత బాగుంది." ఓరగా ప్రతిమను చూస్తూ అన్నాడు. హంసలేఖ నిజంగా ఆ డ్రస్‌లో అంత బావుంది. త్రిమూర్తుల భార్యలు ముగ్గురూ కలిసి ఆ అమ్మాయిని అలంకరించినట్టున్నారు. లక్ష్మీదేవి వాసుకి నడిగి మణుల దీప్తిని ఆ అమ్మాయి కళ్ళకి అరువిచ్చినట్టుంది. పార్వతి తండ్రి నడిగి తెచ్చి హిమాలయాల తెల్లదనాన్ని ఆమె బుగ్గలకు అద్దినట్టుంది. సరస్వతి భర్త నడిగి నాలుగు చేతులు అరువు తెచ్చుకుని మిగతా అలంకరణ పూర్తి చేసినట్టుంది. ఆ అమ్మాయిని చూస్తూ అతడా మాట అనడంలో తప్పులేదు.

ప్రతిమ నవ్వి "నాకా భయమేమీ లేదు. ఆ అమ్మాయి చరిత్ర తెలిసినవారెవరూ ఆవిడ్ని యిష్టపడరు" అంది తేలిగ్గా.

"సరే కుడి కాలు ముందు పెట్టి రంగంలోకి దూకనా....?"

"బెస్టాఫ్ లక్.... నేవెళ్ళి మిగతా ఏర్పాట్లు చూస్తాను."

నేత్ర ఆశ్చర్యంగా "మిగతా ఏర్పాట్లేవిటి....?" అన్నాడు.

"ఆ అమ్మాయి నిన్ను తొందరగా ప్రేమించే వాతావరణం కల్పించాలిగా."

"అవన్నీ నేను చూసుకోగలను. నిన్ను చూస్తుంటే శోభనం కూడా స్వయంగా ఏర్పాటు చేసేట్టున్నావ్."

"దేశం కోసం ఆ మాత్రం టెంపరరీగా త్యాగం చెయ్యకపోతే ఎలా...?" అని నవ్వేసింది ప్రతిమ.

"నువ్వూ లోపలికి వస్తావా? ఆ అమ్మాయిని పరిచయం చేసుకుందాం-"

"వద్దు. నేనుంటే కథ అడ్డం తిరగొచ్చు. వెళ్ళొస్తా. బెస్టాఫ్ లక్" అనేసి ప్రతిమ వెళ్ళిపోయింది.

ఆమె వెళ్ళాక నేత్ర లోపలికి అడుగు పెట్టాడు. ఎయిర్ కండిషన్ హాల్ అది. చల్లటి గాలి రివ్వున కొడుతూంది. అమ్మాయిల్తో పరిచయాలు పెంచుకోవడం అతడికి వెన్నతో పెట్టిన విద్య. హంసలేఖ ఒక్కతే ఒక మూల నిలబడి కోక్ తాగుతూంది. అతడు తటపటాయించకుండా వెళ్ళి "కెన్ ఐ గివ్ కంపెనీ హియర్...." అన్నాడు చేత్తో గ్లాసుతో.

ఆమె అతని వైపు చూసింది. అతడి కళ్ళల్లో మాగ్నెటిక్ పవర్ వుంది. ఆమె అతనివైపు అలాగే చూస్తూ వుండిపోయింది. అతను నవ్వాడు. పైకి నవ్వాడేగాని మనసులో ఆ రోజు తోటలో శవాలుగా వ్యాన్ ఎక్కిన మనుష్యుల శరీరాలు కదలాడాయి. క్షణంలో మామూలుగా అయ్యాడు.

"నా పేరు నేత్ర. మన్మధ నేత్ర" అన్నాడు. ఆమె కళ్ళు పెద్దవి చేసి, "మన్మధనేత్ర...? పేరు గమ్మత్తుగా వుందే. ఏం చేస్తూ వుంటారు మీరు...?" అని అడిగింది.

"సీక్రెట్ సర్వీస్...."

"ఏమిటీ....?"

"రహస్య కార్యక్రమాలు."

ఆమె ఫకాలున నవ్వి "భలే మాట్లాడతారే మీరు..." అంది. అతడామెవైపు సూటిగా చూశాడు. చాలా ఖరీదైన స్కర్ట్‌లో వున్నదామె. ప్రతిమ చెప్పినట్టు చాలా ఫాస్ట్‌గర్ల్ అయి వుండాలి. కానీ... ఆమె కళ్ళల్లో అల్లరితోపాటు ఇంకా ఇంకా ఏదో వుంది ఏమిటి?... భావుకత్వం? అతడి సునిశితమైన దృష్టినుంచి ఆమె తాలూకు ఏ ఒక్క ఫీచరూ తప్పించుకు పోలేదు.

తన డిపార్ట్‌మెంట్ తనకే పని అప్పగించిందో అతడికి కరెక్టుగా తెలుసు. ఏం చెయ్యాలో తెలుసు.

అతడు తనుగానే ఈ వ్యవహారం కొనసాగించదల్చుకున్నాడు. పేరు అబద్ధం చెప్పడంగానీ, రహస్యంగా చేయడం గానీ చెయ్యదల్చుకోలేదు. తను ఎంత దాచినా ఈ విషయం ఆమె తండ్రికి ఎలాగూ తెలుస్తుంది. దాయడం అనవసరం.

ఈ మొత్తం ఆపరేషన్‌లో అతడు ఊహించనిది ఒకటుంది. సర్పభూషణరావు గానీ, ఏజంట్ క్యూ గానీ స్వర్ణరేఖ పరిశోధనల గురించే వేచి వున్నారన్నది! ఆమె వాళ్ళ ప్రయోగశాలలో చిన్న అసిస్టెంటు అనుకున్నాడే తప్ప ఆమే రిసెర్చర్ అనుకోలేదు.

అందుకే హంసలేఖని చూసి అతడికి ఏ అనుమానమూ రాలేదు.

అంతలో ఆమె బల్ల మీద గ్లాసు తీసుకుని ఒక గుక్క తాగింది. స్పాంటేనిటీ అతడికి వెన్నతో పెట్టిన విద్య.

"అరెరె...... " అన్నాడు కంగారుగా.

"ఏమైంది...?"

"మీరు నా గ్లాస్ తాగారు."

ఆమె గ్లాసు చప్పున కింద పెట్టేసి-

"మైగాడ్ ....సారీ....!" అంది.

"ఫర్వాలేదు లెండి. నేనేమీ హనుమంతుడ్ని కాను కదా....?"

"హనుమంతుడా....?"

"హనుమంతుడి చెమట చుక్క మింగిన చేప గర్భవతి అయిందట. అలా నా ఎంగిలి తాకి ఏమైనా అవుతారేమో అని భయపడక్కర్లేదు."

అతడు అల్లరిగా అన్నాడు. ఆమెకి మాత్రం విద్యుద్ఘాతం తగిలినట్టయింది.

స్నేహితురాలి మాటలు గుర్తు వచ్చాయి. కడుపు మీద చెయ్యి పెట్టుకుంది. పసిపాప ఏడుపు వినిపించింది. అప్పటి వరకూ దూరం నుంచి వీరి మాటలు వింటూన్న స్వర్ణరేఖ వాళ్ళ దగ్గరకివస్తూ- "భలే కథలు చెప్తారే మీరు" అంది. సరిగ్గా నిమిషంలో అతడు వారికి సన్నిహితుడై పోయాడు. ఒక చిన్న జోకు, ఒక మెచ్చుకోలు, ఒక ఆత్మీయమైన ప్రశ్న చాలు కదా!

"మా సిస్టర్ స్వర్ణ....." అంటూ పరిచయం చేసింది హంసలేఖ.

"స్వంత సిస్టర్‌ని కానులెండి. వాళ్ళ నాన్నగారి పెంపుడు కూతుర్ని" అంటూ దగ్గిరకొచ్చింది స్వర్ణరేఖ. "నా పేరు నేత్ర...." అంటూ పరిచయం చేసుకుని, హంసలేఖ వైపు తిరిగి-

"ఇంకేమిటి మీ అభిరుచులు?" అని అడిగాడు.

"నా సబ్జక్ట్ కెమిస్ట్రీ. కాబట్టి అదన్నా నా కిష్టమే... " అంది హంసలేఖ.

"కెమిస్ట్రీలో దేని మీద రిసెర్చి చేస్తున్నారు?"

"రిసెర్చా- లేదే - ఇంకా చదువుతున్నాను."

నేత్ర సూటిగా ఆమె వైపు చూశాడు. కాస్త తొందరగా టాపిక్‌లోకి వచ్చానేమో అనుకున్నాడు. వెంటనే మాట మార్చడానికి "ఆడపిల్ల కెమికల్ ప్రోపర్టీస్ చెప్పండి చూద్దాం" అన్నాడు.

ఆమె తెల్లమొహం వేసి, "ఆడపిల్ల కెమికల్ ప్రోపర్టీస్సా?" అంది.

"అవును."

"నా కర్థం కావడంలేదు. ఏమిటి మీరు అడిగేది?" అంది. స్వర్ణరేఖ కూడా అతడివైపు ఆశ్చర్యంగా చూసింది.

"కెమిస్ట్రీలో పరశోధనలు చేస్తూ మీకు మీ సంగతులే తెలియవా?" అని నవ్వుతూ చెప్పడం ప్రారంభించాడు నేత్ర.

"కెమికల్ సింబల్ - WO

అటామిక్ వెయిట్ - కొద్దిగా అటూ ఇటూగా 120.

దొరికే స్థలం - చీరెల షాపులో, బ్యూటీ క్లినిక్స్‌లో, మొగవాడి కలల్లో...

ఫిజికల్ ప్రోపర్టీస్ : 1. సాధారణంగా సిలింద్రికల్ షేపు. 2. బోయిలింగ్ పాయింట్ - అకారణం (ఏ కారణం లేకుండానే మండిపోవచ్చు), 2. ఘనీభవించు స్థానం - పురుష స్పర్శ, 4. మెల్టింగ్ (కరుగు) స్థానం - కాస్త ఆప్యాయంగా మాట్లాడటం, 5. రసాయనచర్య : పెళ్ళివల్ల సంభవం. 6. రంగు- కోపంలో, రొమాన్సులో ఎరుపు. అక్కడక్కడ నలుపు, 7. రుచి : సరిగ్గా వాడకపోతే చేదు, ముద్దు పెట్టుకున్నప్పుడు తీపి. కొన్ని చోట్ల ఉప్పు.

కెమికల్ ప్రోపర్టీస్ : 1. యాక్టివ్, 2. బంగారం, వెండి, నగలు, చీరెలతో త్వరిత సంయోగం, 3. పౌడరు, లిప్‌స్టికు మొదలైన వస్తువుల్ని త్వరత్వరగా ఇముడ్చుకునే గుణం. 4. తనకన్నా అందమైన వస్తువు (స్త్రీ) పక్కన పెడితే వెలవెలబోయే తత్వం - ఉక్రోషం.

ఉపయోగాలు : 1. కాటలిస్ట్‌తో కొన్ని అపురూపమైన భంగిమల్తో కలిస్తే, జనసాంద్రత పెరగటానికి ఉపయోగపడుతుంది.

2. బజారులో కొన్ని వస్తువుల ధరలు పెరగటానికి ఉపయోగపడుతుంది.

నష్టాలు : 1. రాబడి రెడ్యూసింగ్ ఏజెంట్.

2. చేతకాని మొగవాడి చేతుల్లో ప్రమాదకరం..."

అంటూ పూర్తి చేశాడు. హంసలేఖ కళ్ళు విస్ఫారితం చేసుకుని చూసింది. కాలేజీలో రకరకాల జోకులు వేసుకుంటారు గానీ, ఇంత స్పాంటేనిటీతో గడగడం

వప్పుచెప్పడం ఆమెకి చాలా థ్రిల్లింగ్‌గా అనిపించింది. ఆమె ఇంకా దిగ్భ్రమ నుంచి తేరుకోకముందే, " ఏమిటి అలా చూస్తున్నారు" అని అడిగాడు. ఆమె చప్పున కళ్ళు దించుకుని "ఏమీలేదు" అంది. స్వర్ణరేఖ కూడా అతడివైపు మెచ్చుకోలుగా చూసింది. "మీకు ఇంగ్లీషు పొయెట్రీలో కూడా ఇష్టం వుందన్నారు కదూ-" అని అడిగాడు.

అన్నదో లేదో గుర్తు లేదు. తలూపింది.

"చాలా కాలం క్రితం కాలేజీలో చదువుకునే రోజుల్లో నేనూ కవిత్వం వ్రాసేవాడిని..... " అన్నాడు.

"నిజంగా?" ఉత్సాహంగా అంది.... "ఏదీ ఒకటి చెప్పండి చూద్దాం."

తనని తానే తిట్టుకున్నాడు నేత్ర. పిస్టల్స్ పేల్చటం, ప్రత్యర్థుల వలల్ని ఛేదించటం, ప్రమాదం అంచులవరకూ పరుగెత్తి బయట పడడమే బావుంటాయి కానీ, ఇలా మాటల్తో వ్యూహాన్ని పన్నటం పరమ నాసిరకం థ్రిల్‌గా వుంది.

"ఏం కవిత్వం వ్రాసేవారు?" రెట్టించి అడిగింది.

"సోనెట్స్ గురించి అంతగా తెలీదు. కేవలం అంత్యప్రాస చూసుకునే వాడిని. అంతే-"

ఆ మాట అన్నాక అయిదు నిమిషాల్లో వాళ్ళు మరింత దగ్గిర స్నేహితులై పోయారు. ఆమె నిష్టూరంగా, "మీరు నాకు మీ ఇంగ్లీషు కవిత్వం గురించి ఏమీ చెప్పలేదు-" అంది.

"పోనిద్దురూ ఎప్పుడో కాలేజీలో చదివే రోజుల్లో అమ్మాయిల మీద అల్లిన కవిత్వాలు అవి-"

"చెప్పకూడదా ఏమిటి?" గారాబంగా అంది.

"తిట్టకూడదు"

"తిట్టను-"

అతడొక క్షణం ఆమె వేసుకున్న బట్టలవైపు, ఆమె వైపు చూసి, ఆమె కళ్ళని చూపుల్తో స్పృశిస్తూ అన్నాడు.

"మీరు స్కర్ట్‌లో చాలా బావున్నారు. కానీ కుర్తా పైజమా అయితే ఇంకా బావుండేది-"

"గేయం చెప్పమంటే నన్ను మునగ చెట్టు ఎక్కిస్తున్నారు."

"తప్పదా?"

"తప్పదు."

"You are too old for Mini Skirts
Let us go to the out skirts
You are too young to be a grand maa
And look excellent without a Pyzama...."

ఆమె బుగ్గలు సిగ్గుతో ఎర్రబడ్డాయి. అయినా కళ్ళలో మెరుపు కనబడింది. నేత్రకి తన మీద తనకే జాలివేసింది. ఈ అమ్మాయిల్ని స్పెల్ - బౌండ్ చేసే విధంగా సంభాషణ చెయ్యాలంటే తను కనీసం పది సంవత్సరాలు మానసిక వయసు తగ్గించుకోవాలి.

అదే సమయానికి దూరంగా ఎవరితోనో మాట్లాడుతున్న సర్పభూషణరావు వీళ్ళవైపు చూశాడు. అతని భృకుటి ముడిపడింది. విసురుగా గ్లాసు కింద పెట్టేశాడు.

"మీ హాబీస్ ఏమిటి...?" అని అడిగాడు నేత్ర, హంసలేఖతో మూడోసారి.

"తన హాబీస్ నన్నడగండి నేను చెబుతాను" స్వర్ణ కల్పించుకుని అంది. "ఎల్విస్ ప్రిస్లీ అంటే ప్రాణం. క్లిఫ్ రిచర్డ్స్ అంటే చెవి కోసుకుంటుంది. డాన్సింగ్ ఈజ్ హర్ లవ్. ఇవన్నీ కాక కెమెస్ట్రీ తన అభిరుచి."

నేత్ర ఏదో అనబోతుండగా బేరర్ వచ్చి "మిమ్మల్ని పిలుస్తున్నారు" అంటూ వెళ్ళిపోయాడు. అద్దాల అవతల సర్పభూషణరావు తోక తొక్కిన పాములా వున్నాడు.

"ఏమిటి.... ఒంటరి అమ్మాయిల దగ్గర కబుర్లు చెబుతున్నావు?"

"నీకేమిటిట నష్టం...." అన్నాడు నేత్ర అంతే పొగరుగా.

"వాళ్ళు నా కూతుళ్ళు."

నేత్ర నవ్వి "ఓహో ..." అన్నాడు. ఎస్బీఆర్‌కి ఆ నవ్వు మరింత కంపరం కలిగించింది. అతడి చెయ్యి జేబులోకి వెళ్ళింది. అతి కష్టంమీద రివాల్వర్ తీయకుండా తమాయించుకొని అన్నాడు. "చూడు.... నువ్వు రెడ్డి నాయుడింట్లో పనిచేసే జీతగాడివనీ, నీకు సూటూ బూటూ వేసి యిక్కడికి సి.బి.ఐ. వాళ్ళు తీసుకొచ్చారనీ నాకు తెలుసు. పెద్దమనిషిగా సలహాయిస్తున్నాను. మీ వూరెళ్ళి ఏ కూలిపనో చేసుకో. ఇక్కడుంటే ప్రాణాలు పోతాయి. నీ మంచికోరి చెపుతున్నాను."

నేత్ర ఒకక్షణం తెల్లబోయి, వెంటనే సర్దుకున్నాడు. ఉబికి ఉబికి వస్తూన్న నవ్వు దాచుకుని "నీ తల్లి.... పోనీయరాదేవయ్యా..... గిట్టాటిసారా నాకు మావూర్లమల్ల దొరుకుద్దా....? భలేగుంది నీ కూతురు. సస్తే సస్తం. భయపడ్తం....? నెలరోజుల్లో అన్నీ నేర్చుకుంట. నేనే నేత్రనౌత" అని కన్నుకొట్టి అక్కడినుంచి వెళ్ళిపోయాడు.

సర్పభూషణరావు అటే చూస్తూ నిలబడ్డాడు. జీవితం మొత్తంలో అతడితో అలా మాట్లాడిన వాళ్ళు ఎవరూ లేరు.

ఆ మరుసటి రోజు కూడా నేత్ర తన కూతుర్ని కలుసుకున్నాడని అతడికి తెలీదు. వాళ్ళిద్దరూ పక్కపక్క సీట్లలో కూర్చుని సినిమా చూశారు. తను యాదృచ్ఛికంగా ఆ అమ్మాయిని సినిమా హాల్లో అప్పుడే చూసినట్టు నటించాడు- ఆమెనే ఫాలో అవుతున్న నేత్ర. ఈ రెండోసారి మీటింగ్ వారిని మరింత దగ్గిర చేసింది.

* * *

అదే రోజు రాత్రి పొరుగు దేశానికి ఒక టెలిగ్రాం వెళ్ళింది. పైకి చాలా మామూలుగా కనబడే ఆ టెలిగ్రాంని డి-కోడ్ చేస్తే ఇలా వుంటుంది.

"అనుకున్న పరిశోధన దాదాపు పూర్తయింది. ఫలితాల పట్ల నేను చాలా సంతృప్తి చెందాను. అక్కడ మీరు చెయ్యవలసిన ఏర్పాట్లు పూర్తి చేసి రెడీగా వుండండి. త్వరలోనే యుద్ధం మొదలు పెట్టవలసి రావొచ్చు"

-క్యూ

* * *

"మిస్టర్ నేత్ర.... యిదిగో మీరడిగిన ఫ్లాటు" అంటూ చూపించింది అహోబిల.

మూడో అంతస్తులో ఫ్లాటు అది. పూర్తిగా ఫర్నిష్ చేయబడింది.

"థాంక్యూ...." అన్నాడు నేత్ర చుట్టూ చూస్తూ.

అక్కడ కావల్సింది సౌఖ్యం కాదు. పూర్తిచేయవలసిన పనికోసం అది ఉపయోగపడుతుందా లేదా అన్నది.

అహోబిల అతడి దగ్గరికి వస్తూ "ఆఫీసు డబ్బులోంచి తీసి దీనికి మూడు నెలల అద్దె యివ్వమని చీఫ్ చెప్పారు. అంటే మీరు మూడు నెలలపాటు ఈ ఫ్లాట్ వుండబోతున్నారన్నమాట" అంది.

"అవును.... నీ తార్కిక జ్ఞానానికి జోహార్లు" అన్నాడు నేత్ర.

"మా అమ్మా నాన్నగారు నెలరోజులపాటు బదరీ యాత్ర కెళ్తున్నారు. మీ కభ్యంతరం లేకపోతే నెలరోజులు నేనూ యిక్కడే వుంటాను".

"అటువంటి ఆలోచన సంఘ విద్రోహ చర్య అవుతుంది బిలా"

ఆమె తటపటాయించి, "మీ బెడ్‌రూం చూపిస్తాను రండి" అంది.

"థాంక్స్ ..... నేను చూసుకోగలను" అతడు సూట్‌కేస్‌లోంచి పరికరాలు తీస్తూ అన్నాడు. అతని చేతిలో ఒక మినీ టెలిస్కోప్ వుంది.

"అంతేనంటారా....?" అడిగింది.

"ఆఫీసు వర్క్ మధ్యలో క్షుద్ర కార్యక్రమాలు నా కంత నచ్చవ్ అహోబిలా. సారీ.... " అంటూ ఆమెను బలవంతంగా పంపి, స్టాండ్‌కి టెలిస్కోప్ అమర్చాడు. రాత్రి ఏడయింది.

టెలిస్కోప్‌లో ఎదురిల్లు స్పష్టంగా కనిపిస్తూంది. పై కిటికీలో హంసలేఖ అద్దం ముందు నిలబడి తల దువ్వుకోవడం కనిపిస్తూంది. ఆమె అప్పుడే స్నానం చేసి వచ్చినట్టుంది. ఇంకా టవల్‌లోనే వుంది.

అది ఆమె ప్రైవేట్ గది అవటంతో ఆ టవల్‌కూడా నిర్లక్ష్యంగా చుట్టుకుంది. అంచు పై నుంచి వక్షద్వయం బంధాలు తెంచుకున్నట్టు స్వేచ్ఛగా వుంది. ఆమె రెండు చేతులూ పైకెత్తి జుట్టు ముడి వేసుకుంటూంది. చాలా ఆరోగ్యకరమయిన శరీరం ఆమెది. మామూలు అమ్మాయిలకన్నా కాస్త పొడుగు ఎక్కువ అవటంతో ఆ టవల్ ఆమె శరీరాన్ని సగం కూడా కప్పలేకపోతూంది. దీపపు వెలుగులో ఆ శరీరం, అందమైన టవల్‌లో పాక్ చేయబడిన తెల్లటి కేక్‌లా వుంది.

పవర్‌ఫుల్ టెలిస్కోప్ అది. స్పష్టంగా కనపడుతుంది. హిమాలయాలపై అంచునుంచి వేల లక్షల సంవత్సరాలు అనంతానంతంగా జారిన మంచు ఆ కొండ రాళ్ళని నునుపు చేసినట్టు ఆమె తెల్లటి భుజాలు నున్నగా మెరుస్తూన్నాయి. అయితే అతడు ఆమె అందం గురించి, వంపుల గురించి పట్టించుకోలేదు. టేబుల్ దగ్గరికి వెళ్ళి గబగబా నాలుగు లైన్లు వ్రాసి, ఆ కాగితాన్ని ఉండచేసి మధ్య ఎయిర్ గన్‌లో పెట్టి షూట్ చేశాడు. అది వెళ్ళి ఆమె రొమ్ముల మధ్య తగిలింది. హంసలేఖ కెవ్వున కేకపెట్టి, వెనక్కి గెంతు వేసి, తనకి తగిలిన కాగితంవైపు అనుమానంగా చూసి భయం భయంగా విప్పింది. కిటికీలోంచి బయటకు చూసింది. ఎవరూ కనబడలేదు. కిటికీ తలుపులు మూసేసి, కొంచెం సేపు ఆగి, వణికే వేళ్ళతో ఆ కాగితాన్ని విప్పింది.

నాలుగే వాక్యాలు.

ప్రియమైన మీకు,

నేను.... నేత్రని. కన్ను మూసినా, తెరచినా సన్నిహితులనుకున్న వాళ్ళు కళ్ళముందు కనబడడం పూర్వకాలస్నేహలక్షణమట. కిటికీ మూసినా తెరిచినా

మీరే కనపడాలని ఎదురింటి ఫ్లాటు తీసుకున్నాను. ఈ శుభ సందర్భంలో మీరు మా యింటికి వస్తే సంతోషిస్తాను".

ఆమె చదివి ఆశ్చర్యంగా తలెత్తి తలుపు తెరిచి చూసింది. ఎదురింటి మూడో అంతస్తులో నేత్ర అలాగే నిలబడి వున్నాడు. అతడికి స్లో ప్రోసెస్ మీద నమ్మకం లేదు. కొంచెం కంగారుపడ్డా ఇటువంటి అమ్మాయిలు 'ఫాస్ట్ గైస్' నే ఇష్టపడతారని అతడి నమ్మకం. చొరవగా చొచ్చుకుపోవటం అతని అలవాటు. ఆమె తనవైపు చూడగానే టీకి రమ్మన్నట్టు చెయ్యి వూపాడు. అయితే అందులో చౌకబారు బజారు కుర్రవాడి లక్షణం లేదు.

రిటైరయిన ఇద్దరు ఇరుగు పొరుగు పెద్ద మనుషులు ప్రహరీ గోడకి ఇటూ అటూ నిలబడి మర్యాదగా ఎలా మాట్లాడుకుంటారో అలా సౌంజ్ఞ చేశాడు. హంసలేఖకి ఇదంతా ఆశ్చర్యంగానూ, థ్రిల్లింగ్‌గానూ అనిపించింది. అతడు మరోసారి పిలిచాడు.

కొంచెం తటపటాయించి ఆమె 'వస్తున్నట్టు' సైగ చేసింది.

నేత్ర వెనుక నుంచి "కంగ్రాట్స్" అని వినిపించింది. చప్పున వెనుదిరిగి చూసాడు చప్పున.

ప్రతిమ! నవ్వులొలుకుతూ నిలబడి వుంది.

"మైగాడ్, నువ్వా!" అన్నాడు.

"గుడ్ ప్రోగ్రెస్" అంది. ఇద్దరూ తిరిగి గదిలోకి వస్తూవుండగా "నీ ధైర్యానికి నిజంగా మెచ్చుకోవచ్చు" అంది.

"ఆ అమ్మాయి ఇటువంటి విషయాల్లో చెయ్యి తిరిగిందని నువ్వు చెప్పబట్టే ఈ ధైర్యం చేశాను."

"అభివృద్ధి సాధించామన్నమాట. ఏదీ.... నేను చూడనా..... ఆ అమ్మాయిని" అంటూ వంగబోయింది.

నేత్ర ఆమెని పట్టుకుని వెనక్కిలాగుతూ "నువ్వు వెంటనే ఇక్కడ నుంచి వెళ్ళు. ఇంకో రెండు నిమిషాల్లో ఆ అమ్మాయి యిక్కడికి రాబోతూంది. నిన్ను చూసిందంటే, వీడికి అమ్మాయిల పిచ్చి చాలా వుంది అనుకునే ప్రమాదం వుంది" అన్నాడు.

"కానీ ... ఆ అమ్మాయితో నువ్వేం మాట్లాడతావో, ఎలా ప్రొసీడ్ అవుతావో చూడాలని వుంది నాకు" గారాబంగా అంది ప్రతిమ.

"ఇంకా నయం. అంతటితో ఆపావ్. యింకా ఏమీ చూడాలని లేదూ...?? వెళ్ళెళ్ళు!" అంటూ బలవంతంగా తోశాడు. ఆమె బయటకు వెళ్ళగానే కిటికీ దగ్గరకెళ్ళి టెలిస్కోప్ తీసి దాచేశాడు.

ప్రతిమ బయటకు వచ్చి లిఫ్ట్ బటన్ నొక్కింది. పై నుంచి క్రిందికి వచ్చేది, క్రింది నుంచి పైకి వెళ్ళేది – రెండు లిఫ్ట్‌లూ పక్కపక్కన వున్నాయి. ఈమె లిఫ్ట్‌లోకి ప్రవేశించడం, మరో లిఫ్ట్ కింద నుంచి వచ్చి ఆగి తలుపు తెరుచుకోవడం ఒకేసారి జరిగాయి. అందులోంచి హంసలేఖ బయటకొచ్చి థర్డ్‌ఫ్లోర్‌లో అడుగు పెట్టింది.

హంసలేఖ రావడం ఒక్క క్షణం ముందై వుంటే ప్రతిమ ఆమెను చూసి వుండేది. అప్పుడు ఈ కథ యింకో రకంగా వుండేది.

* * *

లిఫ్ట్‌లో క్రిందికి దిగిన ప్రతిమ అక్కడే కొంచెంసేపు నిలబడింది. ఆమెకి వాళ్ళిద్దర్నీ అలా వదిలేసి వెళ్ళబుద్ధి కాలేదు. ఎంత కాదనుకున్నా స్త్రీ సహజమైన ఈర్ష్య ఆమె కాళ్ళని కదలనివ్వడంలేదు. పైన అతడు ఆమెతో ఏం మాట్లాడతాడో వినాలన్న కుతూహలం ఆమెని వెళ్ళనివ్వలేదు. కొంచెం సేపు అక్కడే వుంది.

అంతలో ఆమె దృష్టి మెయిన్ ఫ్యూజ్‌మీద పడింది.

ఒక ఆలోచనకి వచ్చినట్టు అక్కడికి వెళ్ళి ఎవరయినా గమనిస్తున్నారేమో అని అటూ ఇటూ చూసి ఫ్యూజ్ తీసేసింది.

* * *

కాలింగ్‌బెల్ వినపడగానే నేత్ర వెళ్ళి "కమిన్" అన్నాడు.

హంసలేఖ లోపలికి అడుగు పెట్టింది. అతడామెని ఆహ్వానిస్తూ "రండి" అన్నాడు. "మిమ్మల్ని చాలా కంగారు పెట్టాను."

హంసలేఖ గదిలో చుట్టూ చూస్తూ నిలబడింది.

"కూర్చోండి" అన్నాడు.

"మీరు వ్రాసింది నాకు అర్థం కాలేదు" అంది.

"ఇందులో అర్థం కాకపోవడానికి ఏముంది లేఖా....? మిమ్మల్ని కావాలనుకున్నప్పుడు చూడడం కోసం ఈ ఫ్లాట్ అద్దెకి తీసుకున్నాను. ఉన్నదున్నట్టు ఫ్రాంక్‌గా మాట్లాడడం నాకలవాటు. ఒంటరివాడిని. ఇల్లెలాగూ అవసరం. పుణ్యం, పురుషార్థం, స్త్రీ దర్శనం కలుగుతుంది కదా ఇక్కడయితే."

ఆమె నవ్వి "మీకింకేం పని లేదా...?" అంది.

"నా పనే యిది. నిన్నూ, మీ నాన్నని కనిపెట్టి వుండడం."

"మా నాన్నగార్నా...?" ఆశ్చర్యంగా అడిగింది.

"అంతే మరి... ఆయన చూడకుండా నిన్ను నేను చూడాలి కదా."

"భలే మాట్లాడతారే మీరు...."

"అన్ని ప్రశ్నలూ నువ్వే అడుగుతున్నావ్. నేనేం అడగొద్దా...?"

ఆమె నవ్వి.... "అడగండి" అంది.

"టీ తాగుతూ మాట్లాడుకుందాం. టీయా...?జిన్నా....?"

ఆమె ఇబ్బంది పడి- "జిన్ను, వైనూ యిలాంటి అలవాట్లు నాకు లేవు" అంది.

అతడు కన్నార్పకుండా ఆమె వైపు చూశాడు. ప్రతిమ నిజమే చెప్పింది. ఈమె అద్భుతమైన నటి.

"మనిషి తనకున్న అలవాట్లని ధైర్యంగా పైకి చెప్పుకోవడం నాకు నచ్చే గుణాల్లో ఒకటి. ఉదాహరణకి నేను ఒకప్పుడు మార్ఫియా తీసుకున్నాను. ఎంతో బావుంది. తరువాత కంట్రోల్ చేసుకోవడానికి ఎంతో కష్టపడవలసి వచ్చింది" అంటూ బాటిల్ తీశాడు. "నెల రోజుల క్రితం ఎవరో స్నేహితుడు యిచ్చాడు. దీన్ని చూస్తే మనసు ఆగడం లేదు."

ఆమె అతడి వైపు సానుభూతితో చూసింది. తన అక్క జీవితం ఎలా అయిపోయిందో చెప్పాలనుకుంది. ఇంటి విషయాలు బయటికి చెప్పడం ఎందుకని మళ్లీ మానేసింది. కానీ నేత్రలాటి అందమైన ఆరోగ్యవంతమయిన కుర్రాడు ఇలా మత్తు పదార్థాలకి అలవాటు పడడం ఆమెకిష్టం లేకపోయింది.

ఇలాంటి అలవాట్లు మొగ్గగా వున్నప్పుడే తుంచెయ్యాలి.

ఈ ఆలోచన రాగానే ఆమె అతడి చేతిలో సిగరెట్ పాకెట్ తీసుకుని, అతడివైపు చూసి చనువుగా నవ్వి, దాన్ని కిటికీలోంచి బయటకు విసిరి కొట్టింది.

"చూసారా, ఉన్నంతసేపూ టెంప్టేషన్. ఒకసారి పోయిందనుకుంటే రిలీఫ్" అంది తేలిగ్గా.

ఆమె అలా చేస్తుందని వూహించని అతను విస్తుబోయాడు. ఏదో ఇరుకయిన భావం. కాని వెంటనే సర్దుకున్నాడు.

ఆమె చేతుల్ని తన చేతుల్లోకి తీసుకుని, గొంతులోకి మార్దవం తెచ్చుకుంటూ "నాకు నీతో జీవితాంతం స్నేహం చెయ్యాలని వుంది. నీ కభ్యంతరం లేదుగా"

అన్నాడు. తన మాటలు తనకే కృతకంగా అనిపించాయి.

అతడి మాటలు కాదు గానీ, అతడి చేతులు ఆమె వళ్ళు ఝల్లుమని పించేలా చేశాయి.

When I asked a moving cloud
About my friend's welfare
It shouted back aloud
"This is not fair"
....
Surprised I asked - "Why?"
Afterall it is your duty (మేఘ సందేశం)
The cloud turned red with the sky
And it looked a beauty
It said "I am sorry,
Going in a hurry
To reach him' cause
I am in love with him too...."

అనెప్పుడో వ్రాసుకుంది అనుభవం లేకముందు. అది నిజమైంది.

"చెప్పు నీ కభ్యంతరం లేదుగా"

"ఊహూ" అంది తల వంచుకుని.

'ఎంత బాగా నటిస్తున్నావు' అనుకున్నాడు మనసులో.

"మీ తండ్రిగారు మన స్నేహానికి ఒప్పుకుంటారా" అని అడిగాడు.

ఆమె విస్మయంతో, "ఏం? ఎందుకొప్పుకోరు?" అంది.

"తన యాక్టివిటీస్‌లో పాల్గొనమని మీ నాన్నగారు అడిగితే?" సంభాషణ లైన్లోకి తెస్తూ అన్నాడు.

"తన యాక్టివిటీసా?"

"మీ నాన్నగారు చేస్తున్న పనులు నాకు కొద్దిగా తెలుసు."

ఆమె తల దించుకుంది.

అతడు స్వరం చిన్నది చేసి, "అందులో తప్పులేదనుకో. డబ్బు కోసం ఏమైనా చెయ్యొచ్చు" అన్నాడు ఆమె తండ్రిని సమర్థిస్తున్నట్టు.

"డబ్బు కోసం ఏమైనా చెయ్యచ్చా....? ప్రాణాలు కూడా తియ్యచ్చా...?" అందామె కోపంతో. అతడు చప్పున ఆమె వైపు చూశాడు.

.....సో .....సర్పభూషణరావు పనులు ఈమెకు తెలుసు. కేవలం తన ముందు ఆమె మంచితనం నిరూపిస్తూంది. అతడు తన ఇరిటేషన్ అణచుకుని, ఆమె నుంచి కూపీ లాగటానికి ప్రయత్నించాడు.

"ఏం ....తప్పేముంది....?? నేను ఆయన అల్లుడ్నయితే ఆయనకు తప్పకుండా సాయపడ్తాను" అన్నాడు. ఆమె అతన్నుంచి దూరంగా వెళ్ళింది. అతడొక క్షణం ఆగి, ఆమె దగ్గిరగా వెళ్ళాడు. "నువ్వు చెప్పు.... మీ పనులలో నేనేవిధంగా సాయపడగలను....?" అని అడిగాడు ప్రోత్సహిస్తున్నట్టు.

"మా పనులా.....?" అర్థం కాన్నట్టు చూసింది.

"అదే .... మీ నాన్నగారు చేసే పనులు" అంటూ కుర్చీలో కూర్చున్నాడు.

"ఆయన..... "అంటూ ఏదో చెప్పబోయింది. అదే సమయానికి కరెంట్ పోయింది.

నేత్రకి విపరీతమైన కోపం వచ్చింది. ఇంకొక్కక్షణంలో ఆమె చెప్పేది. లేదా తను చెప్పించేవాడు. సమయానికి కరెంట్ పోయింది. "ఊ..... ఆయన" అని రెట్టించాడు. ఆమె మాట్లాడలేదు.

చుట్టూ కన్ను పొడుచుకున్నా కనపడని చీకటి. అతడు లేచే ప్రయత్నం ఏమీ చెయ్యలేదు. ఇద్దరూ చెరో కుర్చీలో దగ్గిర దగ్గిర కూర్చుని వున్నారు. వాళ్ళ దగ్గర టీపాయ్ ఉంది.

"మీ నాన్నగారు నీతో చాలా ప్రయోగాలు చేయిస్తూ వుంటారు కదూ...?". టాపిక్ కొనసాగించబోయాడు.

"నాకు చీకటంటే భయం" అట్నుంచి వినపడింది.

"కొవ్వొత్తులు లేవు.అయినా..... నేనున్నానుగా. భయం దేనికి...?"

సరిగ్గా అదే సమయానికి ప్రతిమ ఆ గదిలోకి ప్రవేశించింది. ఆమె వచ్చిన సమయానికి "నాకు చీకటంటే భయం" అని లేఖ అనడం, దానికి నేత్ర సమాధానం చెప్పడం జరుగుతూ వుంది. కొవ్వొత్తులు లేవు, అయినా నేనున్నాగా, భయం దేనికి అంటున్నాడు నేత్ర. ప్రతిమ నిశ్శబ్దంగా నిలబడింది.

హంసలేఖ కూడా ఆ చీకట్లో మవునంగా వుండిపోయింది. ఆమెని ఎలాగయినా నేత్ర మాట్లాడిస్తే బావుణ్ణని ప్రతిమ అనుకుంది. ఆమె కోరిక నెరవేరింది.

"అబ్బాయిలు ఎలాంటి అమ్మాయిల్ని ఇష్టపడతారో తెలుసా?" అని అడిగాడు నేత్ర.

"ఊహు" అంది హంసలేఖ.

ప్రతిమ కూడా సమాధానం కోసం ఆ చీకట్లో ఎదురుచూస్తూ వుందని అతడికి తెలీదు. కేవలం హంసలేఖని మాటల్తో ఎంగేజి చేసి, తనంటే భయం పోగొట్టటానికే అతను మాట్లాడుతున్నాడు.

హంసలేఖ ఆసక్తిగా ముందుకు వంగి, "మీరు చెప్పండి. అబ్బాయిలు ఎటువంటి అమ్మాయిల్ని ఇష్టపడతారు?" అంది. ఆ ప్రశ్నలో కాస్త కొంటెతనం కూడా వుంది.

"మొగవాడు మంచి అమ్మాయంటే గౌరవం చూపిస్తాడు. తెలివైన ఆడపిల్ల నుంచి ప్రేరణ పొందుతాడు. అందమైన స్త్రీ పట్ల ఉత్సుకత చూపిస్తాడు. అర్థం చేసుకోగల అమ్మాయికి తనని అర్పించుకుంటాడు".

'ఎంత బాగా వెన్న రాస్తున్నావు నేత్రా' అనుకుంది వెనుకనుంచి ప్రతిమ. అవే పదాల్ని కాస్త అటు ఇటుగా మార్చి ఆ నాలుగు రకాల అమ్మాయిల్నీ అతను బుట్టలో పడేస్తాడని ఆమెకు తెలుసు. వారం రోజుల క్రితం స్వయంగా తనతో అన్నాడు– 'మొగవాడికి మంచి అమ్మాయంటే అనాసక్తి. తెలివైన దంటే భయం. అందం, హుషారూ వున్న (నీలాటి) దయితే పడి ఛస్తాడు' వగైరా.....

ప్రతిమ వళ్ళు మండిపోతోంది. కేవలం దేశంకోసం ఆ పరిస్థితిని సహిస్తోన్నట్టు ఓపిగ్గా నిలబడింది, చలిలో హిమాలయ సరిహద్దుల్ని పరిరక్షిస్తూన్న సైనికుడివలె చీకట్లో.

"నేను మిమ్మల్ని అర్థం చేసుకోగలను నేత్రా" ఆర్తిగా అన్నది హంసలేఖ.

"థాంక్స్. నన్ను నేను అర్పించుకుంటానయితే" అన్నాడు నేత్ర.

"ఎలా?" అంది అర్థంకాక.

"ఒక ముద్దు ద్వారా" తన్మయంగా అన్నాడు.

ఆమెకు భయం వేసింది. ముద్దుద్వారా "సర్వస్వం" అర్పించుకునేది స్త్రీ కదా. తనని తాను అర్పించుకొంటానంటాడేమిటి? అనుకుంది. తన మౌనాన్ని అతడు మరోలా అర్థం చేసుకుని చప్పున పెదాలమీద ముద్దు పెట్టేసుకుంటే? (ఆమెకు కడుపులోంచి పసిపిల్ల ఏడుపు వినిపించింది). చప్పున కుర్చీలోంచి లేచి నిలబడి "వెళ్తాను" అంది.

అవసరమైన దానికంటే తొందరగా తను ప్రొసీడ్ అయినట్టు నేత్ర గ్రహించాడు. ఆ అమ్మాయి తాలూకు ఒక చిత్రమైన విషయం కూడా అతడు గమనించాడు. ఆ అమ్మాయికి హుషారుంది. ఉత్సాహం వుంది. కానీ కేవలం ముద్దు విషయం వచ్చేసరికి కుదించుకుపోతుంది. టాపిక్ మార్చడంకోసం "మీరు చెప్పండి. అమ్మాయిలు ఎటువంటి అబ్బాయిల్ని ఇష్టపడతారు?" అని అడిగాడు.

"ఏమిటి?"

"అబ్బాయిల సంగతి నేను చెప్పాను కదా- అమ్మాయిల సంగతి మీరు చెప్పండి-"

ఆమె సందిగ్ధంగా, "అమ్మాయిలు సాధారణంగా తెలివైన కుర్రవాళ్ళని ఇష్టపడతారనుకుంటాను" అంది.

అతడు వెంటనే "అయితే మీది కెమిస్ట్రీ కదా. పొటాషియం అయొడైడ్ పక్కన రెండు సల్ఫర్ పరమాణువుల్ని పెడితే ఏమవుతుంది చెప్పండి?" అని అడిగాడు.

"అవి కలవవు-" అంది చప్పున.

"సింబాలిక్‌గా చెప్పండి."

"నాకు అర్థం కావడంలేదు."

"పొటాసియం అయొడైడ్ సింబల్ KI. దాని పక్కన రెండు సల్ఫర్ పరమాణువులు పెడితే?"

"KIS–2 కదా" అంది సాలోచనగా.

నేత్ర తలకొట్టుకుంటూ–"మీలో రసాస్వాదన కల్గించడం కష్టంఅనుకుంటా" అన్నాడు దిగులుగా.

"క్షమించండి. నాకు సెన్సాఫ్ హ్యూమర్ తక్కువ."

"పోన్లేండి. మీకు నచ్చే మరో సబ్జెక్టు ఏమిటి?"

"లెక్కలు"

"మార్కులు బాగా వస్తాయా?"

"తొంభై దాటుతాయి"

"ఒక బకెట్‌లో సాధారణంగా ఎన్ని కిలోల నీళ్ళు పడతాయి?"

అతడు అడిగిన ప్రశ్నకు ఆమె తడబడి "నాకు తెలీదు" అంది. "బహుశ పది- పన్నెండు కిలోలు పట్టవచ్చు."

"మీరన్నట్టే పన్నెండు కిలోలనుకోండి. మీకు నచ్చిన రెండు సంఖ్యలు చెప్పండి"

"నూరు, యాభై! ఎందుకు అడుగుతున్నారు?"

"నూరు మీటర్లు పొడవు, యాభై మీటర్లు వెడల్పు వున్న మీ ఇంటి వెనుక పెరడులో పదిహేన్నిముషాల పాటు నాలుగు మిల్లీలీటర్ల వర్షం కురిసిందనుకోండి. ఎన్ని బకెట్ల నీళ్ళు మీ పాదులకి పోస్తే దానికి సమానమవుతుంది? మీరు ముందు చెప్తారో, నేను చెప్తానో పందెం"

ఆమె చప్పున ఆలోచించి, నిముషం అయ్యాక "నో- ఈ ప్రశ్నకి ఎవరూ సమాధానం చెప్పలేరు" అంది.

"1666 బకెట్లు. ఒక క్యూబిక్ సెంటీమీటరు నీటి బరువు ఒక గ్రాము వుంటుదన్న విషయం దీనికి జత పర్చుకోవాలన్న ఆలోచన రావాలి. అంతే."

ఆమె తనలో తనే లెక్కలు వేసుకుని, "నిజమే" అంది.

"బజార్లో రెండు పుచ్చకాయలు చూశారు మీరు. ఒకటి రెండురూపాయలు చెప్పాడు షాపువాడు. రెండోదాని వ్యాసం మొదటిదానికన్నా రెట్టింపు వుంది. అది 6 రూపాయలు చెప్పాడు. దేన్ని కొంటారు?"

"మొదటిదాన్ని."

"తప్పు. రెండోది ఎనిమిది రూపాయిల వరకూ అయినా కొనవచ్చు."

"మైగాడ్! మీరు చాలా తెలివైన వారిలా వున్నారే" అంది. కేవలం ఆ మాటకోసమే చూస్తున్నట్టు "థాంక్స్. మీలాటి ఆడపిల్లలకు నచ్చే గుణం ఒకటి నాలో వుందని మీరు గుర్తించినందుకు" నవ్వుతూ అన్నాడు. తనని అతను ఎక్కడికి "లీడ్" చేశాడో తెలిసి, ఆమె మాట్లాడలేదు. వెనుకవున్న ప్రతిమకి విసుగ్గా వుంది. ఇతడు యాక్షన్ మానేసి సైన్సు, లెక్కలు చెబుతున్నాడు. ఇంకొంచం సేపు పోతే తత్వశాస్త్రమూ, వేదాంతమూ బోధించేటట్టున్నాడు అనుకుంది.

ఈలోపులో ఆమెకి కావల్సిన ప్రశ్న, అతడు హంసలేఖని ఉద్దేశించి అడగనే అడిగాడు. "లేఖా.... డు యు లవ్ మి" అని.

హంసలేఖ మాట్లాడలేదు. తాను ప్రొసీడ్ అవకపోతే లాభం లేదనుకుంది ప్రతిమ. ఇద్దరి వెనుకా నిలబడి, ఒక చెయ్యి హంసలేఖ మీద వేసి మరోచెయ్యి నేత్రమీద వేసి నొక్కింది.

నేత్ర తన చేతిమీద చెయ్యి వేసాడేమో అనుకుని లేఖ చప్పున తన చేతిని వెనక్కి తీసుకుంది.

ఆమె తన ప్రశ్నకి సమాధానంగా చేతిమీద చెయ్యి వేసిందేమో అనుకుని "థాంక్స్" అన్నాడు నేత్ర ఆ చేతిని ప్రేమగా రాస్తూ. ప్రతిమ కూడా చెయ్యి వెనక్కి తీసేసుకుంది.

"నేను వెళ్తాను" అంది లేఖ.

"అదేమిటి.... యిప్పుడేగా వచ్చావ్....?"

"ఈ కరెంట్ యిప్పట్లో వచ్చేట్టు లేదు."

"అంతేనా...? నేనంటే భయమా...?"

"ప్రేమలో భయమెందుకు...?"

"ప్రేమలోనా...? అంటే .... మై గాడ్ ....థాంక్యూ...." అన్నాడు నేత్ర. ప్రతిమ తల కొట్టుకుంది. మెరుపులా పిస్టల్ తీయడమే తప్ప, తుఫానులా ఆడపిల్లని చుట్టుముట్టడం తెలీదు ఈ మొగాడికి.

ఇద్దర్నీ మరింత దగ్గర చెయ్యవలసిన బాధ్యత తన మీద వుందనుకుంది ప్రతిమ.

నెమ్మదిగా వంగి, నేత్ర చెంప మీద ముద్దు పెట్టుకుంది.

నేత్ర అదిరిపడి "థాంక్యూ.... థాంక్యూ...." అన్నాడు. ఆ అమ్మాయి ఫాస్టని తెలుసుగానీ మరీ ఇంత ఫాస్ట్ అని అనుకోలేదు. మళ్ళీ ఇంకొకసారి "థాంక్స్" అన్నాడు.

"ఎందుకు అన్నిసార్లు చెబుతున్నారు...?" ఆశ్చర్యంగా అంది లేఖ.

నేత్ర ఇబ్బందిలో పడ్డాడు. చేసిందేకాక– తిరిగి నోటితో చెప్పమంటూంది.

ఆడపిల్ల ఆవేశమొచ్చి వున్నట్టుండి విజృంభిస్తే మొగవాడు ఎంత ఇరకాటమయిన పరిస్థితిలో పడతాడో అనుభవ పూర్వకంగా తెలిసింది.

"ఎందుకు థాంక్స్ అన్నారు?" తిరిగి అడిగింది. "మీ రూమ్‌కి వచ్చి నందుకా?"

"కాదు! మొదటిది ప్రేమించానన్నందుకు. రెండోది... అందుకు" అన్నాడు ఆగి.

"అందుకా...?? ఎందుకు...???"

"ఎందుకంటే ...." అతడికేం చెప్పాలో తెలియలేదు. ఈ లోపులో ప్రతిమ హంసలేఖ చేతిని తీసుకుని చప్పుడు కాకుండా ముద్దు పెట్టుకుంది.

హంసలేఖ కెవ్వున అరిచింది.

"ఏమైందేమైంది..?" కంగారుగా అన్నాడు.

"నేను వెళ్ళిపోతాను. అదృష్టం బాగుండి చేతిమీద పెట్టుకున్నారు."

"చేతిమీద పెట్టుకోవడం ఏమిటి...?" ఆశ్చర్యంగా అడిగాడు.

"చూడండి.... నా కిలాంటివి యిష్టం వుండవు. ఇలా కాలు జారితే కన్నెపిల్లకి కష్టం" అంది.

"కాలు జారిందా....? అయినా చీకట్లో నడవడం ఎందుకు.....? కాలు జారిందని బాధ పడడం ఎందుకు.....?"

"నేను మీ పక్కనే వున్నాను. నడిచి కాలు జారడం గురించి కాదు నేను చెప్పేది. ముద్దు పెట్టుకుంటే జరిగే కాలు జారడం గురించి."

"ముద్దు పెట్టుకుంటే కాలు జారడం ఏమిటి...? నువ్వేం మాట్లాడుతున్నావ్ లేఖా...? ఎవరైనా పడుకుని, నిలబడి, కూర్చుని ముద్దు పెట్టుకుంటారు కానీ, పరుగెత్తుతూ పెట్టుకోరు కదా కాలు జారడానికి" నిజంగానే అర్థం కాక అడిగాడు నేత్ర.

ఆమె లేచి "నేను వెళ్తాను. అంత అపాయకరమైన విషయం గురించి ఈ చీకట్లో మాట్లాడడం నాకు భయంగా వుంది" అంది. ఆ అమ్మాయి భయాన్ని చూచి, నేత్ర ఇక బలవంతం చెయ్యలేదు మొదటికే మోసం వస్తుందని.

"మళ్ళీ ఎప్పుడు కలుసుకుందాం....?"

"ఉహూ ..... యిక కలుసుకోను."

"అదేం... ?"

"ఇలా చీకట్లో దొంగతనంగా కలుసుకోవడం, పిరికిపందల్లా ఎవరైనా చూస్తారేమోనని భయపడడం నాకిష్టం వుండదు."

"మరెలాటివి యిష్టం....?"

"జాకీ ఛాన్, సిల్వెస్టర్ స్టాలిన్, ఛక్‌నోరిస్, ఛార్లెస్ బ్రాన్‌సన్ తెలుసుకదా. మొగాళ్ళంటే అలా వుండాలి" అన్నదామె. "మా ఫ్రెండ్స్ అందరికీ జాకీఛాన్ అంటే ఎంతో యిష్టం. పడి ఛస్తారు. పోలీస్ స్టోరీ పదిసార్లు చూశారు. పెళ్ళికాని వాళ్ళు అతని ఫోటో లాకెట్‌లో పెట్టుకుంటారు. పెళ్ళయిన వాళ్ళయితే మంగళసూత్రాల మధ్య పెట్టుకుంటారు."

"చాలు.... వితంతువులు ఎక్కడ పెట్టుకుంటారో- ఆ డీటైల్స్ వద్దు" అన్నాడు అతడు కసిగా.

ఆమె లేచి "నేను వెళ్ళొస్తాను" అంది. అతడామె చేతిని తన చేతిలోకి తీసుకున్నాడు. క్షణం సేపు గాఢమైన నిశ్శబ్దం. "నీ చెయ్యి ఎంత వేడిగా వుందో.....?" ఆమె మాట్లాడలేదు.

"నువ్వు చేస్తున్న ప్రయోగాలు దేని గురించి స్వర్ణలేఖా...?" అని అడిగాడు.

నిశ్శబ్దం.

"నీ తండ్రి నీ గురించి లక్షలు ఖర్చుపెట్టి ప్రయోగశాలలు నిర్మిస్తున్నాడు. ఎందుకోసం...?విదేశీ గూఢచారి ఎందుకు మన దేశంలో వున్నాడు...? నామీద నీకేమైనా ప్రేముంటే ఈ ప్రశ్నకి సమాధానం చెప్పు. ఏమిటి నీ ప్రయోగాల ఆశయం....?" ఆమె చేతిని తన చేత్తో రాస్తూ అన్నాడు. నిజానికి ఆ చెయ్యి ప్రతిమది.

ప్రతిమ అటూ ఇటూ చూస్తుంది. హంసలేఖ (ఆమె దృష్టిలో స్వర్ణరేఖ) ఆ గదిలోనే ఇంకా వుందో, వెళ్లిపోయిందో తెలియడం లేదు. తన చేతిని అతని చేతిలోకి తీసుకుని, తెగ రాసేస్తున్నాడీ నేత్ర. అది తన చెయ్యి అని చెప్పాలంటే పక్కన ఆ అమ్మాయి వుందో లేదో తెలియడం లేదు.

"రేఖా.... " అన్నాడు నేత్ర ఆర్తిగా– "నువ్వంటే నాకు చాలా యిష్టం."

నిశ్శబ్దం.

"నీకు...?"

"ఊ..." అంది ప్రతిమ ఇబ్బందిగా.

అతడు ఆ చేతిని అలాగే దగ్గరకు తీసుకుని ఆమె భూజాల చుట్టూ చెయ్యివేసి, మొహం మీద మొహం పెట్టి, పెదవుల్లోకి రక్తం ప్రవహించేలా గాఢంగా బుగ్గమీద ముద్దు పెట్టుకుని, "చెప్పు. నీ తండ్రి విదేశాలనుంచి ఎందుకు అంత ఆమ్లజలం తెప్పిస్తున్నాడు. ఈ విషయమై నీ అభిప్రాయం ఏమిటి...?" అని అడిగాడు.

"ఆ అమ్మాయి యిక్కడి నుంచి వెళ్ళిపోయిందేమోనని నా అభిప్రాయం" అంది ప్రతిమ మెల్లగా. నేత్ర షాక్ కొట్టిన వాడిలా ఆమెని వదిలేసి, "ఎవరూ" అన్నాడు.

అంతలో కరెంట్ వచ్చింది.

నేత్ర ఆమెని చూసి తృళ్ళిపడి "నువ్వింత సేపూ యిక్కడే వున్నావా....?" అన్నాడు.

"ఉన్నాను. మీ యిద్దర్నీ దగ్గర చెయ్యడానికి ఫ్యూజ్ తీసెయ్యడం తప్ప మరో మార్గం కనపడలేదు."

"ఓసి దౌర్భాగ్యురాలా.... కరెంట్ తీసేసింది నువ్వా...?" అన్నాడు నేత్ర. "అది లేకపోతే కాస్త యిన్ఫర్మేషన్ బయటకొచ్చేది."

"నువ్వేమో అసలు విషయానికి వెళ్ళకుండా ఐ లవ్ యూ.... ఐ లవ్ యూ అంటున్నావాయె. నాకేం చెయ్యాలో తోచలేదు. అందువల్ల నేనే నీ తరఫున ఒక అడుగు ముందుకేసి ఆ అమ్మాయిని ముద్దు పెట్టుకున్నాను."

"అందుకేనా కెవ్వున అరిచింది...?"

"ఆ...... అంతా నటన. నా ఫైల్లో పదిహేనో పేజీ చదువలేదూ...? ఆవిడగారి మొగ స్నేహితుల లిస్టు వుంది ఆ పేజీలో."

"ఫైలు చదవడం నాకలవాటు లేదు. పైగా.... నాకా అమ్మాయి కళ్ళల్లో విజ్ఞానం ఏమీ కనపడడం లేదు- భయం తప్ప."

"ఛరస్ మత్తులో కప్పబడిపోయిందది."

"ఈ విషయంలో నువ్వు వేలు పెట్టకుండా నాకు వదిలేస్తే తప్ప ఈ ఆపరేషన్ కౌంటర్ స్పై సక్సెస్ కాదు."

"అంటే... యిదంతా నాకిష్టమై చేస్తున్నానంటున్నావా...?"

"చూస్తుంటే అలాగే కనపడుతూంది. నా చేతి మీద చెయ్యి వేసి నొక్కింది కూడా నువ్వేనా?"

"నేనే! ఎంత తప్పుగా అర్థం చేసుకున్నావ్ నన్ను....? నేను ప్రేమించిన వాడిని యింకొకరి కోసం వదలి పెట్టాను. ఇద్దరి మధ్య కూర్చుని ఒకరి ముద్దు మరొకరికి అందించాను. ఏ స్త్రీ చెయ్యని పని నేను చేశాను. ఏ గూఢచారీ వెయ్యని ప్లాన్ నేను వేశాను" రోషంగా అంది కన్నీళ్ళతో.

"కొళాయి విప్పకు ప్లీజ్. నువ్వేం చెయ్యమంటే అది నేను కూడా చేస్తాను."

ఆమె ఆశగా "నిజంగా చేస్తావా..?" అంది.

"చేస్తాను"

"అయితే రేపు సాయంత్రం ఆ అమ్మాయిని తీసుకొని బొంబాయి రోడ్డు మీద వెళ్ళు."

"ఎందుకు...?" అని అడిగాడు ఆశ్చర్యంగా.

"చెప్తాను".

"చెప్పు ముందు."

"నువ్వు ప్రామిస్ చేశావు. చెయ్యాలంతే. ఆ అమ్మాయికి జాకీఛాన్ యిష్టమట. నువ్వు జాకీ ఛాన్ బాబువి అని నిరూపిస్తాను. తన లాకెట్ లోనూ బట్టల మధ్యా వాడి ఫోటో తీసేసి నీ ఫోటో పెట్టుకునేలా చేస్తాను. ఇది నా దేశం మీద నేను స్తున్న శపథం" అంది ప్రతిమ.

* * *

"సార్ ... నాకు పది మంది ఏజెంట్లు కావాలి" అంది ప్రతిమ.

"ఎందుకు...?" అడిగాడు చీఫ్.

ఎంతో ముఖ్యమైన పని అయితే తప్ప అంత బలగాన్ని ఉపయోగించకూడదు.

"ఒక రహస్యమైన కార్యక్రమం ప్లాన్ చేస్తున్నాను. టాప్ సీక్రెట్. ఆ పది మందికీ బ్లాక్ కమెండోస్ డ్రస్ కావాలి" అంటూ తనకి కావాల్సిన వివరాలు చెప్పింది.

"అసలు విషయం ఏమిటో చెప్పు ప్రతిమా...."

"రేపు సాయంత్రం తెలుస్తుంది."

చీఫ్ గెడ్డం గోక్కున్నాడు. ఏజెంట్‌ని వివరాలు అడిగే హక్కు అతడికుంది. కానీ ఏజెంట్ చెప్పటానికి ఇష్టపడకపోతే బలవంతం చెయ్యటం నైతిక ధర్మం కాదు. అందులోనూ ప్రతిమ ఇప్పుడిప్పుడే డిపార్ట్‌మెంట్‌లో మంచి పేరు తెచ్చుకుంటున్న అమ్మాయి. తలూపి "సరే" అన్నాడు.

* * *

నేత్ర చేతిలో వైర్‌లెస్ లాటి పరికరం వుంది. అతడు దాని అంటెనాని కిటికీలోంచి బయటకు బిగించాడు.

టేబుల్ మీద కార్డ్‌లెస్ ఫోన్ వుంది. అతడు రిసీవర్ ఎత్తుతూ ఉండగా హడావుడిగా ప్రతిమ వచ్చింది. అతడామె వైపు తిరక్కుండా, తన పనిలో నిమగ్నమై. "సర్పభూషణరావు ఫోన్ టాప్ చేశాను. ఇక నుంచి అతడి ఫోన్‌కి వచ్చే కాల్స్, వెళ్ళే కాల్స్ అన్నీ వినవచ్చు" అన్నాడు.

"ఆ వినటం సరే. ఇంతకీ నేను ఎందుకొచ్చానో విను. రేపు సాయంత్రం నువ్వు ఆ అమ్మాయిని తీసుకుని బొంబాయి రోడ్ మీద వెళ్తుంటే పదిమంది బ్లాక్ కమెండోస్ వచ్చి నీతో ఫైట్ చేస్తారు. వాళ్ళని చావ బాదకు. వాళ్ళు మన ఏజెంట్లే."

అతడి చేతిలో వైర్ జారి పడింది.

"మన ఏజెంట్లేమిటి....? ఫైట్ చెయ్యడం ఏమిటి -?" విస్తుపోతూ అడిగాడు.

"ఆ అమ్మాయికి జాకీఛాన్ అంటే యిష్టం అందిగా! అందుకని చిన్న ఫైటింగ్ షో ఏర్పాటు చేశాను."

"నీకు నిజంగా మతిపోయింది."

"నువ్వు నాకు ప్రామిస్ చేశావ్. నేనేమో వెళ్ళి చీఫ్‌తో కూడా మాట్లాడాను."

"ఛీఫ్‌తో మాట్లాడావా..?" వెనక్కి తగ్గాడు.

"అవును..... పది మంది ఏజెంట్లని యివ్వటానికి కూడా ఒప్పుకున్నాడు. నీదే ఆలస్యం."

నేత్ర జవాబు చెప్పలేకపోయాడు. చీఫ్ కూడా దీనికి ఒప్పుకుంటే ఇక చేసేదేముంది!

అంతలో వైర్‌లెస్ ఇండికేటర్ నుంచి, బీమింగ్ చప్పుడు వినిపించింది. నేత్ర వెళ్ళి చప్పున రిసీవర్ తీసుకున్నాడు.

సర్పభూషణరావు కిటికీ దగ్గర నిలబడి ఎవరితోనో ఫోన్‌లో మాట్లాడడం వినిపించింది.

"ఫాస్ట్... రష్యా అంబాసిడర్.... యస్.... అతడితో రేపు అపాయింట్‌మెంట్ తీసుకోండి" అని పెట్టేసాడు. ఇటు నేత్ర కూడా ఫోన్ పెట్టేసాడు.

"ఒకప్పటి రష్యాలో మన రాయబారితో సర్పభూషణరావుకి ఇప్పుడు పనేమిటి....? ఇందులో ఏదో తిరకాసుంది!" సాలోచనగా అన్నాడు.

"మనం అనుకున్న దానికన్నా ప్రమాదకరంగా కనపడుతున్నాడు ఈ సర్పభూషణరావు" అంది ప్రతిమ. "ఏదో ఒకటి చెయ్యాలి తొందరగా. మనకున్న ఒకే ఒక ఆయుధం ఆ రేఖ. ఇప్పుడు లాబ్ ఎక్కడుందో కూడా మనకి తెలీదు. ఏం తెలుసుకున్నా ఆ రేఖ ద్వారానే తెలుసుకోవాలి."

నేత్ర ఫోన్ తీసి డయల్ చేశాడు. అట్నుంచి యస్బీయార్ కంఠం "ఎవరూ...?" అని వినపడగానే "నేనే .... నేత్రని. బాగున్నావా మావా...?" అన్నాడు.

"ఎవరూ....?"

"నీ తల్లి .....నన్నే మర్చినావు.... నేనేన్వయ్యా... యాద్గిర్ని"

"యూ ఇడియట్ ..... ఎంత ధైర్యంరా ... నాకే ఫోన్ చేస్తావా...?"

"ఫోన్ నేన్నీకు బెట్టలే, నీ కూతుర్కి బెట్టిన. నువ్వెందుకు ఎత్తినావు....? దింపు ... నువ్వు దింపు. నీ కూతుర్ని ఎత్తమను. రేఖని ఎత్తమను. ఉన్నదా రేఖ?"

ఫోన్ కట్ అయింది. పది నిమిషాలు తరువాత మళ్ళీ ఫోన్ చేశాడు. రెండు నిముషాలు మాట్లాడి పెట్టేస్తూ "రేపు వస్తానంది ఆ అమ్మాయి-" అన్నాడు.

ఇక్కడ ఈ సంభాషణ జరుగుతున్న సమయానికి అక్కడ సర్పభూషణరావు రేఖతో అంటున్నాడు. "చూడమ్మా! ఆ రోజు పార్టీలో నిన్ను కలిశాడు- నేత్ర అని గుర్తుందా"

"ఉంది నాన్నా"

"అతను యాదగిరి! సీక్రెట్ ఏజెంట్ వేషంలో వున్నాడు. మన గురించి ఏమీ చెప్పకు-"

స్వర్ణ ఆశ్చర్యంగా "నేనెందుకు చెపుతాను? అసలు అతనెవరో పోలికలు కూడా గుర్తు లేవు" అంది.

"మళ్ళీ అతను ఆ తరువాత నిన్ను కలుసుకోనే లేదా-?"

"లేదే"

"నిజం??"

"నిజం నాన్నా! నీ కెందుకు అనుమానం వచ్చింది. అయినా నేనంత ఫూల్ లాగా అతనితో ఎందుకు మాట్లాడతాను."

యస్బీఆర్‌కి ఆమె చెపుతున్నది నిజమే అనిపించింది. కేవలం తనని మానసికంగా బలహీనం చెయ్యటానికే డిపార్ట్‌మెంట్ ఈ నాటకం ఆడుతున్నట్టుంది. లేకపోతే తన ఎదురుగానే కూతురితో ఎందుకు ఆ పార్టీలో మాట్లాడతాడు?......

అయినా ఈ విషయం అంత తేలిగ్గా వదలదల్చుకోలేదు అతడు. తనతోనే జోకులేస్తున్న వాడిని ఓ పట్టుపట్టి చూడాలనుకున్నాడు. సెక్రటరీని పిల్చి చెప్పాడు.

"ఈ యాదగిరి గాడెవడో కాస్త చూడు. సూటు బూటు వెయ్యగానే తోక జాడిస్తున్నాడు."

సెక్రటరీ నమ్రతగా "రేపు సాయంత్రమే ఓ పదిమంది రౌడీల్ని ఏర్పాటు చేసి వాడి సంగతి చూస్తాను సార్" అన్నాడు.

* * *

"ఎందుకు రమ్మన్నారు..." అడిగింది హంసలేఖ.

కారు వేగంగా వెళ్తూంది. దూరంగా కోట కనపడుతూంది.

ఆ మాటకి నేత్ర సమాధానం చెప్పకుండా, "నీకు కారు డ్రయివింగ్ వచ్చా?" అని అడిగాడు.

"నాన్నగారికి ఆక్సిడెంట్ చేస్తానని భయం"

"మీ నాన్నకి నువ్వంటే చాలా ఇష్టం అనుకుంటాను."

ఆమె సమాధానం చెప్పలేదు.

"నేను నేర్పనా?"

"ఊ"

"ఈ క్రింద వున్నది ఆక్సిలేటరు. దీన్ని నొక్కితే వేగం పెరుగుతుంది. మరీ స్పీడు ఎక్కువైతే, ఇదిగో ఈ మధ్య దాన్ని సుతారంగా నొక్కాలి. దాన్ని బ్రేకు అంటారు. అలా అని చెప్పి, ఒక్కసారిగా బ్రేక్ వేసెయ్యకూడదు. క్లచ్‌ని కొద్ది కొద్దిగా నొక్కుతూ వేగం తగ్గించాలి. అప్పటికీ ఆగకపోతే హేండ్ బ్రేక్‌ని చేత్తో..."

"వేటూరి సుందరరామ్మూర్తిగారు మీకేమవుతారు?"

అకస్మాత్తుగా ఆమె అలా అడిగేసరికి అతను తెల్లబోయి "ఆయనకీ నేను చెప్పేదానికీ ఏమిటి సంబంధం?" అని అడిగాడు.

"ఏం లేదు చెప్పండి-"

"లవ్‌కీ - కారు డ్రయివింగ్ నేర్చుకోవటానికి దగ్గర పోలికలున్నాయి తెలుసా"

ఆమె విస్మయంగా "ఏమిటవి-?" అని అడిగింది.

"L అంటే లెర్నింగ్, O అంటే ఓ అమ్మాయి, V అంటే వర్జిన్, E అంటే ఎంట్రీ."

"మీరేదో ద్వంద్వార్థంతో మాట్లాడుతున్నట్టున్నారు?"

"చూశారా? వేటూరి వారిని కూడా సెన్సార్ వారు ఇలాగే అపార్థం చేసుకుంటారు. నా అభిప్రాయం ఏమిటంటే- ఒక కన్నెపిల్ల హృదయంలోకి ప్రవేశించటాన్నే ప్రేమ అంటారు-" అని, "బైదిబై మనం ఈ నేర్చుకోవటాలు, నేర్పుకోవటాలూ రేపట్నుంచి ప్రారంభిద్దామా?"

"రేపు సాయంత్రం నా స్నేహితురాలి పెళ్ళి వుంది. వెళ్ళాలి-"

"రేపా?" ఆశ్చర్యం నటిస్తూ అన్నాడు నేత్ర.

"ఆ జంట చాలా అదృష్టవంతులు-"

"ఎందుకు?"

"రేపు డిసెంబరు 21 "

"అయితే?" అర్థం కాక అడిగింది.

"సైన్సు మనుష్యులు మీకామాత్రం తెలీదా?"

"ఉహూ"

"సంవత్సరంలో కెల్లా సుదీర్ఘమైన రాత్రి వుండేది ఆ రోజే"

"అయితే ఏమిటట?" అంది.

"అది కూడా చెప్పాలా?"

ఆమె మాట్లాడలేదు. 'ఏమిటి– రాత్రంతా ముద్దులు పెట్టుకుంటూనే వుంటారా ఎంత సుదీర్ఘమైన శోభనం అయితే మాత్రం'– అనుకుంది మనసులో.

"మిమ్మల్ని చూస్తుంటే ప్రొఫెసర్ పసట్‌లాల్ గుర్తు వస్తున్నాడు మాడమ్."

"అతనెవరు? ఎందుకు గుర్తొస్తున్నాడు?"

"మీలాగే కెమిస్ట్రీలో రిసెర్చి చేస్తూ వుంటాడు"

"నేను రిసెర్చి చేయటం లేదు. కేవలం స్టూడెం" ఆమె మాటలు పూర్తికాకుండా "నన్ను పూర్తిగా చెప్పనివ్వరా?"అన్నాడు.

"చెప్పండి–"

"తన లేడీ సెక్రటరీతో కలిసి పరాయి వూరు ఏదో మీటింగ్‌కి వెళ్తూ ఆ రాత్రి అక్కడే వుండిపోవల్సి వచ్చిందట. హోటల్‌లో ఒకే డబుల్ రూమ్ వుంటే 'తప్పనిసరై అదే తీసుకోవలసి వచ్చి' చెరో పక్క మీదా పడుకున్నారట. అర్ధరాత్రి చలేసి సెక్రటరీ "కాస్త మీవైపున్న కిటికీ తలుపు వేస్తారా?" అని అడిగిందట. ఆయన పక్కమీదే ఇటు వత్తిగిలి "ఈ ఒక్క రాత్రికీ నా భార్యగా వుండగలవా?" అని అడిగాడట. ఆమె బోలెడు ఉత్సాహంతో "తప్పకుండా సర్" అందట. "అయితే ఏమీ అనుకోక నువ్వే వేసుకో" అని అటు తిరిగి పడుకున్నాడట".

ఆమె మొహం ఎర్రబడింది.

"ఇలాంటి కథలు చెప్పటానికా రమ్మన్నారు?" అంది కోపంగా.

"కాదు ఒక అబ్బాయి.... అందమైన అమ్మాయిని సాయంత్రం షికారుకి ఆహ్వానించాడూ అంటే అది స్నేహానికి ఫైనల్ స్టెప్. ప్రేమకి మొదటి స్టెప్పు"

"మన ప్రేమ యింకా ఈ స్టెప్పుల స్టేజీలోనే వుందని నేను అనుకోవడం లేదు."

"అయితే ఒక విషయం చెప్పు. రష్యానుంచి వచ్చిన అంబాసిడర్‌కీ మీ నాన్నకి ఏమిటి సంబంధం...? ఆయన పేరు వామనరావు. మొన్నటి వరకూ రష్యాలో పనిచేసి, ఇక్కడ విదేశాంగ శాఖకి వచ్చాడు. చాలా సిన్సియర్ అధికారి. ఆయన్ని మీ నాన్న ఎందుకు కలుసుకోవాలనుకుంటున్నాడు?"

"అది మీకెందుకు?" తిరుగు ప్రశ్న వేసింది. నేత్ర ఈ సంభాషణలో తనకేమీ వుత్సాహం లేనట్టు "నీ యిష్టం .... ప్రేమికుల మధ్య రహస్యాలు వుండకూడదని నువ్వనుకుంటే చెప్పు" అన్నాడు,

హంసలేఖ అమాయకంగా "రష్యన్ సర్కస్ వచ్చింది కదా. దానికి ఫ్రీ పాసుల గురించి అడగటానికేమో" అంది. ఆ జవాబుకి నేత్ర ఆమెని తినేసేలా

చూశాడు. "నిన్నరాత్రి ఫోన్‌లో నాన్న ఎవరితోనో" అంటూ చెప్పబోయింది. అంతలో ఎదురుగా మోటారు సైకిల్స్ వచ్చాయి. అతడు కారు ఆపాడు.

ఎదురుగా వాళ్ళు అర్థవృత్తాకారంలో నిలబడి వున్నారు. అతడు కారు దిగి, వాళ్ళ దగ్గరకు వెళ్ళి, రహస్యంగా "మీ అవసరం లేదు. వెళ్ళి ప్రతిమకి చెప్పండి. ఆ అమ్మాయి స్వతహాగానే అన్ని విషయాలు చెప్పేసేట్టు వుంది" అన్నాడు కారువైపు చూపిస్తూ.

జవాబుగా అతని మెడపైన ముష్టి ఘాతం పడింది. దూరంగా వెళ్ళిపడ్డాడు. అతడికి అర్థం కాలేదు. లేచి వెళ్ళి "నాటకం కూడా సరిగ్గా ఆడలేరా...?" అన్నాడు విసుగ్గా. అంతలో మెరుపుకన్నా వేగంగా ఒక కత్తి వచ్చి అతని షర్ట్‌ను చీలుస్తూ వెళ్ళింది. చర్మం ఎర్రగా మారింది. అతడు ఆ చేతిని పట్టుకుని విసురుగా లాగేలోపు మరొకడు ఎటాక్ చేశాడు.

నేత్రకి ఏదో మోసం జరిగినట్టు తోచింది. ప్రతిమ చీఫ్‌తో చెప్పటం ఎవరైనా తెలుసుకుని నాటకం ఆడారా అనుకున్నాడు. మరి ఆలస్యం చెయ్యలేదు. రెండు క్షణాల్లో అలర్ట్ అయ్యాడు. ఒక బ్యాక్ కిక్, రెండు ఫిష్‌ఫిస్ట్‌లు... అతడి చెయ్యి మెరుపుకన్నా వేగంగా కదిలింది. ప్రత్యర్థులు దగ్గరికి రాగానే అతడు గాలిలోకి డైవ్ చేశాడు. వచ్చినవాళ్ళు ఈ వృత్తిలో పెద్ద నైపుణ్యం వున్నవాళ్ళు కాదు. అతడేమో ప్రొఫెషనల్. హంసలేఖ భయంగా చూస్తోంది. వరుసగా ఒక్కొక్కరే శక్తి కూడదీసుకుని అక్కడ నుంచి పారిపోయారు.

అతడు కారు దగ్గరకొచ్చి "చూశావా.... మీ నాన్న ఎంత దుర్మార్గుడో .... ఎటువంటి వాడికి నువ్వు సాయం చేస్తున్నావో" అన్నాడు.

"సాయమా...?" అంది అర్థం కానట్టు.

"అవును. ఇప్పుడు చెప్పు. మీరు చేస్తున్న రిసెర్చి..." అంటూ– నేత్ర ఏదో అనబోయాడు. అంతలో బ్లాక్ కమెండోస్ తిరిగి వచ్చారు. మళ్ళీ అక్కడ భీకర సంగ్రామం మొదలైంది. ఎవరో ఏమిటో అరుస్తున్నారు. నేత్ర కొద్దిగా కూడా రిలాక్స్ అవలేదు. అవతలి వాడిని మాట్లాడనివ్వలేదు. చివరివాడి మొహంమీద చరిచినప్పుడు మాత్రం "చంపేశావు బాస్" అని వినపడింది. మొహంమీద ముసుగులాగి చూచాడు. తన తోటి ఏజెంట్. 'మైగాడ్...' అనుకున్నాడు. అప్పటికే ఆలస్యమైంది.

* * *

"సస్పెన్షన్ తప్ప వేరే దారిలేదు" అన్నాడు చీఫ్. "నన్ను సస్పెండ్ చేస్తున్నారా సార్...?" భయంగా అంది ప్రతిమ.

"నిన్ను కాదు, నన్ను"గంభీరంగా అన్నాడు చీఫ్. "ఇలాంటి బేవర్సు ఆలోచనల్ని అప్రూవ్ చేసి, నువ్వు అడగ్గానే పదిమంది ఏజంట్లని పంపినందుకు నన్ను తప్పకుండా సస్పెండ్ చేస్తుంది ప్రభుత్వం."

హాస్పిటల్ బెడ్ల మధ్య నిలబడి మాట్లాడుకుంటున్నారు వాళ్ళిద్దరూ. యిరు పక్కల బెడ్ల మీద సి.బి.ఐ. ఏజెంట్లు పడుకుని వున్నారు. కొందరి కాళ్ళు ట్రాక్షన్‌లో పెట్టబడి వున్నాయి. కొందరి చేతులకి బ్యాండేజెస్ వున్నాయి.

"ఇందులో నా తప్పేం లేదు. కొద్దిగా వుంటే నా ప్రాణాలే పోయి వుండేవి" అన్నాడు నేత్ర.

ప్రతిమ ఈ సంభాషణలో పాల్గొనడం లేదు. ఎప్పుడూ అల్లరి చిల్లరిగా హుషారుగా మాట్లాడే ఆ అమ్మాయి మౌనంగా, నిశ్శబ్దంగా వుంది. బాధ కన్నా అతీతమైన స్థితి అది. కోటి రూపాయల ప్రాజెక్టు ఒక చిన్న క్లర్కు చేసిన తప్పువల్ల ఫెయిల్ అయి నష్టంవస్తే, ఆ క్లర్కు మానసిక స్థితి ఎలా వుంటుందో ఆమె అలా వుంది.

హాస్పిటల్ బెడ్ మీద వున్న తోటి ఏజెంట్లు తన అసమర్థతకి నిదర్శనంగా గాయాల్తో కనపడుతున్నారు. అందర్లోకీ తను జూనియర్. అయినా తన ఆలోచనలకి విలువనిచ్చారు. తను దీన్ని చాలా ఆషామాషీ వ్యవహారంలా తీసుకుని వ్యవహరించింది.

ఈ నష్టం నుంచి బయట పడటం డిపార్టుమెంటుకి కష్టం కాదు. రికార్డుల్లోకి ఎక్కకుండా తన చీఫ్ చూసుకుంటాడు. కానీ తను మాత్రం తన మనసుకి జవాబుదారీ.

ఆమె నిశ్శబ్దంగా బయటికి వచ్చేసింది.

హాస్పిటల్ విజిటర్స్ రూమ్‌లో ఒక్కతే కూర్చుంది. ఎంతసేపు అలా వుందో తెలీదు. చీఫ్‌తో మాట్లాడి నేత్ర ఆమె కోసం అంతా వెతికి అక్కడికి వచ్చాడు. ఆమె అటు తిరిగి వుంది.

"ప్రతిమా" అన్నాడు. ఆమె తిరగలేదు. అతడు దగ్గరికి వెళ్ళి ఆమె స్థితి అర్థం చేసుకున్నట్టు"బాధపడకు" అన్నాడు. ఆమె వెనక్కి తిరిగి అతడి చేతుల మధ్య ఒక్కసారి బావురుమంది.

"ఛా! ఎందుకీ ఏడుపు? ఇప్పుడేమయింది? వాళ్ళు తొందర్లోనే కోలుకుని బయటకొస్తారుగా" అనలేదు అతడు. ఆమెని అలాగే రోదింపనిచ్చాడు. ఇలాటి విషయాలకీ, తప్పులకీ బాధపడటం అనేది జీవితపు తొలిదశలోనే అయిపోవటం మంచిది. ముందు ముందు ఆమె చాలా పెద్ద సీక్రెట్ ఏజెంట్ అవుతుందని అతడికి తెలుసు. తప్పో ఒప్పో అనుకున్నది చేసెయ్యటం ఏజెంట్ల ప్రథమ లక్షణం కావాలి.

అతడామెని ప్రేమించాడా లేదా అన్నది ప్రశ్నకాదు. దుఃఖం వచ్చినప్పుడు ఓదార్పు కోసం వేరే మనిషిని వెతుక్కోవటం ధీమంతుల లక్షణం కాదు. పరాయి దేశంలో ఒక్కోసారి శత్రువులమధ్య ఏళ్ళతరబడి వాళ్ళు పెట్టే బాధలు అనుభవిస్తూ వుండవలసి రావచ్చు. అప్పుడు ఓదార్చే చేతులు కానీ మాటలు గానీ వుండవు. ఆ సున్నితత్వం పోవాలి. ప్రేమలు ఓదార్పులు, సానుభూతులు, ఆప్యాయతలు- ఏజెంట్స్ అనే వారికి అన్నీ ఆమడదూరంలో వుండాలి. అప్పుడే నెంబర్ వన్ అవుతారు తమ రంగంలో.

ప్రతిమ అలా అవ్వాలి.

హి లైక్స్ హర్.

హి లైక్స్ హర్ ప్రొఫెషనల్లీ.

* * *

విదేశాంగ శాఖ ఆఫీసు రెండో అంతస్తులో ఇ అండ్ ఐ కమీషనర్ గదిలో కూర్చుని వున్నారు వాళ్ళిద్దరూ.

"ఎంత కాలమైందిరా నిన్ను చూసి.....? అయిదు సంవత్సరాలు కాలేదూ.....?" అన్నాడు గజపతిరావు.

"మాస్కోకి రాయబారిగా వెళ్ళాక యిటువైపు రావడమే పడలేదురా. ఢిల్లీ, మాస్కోల మధ్య షటిల్ సర్వీస్ సరిపోయింది" అన్నాడు వామనమూర్తి. "ఇప్పుడిక ఇండియా వచ్చేశాను కాబట్టి తరచు కలుస్తూ వుండచ్చు. బైదిబై.... వచ్చే ఇరవై నాలుగవ తారీఖు రష్యన్ సర్కస్ వుంది. కల్చరల్ వింగ్ వాళ్ళు స్పాన్సర్ చేస్తున్నారు. ఇదిగో వి.ఐ.పి. ఇన్విటేషన్, తప్పకుండా రావాలి!"

"వస్తాన్లేరా.... ఈ వయసులో అంతకన్నా పనేముంది... " ఆహ్వానపత్రాలు తీసుకుంటూ గజపతిరావు అన్నాడు.

"నువ్వొక్కడివే కాదు. ఇంట్లో అందర్నీ తీసుకురావాలి."

"తప్పకుండా "

గజపతిరావు వెళ్ళి పోతుంటే యస్.బి.ఆర్. లోపలికి వస్తూ కనిపించాడు. గజపతిరావుని చూస్తూ ఆగి, వ్యంగ్యంగా "హలో రిటైర్డ్ కల్నల్.... దేశం ఎలా వుంది....?" అని అడిగాడు సర్పభూషణరావు.

"బయట శత్రువుల వల్ల ప్రమాదం ఏమీ కనబడటం లేదు. లోపల్నుంచే కష్టమవుతూంది" అంతే పదునుగా సమాధానమిచ్చాడు గజపతిరావు.

"దేశం కోసం కీర్తిశేషులైన నీ మనవడు లాంటి వాళ్ళున్నంత కాలం దేశానికేమీ ప్రమాదం లేదులే!" నవ్వాడు.

"వ్యాపారం తప్ప మామూలు వార్తలు చదవడం మానేసావా యస్బీఆర్? నా మనవడు చచ్చిపోవడం- అదీ - అంతా నాటకం. నేత్ర చాలా హాయిగా..... చాలా మామూలుగా వున్నాడు."

"నువ్వూ, పోలీసులు కలిసి ఆడుతున్న నాటకం అది. నాకు తెలుసు! మనవడు చచ్చిపోయినందుకు మనసులో కొండంత దుఃఖం పెట్టుకుని, పైకి చాలా సంతోషంగా వున్నట్టు నటించవలసి రావడం ఎంత కష్టమో నేను ఊహించగలను."

గజపతిరావు అతడి వైపు చిరాగ్గా చూశాడు. అటువంటి వాడితో వాదించడం అవసరం అనిపించింది. "సరే..... అలాగే అనుకుని సంతృప్తిపడు" అని తన కారు వైపు వెళ్ళిపోయాడు.

యస్.బి. ఆర్. ఆఫీసు లోపల వామనమూర్తి దగ్గరకు వెళ్ళాడు. పరస్పర పరిచయాలయ్యాక వచ్చినపని చెప్పాడు. "విదేశాల్నుంచి నేను చేసుకోవలసిన ఆమ్ల జలం దిగుమతిని ప్రభుత్వం ఆపు చేసింది. కారణాలు చెప్పడం లేదు. ఏ కారణంగా నాకు రావలసిన సరుకు ఆపు చెయ్యగలరు మీరు....?"

"అంత ఖరీదైన ఆమ్లజలం అవసరం మీకేమిటో మాకు అర్థం కావడం లేదు మిస్టర్ యస్.బి.ఆర్."

"నాకు సవాలక్ష పరిశ్రమలున్నాయి. ఆ వివరాలన్నీ నా అప్లికేషన్‌లో వ్రాశాను."

"ఆ పరిశ్రమలకు ఆ ప్రోడక్ట్ అవసరం వుందా లేదా అని విచారించడం కోసం కమిటీ వేస్తున్నాను" వామనమూర్తి తాపీగా అన్నాడు.

"నాన్‌సెన్స్..." అరిచాడు యస్బీఆర్. "ఇదంతా కేవలం నన్ను కష్టపెట్టటానికి మీరాడుతున్న నాటకం. ఆ కమిటీ ఎప్పటికీ రిపోర్టు యివ్వదు. నా లైసెన్స్ ఎన్నటికీ సాంక్షన్ కాదు."

"చాలా బాగా గ్రహించావు భూషణ్‌రావు. మా ఉద్దేశ్యం అదే" మొహంలో ఏ భావమూ లేకుండా అన్నాడు. భూషణరావు మొహం ఎర్రబడింది.

"కోర్టుకెళ్తాను"

"రెండు సంవత్సరాలకు తక్కువ కాలం పట్టదు అక్కడ కేసు తేలడానికి" నవ్వాడు వామనమూర్తి. నవ్వుతూ కుర్చీలో నుంచి లేచి అతని దగ్గరికి వచ్చాడు. "నువ్వు దేశ ద్రోహివని అందరికీ తెలుసు. నిన్ను ప్రభుత్వం ఏమీ చెయ్యలేదు. కోర్టులేమీ చెయ్యలేవు. ఐ.పి.సి., ఫెరా, నాసా, మీసాలు నిన్ను తాకలేవు. మరేంచెయ్యాలి? ఈ పరిస్థితుల్లో నిన్ను నాలుగు వైపుల నుంచి మానసికంగా - ఆర్థికంగా నొక్కెయ్యడానికి మార్గాల్ని సూచిస్తూ మాకొక వ్యక్తి సలహా యిచ్చాడు. మేము నిన్ను బంధించం. జైల్లో పెట్టం. కేసులు వెయ్యం. కానీ నువ్వు ఏ పని చేసినా దానికి ఏదో విధంగా అడ్డుపడతాం. ఈ కొత్త టెక్నిక్ బాగుందా...?"

భూషణరావు కోపాన్ని అణచుకుంటూ "ఎవరు మీకీ సలహా యిచ్చింది...?" అని అడిగాడు.

"నేత్ర"

"అమ్మాయిల్తోనూ, తుపాకుల్తోనూ ఆడుకునే ఏజెంట్, ఆర్థిక విషయాల్లో కూడా ప్రభుత్వానికి సలహా యిస్తున్నాడా....? గుడ్.... దీన్ని ఎలా ఎదుర్కోవాలో నాకు బాగా తెలుసు. వారం రోజుల లోగా నాకు ఆ దిగుమతి లైసెన్సు కావాలి. మీరిస్తారా...? నన్ను సంపాదించుకోమంటారా....?"

వామనమూర్తి నవ్వాడు. "నేను రష్యాలో వుండి వచ్చాను యిన్నాళ్ళూ. ఎవర్ని ఎలా ఎక్కడుంచాలో రష్యన్స్‌కి బాగా తెలుసు యస్.బి. ఆర్! నీ ఆటలు నా దగ్గర సాగవు. ఆ పని మీదే నన్నీ పోస్టులో వేశారు" చివరి వాక్యాన్ని వత్తుతూ పలికాడు.

యస్.బి.ఆర్. కూడా నవ్వాడు. "నేను ఇండియాలో పుట్టి పెరిగాను మూర్తి. ఎవరితో ఎలా పనులు చేయించుకోవాలో ఇండియన్ ఇండస్ట్రీయలిస్టులకు బాగా తెలుసు. వెళ్ళొస్తాను" అంటూ లేచాడు.

అతడు బైటకొచ్చి కార్లో కూర్చున్నాడు వెనుక సీట్లో. అతడి పక్క క్యూ వున్నాడు.

"ఏమైంది?"

"ఆ వామనమూర్తి చాలా గట్టివాడిలా వున్నాడు. ప్రతిదానికి అడ్డుపడు తున్నాడు. అంతకన్నా పెద్ద సమస్య నేత్ర దగ్గర నుంచి వస్తూంది. అతడు నిజంగా నేత్రో, యాదగిరో తెలియడం లేదు."

క్యూ నవ్వాడు. "ఇంగ్లీషులో ఒక సామెతుంది. టూ బర్డ్స్ ఎట్ ఏ షాట్ అని; అతను నేత్రే అయితే అతడినీ, వామనమూర్తిని లేపేయడానికి ఒకే ఒక ఫిరంగిలాంటి ఆయుధం వుంది."

"ఏమిటా ఆయుధం.......?"

"ఆ ఆయుధం పేరు రెడ్డినాయుడు. ఆ ఫిరంగిలో వాడే గుండు. అతని కొడుకు" అన్నాడు అతను. అతని మాటల్లో ఉపమాలంకారం ఏమీ లేదు.

ఎంతో తెలివైనవాడూ, ఎన్నో విషమ సమస్యల్ని తేలిగ్గా పరిష్కరించిన వాడూ అయిన యస్.బి.ఆర్.కి. ఈ చదరంగం ఎత్తు అర్థంకాలేదు. క్యూ వైపు చూచాడు. అతడు నిర్వికారంగా వున్నాడు. అతడు పక్కనుంటే కొండంత ధైర్యం కలిగినట్టు వుంది. నేత్రని ఎదుర్కోగల ఏకైక వ్యక్తి యితడే అని నమ్మకం కలిగింది.

అతడు భవిష్యత్తు గురించి ఆలోచించాడు. స్వర్ణరేఖ అడిగిన ఆమ్లజలం గురించి ఆలోచించాడు. ఎటువంటి పరిస్థితుల్లో అయినా అది వారం రోజుల్లోగా రావాలి. లేకపోతే పరిశోధన పూర్తిఅవదు. అది పూర్తయితే భవిష్యత్తు బంగారు భవనమే.

తెప్పిస్తున్న ఆమ్లజలం కేవలం పేరుకీ, అధికారుల కన్నుకప్పటానికి అని అతడికి తెలుసు. వస్తూన్న రెండు వేల లీటర్ల ఆమ్లజలం కంటెయినర్లలో కోటిరూపాయల విలువచేసే సూక్ష్మాతి సూక్ష్మమైన ప్లుటోనియంని కూడా (తమకి సాయపడుతున్న) శత్రు దేశం పంపుతూందని కూడా కేవలం ముగ్గురికే తెలుసు.

అతడికి, ఏజెంట్ క్యూకి.... స్వర్ణరేఖకి.

* * *

"తొందరగా నువ్వీ కేసు ఒక కొలిక్కి తేవాలి నేత్రా. సర్పభూషణరావు విదేశాంగశాఖని బెదిరించాడు. అతడు ఎలాగయినా తనక్కావల్సిన సరుకు దిగుమతి చేసుకుంటాడు."

"అంతేకాదు..... అతడికి దిగుమతి అవుతున్న సరుకు మన శత్రుదేశపు రాజధాని మీదుగా వస్తూంది. అది ప్రమాదకరమైన విషయం. ఏ వస్తు మార్పిడి అయినా అక్కడ జరగొచ్చు" అన్నాడు నేత్ర.

చీఫ్ కళ్ళు పెద్దవి చేసి " ఆ విషయం నేను ఆలోచించలేదు సుమా" అన్నాడు.

నేత్ర లేచి, "ఏది ఏమైనా రేపు సాయంత్రంలోగా ఈ కేసుని ఒక దారికి తీసుకొస్తాను సార్" అన్నాడు.

"ఎలా...?"

"దీనికి మనకున్న ఆయుధం ఒకే ఒకటి.... రేఖ. ఆ అమ్మాయి ద్వారానే అసలు రహస్యం బయట పెట్టించాలి" అంటూ కుర్చీలోంచి లేచాడు.

ఆ రాత్రికే అతడు హంసలేఖతో (అతని దృష్టిలో స్వర్ణరేఖ) అటో ఇటో తేల్చుకోదల్చుకున్నాడు.

*   *   *

లోపలికి వస్తున్న రెడ్డినాయుడిని చూసి... "ఎవరు...? ఏం కావాలి...?" అని అడిగాడు గజపతిరావు. ఈ లోపు నేత్ర అతన్ని చూసి, నవ్వుతూ దగ్గరకు వచ్చాడు.

ఫుల్ సూట్‌లో వున్న నేత్రని కళ్ళు విస్ఫారితం చేసి చూశాడు రెడ్డినాయుడు. అతడి కళ్ళల్లో నీళ్ళు తిరిగాయి. "దొరా.... నన్ను మాఫ్‌జెయ్యాలె.... నీతో సెయ్యి నొక్కించుకున్న. చాకిరీ చేయించుకున్న. నువ్వింత పెద్ద ఆఫీసర్‌వని తెలియక ఏమో పన్లు జేసిన.... " అన్నాడు ప్రెసిడెంట్.

నేత్ర అతని భుజం మీద ఆప్యాయంగా చెయ్యి వేశాడు. "ఇందులో అంత బాధ పడాల్సింది ఏముంది....?? చిన్న విషయం...."

ప్రెసిడెంట్ అతడివైపు భక్తిగా చూస్తున్నాడు. అతడిని తను ట్రీట్‌చేసిన విధానానికి సిగ్గు పడుతున్నాడని కళ్ళలోని గిల్టీ ఫీలింగే చెపుతూంది.

"ఎక్కడుంటావు నువ్వు....?"

"నిన్ను చూసేదానికే వచ్చిన దొరా.... ఎవరో చెప్తే ముందు నమ్మలె. వెతుక్కుంటూ వచ్చిన."

"మా యింట్లోనే రెండు రోజులుండు."

"లేద్దొర.. పోత..."

"ఇంత దూరం వచ్చిన వాడివి, అప్పుడే వెళ్ళడం ఏమిటి....? ఉండే వెళ్ళు. ఆర్నెల్లపాటు ఇంట్లో వుంచుకుని పోషించిన వాడివి– నువ్వు వస్తే అంత తొందరగా పంపిస్తానా....?"

ప్రెసిడెంట్ సరే అన్నట్టు తలూపాడు.

"నేనిక్కడ వున్నట్టు నీకెవరు చెప్పారు...?" అని ఒకటి రెండు ప్రశ్నలు వేసివుంటే, త్వరలో తన మీద జరగబోయే హత్యా ప్రయత్నం గురించి అతడికి తెలిసి వుండేది.

*   *   *

"ఒసేయ్.... ఈ రోజు సాయంత్రం ఎక్కడికి వెళ్ళకు" అంది నాయనమ్మ.

"భారత సీక్రెట్ సర్వీస్ ఏజెంట్‌ని పట్టుకుని 'ఒసేయ్' అన్నావంటే కళ్ళు పోతాయి నాయనమ్మా. విషయం ఏమిటో చెప్పు" భోజనం చేస్తూ అంది.

"సాయంత్రం నిన్ను చూసుకోటానికి పెళ్ళివారు వస్తున్నారు."

ప్రతిమకి పొలమారింది.

"అదేమిటి... ఎవరో తల్పుకుంటున్నట్టున్నారు!"

"నా ప్రియుడు నాయనమ్మా."

"ఓసి నీ యిల్లు బంగారంగాను. ఎంతకు బరితెగించావే.....?"

"ఇంకా తెగించలేదు బామ్మా. బరిలోపలే వున్నాను."

"ఎవరే అతను....?"

"నేత్ర అని సీక్రెట్ ఏజంటు" చెయ్యి కడుక్కుంటూ అంది.

"ఒక ఏజెంట్‌కే ఛస్తున్నా. ఇంట్లో ఇద్దరు ఏజెంట్లా....?"

అంతలో ఫోన్ మోగింది. ప్రతిమ "హలో" అని "చూసావా నాయనమ్మా .... మాటల్లోనే ఫోన్ చేశాడు" అంది.

"నేను .... నేత్రని ....సాయంత్రం ఒక ప్రోగ్రాం వుంది. రాగలవా...?"

"సాయంత్రమా....?? వెంటనే రానా....??"

"వస్తే రా..."

ఆమె ఫోన్ పెట్టేసింది.

"సాయంత్రం రానా అంటున్నావు. ఎక్కడికే...... ?" అడిగింది నాయనమ్మ.

"ఇద్దరు ప్రేమికుల్ని కలపడానికి."

ఆవిడ అర్థం కానట్టు "మరిప్పుడు ఫోన్ చేసింది నువ్వు చేసుకోబోయే వాడన్నావుగదే...?" అంది.

ప్రతిమ నవ్వి "ప్రేమ త్యాగాన్ని కోరుతుంది నాయనమ్మా" అంటూ కన్నుకొట్టి, అక్కడినుంచి వెళ్ళిపోయింది.

* * *

"ఈ డ్రెస్‌లో నువ్వు చాలా బాగున్నావు" అన్నాడు అతను. ఫోన్ పట్టుకున్న హంసలేఖ నవ్వి "గాలిలో బాణాలు వేయడం మీకు బాగా అలవాటు అనుకుంటాను. నేనే డ్రస్‌లో వున్నానో మీకెలా తెలిసింది.....?" అని అడిగింది కిటికీలోంచి అతడి ఇంటి బాల్కనీవైపు చూస్తూ!

అతను అక్కడ లేడు.

మినీ టెలిస్కోప్‌లో చూస్తున్నాడు కిటికీనుంచి. ఆ అమ్మాయి మంచం పక్కన నిలబడి మాట్లాడడం స్పష్టంగా కనిపిస్తూంది. సల్వార్ కమీజ్‌మీద గులాబీపువ్వు అందంగా వుంది.

"మనసైన అబ్బాయిని కలుసుకునే ముందు అమ్మాయిలు కుడివైపు గులాబిపువ్వు పెట్టుకుంటారు. చెంపలకు దూమెరుగ్గా పౌదరు రాసుకుంటారు. టెన్షన్‌తో మాటి మాటికి గడ్డాన్ని కర్చీఫ్‌తో తుడుచుకుంటారు. ఇవన్నీ ప్రేమ లక్షణాలు."

గెడ్డం మీదనుంచి చెయ్యి తీసేసి ఆమె నవ్వుతూ మంచంమీద జారి పడుకుని "ఇంకా...?" అంది – రిసీవర్ ఈ చేతిలోంచి ఆ చేతిలోకి మార్చుకుంటూ.

ఇప్పుడు అతనికి మరింత స్పష్టంగా కనపడుతూంది.

"ప్రేమించిన వాళ్ళతో ఫోన్లో రాత్రిపూట మాట్లాడటం కన్నా ఆనందకరమైనది ఈ ప్రపంచంలో ఇంకొకటి లేదు" అన్నాడు. "...ప్రపంచం అంతా నిద్రలో వుంటుంది. ప్రేమికులు ఇద్దరే మెలకువగా వుంటారు. కాలం తెలీదు. మాటలు బాసలవుతాయి. చీకటి ప్రోత్సహిస్తుంది."

"ఇంకా.... " అంది నవ్వు ఆపుకుంటూ. నేత్ర కొనసాగించాడు.

"కొంచెంసేపు నిలబడతారు. కొంచెంసేపు కూర్చుంటారు. తరువాత పక్కమీద పడుకుంటారు. ఇటు తిరుగుతారు. అటు తిరుగుతారు. నువ్వు ఇప్పుడు వేసుకున్నట్టు గుండెల మీద చెయ్యి వేసుకుంటారు."

అతడి మాటలు పూర్తి కాకుండానే ఆమె తన చెయ్యి ఎక్కడ వుందో చూసుకుని, సన్నగా అరిచి, చేతిని కిందికి జారుస్తూ "ఇవన్నీ మీకెలా తెలుస్తున్నాయి...?" అని అడిగింది.

"చెప్తాను గానీ.... నీ చెయ్యి పొజిషన్ అక్కడ కూడా బాగోలేదు. తీసెయ్యి" అన్నాడు తాపీగా.

ఆమె చప్పున లేచి కూర్చుని "ఇవన్నీ మీకెలా తెలుస్తున్నాయి...?" అంది ఎక్సైటెడ్‌గా.

"నా రూముకి వస్తే చెపుతాను."

"ఇప్పుడా....?"

"అవును...రేపు నా బర్త్‌డే....ఏ కేకో సెలెక్ట్ చెగ్యాలి. బజారు వెళ్దాం".

"మైగాడ్ .....రేపు మీ బర్త్‌డేనా...? నిజంగా.... రేపటికి ఎన్నేళ్ళు నిండుతాయి...?"

నేత్ర ఇబ్బందిగా "మొగాళ్ళ వయస్సు అడక్కూడదు" అన్నాడు.

"ఎప్పుడు పుట్టారో చెప్పండి ప్లీజ్....."

"క్రీస్తు శకారంభంలో అనుకో."

ఆ అమ్మాయి కాస్త తటపటాయించి "ఈ రోజు రాత్రి పన్నెండింటికి మా యింటికి రాగలరా?" అంది.

అదిరిపడ్డాడు. "వాట్....??" అన్నాడు.

"మరేమీ అనుకోకూడదు. రాగలరా....? నాన్నగారు వూళ్ళోలేరు"

"ఎందుకు....?"

"వచ్చాక చెప్తాను" ఫోన్ డిస్‌కనెక్ట్ అయింది.

నేత్ర ప్రతిమతో సంభాషణంతా చెప్పాడు.

"పడింది. రొట్టె విరిగి నేతిలో పడింది." ఎగిరి గంతేసినంత పని చేసింది ప్రతిమ. "నేను చెప్తే విన్లేదు చూశావా......? ఆ అమ్మాయి నీ అడ్వెంచర్‌కి ఫ్లాట్ అయిపోయింది. అర్ధరాత్రి ఆహ్వానిస్తూంది."

"నమ్మలేకపోతున్నాను."

"నేను చెప్పానుగా.... చాలా ఫాస్టని.... మొగవాళ్ళు ఆవిడకి కొత్తకాదు." అంటూంటే సడన్‌గా ప్రతిమ మొహం వాడిపోయింది. "కొంపదీసి నువ్వూ ఆ మత్తులో పడిపోతావా....?"

నేత్రకి నవ్వు వచ్చింది. "నువ్వేగా నన్ను యింతదూరం తోసింది."

"అయినా సరే.... కాస్త ప్రేమించి ఆ రహస్యాలు రాబట్టు చాలు. అన్నట్టు ఆవిడగారు పాలల్లో ఏ చరస్సో కలిపి యిస్తుందేమో...? మార్ఫియా ఇంజక్షన్లు కలిసి తీసుకుందాం అని బలవంతం చేస్తుందేమో...? అటువంటి పనులేమీ చెయ్యనని ఒట్టెయ్యి,"

"ఆ పని చేస్తేగాని తండ్రి రహస్యం చెప్పనని అంటే....?"

"అయినా సరే..."

"మరి దేశం గురించి ఏం చేసినా ఫర్వాలేదన్నావు....?"

"ఏం చేసినా అంటే... అదొక్కటీ కాదు" ఏడుపు మొహంతో అన్నది.

"సరే.... పన్నెండవని చూద్దాం" అన్నాడేగానీ, అతడికి యిదంతా అయోమయంగానూ, ఎగ్జయిటింగ్‌గానూ వుంది. హంసలేఖ తనను ఇంటికి రమ్మని పిలిచిందంటే నమ్మలేకపోతున్నాడు.

* * *

నేత్ర గేటు ముందు నిలబడ్డాడు. అంతా చీకటిగా వుంది. గేటు తాళం వేసి లేదు.

ప్రతిమ చెప్పింది నిజమేనేమో అన్న అనుమానం కలిగింది. పైకి ఎంతో అమాయకంగా కనిపించిన ఆ అమ్మాయి, నిజంగా ప్రతిమ చెప్పిన టైపేనేమో? తనని ఫూల్ చేస్తుందేమో....?

అతడు తలుపు తీసుకుని లోపలికి ప్రవేశించాడు.

కాలింగ్ బెల్ నొక్కబోతూ వుంటే తలుపు తెరుచుకుంది. ఎదురుగా హంసలేఖ నిలబడి వుంది. అతడామెనే చూస్తూ ఉండిపోయాడు. ఒక నిశ్శబ్ద పవనం స్నేహ పరిమళాన్ని తీసుకుని యిద్దరి మధ్యనుండీ సాగిపోయింది. ఆమె తెల్లచీరెలో వుంది. మంచు బిందువుల్లో స్నానం చేసిన మల్లెపూవు, మేఘాల్లోంచి జారి తెల్లవారుఝాము శీతలత్వాన్ని సంతరించుకున్నట్టు వుంది.

"నిద్రపోలేదా...?" అడిగాడు.

"పైన బాల్కనీ నుంచి మీ కోసమే చూస్తున్నాను."

"బాల్కనీలోంచా...?"

"మరి ఎక్కడ వుంటాననుకున్నారు....?"

"బెడ్‌రూంలో వుంటావనుకున్నాను."

ఆ అమ్మాయి బెదిరినట్టు చూచింది. "నేనిలా అర్ధరాత్రి పిలిచినందుకు మీరేమీ అపార్థం చేసుకోరుగా."

అతడు ఇబ్బందిగా "ఇందులో అపార్థం ఏముంది...? యు లవ్ మీ.. డోంట్ యు...?" అన్నాడు.

ఆమె కళ్ళు దించుకుంది.

ఆ క్షణం ఆమె అతనికి ముగ్ధ మనోహరంగా, విచ్చుకున్న మల్లె పూవులా కనబడింది.

ద్వైధీభావంతో అతడు కొట్టుమిట్టులాడుతున్నాడు.

ఈమేమిటి? ఛరస్– మార్జువానాలకి అలవాటుపడటమేమిటి? మొగవాళ్ళని దుస్తులు మార్చినట్టు మార్చటం ఏమిటి అని అతడిలోని పరిశోధకుడు మాటిమాటికీ అనుకుంటున్నాడు. ఆమె స్వచ్ఛతనం అతడిని పరిమళంలా చుట్టు ముడుతూంది.

అతడికి కొన్ని రోజుల క్రితం జరిగిన సంఘటన గుర్తొచ్చింది.

* * *

హంసలేఖ అతికష్టం మీద కారు పక్కకి తీసి ఆపు చేసింది. లేకపోతే మధ్యలో ఆగిపోయి, ట్రాఫిక్ జామ్ అయ్యేది. రోడ్డు బాగా రష్‌గా వుంది.

ఆమెకి అంత విసుగూ, కోపం ఎప్పుడూ రాలేదు. టైమ్ చూసుకుంది. ఇంకా పది నిముషాలుంది. ఇటువంటి పరిస్థితి ఆమెకి తటస్థించలేదు. కొత్త కాదది.

ఆమెకేం చెయ్యాలో అర్థం కాలేదు. కారు డోర్‌లాక్ వేసి– చుట్టూ చూసింది. ఆమె జీన్స్ పాంట్ మీద లూజ్ షర్టు వేసుకుంది. అయినాసరే ఆమె ఆకృతి, చూపరుల దృష్టిని మెడ క్రింద నిలుపుతోంది. ఫంక్షన్స్‌కి, పార్టీలకి, కాలేజీకి కారులో వెళ్ళటం– ఇవే ఆమె అలవాట్లు, ఇలా నడిరోడ్డు మీద నిస్సహాయంగా నిలబడవలసి రావటం అదోలా వుంది. అయినా ఇవేమీ కావు ఆమె విసుగుకి కారణం– టైమ్ ఇంక తొమ్మిది నిముషాలుంది.

ఆటోల కోసం చూసింది. ఒక్కటి కూడా ఖాళీ లేదు.

మరో నిముషం గడిచింది.

రిక్షా ఒకటి ఖాళీగా వెళ్తోంది. ఆమె దాన్ని ఆపుచేసి ఎక్కి "పోనీ" అంది. అంత మోడరన్ అమ్మాయి రిక్షా ఎక్కటం చిత్రంగా అనిపించినా, దాన్ని బయటపెట్టకుండా, "ఎక్కడికమ్మా–" అన్నాడు.

"స్టేషన్‌కి–"

రిక్షా భారంగా కదిలింది. ఆమె అందులో సరిగ్గా కూర్చోలేక పోతోంది. ఎంతో నెమ్మదిగా వెళ్తున్నట్టు అనిపించింది. అదృష్టవశాత్తు తొందర్లోనే ఆటో దొరికింది. ఆమె ఒక గెంతులో రిక్షా దిగి, యాభై రూపాయల నోటు అతడి మీదకు విసిరేసి ఆటో ఎక్కింది.

టైమ్ ఇంకా అయిదు నిముషాలుంది. ఆటో స్టేషన్ వైపు దూసుకుపోతోంది. ఆమె మనసులోనే లెక్క వేసుకుంది. ఇలాగే వెళ్తే సరిగ్గా రెండు నిముషాలు టైమ్ వుంటుంది. రెండు నిమిషాలు అక్కర్లేదు– రెండు క్షణాలు చాలు ట్రైన్ వెళ్ళకపోతే....

ఆటో ఆగటంతో ఆమె ఈ లోకంలోకి వచ్చింది.

స్టేషన్ కనపడలేదు. చుట్టూ ఆగివున్న వాహనాలు కనపడ్డాయి– "ట్రాఫిక్ జామ్ అమ్మగారూ– " అన్నాడు. ఆమె ఆలస్యం చెయ్యలేదు. దూరంగా రెండు ఫర్లాంగుల దూరంలో స్టేషన్ టవర్ కనపడుతోంది.

ఆమె పరుగెట్టటం ప్రారంభించింది.

ఒక్కక్షణం చుట్టూ వున్నవాళ్ళకి అర్థం కాలేదు. సైకిళ్ళ వాళ్ళు కార్లవాళ్ళు అందరూ చిత్రంగా ఆమెనే చూస్తున్నారు. ఆమె అదేమీ పట్టించుకోలేదు. ఊపిరి బిగపట్టి పరుగెడ్తూనే వుంది. ఆమెది చాలా మంచి హెయిర్‌స్టయిలు– మొహానికి ఖరీదైన మేకప్ వుంది. అణువణువునా సొఫిస్టికేషన్ నిండివున్న ఆ అమ్మాయి అంత ఎండలో అలా రోడ్డుమీద పరుగెట్టటం, చూసేవారికి అపూర్వ దృశ్యం.

ఆమె స్టేషన్ చేరుకునేసరికి మరో రెండు నిముషాలు గడిచాయి. ఫ్లాట్‌ఫామ్ టిక్కెట్టు అడుగుతున్న కలెక్టర్‌ని పట్టించుకోకుండా, లోపలికి పరుగెత్తింది. అప్పుడే ట్రెయిన్ కూత వినిపించింది.

ఆమె ఒక్కొక్క కంపార్ట్‌మెంట్ వెతుకుంటూ వెళ్ళింది. తనని ఎవరెలా చూస్తున్నారు– ఎంత ఆసక్తితో గమనిస్తున్నారు?– ఇవేమీ పట్టించుకోలేదామె. ట్రెయిన్ నెమ్మదిగా కదిలింది.

ఆమెకు ఏడుపొక్కటే తరువాయి.

అంతలో ఆమెకి నేత్ర కనపడ్డాడు. ఫస్ట్‌క్లాస్ బోగీ కిటికీ పక్కన కూర్చుని ఏదో మేగజైన్ చదువుకుంటున్నవాడల్లా, ఆమెని ఆ స్థితిలో అలా చూసి ఆశ్చర్యపోయాడు. "రేఖా" అన్నాడు విస్మయంతో "..... ఇదేమిటి– నువ్వెందుకు వచ్చావ్?"

"మీరు వూరెళ్తున్నారుగా."

"అయితే?" అన్నాడు. "...రేపు సాయంత్రం వచ్చేస్తానని నిన్న కలిసినప్పుడు చెప్పానుగా."

"ఏమో– నాకు చూడాలనిపించింది" చిన్నపిల్లలా, గారాబంగా అంది. అతన్ని చూసిన ఆనందం ఆమె కళ్ళల్లో ప్రతిబింబిస్తూంది. ట్రెన్ నెమ్మదిగా వేగం పుంజుకుంటూంది. ఆమె దానితోపాటూ ఫ్లాట్‌ఫాం మీద వేగంగా నడుస్తూంది. అతడి దృష్టి, చెమటతో తడిసి నుదుటికి అంటుకున్న ముంగురుల మీదా, బటన్ వూడిపోయిన షర్ట్ మీదా పడింది. ఆమె ఇంకా రొప్పుతూనే వుంది.

"పరుగెత్తుకుంటూ వచ్చావా?" అని అడిగాడు.

"అవును. రోడ్డు మీద కూడా–" నవ్వి, "కారు ట్రబులిచ్చింది" అంది.

అతడామెవైపు దిగ్భ్రాంతితో చూశాడు.

"రేపు సాయంత్రం వచ్చేస్తారుగా. తొందరగా వచ్చేయండి–"

అతడు వినటంలేదు. ఇంకా ఆమెనే చూస్తున్నాడు.

"నడిరోడ్డుమీద, అందరూ చూస్తుంటే పరుగెత్తుకుంటూ వచ్చావా?" అని అడిగాడు. రైలుతోపాటూ నడవలేక ఆమె ఆగిపోయింది. ఇద్దరి మధ్య దూరం ఎక్కువ అవుతుండగా, అతడికి వినపడటం కోసం ఆమె కంఠం కాస్త పెద్దదిచేసి అరిచింది నవ్వుతో–

"అమ్మేమంటుంది– నాన్నేమంటాడు? జనం ఏమనుకుంటారు? అని ఆలోచిస్తే అది ప్రేమెలా అవుతుంది?"

* * *

"ఏమిటి అలా ఆలోచనల్లోకి జారిపోయి అక్కడే నిలబడిపోయారు" అన్న మాటలకి అతడు చప్పున తెప్పరిల్లాడు. మనసులోని భావం బయటపడ నివ్వకుండా ముందుకు అడుగువేశాడు.

ఎందుకో తెలీదు కానీ అతడికి అకస్మాత్తుగా ప్రతిమ గుర్తొచ్చింది. దానికి కారణం ఏమీ లేదు. ఆమె జలపాతం అయితే ఈమె నిండు గోదారి. ఆమె భోళామనిషయితే ఈమె ముగ్ధ.

'కాదు– కాదు' అనుకున్నాడు మళ్ళీ తల విదిలిస్తూ. తన మీద ఒక బాధ్యత వుంచింది డిపార్ట్‌మెంటు. ఈమెగానీ నాటకం ఆడుతున్నట్టయితే– తనకన్నా పెద్ద ఇంటలిజెంట్ ఏజెంట్ అయి వుండాలి. తను లొంగిపోకూడదు.

అతడు మామూలు మనిషి అయి, "రూంలోకి వెళ్దామా...? ఇక్కడే రాత్రంతా గడిపేద్దామా.....?" ఆమె టెన్షన్ 'ఈజ్' చేస్తూ అన్నాడు.

"రండి..." ఆమె తొలగి దారి యిచ్చింది. అతడు హాల్లోకి అడుగు పెట్టాడు.

"మీరు నవ్వనంటే..." అర్థోక్తిలో ఆగింది.

అతడు ఆగి "ఏమిటి–?" అన్నాడు.

"నవ్వకూడదు సుమా?"

"నవ్వన్లే చెప్పు."

"పైన బాల్కనీలోకి వెళ్దాం".

"అర్థరాత్రి ఈ చలిలోనా...." విస్మయంతో అడిగాడు.

"ప్లీజ్...."

ఆమెను అనుసరించి అతడు పైకి వెళ్ళాడు. ఆమె చివరి మెట్టు దగ్గర ఆగి వెనుతిరిగి అన్నది. "మీరు పుట్టినరోజు సంగతి రాత్రి తొమ్మిదింటికి చెప్పారు. అందులోనూ కరెక్ట్ వయసు చెప్పలేదు. క్రీస్తు శకం అన్నారు. అన్ని సంపాదించటానికి ఎన్ని షాపులు తిరిగానో తెలుసా-?"

"ఏమిటి సంపాదించింది-?"

ఆమె జవాబు చెప్పకుండా పక్కకు తప్పుకుంది.

అతడు అడుగు పైకి వేసి నిశ్చేష్టుడై నిలబడిపోయాడు. బాల్కనీ అంతా కొవ్వొత్తుల వెలుగుతో నిండివుంది. అన్నీ దీపాలే! అతడు వాటి వైపు చూస్తూ వుండగా ఆమె కంఠం ప్రక్కనుంచి వినిపించింది.

"1989 క్రొవ్వొత్తులు. ఎవరికీ తెలియకుండా మనమిద్దరమే వుండాలని అన్నీ నేనే ఏర్పాటు చేశాను. అందరికన్నా ముందు నేనే దగ్గరుండి కేక్ కోయించాలని ఇంటికి ఆహ్వానించాను. హ్యాపీ బర్త్‌డే టూ యూ...."

దీపాలన్నీ అతనికి బర్త్‌డే సాంగ్ పాడుతున్నట్టు గాలికి కదుల్తున్నాయి. అతడి కళ్ళు తడి అయ్యాయి. ఇంత ఆప్యాయతని భరించలేక పోతున్నాడు అతను. ఆ దీపాలమధ్యనుంచి ఆమె మసగ్గా కనబడుతూంది. ఆమె స్వరం మాత్రం మేఘాల వెనుకనుంచి వినిపిస్తూంది. జలపాతమూ పిల్ల తిమ్మెరా కలసినట్టు, ప్రత్యూషం గోధూళి వేళ విరిసినట్టు ...ఆమె స్వరం-

"మీరొచ్చేసరికి ఒక్కదీపం కూడా ఆరిపోకుండా వుండాలని ఎంత కష్టపడ్డానో తెలుసా...? ఇటు వెలిగిస్తే అటు ఆరిపోయేది. అటెళ్తే యిటు రెపరెపలాడేది. మొత్తానికి ఏమైతేనేం అన్నింటినీ వెలిగించి వుంచగలిగాను" అతనివైపు అమాయకంగా, చిన్నపిల్ల తండ్రికి ఫస్ట్ మార్కుల లిస్ట్ చూపించి మెచ్చుకోలుకోసం చూసినట్టు -కాళ్ళకి పసుపు రాసుకున్న కన్నెపిల్ల పరికిణీ అంచుల్లోంచి పాదాన్ని చూపించినట్టు చూసింది.

"లేఖా..." అన్నాడు అతను అస్పష్టంగా "ఐ లవ్ యూ...."

ఆమె అతనివైపు చూసింది. హేమంత పవనం తాకిడికి, దీపకాంతి ప్రేమతో వణికింది. దీపాల మధ్యనుంచి వచ్చి, సాచిన అతని చేతుల మధ్య లేఖ ఒదిగిపోయింది.

"ఐ టూ...." అంది ఆర్తిగా.

అతడామె భుజాల చుట్టూ చెయ్యి వేసి, దగ్గరగా లాక్కున్నాడు. ఆమె తల పైకెత్తింది. అతడు వంగి ఆమె పెదవుల మీద గాఢంగా ముద్దు పెట్టుకోవడానికి తలను వంచాడు. ఆమె వెనక్కు వెళ్ళబోయింది. బలమైన కెరటం ముందుకు తోసినట్టు ఒకమైకం ఆమెను చుట్టుముట్టింది. అతడామె పెదవుల్ని స్పర్శించాడు.

You gate crashed into my world
And I lost my hold
I wanted to say 'No'
Love is not Porno
.... but
Air pushed me towards you
Unfair desires are in a Queue
Things to tell are plenty
But suddenly I became a girl of twenty.

కాశ్మీరు లోయల్లోంచి వచ్చిన పొగమంచు రాత్రినుంచి ప్రేరణ పొంది సన్నని ఆలాపన ప్రారంభించింది. మేఘాల పరదాలని తొలగించిన నక్షత్రాలు పియానో మెట్లు అయ్యాయి. శీతాకాలపు చలిగాలి వాళ్ళ శరీరాల్నే వాయులీనపు సందుల్ని చేరుకుంది. అది హంసధ్వనికాదు. చంద్రకోస్ కాదు. వాళ్ళిద్దరూ అలా చాలాసేపు వుండిపోయారు. నాలుగు పెదవుల మధ్య వత్తిడి అయిదు నిముషాల ముద్దుగా మారి ఆరు ఋతువులనుంచీ ప్రేరణ పొంది ఏడు వర్ణాల సంకీర్ణమై ఎనిమిది దిక్కులకూ ప్రేమైక గీతంగా పాకింది. ఆమె అతడి నుంచి విడివడి అటు తిరిగింది.

అతడూ ఏజెంట్ నేత్ర అయిపోయాడు. ఆమె కళ్ళు తుడుచుకుంటూంది.

అతడు ఆశ్చర్యంగా "ఏడుస్తున్నావా..." అన్నాడు. "ఇప్పుడేమైందని...?"

ఆమె పెదవులు పైటతో అద్దుకుంటూ-

"పెళ్ళి కాకుండానే తన సర్వస్వం అర్పించిన ఏ అమ్మాయి అయినా యిలాగే ఏడుస్తుంది.... కాదా...!" అని అడిగింది.

"లేదు లేఖా..... నేను మనస్ఫూర్తిగా ప్రేమించే నిన్ను ముద్దు పెట్టుకున్నాము. ఇది తప్పే అయితే ఈ తప్పులో నాదీ సగభాగం వుంది. శీలమూ సర్వస్వమూ లాంటి పెద్దమాటలు ఎందుకు?"

ఆమె వెను తిరిగింది. అతడు ఆమెను అనుసరిస్తూ "ఈ చీరలో నువ్వు అచ్చు హంసలా వున్నావు" అన్నాడు.

ఆమె నవ్వి "నేనెప్పుడు ఈ చీర కట్టుకున్నా అక్కయ్య అలాగే ఏడిపిస్తుంది. పేరుకి తగ్గట్టు అచ్చు హంసలా వున్నావు- పేరుకు తగ్గ చీరేవిటి అని. మీరూ అలాగే అంటున్నారు" అంది.

"పేరుకి చీరకి ఏమిటి సంబంధం-?"

"హంసలేఖ అంటే అదే కదా-?"

"హంసలేఖ ఏమిటి?"

"నా పేరు-?"

"నీ పేరా?"

"పేరే తెలీదా-"?? ఓహ్ - నా పూర్తి పేరు మీకు తెలియదు కదూ హంసలేఖ" అంది.

"లేఖా-?? రేఖ కాదా-??" విస్తుపోతూ అడిగాడు.

"రేఖ అనుకున్నారా-? మీరలా పిలుస్తుంటే "ల" అన్న అక్షరం పలకదేమో అందుకని అలా అంటున్నారేమో అనుకున్నాను. అక్కపేరు రేఖ. స్వర్ణరేఖ. నాపేరు లేఖ. హంసలేఖ."

ఆకాశం విచ్చుకుంటున్నట్టు అనిపించింది అతనికి.

* * *

"ఎలా జరిగింది-?? ఎలా జరిగింది యిది-" అతని ఆవేశానికి ఆ గది కంపించింది.

డిపార్టుమెంటు రికార్డు రూమ్‌లో నేత్ర కేకలు వేస్తున్నాడు. ప్రతిమ కూడా అదే స్వరంతో జవాబు ఇస్తూంది.

ఇద్దరి మధ్యా రికార్డు క్లర్కు అహోబిల బిక్కచచ్చి చూస్తూంది.

"నా తప్పేంలేదు. ఇదంతా నీ తప్పు. నేను ఫైల్లో డిటైల్డ్‌గా రాశాను- చెల్లెలు అమాయకురాలని, అక్కపేరు స్వర్ణరేఖని." ప్రతిమ అంటూంటే,

"స్టాప్ నాన్‌సెన్స్-" అని మళ్ళీ అరిచాడు. "ఫైల్స్ చదవడం అలవాటు లేదనీ, ఫోటో యిమ్మని నేనడిగినపుడు నువ్విచ్చిందే-"

"నేను కరెక్టుగానే యిచ్చాను. కవర్లో పెట్టి కవర్ మీద 'రేఖ' అని పేరు వ్రాసి మరీ ఇచ్చాను."

"కరెక్ట్‌గా యిచ్చావా-? అహోబిలా- ఆ ఫైల్ తియ్-"

అప్పటికే బెదిరిపోయిన అహోబిల కంగారుగా రాక్‌లోంచి ఫైల్ తీసి అందించింది. అతడు మొదటి పేజీ తిప్పి, అందులోంచి రేఖ అన్న కవరు తీసి, అందులోనుంచి ఫోటో బయటకులాగి, చూసి, ఇప్పుడు చెప్పు అన్నట్టు దూకుడుగా ఆమె వైపు విసుర్తూ "ఇదేమిటి.....?" అని అడిగాడు.

ఆమె చూచి నిర్ఘాంతపోయింది. అందులో హంసలేఖ ఫోటో వుంది.

* * *

"అవునమ్మాయ్.... ఆ కంగార్లో నాకేం చేయాలో తోచలేదు. ఇంకో కవర్లో రెండు ఫోటోలువుంటే అందులో ఒకటితీసి యిందులో పెట్టాను. మీ తాతగారు డిప్యీ తాసిల్దారుగా వున్న రోజుల్లో కూడా ఒకసారి యిలాగే జరిగితే...."

"నాయినమ్మా.. నాయినమ్మా- నాయినమ్మా- ఇంకేం మాట్లాడకు. నువ్వు చేసిన పనికి ఈ రోజు మా డిపార్ట్‌మెంట్ ...." అంటూ చెప్పబోయింది ప్రతిమ.

"ఆవిడ్ని అంటావేం...? సీక్రెట్ ఫైల్‌ని సిల్కు చీరల మధ్య పెట్టుకున్న నీ నిర్లక్ష్యాన్ని అనాలి." పక్కనుంచి నేత్ర అన్నాడు.

"ఇప్పుడేం జరిగింది......?"

"ఏం జరిగిందా...?అనవసరంగా ఒక అమాయకురాలైన అమ్మాయిని ప్రేమలోకి దింపి, ముద్దు పెట్టుకోవడం జరిగింది." వ్యంగ్యంగా అన్నాడు. "ఇన్నాళ్ళ టైమూ వేస్టయింది. డిపార్ట్‌మెంటు దృష్టిలో మనిద్దరం ఒక ఫూల్సుగా తయారయ్యాం."

"కొంపలేం మునగలేదు. చూడు నేత్రా-యుద్ధంలో చాలామంది అమాయకులు చచ్చిపోతారు. దాంతో పోల్చుకుంటే యిది చాలా చిన్న విషయం."

"ఏది? ముద్దు పెట్టుకోవటమా?"

"ఆ....."

"నీలాంటి వాళ్ళకి యిది చాలా చిన్న విషయమేమో....?"

"ఏమన్నావ్...?"

"అంటాను... మళ్ళీ అంటాను. జీవితంపట్ల నిజాయితీ వున్న ఏ అమ్మాయికీ యిది చిన్న విషయంకాదు."

"అసలిదంతా చూస్తుంటే నువ్వే దీంట్లో కాస్త ఇంట్రెస్ట్ చూపిస్తున్నట్టు కనబడుతున్నావ్. ఇదంతా నాకు వదిలిపెట్టు. నేను వెళ్ళి చెప్తాను."

నేత్ర విసుగ్గా చూసాడు. "ఏం చెప్తావ్....?"

"ఇదంతా చేసింది నేనేనమ్మా. నన్ను క్షమించు. ముద్దే కదా.... తుడిచేసుకోపోతుంది అంటాను. అసలు నా ఉద్దేశ్యం ప్రకారం ఆ అమ్మాయి ఈపాటికి అంతా మర్చిపోయి వుంటుంది." అని పూర్తిచేసింది ప్రతిమ.

* * *

హంసలేఖ బితుకు బితుకుమంటూ కన్సల్టింగ్ రూములో కూర్చుంది. అయిదు నిమిషాలకి ఆమెకి పిలుపొచ్చింది. మామూలు ప్రశ్నలయ్యాక డాక్టర్ అడిగాడు.

"ఎవరమ్మా అతను..."

"నేత్ర అని నా స్నేహితుడు. మిగతా వివరాలు నేను అడగలేదు. ఎదురుఫ్లాట్‌లో వుంటాడు. పొద్దున్నే వెళ్తే లేడు. తాళం వేసి వుంది. అయినా యిందులో అతని తప్పేం లేదండి. అర్థరాత్రి నేనే అతన్ని మా ఇంటికి యిన్వైట్ చేశాను. ఇందులో తప్పేమైనా వుంటే అది నాదేనండి."

"అబార్షన్ రెకమెండెడ్ కాదమ్మా. ఇంతకీ ఎన్నో నెల -?"

"నెలా-?"

"అవునమ్మా."

"ఇది సెప్టెంబరు కదండీ. తొమ్మిదో నెల."

"ఆ నెల కాదమ్మా- నేనడిగింది. ఇప్పుడు నీకెన్నోనెలా అని?"

"నాకర్థం కాలేదు డాక్టరుగారూ మీరు చెప్పేది."

డాక్టర్‌కి వళ్ళు మండిపోయింది. కేవలం ఆ అమ్మాయి తండ్రిని తలుచుకుని కోపం అణుచుకున్నాడు.

అనునయంగా "అదేనమ్మా- ఐమీన్ - యిది జరిగి ఎన్నాళ్ళయింది-?" అని అడిగాడు.

"ఏది ! ముద్దు పెట్టుకోవడమా?"

"అదే - ముద్దూ ఆ ముచ్చటా" చివరి పదాన్ని నొక్కి పలుకుతూ అడిగాడు. ఆమెదాన్ని పట్టించుకోలేదు.

"నిన్న రాత్రే డాక్టర్‌గారూ-" అంది.

స్టెతస్కోప్ జారిపడింది. "నిన్న రాత్రి జరిగిన దానికి ఈ రోజు ప్రెగ్నెన్సీ అని అనుమానం వచ్చిందా?" అగిరిపోతూ అడిగాడు.

"మన జాగ్రత్తలో మనం వుండటం మంచిదిగా డాక్టర్‌గారూ." కంఠం చిన్నదిచేసి చెప్పింది.

"చూడమ్మా- నువ్వు నా కూతురులాంటిదానివి. ఈ విషయం ఎవరికీ చెప్పకు. అతడు నిన్ను చేసుకుంటే సరేసరి, లేదా ఈ రహస్యం నీలోనే దాగిపోనీ. అతడు కనపడడం మానేసింది పొద్దున్నించే అంటున్నావు కాబట్టి ఇంకొంత కాలం ఆగు. ఈలోపు అతడు కనబడితే చెప్పు. మీ నాన్నగారితో నేను మాట్లాడతాను. లేదంటే రెండు మూడు నెలలు పోయాక చూద్దాం-"

హంసలేఖ లేచింది. హాస్పిటల్ గోడకున్న కుటుంబ నియంత్రణ ప్రకటనలో అబ్బాయి అమ్మాయిని ముద్దు పెట్టుకుంటున్నాడు. ఆమె ఆ బొమ్మవైపు చూసింది.

పసిపిల్ల ఏడుపు ఫోటోలోంచి వినిపించింది.

* * *

"ఎవరు మీరు-?" అడిగాడు రెడ్డి నాయుడు.

ఖరీదైన హోటలు కారిడార్ అది. అతడిని తీసుకువెళ్తున్నవాళ్ళు జవాబు చెప్పలేదు. ఒక రూంలోకి ప్రవేశించారు. లగ్జరీ సూట్ అది. అందులో ఒక ఫర్నిచరే అయిదారు లక్షలు చేస్తుంది.

లోపల కూర్చుని వున్నాడు సర్పభూషణరావు.

"ఎందుకు తీసుకొచ్చిను ఈళ్ళు నన్ను-?"

"అలా కూర్చో."

"ఎవరయ్యా నువ్వు-?"

"నీదగ్గిర పనిచేసిన యాదగిరే ఏజెంట్ నేత్ర అని నీకు కబురు పంపింది నేనే."

రెడ్డినాయుడు అనుమానం విడిపోయినట్టు తేటబడ్డాడు.

"ఓ- మీరేనా ఆ కబురు అంపింది. భలే ఆఫీస్రయా- చాకులాంటి కుర్రాడు. నీ యవ్వ- నా దగ్గర ఏం నాటకమాడిండు. నీ తల్లి నేనే పరేషానయిన" అన్నాడు మెచ్చుకోలుగా నవ్వుతూ.

"ఆ చాకుని యికముందు పనికిరాకుండా చెయ్యాలి."

"ఏమన్నవ్-?"

"ఏజెంట్ నేత్రని ఈ రోజు సాయంత్రం నువ్వు చంపాలి" అంతే తాపీగా చెప్పాడు.

"చంపాల్నా-? నీ తల్లి - నాలుక తెగ్గోస్తా. ఈడెవడో తెల్సా? తెలంగాణ" దొర. నైజాం నెదిరించిన వంశంలో పుట్టినోడు."

ఫోన్ మోగింది. సర్పభూషణరావు కామ్‌గా రిసీవర్ తీసుకొని తను ఏనే అవసరం లేనట్టుగా రెడ్డినాయుడికి అందిస్తూ "విను" అన్నాడు.

ఒక చిన్నపిల్లాడి గొంతు "నాయనా-" అని అట్నుంచి వినిపించింది. నాయుడికి ముందు అర్థంకాలేదు. అర్థంకాగానే "నర్సింహా" అని అరిచాడు.

"నేనే నాయనా-" అట్నుంచి ఎనిమిదేళ్ళ కుర్రాడి మాటలు యింకా పూర్తి చేయకుండానే ఆ కుర్రాడి వెనుకవున్న క్యూ సూదితో వాడి మెడమీద గుచ్చాడు. "నా-య-నో-" అన్న అరుపు వినిపించింది.

"ఏమ్రా .... ఏమైంది..? ఏడ్నుంచి నువ్వు....?" కంఠంలో దుఃఖపు జీర కదలాడుతూంటే కీచుగా అరిచాడు నాయుడు.

"న్నా....న్నాయి.... న్నా" చిన్న మూలుగు, ఏడుపు. చేతికి అంటిన రక్తం తుడుచుకున్నాడు క్యూ ఫోన్‌కి అటువైపు.

నాయుడు సర్పభూషణరావుతో "దొరా...... ఏంది...? నా కొడుకు ఏడున్నడు?" అని దీనంగా అడిగాడు.

"మా దగ్గరే వున్నాడు. నువ్వు మా పని చేయకపోతే చావటానికి సిద్ధంగా వున్నాడు."

"రేయ్.... లంజాకొడ్కా...." అంటూ నాయుడు అతడి మీదికి లంఘించబోయాడు. వెనుకనుంచి మెడమీద దెబ్బ పడింది. నేలమీద కూలిపోయాడు. మొహం పక్కనే ఫోన్ పడింది. రిసీవర్‌లోంచి "నాయనా..... నాయనా....." అని హృదయవిదారకంగా వినిపిస్తూంది.

సర్పభూషణరావు లేచి ఫోన్ సరిగ్గా పెట్టాడు. వెళ్ళి రెడ్డిని స్నేహ పురస్సరంగా లేపాడు.

"అర్థమైంది కదా.... నీ కొడుకు నీకు క్షేమంగా దక్కాలంటే, యిదిగో ..... ఈ మందు నేత్ర కాఫీలో కలపాలి."

"ఎందుకు....? ఏమిటది..?"

"విషం.... చంపటానికి." రెండు ప్రశ్నలకీ రెండు సమాధానాలు చెప్పి నవ్వాడు సర్పభూషణరావు. "నీ ద్వారా అయితే పని చాలా సులభంగా అవుతుంది. కదా....!"

"రేయ్.... సిన్నా...." అన్నాడు రెడ్డి నాయుడు.

"ఆగు.... సాయంత్రం లోపల ఈ పని ముగిసిందని చెప్పకపోతే అక్కడ నీ కొడుకు శరీరం ఫిరంగిలో గుండులా దూర్చబడుతుంది. పాతి పెట్టడానికి కూడా వీల్లేకుండా ముక్కలు ముక్కలయిపోతుంది. ఎక్కువ మాట్లాడటం నాకిష్టంలేదు. ఆలోచించుకుని ఏది బావుంటే అది చెయ్యి. పోలీసులకి చెప్పాలనుకుంటే చెప్పు. నాకభ్యంతరం లేదు. నీ ఇష్టం".

* * *

ప్రతిమ ఆ ఇంట్లోకి అడుగు పెడుతూండగా లోపల నుంచి గజపతి రావు వస్తూ కనిపించాడు... ఆ అమ్మాయిని చూసి లోపలున్న భార్యతో "పార్వతీ.... శకునం బావుంది. తొందరగా రా" అని అరిచాడు.

ప్రతిమ నవ్వుతూ "ఇదేమిటి?... మీరు కూడా శకునాల్ని నమ్ముతారా?..." అని అడిగింది.

"కాదమ్మా.... ఈ రోజు సాయంత్రం సర్కస్‌కి వెళ్ళటానికి నిన్న పొద్దున్నించి తయారవుతూంది. యిలా చెప్తేనన్నా వస్తుందేమోనని..." అంటూ నవ్వేడు. అతని మాటలు పూర్తవుతుండగా పార్వతమ్మ వచ్చింది.

"ఏం అమ్మాయ్...నువ్వు కూడా వస్తావా సర్కస్‌కి....?"

"మా సీక్రెట్ ఏజెంట్స్‌కి రోజూ సర్కసే! ఇక స్పెషల్‌గా చూసేదేముందండి..? నేత్ర వున్నాడా?....."

"లోపలున్నాడు" అంటూ ఆ దంపతులిద్దరూ వెళ్ళిపోయారు.

ప్రతిమ లోపలకు వెళ్ళింది. నేత్ర ఒక్కడే కూర్చుని పేషెన్స్ ఆడుతున్నాడు. కళ్యాణి బట్టలు సర్దుతూంది.

"ఎక్కడ నుంచి వస్తున్నావ్?... ఫ్లాట్ నుంచేనా....?"

"అవును...ఆ ఫోన్ దగ్గర డ్యూటీ నాది కదా....?"

"ఏమైనా ముఖ్యమైన ఫోన్స్ చేసాడా యస్.బి.ఆర్..?"

"ఏమీ లేదు. సాయంత్రం ఆరింటికి సర్కస్‌కి వెళ్తున్నాడు. 'మన వాళ్ళని రెడీగా వుండమను. నేనొస్తున్నాను, అని ఎవరితోనో చెపుతున్నాడు."

నేత్ర నవ్వి "అంత పెద్ద వ్యాపారవేత్తకి సర్కస్ చూసే టైమెక్కడ దొరికిందబ్బా?...." అన్నాడు.

ఇంతలో గుమ్మం దగ్గర చప్పుడైంది. ఇద్దరూ అటు చూశారు. రెడ్డి నాయుడు లోపలికి వస్తూ కనిపించాడు.

"ఏం బాగున్నావా..?" నేత్ర అడిగాడు. రెడ్డినాయుడు మాట్లాడలేదు. అతడి మొహంలో ప్రేతకళ కనిపిస్తూంది. కళ్ళు నిస్తేజంగా వున్నాయి. "తిరిగి తిరిగి అలిసిపోయినట్టున్నావ్. కాఫీ తాగుతావా?...." అని అడిగాడు నేత్ర. ప్రతిమ కళ్యాణి దగ్గరికి వెళ్ళి ఆ అమ్మాయికి సాయం చేయసాగింది. రెడ్డి మాట్లాడకపోవడం చూసి "ఏమిటి అలా వున్నావు....?" అని అడిగాడు నేత్ర మళ్ళీ.

"ఏం లేద్దొరా.. వూర్కినే...."

"ఎప్పుడెళ్తున్నావు వూరు?...."

"పనైనాక ఎల్లిపోవాలి కదా...."

నేత్ర డ్రాయర్‌మీద వున్న పాకెట్ తీసి రెడ్డి నాయుడికి యిస్తూ "మీ అబ్బాయికి యిది. టాకింగ్ డాల్. జీతగాడు యాదగిరి యిచ్చిండని చెప్పు. ఏం చెప్తవ్ దొరా..?" అన్నాడు పాత రోజుల్ని ఇమిటేట్ చేస్తూ. రెడ్డి నాయుడు నిరామయంగా చూసాడు. "నీ తల్లి... చెప్పరాద్వయ్య..." అని నవ్వాడు నేత్ర. రెడ్డి నాయుడు దాన్ని అందుకుంటూ "దొరా.... యింతకాలం నాకు సేవ జేసినవ్. యిప్పుడు నేన్నీకు జేస్త" అంటూ లేచాడు. "నేనే నీకు కాఫీ దెస్త."

నేత్ర వారిస్తూ "ఛా.... నువ్వు చెయ్యడం ఏమిటి...? వద్దు....." అన్నాడు. అప్పటికే రెడ్డినాయుడు లోపలికి వెళ్ళిపోయాడు.

టైమ్ అయిదున్నర అయింది.

స్టవ్‌మీద పాలు కాగుతున్నాయి. పైన షెల్ఫ్‌లో నెస్‌కేఫ్ సీసా వుంది. అది తీసుకుని, పంచదార కోసం పక్కన వున్న డబ్బా తీసాడు.

రెడ్డి నాయుడు అటూ యిటూ చూశాడు. అతడి చేతులు వణుకుతున్నాయి. వంటింట్లో ఎవరూ లేరు. పాలు మరుగుతున్న శబ్దం తప్ప ఇంకేమీ లేదు. అంతా నిశ్శబ్దంగా వుంది.

మరుగుతున్న పాలల్లో నెస్‌కేఫ్ వేశాడు.

జేబులోంచి పొట్లాం తీసి విప్పాడు. లోపల నల్లటి పొడి వుంది. కాఫీ రెండు కప్పుల్లో పోశాడు. నల్లటి పొడి వెయ్యటానికి చెంచా తీసుకున్నాడు.

పొట్లం ఇప్పి ఒక కప్పులో వేయబోతుండగా "అది పంచదార కాదు" అని వినిపించింది వెనక నుంచి. ఉలిక్కిపడ్డాడు. అతడి గుండె ఒక్కక్షణం ఆగినట్టయింది. చేతిలో పొట్లం వణికింది.

వెనక కళ్యాణి నవ్వుతూంది.

రెడ్డినాయుడు మొహం వాడిపోయింది. "ఇది .....యిదీ ...." అన్నాడు చేతిలో పొట్లం దాచెయ్యటానికి ప్రయత్నిస్తూ.

"మా తాతమ్మ ఎప్పుడూ అంతే. పంచదార అని వ్రాసి వున్న సీసాలో కారం పోస్తుంది. మీరేం కలుపుతున్నారు కాఫీలో?...."

"నేనా?...నేనూ?...." తడబడుతూ అన్నాడు.

ఆ అమ్మాయి దగ్గర కొచ్చి షెల్ఫ్‌లో వెతికి మరో సీసా తీసింది. "చింతపండు అని రాసి వుంటే అది పంచదార. చదవండి."

"నాకు చదువు రాదు."

"భలే.... మీకు చదువు రాక చదవలేరు. నేను కళ్ళు లేక చదవలేను. బావుంది కదూ....."

రెడ్డి అప్పుడు చూచాడు ఆమె అంధత్వాన్ని. అతడి మొహంలో రిలీఫ్ కనపడింది.

"వన్ బ్లయిండ్ మాన్ లీడ్స్ అనదర్ అని ఇంగ్లీషులో సామెత మనల్ని చూసే వ్రాసి వుంటారు." అంటూ నవ్వి, మూతతీసింది. "....పంచదార కప్పుల్లో వెయ్యండి. ఆర్నెల్లు సావాసం చేస్తే వారు వీరవుతారట. ఆర్నెల్లు మీకు సేవ చేసి అన్నయ్య యిప్పుడు మీకు దొర అయ్యాడన్న మాట. ఈ విధంగా రుణం తీర్చుకుంటున్నారా...?"

విషం ఒక కప్పులోనూ, పంచదార ఒక కప్పులోనూ వేసి "అవును దొరసాని....." అన్నాడు.

ఆమె స్పూన్‌తో రెండు కప్పులూ కలిపింది. ఆమె ట్రే పట్టుకోబోతుంటే, "నేను తీసుకెళ్తాను." అన్నాడు.

"అన్నయ్య చెప్తే ఏమో అనుకున్నాను. భలే సెంటిమెంట్ మీది...."

అతడు ట్రే ఎత్తుతూ "సెంటిమెంటా...?" అన్నాడు.

"మనకి అవతలి వాళ్ళు ఎంత చేస్తే, అంతకు రెట్టింపు మనం వాళ్ళకి చెయ్యడాన్ని సెంటిమెంట్ అంటారు." రెడ్డినాయుడు ట్రేతో ముందు గదిలోకి వచ్చాడు.

"నువ్వెందుకు ఇంత కష్టపడ్డావ్?"

"పర్లేదు దొరా" అంటూ ట్రే ఇద్దరి మధ్యా పెట్టి నిలబడ్డాడు.

నేత్ర కప్పు తీసుకుంటూ, "అన్నట్టు నువ్వు పంచదార తక్కువ తాగాలని డాక్టరు చెప్పాడుగా. అలాగే వేసావా?" అన్నాడు. నాయుడు కళ్ళు తడి అయ్యాయి. "-నీకింకా గుర్తున్నదా దొరా"అన్నాడు.

"భలేవాడివే. ఎందుకు మర్చిపోతాను? ఒకసారి పంచదార ఎక్కువ వెయ్యలేదని కొట్టావ్ కూడా" అంటూ నవ్వి కప్పు తీసుకున్నాడు. ఈ చివరి మాటతో రెడ్డి నాయుడు ఒక నిర్ణయానికి వచ్చాడు.

ఇద్దరూ కప్పులు చేతిలోకి తీసుకుని తాగడం మొదలెట్టారు.

"దొరా..." అన్నాడు నాయుడు. నేత్ర ఆశ్చర్యంగా చూసాడు. నాయుడు అలా మాట్లాడడం అదే మొదటిసారి.

"నిన్ను సంపకుంటే ఆళ్ళు నా కొడుకుని సంపేత్తమన్నారు. ఆడ్ని ఆళ్ళు సంపేత్తారు దొరా. ఇప్పటికే సగం సంపేసిన్రు. మర ఫిరంగిలో పెట్టి పేల్చేత్తామన్నారు. నువ్వు తాగే కాఫీలో యిసం పెట్టమన్నారు."

నేత్ర శిలా ప్రతిమలా కూర్చుండిపోయాడు. మెరుపుల మధ్య మొహం కనిపించినట్లు, రకరకాల భావాలు ప్రతిబింబిస్తున్నట్టు రెడ్డినాయుడు కనిపించాడు. కరుణ, భయం, జాలి, దిగులు.

ప్రతిమ, కళ్యాణి నిశ్చేష్టులయ్యారు. రక్తం యింకిపోయిన మొహాల్తో యిద్దరూ ప్రేక్షకుల్లా అతడి మాటలు వింటున్నారు. రెడ్డి నాయుడు కుర్చీ కోడు గట్టిగా పట్టుకున్నాడు. ఒక్కొక్క మాటే బలవంతంగా బయటకొచ్చింది.

"నాకేం చెయ్యాలో తోచలేదు. నా కొడుక్కి సావు తప్పదు. నా ఒక్కగానొక్క కొడుకు సస్తే నే బతక లేను. అట్టగని నిన్ను సంపలేను. అందుకే ..... అందుకే......"

నేత్రకి ఏదో అనుమానం వచ్చింది. కుర్చీలోంచి లేచి అతడివైపు వస్తూ "అందుకే.....?" అన్నాడు.

"ఆ యిసం నేను తాగినా దొరా...." అంటూ తూలిపోయాడు.

అతడిని నేత్ర పట్టుకున్నాడు. రెడ్డి నాయుడి నోట్లోంచి నురుగు వస్తూంది. ".... నే..... సస్తే..... ఏముంది దొరా...... ఎండిపోయిన ఆకు లాటోడ్ని. నువ్వు బతకాలె. నీ అవసరం దేశానికుంది. నాకు సంతోషంగా వుంది దొరా. నిన్ను బతికించుకున్న. నా కొడుకునీ బతికించుకున్న. నే సస్తే నా కొడుకుని వదిలేస్తరు. ఇంకేం సేసి సస్తరా ఎదవ నా కొడుకులు...." అతడి మాటలు పూర్తికాలేదు.

"నో.... నువ్వు చావటానికి వీల్లేదు. నిన్ను రక్షించుకుంటాను" అంటూ నేత్ర అతడిని పట్టుకున్నాడు."ప్రతిమా.... క్విక్.... అంబులెన్స్‌కి ఫోన్ చెయ్యి."

సాయంత్రం ఆరయింది గడియారం గంటలు కొడుతూంది.

* * *

సర్కస్ ఎరీనా హడావుడిగా వుంది.

వామనమూర్తి, గజపతిరావు, పార్వతమ్మ, అందరూ ముందు వరసలో వున్నారు. చిన్న పిల్లలు కేరింతలు కొడుతున్నారు. బఫూన్లని చూసి నవ్వుతున్నారు. ఒకప్పటి రష్యాలో రాయబారి వామనమూర్తి, ఇండియాలో ప్రస్తుత రష్యన్ రాయబారి స్టాన్సలవస్కీ పక్క పక్కన కూర్చున్నారు. ఇరువైపులా సెక్యూరిటీ వుంది.

* * *

అతడి శరీరంలోకి సెలైన్ ఎక్కింపబడుతూంది. నేత్ర అతని వైపే చూస్తున్నాడు. ప్రతిమ పక్కనే వుంది.

నేత్ర రెడ్డినాయుడి వైపే యింకా చూస్తున్నాడు. మరణం అంచున నిలబడి పోరాడుతున్నట్టు వుంది అతని మొహం.

"నా కొడుకుని ఫిరంగిలో పెట్టి పేల్చేస్తున్నారు." అన్న కంఠం ప్రతిధ్వనిస్తూంది. ఆస్పత్రి కిటికీ అవతల నుంచి బ్యాండు మేళం వినిపించింది. బయటకు చూశాడు. 'రష్యన్ సర్కస్' అడ్వర్టయిజ్‌మెంట్ ఊరేగింపు వెళ్తూంది.

"సాయంత్రం ఆరింటికి ఎస్బీఆర్ సర్కస్‌కి వెళ్తున్నాడు. 'మన వాళ్ళని రెడీగా వుండమను. నేనొస్తున్నాను-" అని ప్రతిమ చెప్పిన సర్పభూషణరావు మాటలు గుర్తుకొచ్చాయి. అప్పుడు- సర్పభూషణరావు లాంటి వాడు సర్కస్‌కి వెళ్ళటం ఏమిటా అని నవ్వుకున్నాడు.

గడియారం ఆరున్నర కొట్టింది.

సర్కస్.... ఫిరంగి.. సర్కస్....

నేత్ర మెదడులో ఏదో మెరిసినట్టయింది.

"ప్రతిమా... ఈ రోజు వామనమూర్తిగారు సర్కస్‌కి వెళ్తున్నారు కదూ...?" అన్నాడు.

"అవును."

"స్టాన్సలవస్కీ కూడా వెళ్తున్నాడు కదూ-"

"అవును. ఏం....?"

"మైగాడ్...." అంటూ ఒక్క గెంతులో అక్కడి నుంచి బయటకు పరుగెత్తాడు. క్షణాల్లో అతని కారు హాస్పిటల్ కాంపౌండ్‌లోంచి దూసుకు పోయింది. అతడి ఆలోచన్లు అంతకన్నా వేగంగా పరుగెడ్తున్నాయి.

ఇండియాలో రష్యన్ రాయబారి స్టాన్సలవస్కీని, వామనమూర్తిని చంపేస్తే ఇటు శత్రు దేశానికీ, అటు సర్పభూషణరావుకీ లాభం. భారత దేశంతో రష్యన్ సంబంధాలు కొంతవరకూ చెడతాయి. ఎప్పటి నుంచో రష్యన్ రాయబారి మీద హత్యా ప్రయత్నాలు జరుగుతున్నాయి. ఈ మరణంతో, సరయిన సెక్యూరిటీ ఏర్పాటు చేయలేదని ప్రభుత్వం మీద విమర్శ వస్తుంది.

సెక్యూరిటీ వలయాన్ని ఛేదించుకుని ఫిరంగి గుండుతో సహా పిల్లవాడు వెళ్ళి వాళ్ళ మధ్య విస్ఫోటనం చెందుతాడన్నమాట.

"హేట్సాఫ్ టు యువర్ ప్లాన్ ఏజంట్ క్యూ" అనుకున్నాడు మనసులో. సమయం ఏడు కావొస్తూంది.

సర్కస్‌లో "ఫిరంగి ఐటమ్" ఎప్పుడో నేత్రకి తెలీదు. బాణంలా దూసుకుపోతోంది కారు.

*　　　*　　　*

రింగ్ మాస్టర్ పులులు, సింహాల్ని కుర్చీల మీద కూర్చోబెడుతున్నాడు. మరో మూల బఫూన్ సింహం తోకలాగి, అది గాండ్రుమనగానే పిల్లి మొగ్గలు వేసుకుంటూ పరుగెత్తాడు. పిల్లలు కడుపు చెక్కలయ్యేలా నవ్వుతున్నారు. ఆనందం, ఆహ్లాదం పెనవేసుకున్నట్టున్నాయక్కడ. గవర్నమెంటు సర్వీసులో అత్యున్నత స్థాయిలో వున్న వాళ్ళ కుటుంబాల కోసం వేస్తున్న స్పెషల్ షో అది. విదేశాంగ శాఖ ప్రధాన కార్యదర్శి, డిఫెన్స్ సెక్రటరీ, అందరూ తమ, తమ కుటుంబాల్తో వరుసల్లో కూర్చుని వున్నారు. మధ్యలో వామనమూర్తి వున్నాడు.

అంతలో నలుగురు వ్యక్తులు లోపల నుంచి ఫిరంగి తీసుకొచ్చారు. బఫూన్ అందులోకెక్కి లోపలనుంచి బయటకు దూకాడు. మళ్ళీ నవ్వులు, అదే సమయానికి సర్పభూషణరావు లేచి వెనుకవైపుకు వెళ్ళాడు.

వామనమూర్తి వంగి గజపతిరావుతో ఏదో చెబుతున్నాడు. ఎనిమిదేళ్ళ కుర్రవాడిని అక్కడకు తీసుకువచ్చారు. సీతాకోక చిలుక మేకప్‌లో వున్నాడు ఆ కుర్రవాడు. తగరం తొడుకు, బంగారం రంగు రెక్కలు వున్నాయి. మొహానికి పక్షి మాస్క్ వుంది. అదే సమయానికి నేత్ర కారు కాంపౌండ్‌లోకి ప్రవేశించింది.

సర్పభూషణరావు ఫిరంగి వెనకాల వున్న గుండుని చూస్తున్నాడు. వెనకాల వున్న అనుచరుడు దాన్ని మార్చి వేరే గుండొకటి పెట్టాడు.

నెమ్మదిగా ఫిరంగి దిశ ఆకాశం నుంచి వామనమూర్తి వైపుకు మార్చబడింది. దాన్ని ఎవరూ గుర్తించలేదు. యాక్షన్‌లో అదొక భాగం అనుకున్నారు.

అదే సమయానికి నేత్ర కారు దిగి పరుగు పరుగున లోపలికి రాబోయాడు. గేటు దగ్గర పోలీసులు అతన్ని ఆపారు.

"ఇది స్పెషల్ షో! కేవలం యిన్‌వైటీస్‌కి మాత్రమే" అంటూ పోలీసు ఆఫీసర్ అతడిని వెనక్కి తోసేసాడు. వాదించలేదు నేత్ర. వాదనలకిది టైమ్ కాదు.

లోపల నుంచి మైకులో వినపడుతూంది. "దిసీజ్ ది టైమ్ ఫర్ కేనన్ బోయ్ బ్లో ఆఫ్. (ఫిరంగి ద్వారా బాలుడు విస్ఫోటనం) ది గ్రేటెస్ట్ షో ఆన్ ఎర్త్."

నేత్ర సర్కస్ డేరా వెనక్కి పరుగెత్తుకుంటూ వెళ్ళాడు.

కుర్రవాడిని ఫిరంగిలోకి ఎక్కిస్తున్నారు. అతడి వీపుకి మినియేచర్ ఎక్స్‌ప్లోజివ్ అమర్చబడి వుంది. మొహానికి మాస్క్ వుండటంవల్ల వాడి మొహంలో భావాలు బయటికి తెలియటంలేదు. వామనమూర్తి గజపతి రావుతో మాట్లాడుతున్నాడు.

నేత్ర బోన్ల మధ్య పరుగెత్తుతున్నాడు. సింహాలు, పులులు అతడిని చూస్తున్నాయి. కొన్ని గాండ్రిస్తున్నాయి. తాళ్ళు, గుడ్డలు, కర్రలు అస్తవ్యస్తంగా పడివున్నాయి. వాటిని దాటుకుంటూ అతడు లోపలకు ప్రవేశించాడు.

సర్పభూషణరావు జరిగే తతంగాన్ని చూస్తున్నాడు. మిగతా జనానికి అతడు కనపడకుండా తెరల వెనక వున్నాడు. ఆ అంశంలో పాల్గొనని మిగతా సర్కస్ కళాకారులందరూ వింగులో నుంచి చూస్తున్నారు. రకరకాల కాస్ట్యూమ్స్‌లో వున్నారందరూ. ఆ ఫిరంగిలో నిజంగా పాల్గొనవలసిన కుర్రవాడు, సీతాకోక చిలుక గెటప్‌లో, చీకట్లో స్తంభానికి కట్టి వేయబడి వున్నాడు.

నల్ల ముసుగులో 'తలారి' గెటప్‌లో వున్న అనుచరుడు ఫిరంగికి నిప్పంటించాడు.

అదే సమయానికి లోపలికి వచ్చిన నేత్ర దృష్టి ట్రెసీజ్ తాళ్ళమీద పడింది. వాటి సాయంతో అతడు గాలిలోకి లేచాడు. పది, ఇరవై, నలభై, ఏభై అడుగుల ఎత్తు గాలిలో ఎగిరాడు.

ఫిరంగి పేలగానే అందులోంచి కుర్రవాడు బాణంలా దూసుకొచ్చాడు. వామనమూర్తి వైపు అతడి శరీరం బంతిలా వేగంగా వెళ్తూంది. ఆకాశంలో వెళ్తూన్న పక్షిని పక్కనుంచి వచ్చి డేగ పట్టుకున్నట్టు, నేత్ర గాలిలోనే ఆ కుర్రవాడిని పట్టుకున్నాడు. అదే వేగంతో వాడి వీపున ఎక్స్‌ప్లోజివ్ తీసి, గాలిలోకి విసిరాడు.

సర్కస్ డేరా పైభాగం వరకూ వెళ్లి అది పెద్ద శబ్దంతో పేలిపోయింది. ఈ ఆకస్మిక సంఘటన అక్కడ ఒక్కసారిగా కలకలం రేపింది. జనం పెద్దగా, అరుచుకుంటూ హడావుడిగా అక్కడి నుంచి బయట పడటానికి ప్రయత్నించడంతో తొక్కిసలాట మొదలైంది.

ఈలోపు నేత్ర రెడ్డినాయుడు కొడుకు చెయ్యి పట్టుకుని అదే వేగంతో వెనక్కి వెళ్ళాడు. ఫిరంగి దగ్గర నల్లటి ముసుగు వేసుకున్న తలారి లాటి మనిషి డేరా వెనుక నుంచి వెళ్ళిపోతూ కనిపించాడు.

నేత్ర వెనుక పరుగెత్తాడు. అయితే పక్కన కుర్రవాడు వుండటం వల్ల వేగం పుంజుకోలేక పోతున్నాడు.

దూరంగా ఫైరింజను వస్తూన్న చప్పుడు వినిపించింది.

జనం హడావిడిగా తొక్కిసలాడుతున్నారు. మంటల్ని చూసి బోనులో జంతువులు భూమి దద్దరిల్లేలా అరుస్తున్నాయి.

నేత్ర పిస్టల్ తీశాడు.

నెత్తిమీద ముసుగు తీసేసి, పరుగెడుతున్న వ్యక్తి వెనుదిరిగాడు.

అతడు ఏజెంట్ క్యూ.

నేత్ర పిస్టల్ గురి చూసి పేల్చాడు. అయితే క్యూ అంతకన్నా వేగంగా బోను తలుపు తెరిచాడు. మంటల రంగుకి భయపడిన పులి వేగంగా బయటకు దూకింది. ఆ సందు చూసుకుని క్యూ డేరా పక్కకి పరుగెత్తాడు. అప్పటికే మంటల వేడికి ఏనుగులు కట్ట దాటి బయటకొచ్చాయి. రెడ్డినాయుడి కొడుకు వాటి మధ్య చిక్కు పడిపోయాడు.

నేత్ర వదిలి పెట్టలేదు. ఎలాగయినా క్యూని బంధించాలన్న పట్టుదలతో మీదకొస్తూన్న జంతువుల్ని ఛేదించుకుని ముందుకు దూకాడు. డేరాకి అటువైపు రాడ్‌కి వరుసగా గుర్రాలు కట్టి వున్నాయి. క్యూ దాని లింక్ తొలగించగానే గుర్రాలు వేగంగా జనంవైపు పరుగెత్తుకు రాసాగాయి. అవి జనాన్ని చేరితే రాంపెయిడ్ తప్పదు.

నేత్ర సందేహించకుండా గాలిలోకి పిస్టల్ పేల్చాడు.

తన పిస్టల్‌లో వున్నవి ఆరు గుళ్ళేననీ, క్యూని వేటాడటానికి అవి కావాలనీ అతడికి తెలుసు.

కానీ .... ఒక విదేశీ గూఢచారి కన్నా, తన ప్రజల సంరక్షణం ముఖ్యం.

అతడు మరో రెండుసార్లు పేల్చాడు.

ఆ శబ్దానికి గుర్రాలు అదే వేగంతో పక్కకి తిరిగాయి. ఒక సరళరేఖలో మలుపు తిరిగి పక్కకు వెళ్ళాయి. రెడ్డినాయుడి కొడుకు కాలు డేరాకి కట్టిన తాళ్ళమధ్యలో ఇరుక్కుపోయింది. బోను నుంచి బయట కొచ్చినపులి వాడి చుట్టూ తిరుగుతూంది. మనుషుల మధ్య వున్నదే అయినా, ఆ మంటలూ ఆ వాతావరణం దాన్ని పిచ్చిదాన్ని చేస్తున్నాయి. చెవులు దద్దరిల్లేలా అరుస్తూంది. కుర్రవాడు భయంతో ఆర్తనాదాలు చేస్తున్నాడు. అయితే జనం హడావిడిలో అవి వినిపించడం లేదు.

నేత్ర ఈ దృశ్యం గమనించాడు. అయితే అతను ఏ మాత్రం ఇటు వచ్చినా అటునుంచి పరుగెత్తుకు వస్తున్న ఏనుగులు జనంవైపు వెళ్తాయి.

మంటలు కుర్రవాడివైపు వెళ్తున్నాయి.

అదే సమయానికి నేత్ర దృష్టి వాటర్ టాంక్మీద పడింది. పదిహేను అడుగుల ఎత్తున స్తంభంమీద ఆరేడు డ్రమ్ములు కట్టి టెంపరరీగా ప్రేక్షకులకోసం నీటి ఏర్పాటు చేశారు. నేత్ర సంశయించకుండా దాన్ని పేల్చాడు.

నీరు పంపులోంచి వచ్చినట్టు జివ్వున చిమ్మింది. ఊహించని ఈ పరిణామానికి పులి వెనక్కు తగ్గింది. మంటల ఉధృతం చల్లబడింది.

సరిగ్గా అదే సమయానికి క్యూ డేరా వెనుకనుంచి వచ్చి కారువైపు పరెగెత్తాడు. నేత్ర గురి చూసి కాల్చాడు. కానీ..... అప్పటికే పిస్టల్లో గుళ్ళు అయిపోయాయి. క్యూ కారెక్కి వేగంగా వెళ్ళిపోయాడు. నేత్ర వెనుక నుంచి నవ్వు వినపడింది. చప్పున వెనుదిరిగి చూచాడు.

సర్పభూషణరావు నవ్వుతున్నాడు.

"ఇప్పుడర్థమైంది....నువ్వు యాదగిరివి కావనీ, భారత సీక్రెట్ ఏజంట్ నేత్రవనీ."

దూరంగా ఫైరింజన్ మంటలు ఆర్పుతూంది. జంతువుల్ని సర్కస్ మనుషులు తిరిగి యథాస్థానాలకు చేరుస్తున్నారు.

"కంగ్రాట్స్ ..... రెడ్డినాయుడి కొడుకుని రక్షించినందుకు, కానీ ప్రమాదం అంతటితో తొలగిపోయిందని సంతోషపడకు. అనుక్షణం అదినిన్ను వెంటాడుతూనే వుంటుంది."

"నీకు ఇంటర్పోల్ ఏజెంట్స్ సంగతి అంతగా తెలిసినట్టు లేదు భూషణరావు.... ప్రమాదం లేకపోతేనే వాళ్ళు విచారంగా వుంటారు."

"నిజమా....? అయితే వామనమూర్తిని ఎలాగూ చంపబోతున్నాం. రక్షించే ప్రమాదంలో మళ్ళీ ఇంకొకసారి ఇరుక్కో."

"పాపం.... అతన్నెందుకు చంపడం...! మీకంత సాయం చేసిన వాడిని ఎందుకు చంపడం....?"

"సాయమా....?"

"విదేశాలనుంచి ఆమ్లజలం తెప్పించే నీ ఫైలుమీద అతడు ఈ ఉదయమే సంతకం పెట్టాడు. ఆ విషయం తెలియక నువ్వు అతన్ని చంపటానికి ప్రయత్నం చేసావ్."

సర్పభూషణరావ్ విస్మయంతో "నేను నమ్మను" అన్నాడు.

"నువ్వు నమ్మని విషయాలు అతి స్వల్పకాలంలో చాలా జరగబోతున్నాయి భూషణరావ్. వాటిని నీ కళ్ళారా నువ్వే చూడబోతున్నావ్."

"చాలా ఆశావాదివి అనుకుంటాను నువ్వు. ఏం నిరూపించగలవు నువ్వు....? నిన్ను చంపడానికి నేను రెడ్డినాయుడిని ఉపయోగించాను. నిజమే.. మీ వాళ్ళు నిరూపించగలరా? వామనమూర్తిని చంపుదామనుకుని కుర్రాడిని ఉపయోగించాను. నిజమే.... నిరూపించగలరా....? ఈ దేశాన్ని శత్రు దేశపు ఆధీనంలోకి తీసుకు వెళ్ళబోతున్నాను. నిజమే. నిరూపించగలరా....?"

నేత్ర పిస్టల్‌తో ముందుకు వెళ్ళాడు. అతడు ముఖకవళికని చూసి భూషణరావు భయపడి వెనక్కి వెళ్ళాడు. వెనుక బోను వుంది. నేత్ర చప్పున తలుపు పైకెత్తి అతడిని లోపలికి తోశాడు.

"నేను నిన్ను చంపటానికి లోపల తోశాను. నిజమే, నిరూపించగలవా....? నీ శరీరంలో నా పిస్టల్ బులెట్స్ నాటుదామనుకున్నాను. నిజమే. నిరూపించగలవా...? ఇప్పుడు నీ శరీరంలో ఎముకల మీద మాంసాన్నంతా ఆ పులి తినేస్తే దానికి కారణం నేనే. నిరూపించగలవా....? విష్ యూ లాంగ్ లైఫ్ భూషణరావ్ ఇన్ హెవెన్.... గుడ్‌బై...." అని అక్కడి నుంచి వెళ్ళిపోయాడు.

సర్పభూషణరావు తలతిప్పి చూసాడు.

పులి బోనులో ఒక మూల తీరిగ్గా కూర్చుని, లోపలకు వచ్చిన పరాయి ప్రాణిని చూసి ముందు కాళ్ళమీద లేచింది.

అరవడానికి కూడా ధైర్యం లేనట్టు నిశ్చేష్టుడై చూస్తున్నాడు అతడు.

మొహం మీద నుంచి చెమటలు కారుతున్నాయి.

రెడ్డినాయుడి కొడుకుని తీసుకుని నేత్ర కారు దగ్గరకు వచ్చాడు. వాడిని కారులో ఎక్కించి తనూ కారెక్కాడు. సిగరెట్ వెలిగించి, కారు స్టార్ట్ చేసి నగరంవైపు పోనిచ్చాడు.

పులి అడుగు ముందు కేసింది.

భారత ప్రభుత్వాన్ని, అమెరికన్ కోర్టులనీ కూడా శాసించగల ఆ పారిశ్రామిక వేత్త, మిగతావాళ్ళలా అనుచరుల సాయంతో కాకుండా తానే స్వయంగా ప్రత్యర్థుల ప్రాణాలు తీసే ఆ మేకవన్నె పులి, ఎదుటి పులిని చూసి అరవటానికి ఆఖరి ప్రయత్నం చేశాడు.

దూరంగా ఫైర్ ఇంజన్ల హోరు వినపడుతూంది.

నీటి శబ్దం ముందు మనిషి శబ్దం వినపడటం కష్టం.

* * *

"వెళ్ళొస్తా దొర...." అన్నాడు రెడ్డినాయుడు కొడుకుతో నమస్కారం చేయించి.

నేత్ర తలూపాడు. అతడు నేత్ర దగ్గిరగా వచ్చాడు. కళ్ళలో తడి కదలాడింది.

"నేను నిన్ను చంపుదామనుకున్న దొరా. నువ్వు నన్ను, నా కొడుకుని బచాయించినవ్" అంటూంటే అతడి గొంతు తడబడింది.

'ఇందులో నేను చేసిందేముంది?' అనబోయాడు నేత్ర. అంతలో పార్వతమ్మ ఏడుపు బిగ్గరగా వినిపించింది. అందరూ కంగారుపడి లోపలికి పరుగెత్తారు.

లోపల గజపతిరావు భార్యని "శుభమా అని వాళ్ళు బయల్దేరబోతూంటే నువ్వేడుస్తావెందుకే?" అని మందలిస్తున్నాడు.

రెడ్డినాయుడు ఆవిడవైపు ఆదుర్దాగా చూస్తూ, "ఏమైనాది?" అని అడిగాడు.

"మా ఆవిడకి మామూలే. నాకిందులో నలభై సంవత్సరాల అనుభవం వుంది. కంగారుపడక్కర్లేదు." అంటూ భార్యవైపు తిరిగి, "ఏమైందే..." అని అడిగాడు.

"ఆ ఫిరంగిగానీ నిజంగా పేలివుంటే ఏమైపోదుమండీ...." అంటూ బావురుమంది.

"ఇద్దరం చచ్చివుండేవాళ్ళం"' అన్నాడు విసుగ్గా.

"మీరు కాస్త ఎడమపక్క దూరంగా కూర్చుని వున్నారు. అటుపేలి వుంటే....?"

"విధవరాలై వుండేదానివి" కసిగా అన్నాడు ఈసారి.

"ఈ రోజు శ్రావణ శుక్రవారం. అది గుర్తొచ్చి ఏడుపొచ్చిందండీ...." అని బావురుమంది.

"ఎప్పుడో నాలుగు రోజుల క్రితం జరిగినదానికి ఇప్పుడు ఏడవడం అందుకా–" అంటూ ఆయన తెల్లబోయాడు. కళ్యాణి నవ్వాపుకుంది. నేత్ర అన్నాడు –"నాయినమ్మా– నీలాటివాళ్ళనే ఇంగ్లీషులో 'డి.టి.' లంటారు. డౌటింగ్ టామ్ లని.... ప్రతిదాన్నీ అలా శంకించి నిరంతరం బాధపడుతూ వుండకు. అది ఆరోగ్యానికి అంత మంచిది కాదు–"

అతడు చెప్పింది నిజమే అనుకుంది కళ్యాణి. ఆమె పుట్టుగుడ్డి. లోకాన్ని చూడలేదు. కానీ, మనస్తత్వాల్ని చూసింది.

కొందరుంటారు. ఎప్పుడూ ఏదో జరగబోతూందని, ప్రమాదం వాటిల్ల బోతూందని భయపడుతూ వుంటారు. స్టేషన్‌కి వెళ్ళే వరకూ ట్రెయిన్ వెళ్ళిపోతుందేమో అన్న భయం, దిగాక రిక్షా దొరకదేమోనన్న భయం.... వగైరా, వగైరా! తాము సుఖపడరు– అవతలివాళ్ళని సుఖపెట్టలేరు.

నేత్ర కూడా అదే ఆలోచిస్తున్నాడు. నిజంగానే ఈవిడతో తాతయ్య నలభై సంవత్సరాలు కాపురం చేసాడంటే హేట్సాఫ్ టు హిమ్! చాలా చిన్న సమస్యలా కనపడుతుంది కానీ నిరంతరం భరించవలసి వస్తే తప్ప ఆ సమస్య లోతు తెలీదు. ఒక చలి రాత్రి మంచి రొమాంటిక్ మూడ్‌లో "వళ్ళూ వళ్ళూ ముళ్ళేసుకున్నా తగ్గేట్టు లేదు కదూ ముళ్ళతో పొడిచే ఈ చలి–" అన్నప్పుడా భార్యామణి, "అయ్యో ఈ చలికి పాలు తోడుకుంటాయో లేదో– రేపు మజ్జిగ ఎలాగండి?" అని వాపోతే, అది చాలదూ జీవితం మీద విరక్తి పెంచడానికి....

నేత్ర ఆలోచనలో వుండగా, రెడ్డినాయుడు అతడి దగ్గిరకెళ్ళి "పోయొస్త" అన్నాడు.

"మంచిది–"

"మా వూరెప్పుడొస్తరు?"

"నాకో నెల, రెండు నెలలు పనివుంది. అది అయ్యాక వస్తాను–"

"తప్పక రావాలె–"

"తప్పకుండా."

వాళ్ళు వెళ్ళిపోయారు. నేత్ర అటే చూస్తూ నిలబడ్డాడు. ఎక్కడెక్కడి సంఘటనలకి లింకు వుంటుందో ఎవరికీ తెలీదు కదా! తను యాదగిరి రూపంలో వాళ్ళింట్లో పనిచేయడం, ఆ తండ్రీ కొడుకు లిద్దర్నీ దాదాపు మృత్యువు అంచువరకూ తీసుకెళ్ళింది. అదేనేమో బహుశా 'ఘటన' అంటే.

గజపతిరావు అడిగాడు– "ఎవరి కేసు? మళ్ళీ రెండు నెలలు పని అంటున్నావు."

"సర్పభూషణరావు పనిమీదే సముద్రయానం చేయవలసి రావొచ్చు తాతయ్యా–"

మళ్ళీ పెద్ద ఎత్తున ఏడుపు వినిపించింది. "ఏమైంది నాయినమ్మా" అని అడిగింది గుడ్డిపిల్ల కంగారుగా. నేత్ర సమాధానం చెప్పాడు "ఈ సముద్ర ప్రయాణాలూ, తిమింగలం వేటలూ ఏమిటి? ఏమన్నా అయితే!, అని ఏడుస్తూ వుండివుంటుంది బహుశా. అవునా?"

ఆవిడ తలూపింది. ఏం మాట్లాడాలో అక్కడ ఎవరికీ తెలియలేదు. ఆవిడ భర్త కోపంగా, "నిజంగా నువ్వు అనుకున్నది జరిగి నేను ఈ లోకం లోంచి పోతే తప్ప నీకు ఏడుపు పోదే–" అన్నాడు.

"అయ్యో ....తథాస్తు దేవతలుంటారండీ. శ్రావణ శుక్రవారప్పూట ఏ దేవత మీ నోటెంట ఈ మాట పలికించిందిరో దేవుడో–"

ఆయన తల పట్టుకుని "ఒక వైపు భయం అని ఏడుస్తావు– మరొకవైపు ఆ భయం నిజం కాకూడదని ఏడుస్తావు. నీతో ఎలాగే?" అన్నాడు.

సరిగ్గా ఆ సమయానికి ప్రతిమ అక్కడికొచ్చింది. "–సర్పభూషణరావుని ఈ రోజు ఆస్పత్రి నుంచి డిశ్చార్జి చేస్తున్నారు" అని చెప్పింది.

నేత్ర తలూపి, "నేను అడిగిన ట్రాన్స్‌మిటర్ ఏర్పాటు చేసి వుంచారా?" అని అడిగాడు.

ఆమె దాన్ని అతడికి అందించింది.

చిన్న పావలా కాసు సైజ్‌లో వుందది.

చాలా పవర్ ఫుల్ ట్రాన్స్‌మీటర్.

* * *

నగరంలోకెల్లా ఖరీదయిన ఆస్పత్రిలో మంచం మీద పడుకుని వున్నాడు అతడు. చుట్టూ పత్రికా విలేకర్లు....

"మిస్టర్ సర్పభూషణరావ్.... మీరు చేసిన సాహసానికి అభినందనలు."

"మీకు తగిలిన గాయాలు అత్యంత ప్రమాదకరమైనవి, మీరు చేసిన మంచి కార్యమే మిమ్మల్ని రక్షించిందని మేమనుకుంటున్నాం. దీని పట్ల మీ అభిప్రాయం ఏమిటి?"

"ఈ సంఘటన పట్ల మీరెలా ఫీలవుతున్నారు?"

పత్రికా విలేకర్లు ఆస్పత్రి బెడ్ చుట్టూ చేరి అడుగుతున్నారు. సర్పభూషణరావు కుడికాలు ట్రాక్షన్‌లో వుంది. చెయ్యికి బ్యాండేజి వుంది.

విలేకర్ల కెమెరాలు క్లిక్ మంటున్నాయి. అందరూ ప్రశ్నల బాణాలు కురిపిస్తున్నారు.

రాత్రి ఎనిమిదింటికి సర్కస్ కాలిపోయిన సంగతి, బాంబ్ బ్లాస్ట్ సంగతి పత్రికల వాళ్ళకి తెలిసింది. ప్రాణనష్టం ఏమీ లేదు కాబట్టి అది పెద్ద విషయంగా కనబడలేదు. చిన్నసైజు ప్రముఖ వార్తగా పడిందంతే. అయితే, దాదాపు తొమ్మిదిన్నరకి సర్పభూషణరావు సెక్రటరీ అని చెప్పకుంటూ ఓ వ్యక్తి ఈ న్యూస్ బ్లాస్ట్ చేశాడు. ఈ సెక్రటరీ అనబడేవాడు ఎవడో సర్పభూషణరావుకి తలబ్రద్దలు కొట్టుకున్నా అర్థంకాలేదు. అయితే, వార్త మంచిదే కాబట్టి అతడు అంత పట్టించుకోలేదు.

ఒక చిన్నపిల్లవాడు పొరపాటున డేరా వెనుకవైపు వచ్చి ఆ హడావుడిలో పులుల మధ్య చిక్కుపడిపోయాడు. సమయానికి అటువైపు పరుగెత్తిన ఎస్.బి. ఆర్. ప్రాణాలకు తెగించి ఆ కుర్రవాడిని రక్షించాడు. ఆ ప్రయత్నంలో ఆయనకి గాయాలయ్యాయి.

ఈ వార్త బయటకు రాగానే ప్రెస్ చైతన్యవంతం అయింది.

సర్పభూషణరావులాటి ప్రముఖ వ్యక్తి తాలూకు ఏ న్యూస్ అయినా పత్రికలకి ప్రముఖ వార్తే. అందులోనూ పులిని ఎదుర్కొనడం.

విలేకర్లు ఆస్పత్రిని చుట్టుముట్టారు. అప్పటికి అతడు ఇంకా షాక్ నుంచి పూర్తిగా తేరుకోలేదు.

అయితే, డాక్టర్లు అనుమతి ఇవ్వలేదు. కావాలంటే రెండు రోజులు పోయాక రమ్మన్నారు. కానీ వార్త అంతవరకూ ఆగదు.

ఆ మరుసటి రోజే పత్రికలలో ఈ వార్త హెడ్‌లైన్స్‌లో వచ్చేసింది. దాని పరిణామమే రెండు రోజుల తరువాత ఈ ఇంటర్వ్యూ. కానీ, అతను ఈ ఇంటర్వ్యూ ఇవ్వడానికి ఒప్పుకోలేదు. క్లుప్తంగా సమాధానాలు చెప్పాడు. డాక్టరు విలేకర్లని పంపించేశారు. కేవలం దగ్గర బంధువుల్నీ, కూతుళ్ళనీ మాత్రమే వుంచారు. వాళ్ళు కూడా అభినందనలు తెలిపి వెళ్ళిపోయారు.

అతడు కళ్ళు మూసుకున్నాడు. ఈ గాయాలు పూర్తిగా మానడానికి ఎలాగయినా నెల రోజులు పడుతుంది. అతడి మనసు కుతకుత ఉడికి పోతూంది. చేతకున్న బ్యాండేజిని చూసుకున్నాడు. డాక్టరు చాలా శ్రద్ధ తీసుకుని కట్టాడు

దాన్ని..... నగరంలోకెల్లా ఖరీదైన నర్సింగ్‌హోమ్ అది. తన డబ్బు డాక్టర్ చేత "శ్రద్ధ" చూపింపచేసిందని అతను అనుకుంటున్నాడు. కానీ, గోడ అవతల నేత్ర వున్నాడనీ, డబ్బుకన్నా అధికారం (ముఖ్యంగా సి.బి.ఐ. కున్న అధికారం), అధికారం కన్నా తెలివితేటలు గొప్పవని అతడు వూహించలేదు.

ఆ రోజు అతడిని డాక్టర్ ట్రీట్ చేస్తున్నప్పుడు నేత్ర దగ్గరే వున్నాడు. అతడికి ఇక కొద్ది సేపట్లో స్పృహ వస్తుందనగా, తనకి కావాల్సిన పనిని నేత్ర డాక్టర్ సాయంతో పూర్తి చేసుకున్నాడు. సర్పభూషణరావు చేత కట్టులో అతడికి తెలియకుండానే బ్యాండేజితోపాటు ఒక కొత్త వస్తువు అతడి శరీరానికి 'అటాచ్' చేయబడింది.

అతడి కావిషయం ఏ మాత్రం తెలిసే అవకాశం లేదు.

అతడలా కళ్ళు మూసుకుని వుండగానే చేతి మీద చెయ్యి పడింది. కళ్ళు విప్పితే ఎదురుగా నేత్ర వున్నాడు. "నువ్వా" కోపంగా అన్నాడు.

"సర్కస్‌లో చిన్న పిల్ల వాడిని రక్షించింది నువ్వేనన్న వార్త పత్రికల వాళ్ళకి చెప్పింది నేనే" అన్నాడు నేత్ర.

"నా సెక్రెటరీగా?"

"అవును. నీ సెక్రెటరీగా–"

"ఎందుకు?"

"అభినందన అన్నది ఎంత బలమైనదో తెలిస్తే నయినా నువ్వు మారతావని నేను అనుకుంటున్నాను. నువ్వు చేయకపోయినా, కనీసం నువ్వు చేశావన్న వార్త, ఎంతమంది చేత నిన్ను అభినందింప చేస్తుందో చూడు. స్వార్థం కన్నా అభినందన గొప్పది యస్పీ.ఆర్."

"పిస్టల్ పారేసి గౌతమ బుద్ధుడిలా ప్రవర్తించడం మొదలు పెట్టావన్న మాట–" వ్యంగ్యంగా అన్నాడు యస్పీఆర్.

"పిస్టల్‌తో ప్రయత్నించాల్సివస్తే నిన్నూ లేపెయ్యాల్సి వస్తుంది యస్పీఆర్. విషయం అంతవరకూ వస్తే అది ఎలాగూ తప్పదు. కాని చట్టం పరిధిలోకి నిన్ను తీసుకురావాలన్నదే నా కోర్కె. నీ ద్వారా ఏజెంట్ క్యూ వ్యవహారం కనుక్కోవాలి. అదీ ముఖ్యం. నీ మీద కేసులన్నీ ఉపసంహరించుకుంటాం. ఏజెంట్ క్యూ భారతదేశం ఏ పని మీద వచ్చాడో చెప్పు."

భూషణరావు నవ్వి, "కాళ్ళ బేరానికి వస్తున్నావా?" అన్నాడు.

"కాదు. ఆఖరి యుద్ధానికి అంతిమ రాయబారం చేస్తున్నాను. పూర్తిగా నాశనం అయిపోకముందే ఒక మంచి నిర్ణయం తీసుకో. బిజినెస్ ఎగ్జిక్యూటివ్‌వి! సరి అయిన సమయంలో తీసుకున్న నిర్ణయం కన్నా సరి అయినది లేదు. 'నిన్ను నువ్వు రక్షించుకోవడం ద్వారా ప్రజల్ని రక్షించడం' అన్న విషయానికి ఆఖరి అవకాశం ఇస్తున్నాను. బి ఎ గుడ్ మాన్ యస్బీఆర్!"

సర్పభూషణరావు నవ్వేడు. "మనిషి స్వార్థానికి ఎంత దట్టంగా కోటింగ్ వేస్తే, అంత బాగా తన తరఫున వాదనని నిర్మించుకోవచ్చు నేత్రా. ప్రభుత్వానికి సాయం చేయడం కోసం నువ్వు లైసెన్స్‌డ్ మర్డర్స్ చేస్తావు. నా అంతస్థు కోసం, డబ్బు కోసం నేను హత్యలు చేస్తాను. మిస్టర్ నేత్రా...... ఈ ప్రజలంత అమాయకులు మరెవరూ వుండరు. అంతిమ విజయం ధర్మానిదే అని వీళ్ళు నమ్ముతారు. రాబోయే ఆ విజయం కోసం జాలిగా, ఆర్తిగా ఎదురుచూస్తూ వుంటారు. అదెప్పుడూ సుదూర తీరాల్లో ఆశగా కనపడుతూ వుంటుందే తప్ప నిరంతర విజయం మాత్రం ఎప్పుడూ చెడుకే. ఈ చెడు అన్నది మళ్ళీ రెలెటివ్ టర్మ్. రాజకీయాల్నుంచి వ్యాపారం వరకూ అన్ని రంగాల్లోనూ అది మిళితం అయ్యే వుంటుంది. ఎప్పుడో చివర్లో వచ్చే అంతిమ విజయం నాకొద్దు. అధర్మమయినా సరే, నిరంతర విజయమే కావాలి."

నేత్ర అతడివైపు సూటిగా చూశాడు. "చాలా కరెక్ట్‌గా చెప్పావు."

"నా లాజిక్ అర్థం చేసుకున్నందుకు థాంక్స్-"

నేత్ర తాపీగా "నువ్వు కరెక్ట్‌గా చెప్పావన్నది నీ లాజిక్ గురించి కాదు. ముందు చెప్పిన ఆత్మవంచన గురించి-" అన్నాడు.

యస్.బి.ఆర్.. మొహం వాడిపోయింది.

నేత్ర లేచాడు- "అభినందనల్తో నీ మనసు మారుతుందనుకోవడం నా పొరపాటు. అది సమ్మెట దెబ్బల్తో తప్ప మారదు. త్వరలోనే నీకలాటి షాక్ ట్రీట్‌మెంట్ ఇవ్వబోతున్నాను- చూస్తూ వుండు."

"అంతకన్నా పెద్ద షాక్ నీకూ, నీ దేశ ప్రజలకూ తగలబోతూ వుంది చూస్తూ వుండు. ఆ ప్రయత్నంలో మొదటి మెట్టుగా విదేశాలనుంచి వస్తూన్న ఆమ్లజలమే ఉదాహరణ. మీరందరూ కలిసినా ఆ ఆమ్లజలాల దిగుమతిని ఆపుచెయ్యలేకపోయారు. అవునా-" నవ్వేడు.

నేత్ర కూడా నవ్వి, "నీకు తగలబోయే షాక్ ఆ ఆమ్లజలంలోనే వుండొచ్చుగా" అంటూ అడుగు ముందుకేసి "నీకు షాక్ ఎప్పుడు పడితే అప్పుడు ఇవ్వగలను యస్బీఆర్! నీతో ఈ మాత్రమైనా మాట్లాడుతున్నానంటే దానికి కారణం కేవలం నాకూ, 'ర్యూ'రీ మధ్య నువ్వు లింకువి కాబట్టే!"

"శుష్క వాదాలతో సమయం వృథా చేయడం నా కిష్టం లేదు. చూద్దాం ఎవరు ఎవర్ని ముందుగా ఏం చెయ్యగలరో? ఈ రోజు నా దినచర్య చెపుతాను విను. నేనింకో అరగంటలో ఫ్యాక్టరీకి వెళ్తున్నాను- ట్రాక్షన్ తీసెయ్యగానే. ఆ తరువాత పారిశ్రామికవేత్తల మీటింగ్‌కి. సాయంత్రం హోం సెక్రటరీతో మీటింగ్‌కి.... రాత్రి గవర్నర్ సభకి ముఖ్య అతిథిని. వీటన్నిటిలో నేను ఏ కార్యక్రమంలో వుండగా షాక్ ఇవ్వాలో ఆలోచించుకో-"

"సరే....నేనూ నా దినచర్య చెపుతాను విను. ఇప్పుడు ఇంటికి వెళ్ళగానే బీరు తాగి భోజనం చేస్తాను. మూడింటికి నీ చిన్న కూతురుతో సినిమాకి వెళ్తాను. ఆరింటికి నీ పెద్ద కూతుర్ని కలుసుకుని మార్జునానా పార్టీ ఇస్తాను. థర్డ్ డిగ్రీ ఉపయోగించకుండా రహస్యాలు చెప్పిస్తాను. ఎనిమిదింటికి అరెస్టు వారెంట్‌తో నీ దగ్గిరకి వస్తాను..... నా దినచర్య బావుందా?"

నేత్ర అక్కణ్ణుంచి బయటకు వచ్చేశాడు.

సర్పభూషణరావు మొహం రక్తం లేనట్టు పాలిపోయింది.

స్వర్ణరేఖని నేత్ర పట్టుకునే లోపలే ఈ విషయం ఏజెంట్ క్యూకి ఎలా తెలియజెప్పాలా అని ఆలోచించాడు. మనిషి చాలా వర్రీ అయ్యాడు.

నేత్రకి కావల్సింది అదే.

చేస్తానన్న పని చేసినా చెయ్యకపోయినా, చేసేటంత డ్రామా బిల్డప్ చేసి ప్రత్యర్థిని మానసికంగా కృంగిపోయేలా చెయ్యడం ఒక కళ.... యుద్ధంలో మనకి అన్నిటికన్నా బాగా ఉపయోగపడే గొప్ప ఆయుధం- శత్రువు భయం!!!

ఇంటర్‌పోల్ ఏజెంట్‌కి అది మొదటి అధ్యాయంగా నేర్పుతారు.

"ఎప్పటికప్పుడు శత్రువు ఉనికి తెలుసుకోవడంకోసం- ఊహించని కొత్త పద్ధతుల్ని ఆలోచించు" అన్నది రెండో అధ్యాయం. ఆ అధ్యాయంలో భాగంగానే సర్పభూషణరావు చేతికి బ్యాండేజి కట్టేటప్పుడు అందులో డాక్టర్ చేత సీక్రెట్ ట్రాన్స్‌మిటర్ పెట్టించాడు నేత్ర. సర్పభూషణరావు ఎక్కడున్నది, ఎక్కడెక్కడకు వెళ్ళిందీ చెపుతుంది అది.

* * *

చాలా చిన్న సందు అది. చీకటిగా వుంది.

మొగవాళ్ళే ఆ సందులోకి ఒంటరిగా వెళ్ళడానికి భయపడతారు. అటువంటిది ఆ స్త్రీ వడివడిగా నడుస్తూ వెళుతూంది. ఆమె నడకను బట్టి చూస్తే ఆ వీధి ఆమెకు కొత్త కాదని తెలుస్తూంది.

ఆమె వీధి మొదట్లో కారు నిలబెట్టి లోపలికి నడిచినా అక్కడెవరూ ఆమెని పట్టించుకోలేదు. నిక్కర్లేసుకుని గోలీ లాడుకుంటున్న కుర్రవాళ్ళు కూడా చాలా క్యాజువల్‌గా పక్కకి తప్పుకున్నారు.

ఆ సందులో మురికినీరు ఒక పక్కగా పల్లానికి జారుతూంది.

చిన్న కొట్టు దగ్గిర ఆగిందామె.

ముందు చిన్న షామియానా వేలాడుతూంది. రెండు బల్లలు వేసి వున్నాయి. లోపలంతా చీకటిగా వుంది. ఆ షాపులో రోజుకి లక్ష రూపాయల అమ్మకాలు జరుగుతాయంటే ఎవరూ నమ్మలేరు.

"హలో–" అన్నదామె. లోపల కొట్టు తాలూకు యజమాని కదిలిన అలికిడి.

"3–డోస్" అందామె.

లోపల్నుంచి చిన్న వెలుతురు పడింది. ఎంతో నమ్మకస్తులైన కస్టమర్లకి తప్ప అక్కడ అమ్మకం జరగదు. ఆమె తన మొహం దుకాణదారుకి కనబడేలా ఆ వెలుతుర్లోకి తిరిగింది.

"స్వర్ణరేఖా" అప్పుడు వినపడింది నెమ్మదిగా. గుండు దెబ్బ చెవి పక్కనుంచి సాగిపోయిన లేడిపిల్లలా ఆమె ఉలిక్కిపడింది.

లోపల్నుంచి నేత్ర బయటకు వచ్చాడు.

అతడిని చూసి ఆమె బిత్తరపోయి "మీరా?" అంది.

"అవును. నేనే. చాలా రోజుల తరువాత కలిసేం కదూ. ఆ రోజు పార్టీలో .... మళ్ళీ ఇన్నాళ్ళకి...."

"ఎవరు మీరు?"

"నేత్ర .... సీక్రెట్ సర్వీస్.... "

ఆమె బెదిరిపోయి వెనుదిరిగింది. అతడామెని అనుసరిస్తూ అన్నాడు– "ఈ షాపువాడిని ఈ రోజే అరెస్టు చేసేం. మాదకద్రవ్యాలు అమ్మడం ఎంత నేరమో, వాడడం కూడా అంత నేరమే తెలుసా."

"కావాలంటే నన్ను అరెస్టు చేసుకోండి."

"తలుచుకుంటే అది పెద్ద విషయం కాదు. కానీ, నీ మీద వున్న గౌరవంతో ఆ పని చేయలేక పోతున్నాను."

వేగంగా వెళ్తున్నది ఆగి, ఆశ్చర్యంగా అతడివైపు చూసి, "గౌరవమా?" అంది.

"అవును. నీ తెలివితేటలకి ఏ మనిషైనా ఇవ్వవలసిన గౌరవం."

"అనవసరం. నాకు మీరన్నా, మీ ప్రజలన్నా తెగ అసహ్యం" కసిగా అంది.

"ఎందుకు?"

ఆమె సమాధానం చెప్పకుండా వడివడిగా కారు దగ్గిరకి నడిచింది. గోళీ లాడుకుంటున్న కుర్రవాళ్ళలో ఏదో గొడవొచ్చినట్టు ఒకర్నొకరు తరుముకుంటూ పరుగెడ్తున్నారు.

"స్వర్ణరేఖా! ఒక్క ప్రశ్నకి సమాధానం చెప్పు. అక్కడ తోటలో, అప్పుడు నారాయణ్‌పేటలో అంత రహస్యంగా చేసే ప్రయోగాలు దేనికోసం?"

ఆమె ఏదో చెప్పబోయింది. అంతలో ఆమె నిలబెట్టిన కారు కదిలి ఆమె ముందుకు వచ్చింది. వాటి గ్లాసు అద్దాలకి నల్లపేపరు వుండడం వల్ల లోపల డ్రైవరు సీటులో ఎవరున్నదీ తెలియడం లేదు. కారు దగ్గిరకు రాగానే ఆమె చప్పున అందులో ఎక్కి కూర్చున్నది.

ఆ తెరిచిన తలుపు సందుల్లోంచి క్షణకాలం, లోపల డ్రైవరు సీట్లో కూర్చున్న వ్యక్తి నేత్ర వైపు చూసి నవ్వేడు.

అతను ఏజెంట్ క్యూ!

టైరు పేల్చడంకోసం నేత్ర మెరుపులా జేబులోంచి పిస్టల్ తీశాడు. అతడి చేతల్లో దిగ్భ్రాంతికి కూడా చోటులేదు. ట్రిగ్గర్ నొక్కబోయిన వేలు ఆఖరి క్షణంలో ఆగిపోయింది.

గోళీ లాడుకునే కుర్రాళ్ళు రోడ్డుకడ్డంగా పరుగెడుతున్నారు.

కారు మలుపులో అదృశ్యమైంది.

* * *

ఆ సాయంత్రం ఏజెంట్ 'క్యూ' నుంచి సర్పభూషణరావుకి కోడ్ మెసేజ్ వచ్చింది.

"... నువ్వు పంపిన వార్త అందింది. ఇంటర్‌పోల్ స్వర్ణరేఖ నుంచి ఏ విధంగానయినా రహస్యాలు సేకరిస్తుందని నాకు తెలుసు. ముఖ్యంగా నేత్ర రంగంలోకి దిగాడంటే మనం జాగ్రత్తగా వుండాలి. స్వర్ణరేఖ ఏ షాపులో మందు కొంటూ వున్నదో కూడా అతడు తెలుసుకున్నాడు.

మన పథకం చివరి దశలో కొచ్చింది. నీ కూతురు చేస్తున్న ప్రయోగం ఫలించింది. ఈరోజే దానిని పరీక్షకు పెడుతున్నాం. అది అనుకున్న ఫలితాల్నిస్తే, ఫుటోనియం తెప్పించి, నీ ఫ్యాక్టరీలో పెద్ద ఎత్తున ఉత్పత్తి జరగాలి.

బహుశా రేపటితో స్వర్ణరేఖ అవసరం మనకు తీరిపోతుంది. ఇంటర్‌పోల్‌కి సాక్ష్యం దొరక్కుండా ఆమెని తొలగించడం చాలా అవసరం. ఆ బాధ్యత నీమీదే పెడుతున్నాను. ఆమెను ఇంటిలో చంపొద్దు. నేత్ర వెయ్యి కళ్ళతో గమనిస్తూ వుంటాడు. కాబట్టి ఎవరి సాయమూ తీసుకోవద్దు- ఈ పని నువ్వే స్వయంగా చెయ్యి....క్యూ"

మెసేజ్ చదివి కాగితం చింపేసేడు యస్బీఆర్.

* * *

సర్పభూషణరావు ఇంటినుంచి బయటకివెళ్ళే ఫోన్‌కాల్స్, అతని కొచ్చే ఫోన్‌కాల్స్ "అబ్జర్వేషన్" లో పెట్టాడు నేత్ర. తనున్న ఎదుటి ఫ్లాట్‌కి కనెక్షన్ తీసుకున్నాడు.

యస్బీఆర్ ఇంటిలో ఫోన్ రిసీవర్ ఎత్తగానే ఇక్కడ నేత్ర ఫ్లాట్‌లో టేప్‌రికార్డర్ దానంతట అదే తిరగడం మొదలు పెడుతుంది.

నేత్ర ప్రతిమని ఈ పనిమీద పూర్తిగా నియోగించాడు. చాలా సూచనలు ఇచ్చాడు. ముఖ్యంగా సర్పభూషణరావుకి ఏజెంట్ "క్యూ" నుంచి వచ్చే ఫోన్‌కాల్ ఏ విధంగా ట్రాప్ చెయ్యాలన్న సూచనలని.

"ఏజెంట్ క్యూ మరీ అంత మూర్ఖంగా యస్బీఆర్ 'ఇంటికి' ఫోన్‌చేసి మాట్లాడతానని నేను అనుకోను" అంది ప్రతిమ.

"నేనూ అనుకోను. కానీ, ఇద్దరిమధ్యా ఏదో కోడ్ వుంటుంది. ప్రతిసారీ కాగితంమీద వ్రాసి పంపడం కుదరదు కదా. ఎప్పుడో ఫోన్‌లో పట్టుపడతారు. దానికోసం ఓపిగ్గా వేచి వుండాలి."

"ఏమో నాకు నమ్మకం లేదు."

నేత్ర నవ్వేడు. "ఏజెంట్ క్యూ మీద అతని ప్రభుత్వాధినేతలకంటే మనవాళ్ళకే ఎక్కువ నమ్మకం వున్నట్టుందే."

"మొన్న స్పాన్‌లో ఒక వ్యాసం పడింది చూసేవా? 'మేన్ విత్ ది గోల్డెన్ గన్' అని ఒక ఇంటర్‌పోల్ ఏజెంట్ గురించి చాలా గొప్పగా వ్రాశారు. ఇంటిలిజెన్స్ అతని గన్ అట. సెక్స్ అతని బుల్లెట్ అట. పేరు చెప్పలేదుగానీ, అది ఏజెంట్ క్యూ గురించే. బహుశా స్వర్ణరేఖని అలాగే బుట్టలో వేసుకుని వుంటాడు."

"సెక్స్‌ని భూతద్దంలో పెట్టి చూపెట్టడం తెలుగు పత్రికలకే కొత్తగా వచ్చిన ఆచారం అనుకున్నాను. ఇంగ్లీషుకి కూడా పట్టిందన్న మాట-"

"నీకు అంతా నవ్వులాటగా వున్నట్టుంది."

"లేకపోతే ఏమిటి ప్రతిమా నువ్వంటున్నది? ఈ ప్రపంచంలో ఇంతమంది దంపతులు ఇంత సుఖంగా హాయిగా బ్రతుకుతున్నారంటే వాళ్ళకి బుల్లెట్స్, గన్సూ వున్నాయా? మామూలు తెలివితేటలకన్నా- ఎక్కువ తెలివితేటలుండడం ఎప్పుడూ లాభదాయకమే. కానీ, అది కేవలం సెక్స్‌కే ఎందుకు? వంట చేయడానికి కూడా తెలివితేటలు కావాలి. టేలర్స్ సైంటిఫిక్ మేనేజిమెంట్ వంటింట్లో కూడా వర్తిస్తుంది. కొందరికి ప్రొద్దున్న వంట గంటన్నర పడితే మరికొందరు అరగంటలోనే పూర్తి చేస్తారు. ఎలా? గాస్‌స్టౌకి రెండు బర్నర్స్ వుంటే దేనిమీద ఏ ఆర్డర్‌లో ఏది వండాలి? కూరగాయలు ఎప్పుడు కోయాలి? బియ్యం ఎప్పుడు కడగాలి? అన్న చిన్న విషయాల్ని ప్లాన్ చేసుకోవడం ద్వారా! ఇదంతా నవ్వొచ్చే విషయంలా కనపడుతుంది కానీ, గంజి వార్చడం కన్నా అత్తెసరు చేయడం 65శాతం ఇంధనాన్ని ఆదా చేస్తుందంటే, తెలుసుకోవడానికి థ్రిల్లింగ్‌గా వుండదూ? 'వింధ్య పర్వతాల పంక్తుల్లో అకస్మాత్తుగా మాయమయిన రెండు శిఖరాలు ఇక్కడ తేలాయా- మైగాడ్' అని రొమాంటిక్ మూడ్‌లో మొగవాడు అనడం అతని స్పాంటేనియిటీని తెలుపవచ్చు. అలాగే ఉల్లిపాయలు వేగుతున్నప్పుడు బంగాళాదుంపలు కోయడం ద్వారా సమయం ఆదాచేయడం కూడా గృహిణి స్పాంటేనియిటీని అంతే తెలుపుతుంది. ఇదంతా ప్రకృతి సహజం. దీనికి అవసరమైన ప్రాముఖ్యత ఇవ్వడం పూర్తిగా అనవసరం. రొమాన్స్‌కీ, వంటకీ వంతెనేస్తున్నాడేమిటా అని అలా చూడకు. కాదేదీ అనాలిసిస్‌కి అనర్హం అంటున్నాను. ఎంతో గొప్పదైన ప్రేమ ముందు సెక్స్ చాలా చిన్న విషయం అంటున్నానంతే-" అని వెళ్ళిపోయాడు.

ఆమె అటే చూస్తూ నిలబడింది.

నేత్ర ... క్యూ ... ప్రపంచపు ఇద్దరు అత్యుత్తమ ఏజెంట్లు రెండు వేర్వేరు సిద్ధాంతాల్ని నమ్ముకున్నారు. (స్వర్ణరేఖని) ఎవరు గెలుస్తారు?"

* * *

"డియర్ ఫ్రెండ్స్.....!

ఈ రోజు ఎంతో శుభదినం. సైన్సు చరిత్రలో కొత్త అధ్యాయం ప్రారంభం కాబోతూంది. అహర్నిశలు శ్రమించి స్వర్ణరేఖ కనుక్కున్న పి.జి గ్యాస్ ఫార్ములా తయారైంది.

దాన్ని ఇప్పుడు మనం ప్రయోగించి చూడబోతున్నాం. ఈ పాయిజనస్ గ్యాస్‌గాని అనుకున్న ఫలితాలు ఇచ్చిన పక్షంలో, ఈ దేశం మన హస్తగతమయ్యే రోజు ఎంతో దూరంలో వుండదు. మనిషిని క్షణాల్లో చంపే ఈ విషవాయువు ఇప్పటివరకూ ప్రపంచపు కెమికల్ వెపన్స్‌లో కెల్లా అత్యాధునికమైనది అవుతుంది. ఇరాన్, ఇరాక్ యుద్ధంలో ఉపయోగించిన కెమికల్ వెపన్స్ కన్నా ఎన్నో రెట్లు పవర్ వున్న ఈ పి.జి.జి.లో వున్న విశేషం ఏమిటంటే ఒక చిన్న కాప్సూల్ పైపొర కరిగిపోగానే, మిగతాది గాలిలో కలిసిపోతుంది. కానీ, చాలాకాలం వరకూ, చాలా దూరం వరకూ తన ప్రభావం కోల్పోకుండా, కొన్ని వందల చదరపు మైళ్ళ ప్రాంతాన్ని విషపూరితం చేస్తుంది. ఇరాన్‌మీద వాడిన దాని కంటే ఇది ఎంత ప్రభావ పూరితమైనదో దీన్నిబట్టే ఊహించవచ్చు.

ఫ్రెండ్స్ ..... ఈ ప్రయోగంలో మీరందరూ సహాయం చేశారు. దీన్ని ప్రత్యక్షంగా మీరు చూసే ఏర్పాట్లు చేశాను. ఈ వాయువు నిర్మాణానికి ప్లుటోనియం కావాలన్న సంగతి మీకూ తెలుసు.

సర్పభూషణరావు దిగుమతి చేసుకుంటున్న వంద టన్నుల ఆమ్లజలంతోపాటు సూక్ష్మాతి సూక్ష్మ పరిణామంలో ప్లుటోనియం కూడా మా దేశం నుంచి దొంగతనంగా రవాణా చేయబడుతూంది. ఈ ప్రయోగం ఫలించిన మరుక్షణం పెద్దఎత్తులో ఆ కాప్సూల్స్ నిర్మాణం భారీగా జరుగుతుంది.

ఈ సందర్భంగా స్వర్ణరేఖకి శుభాకాంక్షలు తెలుపుతున్నాను."

ఏజెంట్ క్యూ ఇంగ్లీష్ ఉపన్యాసం పూర్తికాగానే ఆ హాల్‌లో చప్పట్లు వినిపించాయి. క్యూ లేచి స్వర్ణరేఖని తనతో రమ్మన్నట్టు సైగ చేశాడు.

ఇద్దరూ బైటకొస్తుంటే స్వర్ణరేఖ అడిగింది- "ఏ జంతువుల మీద చేస్తాం....?"

క్యూ నవ్వాడు. "నీ ప్రయోగాలు ఇంకా జంతువులమీద చేసే స్థాయిలో ఉన్నాయనుకోవడంలేదు రేఖా."

"అంటే....?"

అతను మాట్లాడలేదు.

సినిమాహాలు వెనుక ప్రొజెక్షన్ గదిలా వున్న చిన్న రూమ్‌లోకి ప్రవేశించాడు. దానికి, ముందు హాలుకి మధ్య అద్దం వుంది. అద్దం అవతల హాలు కనపడుతుంది. సభ్యులందరూ కూర్చుని రాబోయే ప్రయోగంకోసం చూస్తున్నారు.

స్వర్ణరేఖని కూర్చోమన్నట్టు సైగచేసి స్విచ్ ఆన్ చేశాడు.

సభ్యులు చూస్తున్నారు.

స్వర్ణరేఖకి అర్థం కావడంలేదు.

ఉన్న పదిమంది సభ్యులలో గోడ పక్కగా కూర్చున్న వ్యక్తి ముందు లేచాడు. గొంతు పట్టుకుని వంగాడు. క్షణాల్లో అక్కడ దృశ్యం భీభత్సమైంది. పదిమంది వ్యక్తులు తమ తమ మరణాన్ని దూరం చేయడానికి విఫలయత్నాలు చేస్తున్నారు. వాళ్ళ హాహాకారాలు గాజు అద్దాలమధ్య నిక్షిప్తమై పోతున్నాయి.

మృత్యువు వికృతంగా వాళ్ళ శరీరాల్ని నాట్యం చేయిస్తూంది. స్వర్ణరేఖ ఎంతగా షాకయిందంటే,ఆమెకి దాన్ని వారించే శక్తి కూడా లేకపోయింది. అప్పటివరకూ తనతో కలిసి ప్రయోగంలో పాల్గొన్నవారు, తన విజయం కోసం ఎదురు చూసినవాళ్ళు, తన మిత్రులు, తన తోటి సహచరులు, తనతోపాటు కష్టాన్ని పంచుకున్న వాళ్ళు ఇప్పుడు నల్లులా మాడిపోతున్నారు.

ఆమెకి తన తండ్రి గుర్తొచ్చాడు. నోబెల్ ప్రయిజ్‌కోసం చూస్తూ ప్రాణాలు అర్పించిన తండ్రి! ప్రపంచాన్ని సస్యశ్యామలం వైపు నడిపించాలనుకున్న వ్యక్తి!! ఆ ఫార్ములాని తను కాస్త మార్చింది. దాని పరిణామం ఇంత ఘోరమా?

క్షణాలలో ఆ గది స్మశానంగా మారింది. అచేతనంగా పడివున్నారు ఆ గదిలో వ్యక్తులు. ఏ పోస్ట్ మార్టమ్ కూడా వాళ్ళు ఎలా మరణించారో తెలుసుకోలేదు. అదే ఆ ఫార్ములా గొప్పతనం! ఏ దేశమూ మరో దేశాన్ని నేరస్థురాలిగా నిలబెట్టలేదు.

"సక్సెస్... గ్రాండ్ సక్సెస్..." అరిచాడు క్యూ. అతను అంత ఆనందంగా వుండడం ఎప్పుడూ లేదు. స్వర్ణరేఖని బలంగా దగ్గరకు లాక్కుని "గెల్చాం...... మనం గెల్చాం....." అన్నాడు.

ఆమెకి ఆ మాటలు వినపడడంలేదు. ఆ శవాల్నే కన్నార్పకుండా చూస్తోంది. ఈ మానవజాతి పట్ల, ఈ దేశంపట్ల, ముఖ్యంగా మొగవాళ్ళ పట్ల ఆమె మనసులో వున్న కసికీ, ద్వేషానికి తార్కాణాలు ఆ శవాలు! ఆమె విజయానికి కేతనాలు!! కానీ, ఆమె కన్నతండ్రి తాలూకు రక్తం ఇంకా ఆమెలో ప్రవహిస్తోంది. మనిషి జీవితాన్ని సస్యశ్యామలం చేయడం కోసం తన జీవిత మొత్తాన్ని ధారపోసిన ఆమె తండ్రి ఇప్పుడేగానీ బ్రతికి వుండి, ఈ కూతురి విజయాన్ని చూసి వుంటే ఏమని వుండేవాడో! ఇది విజయమో, అపజయమో ఆమెకి అర్థం కావడంలేదు.

చిన్న బఠాణీగింజ పరిమాణంలో వున్న కాప్స్యూల్ అది. కేవలం అద్దాలుండడం చేత వాయువు బయటకు వ్యాపించలేదుగాని, లేకపోతే అయిదు నిమిషాలలో ఆ నగరం నిర్జీవం అయిపోయేదే. ఇదే ప్రయోగాన్ని పెద్ద ఎత్తులో

నిర్వహించి ఒక దీవిమీదో, లక్షలమంది జనాలమీదో ప్రయోగించి చూసేవరకూ 'క్యూ'కి నమ్మకం కుదరకపోవచ్చు. కానీ, ఒక సైంటిస్టుగా ఆమెకి తన ప్రయోగం విజయవంతమయిందని తెలిసి పోయింది. ఇక దారుణ మారణకాండ మాత్రమే మిగిలి వుంది. తన పగ చల్లారే రోజు.... ఇంజెక్షన్ల మత్తు అవసరంలేని రోజు.... ఇదంతా సంతోషమా?.....ఏమో.

యురేనియంని న్యూట్రాన్‌తో బ్రద్దలుకొడితే విచ్ఛేదనం జరుగుతుందని, ఆటంబాంబు తయారవుతుందని, అది మానవాళిని నాశనం చేస్తుందని కనుక్కున్నప్పుడు ఒట్టోహసన్ మానసిక స్థితి ఎలా వుండి వుంటుంది? సంతోషించి వుంటాడా? దుఃఖించి వుంటాడా?

ఆమెకు లూయిామెకనీస్ వ్రాసిన PRA-YER OF THE UN-BORN BABY' గుర్తొచ్చింది.

"నేనింకా పుట్టలేదు.
నేనొచ్చే దారికి వెలుగిచ్చే దీపాన్ని
మీ మనో ప్రాంగణాల్లో వెలిగించి వుంచండి.
బాలారిష్టాలు లేని
భయం లేని బ్రతుకు నా కివ్వండి.
నా నాలుక పలకబోయే అబద్ధాల్ని
నా చేతులు చేయబోయే హత్యల జాబితాల్ని
నేను పుట్టకముందే తయారుచేసి వుంచకండి.
వర్షంలా కురిసే యుద్ధంలో నా ప్రేవులు కదక్కండి"

చేతిమీద చురుక్కుమంటే ఆమె ఈ లోకంలోకి వచ్చింది. "ఈ శుభ సమయంలో ఆనందించు"- ఇంజెక్షన్ ఇస్తూ అంటున్నాడు క్యూ.

"మనకి కావల్సిన ప్లుటోనియం రాగానే ఈ కాప్స్యూల్స్ నిర్మాణం వేల సంఖ్యలో జరుగుతుంది. ఈ దేశానికి కాబోయే మహారాణికి మా దేశం తరఫున కృతజ్ఞతలు తెలుపుకుంటున్నాను." నాటకీయంగా అన్నాడు క్యూ.

ఆమె మత్తులోకి ప్రవహిస్తోంది. జీనియస్ బ్రెయిన్ తాలూకు ద్వారాలు మూసుకుపోతున్నాయి. బిగ్గరగా నవ్వింది.

"అందరూ చచ్చిపోతారా?"

"అందరూ పోతారు."

"మొగాళ్ళందరూ ఛస్తారా?"

"అందరూ ఛస్తారు."

"నువ్వు కూడా ఛస్తావా?" వాలిపోతున్న ఆమె శరీరాన్ని రెండు చేతుల్తో పట్టుకుని పడుకోబెట్టాడు. జవాబు చెప్పలేదు. ఆమె ఈ లోకంలో లేదు.

ఆమె వైపు అతడు కన్నార్పకుండా చూశాడు. అప్పుడే ఆమెని పై లోకానికి పంపించేద్దామనుకున్నాడు. ఉహూ..... కాదు. ఇంకా కొద్ది సమయం ఆగాలి. ఈ ప్రయోగం పెద్దఎత్తులో కూడా విజయవంతం అయిందని నిశ్చయమయ్యాకే ఈమె చావు.

అతడు నిశ్శబ్దంగా అక్కణ్ణుంచి బయటకు వెళ్ళిపోయాడు.

* * *

వై. ఎం.సి.ఏ. బిలియర్డ్స్ రూములో వామనమూర్తి, చీఫ్, నేత్ర వున్నారు.

చీఫ్ ఎర్ర బంతివైపు గురిచేస్తూంటే పక్కన నిలబడి నేత్ర చెపుతున్నాడు–

"బహుశ మీకు గుర్తు వుండే వుంటుంది సర్.... సంవత్సరంక్రితం ఒక సంఘటన జరిగింది. అమెరికా నుంచి పాకిస్తాన్‌కి అతి రహస్యంగా ఫ్లుటోనియం దొంగ రవాణా జరిగింది. ఈ విషయమై అమెరికన్ సెనేట్‌లో పెద్ద గొడవ కూడా అయింది. పాకిస్తాన్‌కి అణుపరిశోధనా సహాయం పూర్తిగా ఆపెయ్యాలని ప్రతిపాదన కూడా వచ్చింది."

"అవును–"

"ఈ దొంగ రవాణా ఓడద్వారా జరిగింది. కొన్నివేల లీటర్ల ద్రవంలో కొద్ది ఫ్లుటోనియం పంపబడింది. అంత చిన్న పరిణామాన్ని పట్టుకోవడం కష్టం. కాని, ఆ కొద్ది పరిమాణమే కొన్ని కోట్ల ఖరీదు చేస్తుంది. చాలా అద్భుతమైన ప్లాన్ అది."

"ఇదంతా ఇప్పుడెందుకు చెపుతున్నావ్ నువ్వు?" స్టిక్ అందిస్తూ అన్నాడు వామనమూర్తి.

"సర్పభూషణరావు ఆమ్లజల దిగుమతిలో కూడా ఇలాంటి రహస్యమే వుందని నా అనుమానం–" నేత్ర కొట్టిన బంతి రంధ్రంలో వేగంగా వెళ్ళి పడింది.

"మైగాడ్..." ఇద్దరూ మొహాలు చూసుకున్నారు. "ఇంతకాలం అతడికి ఆ ఆమ్లజలం కేవలం వ్యాపార నిమిత్తం అనుకున్నాను." అన్నాడు వామనమూర్తి.

"కానీ, నువ్వేగా నేత్రా, అతడికి ఆ దిగుమతికి అనుమతి ఇవ్వమని సలహా ఇచ్చింది–" చీఫ్ అడిగాడు.

"అవును సార్ నేనే. ప్రతిదాన్నీ చట్టపరంగా సాధించలేం. యస్బీఆర్ కోసం వస్తూన్న ఆమ్లజలాన్ని అక్కడే సముద్రంలో కలిపేసి అతడిని తిరుగులేని దెబ్బ కొట్టదల్చుకున్నాను."

"దానివల్ల అతడికేమీ నష్టం లేదు. అంతకి అంతా ఇన్సూరెన్స్ వస్తుంది."

"పోయింది కేవలం ఆమ్లజలమే అయితే వస్తుంది. కాని, దాంతోపాటు ఫ్లుటోనియం కూడా వుంటే?" నేత్ర నవ్వాడు.

శ్రోతలిద్దరూ అవాక్కయి చూశారు.

"నాకెందుకో అనుమానం వచ్చింది సార్. అతడి పరిశ్రమలకి అంత ఆమ్లజలం అవసరం లేదుకదా అనుకున్నాను. అదే సమయానికి ఈ పాకిస్తాన్ వ్యవహారం చదువుతూంటే నాకీ సందేహం కలిగింది. పదిపదిహేను రోజులపాటు సముద్రంలో కాపువేసి ఆ ఓడని పట్టుకోవాలి."

"కాని, నెల రోజులపాటు చిన్న పడవలో ఆహార పదార్థాలు నిలవచేసుకుని రాత్రింబవళ్ళు ఎండలో, వానలో...."

"తప్పదు సార్. ఆధునికమైన ఆయుధాలతో మన షిప్ ఆ ప్రాంతాల్లో కనపడిందంటే ఆ వినాశనానికి మన దేశమే కారణమని ఇంటర్నేషనల్ కోర్టులో మన శత్రుదేశం కేసు వేసే ప్రమాదం వుంది. రుజువైనా, కాకపోయినా మన ప్రతిష్టకు సంబంధించిన విషయం అది."

"కాని.... అంత రిస్క్...."

"మీకు గుర్తుందా? పాకిస్తాన్‌తో యుద్ధ సమయంలో ఒకశత్రు జలాంతర్గామి విశాఖపట్టణ సముద్రతీరంలో నెలల తరబడి కాపువేసింది. మన శత్రువు నీటి లోపల అన్ని రోజులు వున్నప్పుడు నీటిపైన నేను వుండటంలో రిస్క్ ఏముంది? వెళ్ళొస్తాను. పని పూర్తి చేసుకు వచ్చాక కలుస్తాము-"

"కలుస్తాము- అంటున్నావు, నీతోపాటు ఎవరొస్తున్నారు?"

"ఏజెంట్ ప్రతిమ-"

* * *

చుట్టూ నీళ్ళు. అలలు కూడా లేవు. అంతా నిశ్శబ్దంగా వుంది. సముద్రం మీద ఆ నిశ్శబ్దం భయంకరంగా వుంది.

దానికితోడు ఒంటరితనం.

వాళ్ళిద్దరే ఆ పడవలో రెండు వారాల నుంచి వుంటున్నారు. చిన్నసైజు మోటారు బోటులా వుంది. ఎండ నుంచి రక్షించడానికి, వాన నుంచి కాపాడటానికి పైన కప్పు వుంది. సీటు క్రింద దాదాపు నెల రోజులకు సరిపడా టిన్డ్ ఫుడ్ వుంది. నీళ్ళ సీసాలు, స్టవ్, టీపొడి, బిస్కట్లు, అన్ని ఏర్పాట్లూ వున్నాయి. కాలక్షేపానికి ట్రాన్సిస్టర్ వుంది.

అయినా ఆ నిశ్శబ్దం భయంకరంగా వుంది.

ప్రతిమ, నేత్ర ఆ బోట్‌లో వున్నారు. ఏడు రోజులు బయట ప్రపంచంతో సంబంధం లేకుండా వుండడం ఎంత కష్టమో ప్రతిమకి అర్థమవుతూంది. ఆమెకి ఈ అనుభవం కొత్త. సీక్రెట్ ఏజెంట్‌గా ఆమెకి ఇటువంటి అనుభవం కలగలేదు. వంతుల ప్రకారం లేవడం, బైనాక్యులర్స్‌తో చుట్టూ చూడడం, అదే పని. సూర్యుడు వచ్చేవాడు. పడమట కృంగిపోయేవాడు.

వాటర్.... వాటర్ ఎవ్విరివేర్.... వాటే డ్రాప్ టు 'బేత్'. స్నానానికి నీళ్ళుండేవి కావు. రేషన్. తాగే నీటికి సమస్య లేదు.

వాళ్ళు ఆ ప్రదేశానికి చేరుకున్న నాలుగు రోజులకి వర్షం వచ్చింది. లేని దాని అవసరం ఎంత గొప్పగా కనపడుతుందో ఆమెకి అప్పుడు అర్థమైంది. అతనున్నాడని కూడా చూసుకోలేదు. చేతులు గాలిలోకి విసిరి ఆ వర్షంలో తడిసింది. ఉప్పుగాలితో పెళుసయిన శరీరానికి ఆ వర్షం ఎంతో హాయిగా తోచింది. చిన్నపిల్లలా కేరింతలు కొట్టింది.

నేత్ర బోటుకి అటువైపు వెళ్ళిపోయాడు. తరువాత అడిగింది "ఎందుకలా చేశావ్" అని.

"నీ ఉత్సాహాన్ని పాడుచేయడం ఇష్టంలేక. నేనుంటే ఆ తడిసిన చీరలో నువ్వు అంత స్వేచ్ఛగా వుండవు."

ఆమె రవ్వంత సిగ్గుతో "కాని .... ఆ రోజు నారాయణ్‌పేట్‌లో...." అసంపూర్తిగా ఆపుచేసింది.

"అది వేరు.... ఆ రోజు నన్ను నేను ఎస్టాబ్లిష్ చేసుకోవాలి. ఇక్కడ అలా కాదు. నన్ను నమ్మివచ్చావు. నీ నమ్మకాన్ని పాడుచేయడం, ఈ డిపార్ట్‌మెంట్‌కి అన్యాయం చేసినట్టవుతుంది. అదీగాక ఆ భంగిమలో అలా చూస్తే నేను తర్వాత టెంప్ట్ కావచ్చు."

ఆమె అతడివైపు గౌరవంతో కూడిన ఆరాధనా పూర్వకంగా చూసింది. మామూలప్పుడు ఎంత అల్లరిగా ఏడిపించేవాళ్ళే అవసరమైనప్పుడు ఇంత

నిజాయితీగా వుండగలరన్నమాట అనుకుంది. మామూలుగా అతిమర్యాద, వినయం చూపించే మరొక మొగవాడు ఈ పరిస్థితిలో వుండి వుంటే అత్యాచారం చేయకపోయినా, కనీసం మాటలు కలిపి, పరిచయం మరింత పెంపొందించు కోటానికైనా ప్రయత్నించి వుండేవాడు. వెన్నెల రాత్రుల్నీ, ఒంటరితనాన్ని తేలిగ్గా వదులుకుని వుండేవాడు కాదు. పైకి ఎంతో గౌరవాన్ని చూపించే మొగవాళ్ళు, అవకాశం వస్తే ఎంత 'లేకి'గా ప్రవర్తిస్తారో ఆమెకి తెలుసు. 'ఐ లవ్ యూ.... ఐ లవ్ యూ నేత్రా' అనుకుంది. స్త్రీ సహజమైన బిడియంతో దాన్ని పైకి చెప్పలేదు.

ఆమెకెందుకో హాయిగా అనిపించింది. చుట్టూ వున్న అగాధ జలరాశి, పైన ఆకాశం, నక్షత్రాలు, సముద్రం మీదనుంచి వచ్చే చల్లటి గాలి, కెరటాలమీద మెరిసే చంద్రకాంతి, వర్ణంతో శబ్దం మిళితమై వచ్చే అపురూప నాదం ప్రే... మ.. ఆమె కెందుకో ఆ అనుభవం చాలా గమ్మత్తుగా అనిపించింది. ఇంత దూరంలో నీటిమధ్య ఊగుతున్న పడవలో మానవాళికి దూరంగా తామిద్దరే.

ఆమె తన ఆలోచనల్లో వుండగా దూరంగా శబ్దం వినిపించింది.

షిప్ శబ్దం.

నేత్ర బైనాక్యులర్స్‌తో చూశాడు. చీకట్లో దూరంగా దీపాల వెలుగు కనిపించింది.

అతడు తయారవసాగాడు. ఆమె అతడినే చూడసాగింది. అంత చలిలోనూ, టెన్షన్‌తో ఆమె శరీరం చెమటతో తడిసిపోయింది.

అతడు చేపలా నీటిలోకి జారిపోయాడు. దాదాపు కిలోమీటరు దూరంలో షిప్ వస్తూంది.

ఇది చాలా రిస్క్‌తో కూడిన పని అని ఆమెకు తెలుసు. ఏ మాత్రం అటు ఇటు జరిగినా అతడు తిరిగి రాకపోవచ్చు.

* * *

ముప్ఫయి అడుగుల ఎత్తుంటుంది ఆ ఓడ అంచు.

నీటిలోంచి తల పైకెత్తి చూశాడు నేత్ర. జేగురు రంగు ఇనుము చెక్క మిశ్రమంమీద నీటి పాకుడు పచ్చగా కనపడుతూంది. అతడు చేతిలో వున్న పరికరాల్ని దానికి అమర్చాడు. పూర్వకాలంలో సైనికులు కోట గోడలు ఎక్కడానికి ఉపయోగించే 'ఉడుం' లాంటి ఆధునికమైన ఆ పరికరాలు సాయంతో ఆ అంచులు ఎక్కడానికి ప్రయత్నించాడు. చాలా కష్టమైన ఫీటు అది.

ఓడ నెమ్మదిగా వెళ్తూంది. దాదాపు అరగంట పట్టిందతనికి పైకి చేరుకోటానికి. కార్గో షిప్ అది.

పూర్వంతో పోల్చుకుంటే సముద్రపు దొంగల తాకిడి దాదాపు లేనట్టే. అందువల్ల గార్డింగ్ ఎక్కువగా లేదు.

అతడు కారిడార్‌లో దిగాడు. నిర్మానుష్యంగా వుంది. అతడు క్యాబిన్‌వైపు వెళ్తూంటే ఇద్దరు వ్యక్తులు ఎదురుగా వచ్చారు. వెంటనే దాక్కోటానికి ఏమీ కనపడలేదు. కుడి పక్కనుంచి ఆరంగుళాల వ్యాసార్థంగల పైపు వెళుతూంది. నేత్ర చప్పున దాన్ని రెండు చేతుల్తోనూ పట్టుకుని, గాలిలోకి డైవ్‌చేసి పైకి ఎక్కి బోర్లా పడుకున్నాడు. అదృష్టవశాత్తు అది వంగిపోలేదు.

భూమికి ఏడడుగుల ఎత్తులో వుంది అది.

ఎదురుగా వస్తున్న ఇద్దరు వ్యక్తులు అక్కడికి వచ్చాక ఆగి, అటు ఇటు చూసి, కుడివైపు నడిచారు. సరిగ్గా అతనున్న రాడ్ కిందికివచ్చి నిలుచున్నారు. నేత్ర వూపిరి బిగబట్టాడు.

వాళ్ళు చెయ్యి ఎత్తితే అతను తగుల్తాడు. ఇద్దరు గార్డుల్లో ఒకడు రాసుకున్న నూనె తాలూకు వాసనకూడా అతడికి సోకుతూంది. అంత దగ్గరగా వున్నారు ఇద్దరూ. ఇద్దర్లో ఒకడు జేబులోంచి బాటిల్ తీసి రెండోవాడికి ఇచ్చాడు.

ఆ బాటిల్ అలాగే ఎత్తి తాగాలన్న కోర్కె రెండోవాడికీ కలక్కూడదని, వెన్నెలాకాశాన్ని చూడాలన్న కోర్కె మొదటివాడికి రాకూడదని మనసులోనే ప్రార్థించాడు నేత్ర. ఆ రెంటిలో ఏది జరిగినా, పన్నెండు అంగుళాల ఎత్తులోవున్న తను కనపడటాన్ని ప్రపంచంలో ఏ శక్తీ ఆపలేదు.

వాళ్ళని చంపడంకాని, స్పృహ తప్పించడం కాని పెద్ద కష్టం కాదు. కాని, ఇంత కష్టపడిందీ ఫలితం లేకుండా పోతుంది. ఇన్ని రోజులు అనుమానం రాకుండా బోట్‌లో వున్నది- ఇది కేవలం ప్రమాదవశాత్తు జరిగింది అనిపించేలా చేయడం కోసమే తప్ప, విద్రోహ చర్య అన్న అనుమానం వచ్చేలా చెయ్యడానికి కాదు.

గార్డ్ బాటిల్ గాలిలోకి ఎత్తాడు.

నేత్ర వాడిమీదకు దూకటానికి సిద్ధమయ్యాడు. కాని, చివరి క్షణంలో ఆ గార్డ్ అడుగు ముందుకు వేశాడు. అందువల్ల నేత్ర వాడికి కనపడలేదు. ఇద్దరూ తాగడం పూర్తిచేసి, అక్కడనుంచి కదిలారు. నేత్ర తేలిగ్గా ఊపిరి పీల్చుకున్నాడు. ఇక ఆలస్యం చెయ్యలేదు.

పైనుంచి దూకి, కారిడార్‌లో పరుగెత్తి లోపలికి ప్రవేశించాడు. కిందికి మెట్లున్నాయి.

అండర్‌గ్రౌండ్ తాళం తీయడానికి అతనికి ఎక్కువ సమయం పట్టలేదు.

క్రింద విశాలమయిన స్థలంలో వున్నాయి బారెల్స్. దాదాపు పన్నెండు బారెల్స్. అతడు జేబులోంచి కత్తి తీశాడు. బారెల్ నుంచి బారెల్‌కి పైప్ కనెక్షన్ వుంది. ఒక బారెల్‌కి రంధ్రం చేస్తే చాలు. అయితే, అది తరువాత విధ్వంసక చర్యలా కనపడకూడదు. యాక్సిడెంట్‌లా వుండాలి.

అతడికీ పని పూర్తవడానికి దాదాపు అయిదు నిముషాలు పట్టింది. బారెల్స్ నుంచి ద్రవం కారి ఒక మూలగా ప్రవహిస్తూంది.

అతడు అక్కడనుంచి బయటకు వచ్చి నీటిలో దూకాడు.

బోట్ దగ్గర ప్రతిమ ఎదురుచూస్తూ వుంది. అతడు దగ్గరకురాగానే చెయ్యి అందించింది. అతడు పైకి వచ్చేసి మాస్క్ తీసేశాడు. "అయిదు నిమిషాల్లో అంతా ఖాళీ అవుతుంది" అన్నాడు బోట్ స్టార్ట్ చేస్తూ.

"అరె.... అటు చూడు....." అంది ప్రతిమ.

దూరంగా మంట కనపడింది. ముందు చిన్నమంట.... చూస్తూవుండగానే అది సముద్రంమీద ఫర్లాంగు దూరం వ్యాపించింది.

షిప్‌లో 'క్రూ' అంతా హడావుడి పడుతున్నారు. మంటల్నుంచి ఓడ దూరంగా వెళ్తూంది. ఓడకి ప్రమాదం లేదు. ఆ దృశ్యం మాత్రం అపురూపంగా వుంది. దాదాపు 20 లక్షల ఖరీదుచేసే ఆమ్లజలం మాత్రం నీటి పాలైంది. ఆకుపచ్చ, పసుపు రంగుల్లో వాయురూపంలోకి మార్పు చెందడం....

"నాకు సైన్సు సరిగ్గా తెలీదు. కాని, ఇలా బర్న్ అవడం ఒక రకంగా అదృష్టమే. చేపలు చావవు" అన్నాడు నేత్ర.

బోటు ఒకవైపుకి, ఓడ ఒకవైపుకి మంటలనుంచి దూరంగా వెళ్తున్నాయి.

బోటు తీరాన్ని చేరుకోవటానికి మరో ఏడు రోజులు పట్టవచ్చు. వైర్‌లెస్ ద్వారా ఓడనుంచి వార్త ప్రెస్‌ని చేరుకోవటానికి ఏడు నిమిషాలు చాలు.

ఇరవై లక్షలు నష్టం

ఆమ్లజలం సముద్రంపాలు

పెద్ద అక్షరాల్తో వార్త పడింది.

'కరాచీ నుంచి వస్తూన్న ఓడలో ఆమ్లజలం గతరాత్రి లీకై సముద్రంలో కలిసిపోయింది. ప్రముఖ పారిశ్రామికవేత్త సర్పభూషణరావు తాలూకు పరిశ్రమలకోసం దిగుమతి అవుతున్న ఈ ఆమ్లజలం దాదాపు ఇరవై లక్షలు ఖరీదు చేస్తుంది. కంటైనర్ లీకేజ్ కారణంగా ఈ ప్రమాదం జరిగినట్టు భావిస్తున్నారు. ఓడకి ప్రమాదం జరగలేదు.'

సర్పభూషణరావు చేతిలో పేపరు వణకుతూంది. ఆవేశంతో కదిలి పోతున్నాడు.

నష్టం సామాన్యమైనది కాదు. కోట్లలో వుంటుంది.

అతడు మామూలు వ్యక్తికాదు. గొప్ప పారిశ్రామిక వేత్త. వ్యాపార విషయాల్లో ఆరితేరినవాడు. ఒకసారి ఫార్ములా శత్రుదేశానికి చేరితే ఇక తన విలువ గడ్డిపోచంత కూడా వుండదని అతడికి తెలుసు. అందుకే కాప్సూల్స్ తనే తయారు చేస్తానన్నాడు. చేసి అమ్ముతానన్నాడు. శత్రుదేశం చేయవలసిందల్లా తనకి దొంగతనంగా ఫ్లుటోనియం పంపటమే అని చెప్పాడు. పెట్టుబడి అంతా తనే పెట్టాడు.

ఇప్పుడు మునిగిపోయాడు.

ఆ సాయంత్రమే అతడు ఏజెంట్ క్యూని కలుసుకున్నాడు. రోడ్డు కొకపక్క కారు పంక్చరై ఆగిపోయింది. డ్రైవరు టైరు మారుస్తున్నాడు.

"లైట్స్‌కి నల్లరంగు వేస్తొన్నార్..... పోలీసులీ మధ్య బాగా పట్టుకుంటున్నారు" అంటూ ఒకవ్యక్తి తారురంగు డబ్బాతో వచ్చాడు. "వెయ్యి" అన్నాడు సర్పభూషణరావు అతడు రంగు వేస్తుండగా వాళ్ళిద్దరి మధ్య సంభాషణ జరిగింది.

"చాలా పెద్ద దెబ్బ తగిలింది. పేపరు చదివావా....? దురదృష్టం వెంటాడు తున్నట్టుంది."

"వెంటాడేది దురదృష్టం కాదు. ఏజెంట్ నేత్ర. షిప్‌లో ఆయిల్ లీకేజ్‌కి కారణం నేత్ర.!"

భూషణరావు స్తబ్దుడయ్యాడు. షాక్ గురించి నేత్ర మాట్లాడిన మాటలు గుర్తొచ్చాయి. అతడి మొహం ఆవేశంతో ఎర్రబడింది. "నేను నమ్మలేక పోతున్నాను" అన్నాడు.

"నేత్ర రెండు నెలలుగా దేశంలో లేడు. ఇప్పుడర్థం అవుతూంది. సముద్రంలో కాపువేశాడన్నమాట! ఒకటికి ఒకటి కలిపిచూస్తే అదే కరెక్టనిపిస్తూంది."

"నేను చాలా నష్టపోయాను."

"నిరాశ చెందకు. ఇప్పుడేమయిందని....? ఈ దేశంలో జరగాల్సిన ఉత్పత్తి మా దేశంలో జరుగుతుంది. అంతేకదా....? ఫార్ములా ఎలాగూ తయారైంది. చిన్న ఎత్తులో పరీక్ష జరిపాం. దాన్ని పెద్ద పరిమాణంలో మాస్‌మీద ప్రయోగించి ఒకసారి చూస్తే చాలు. స్వర్ణరేఖని చంపేసి మనం మనదేశం వెళ్ళిపోవచ్చు."

భూషణరావుకి సంతోషం వేసింది. ఆర్థికంగా నష్టం వచ్చినా, తను ఈ స్కీమ్‌నుంచి ఎలిమినేట్ కాలేదు.

"అవును..... స్వర్ణరేఖ నోరుమూయించడం చాలా అవసరం."

"నువ్వా పనిమీద వుండు."

ఆ కెమికల్ వెపన్‌కి కొన్ని వేలమందిని చంపే శక్తి వుందా లేదా అన్నది నేనీ మధ్యాహ్నమే పరీక్షించి చూస్తాను. ఆ తరువాత సూచనలు పంపుతాను. అది అందిన వెంటనే స్వర్ణరేఖని చంపివెయ్యి. ఆ తరువాత ఏదో ఒక మిషమీద విదేశీయానం పెట్టుకుని రెండు మూడు రోజుల్లో బయల్దేరు. నీ విమానం మా దేశం చేరుకోగానే నీకు గుండెనొప్పి వస్తుంది. మా దేశంలో నీకు బైపాస్ సర్జరీ జరుగుతుంది. ఆ మిషమీద మూడు నాలుగు నెలలు అక్కడే వుండిపోతావు. ఈ మధ్యకాలంలో ఈ దేశంమీద మనం అనుకున్నది సాధించడం జరుగుతుంది. అర్థమైందా...?"

"అయింది..." అని నెమ్మదిగా "నాతోపాటు నా కూతురు కూడా వస్తుంది."

క్యూ తలెత్తాడు. ఇద్దరి చూపులు కలుసుకున్నాయి.

"అవును..... ఇంటర్‌పోల్‌కి ఏ మాత్రం అనుమానం వచ్చినా హంసలేఖని అరెస్ట్ చేసి హింస పెడతారు. తను కూడా నాతో రావడం చాలా అవసరం."

అందులో అభ్యర్థన లేదు. 'నేనిదంతా చేస్తున్నాను కాబట్టి నువ్వు చెయ్యాలి' అన్న కండిషన్ వుంది.

క్యూ కొంచెం ఆలోచించి, తలూపుతూ "నువ్వు చెప్పిందీ నిజమే. అయితే, ఆ అమ్మాయికి ఇదేమీ తెలియకూడదు. ఏ స్విట్జర్లాండుకో నాలుగు రోజులు పిక్నిక్ అని బయల్దేరదియ్యి. మా దేశం వచ్చాక మిగతాది చూసుకుందాం."

"థాంక్యూ....."

అతడు లైట్లకి రంగు వెయ్యడం పూర్తిచేసి అక్కడనుంచి వెళ్ళిపోయాడు. సర్పభూషణరావు అటే చూస్తూ నిలబడ్డాడు. తన కూతుర్ని వీటన్నిటినుంచి దూరంగా వుంచాలంటే, అతడన్నట్టు విదేశాల్లో తాత్కాలికంగా ఆశ్రయం పొందడం

చాలా అవసరం. అయితే, ఆ అమ్మాయికి ఇది ముందే తెలిస్తే గొడవ చెయ్యవచ్చు. పుట్టి పెరిగిన ప్రదేశం ఇది..... అందుకని ఏదో ఒక మిషతో ఇక్కడనుంచి తీసుకువెళ్ళిపోవాలి.

తాత్కాలికంగా అంటే కనీసం సంవత్సరం.

* * *

హంసలేఖ డైరీ తెరిచింది.

గత రెండు రోజులుగా ఆమెకు ఏం చెయ్యాలో తోచడంలేదు.

ఆమె ఒంట్లో నలతగా వుంది.

కారణంకూడా ఆమెకి తెలుస్తూనే వుంది ఏం తిన్నా వికారంగా వుండడం, కడుపులో తిప్పటం.

తన కంగారు తండ్రి కంట పడకూదదని ఆమె శతవిధాల ప్రయత్నిస్తూంది.

కానీ ఎంతకాలం ఆపగలదు?

నేత్ర.... ఏమైపోయావ్ నేత్రా!?

"I have no art
To reveal my heart
It's full of fears
Stood as tears
On the edge of my right eye
When you said it good bye"

డైరీ మూసేసింది.

నేత్ర ఎక్కడున్నాడో తెలియడంలేదు. నెల రోజుల్నుంచీ అతను కనపడటంలేదు. మరోవైపు తండ్రి విదేశీయానం అంటున్నాడు. ఎన్నాళ్ళలో తిరిగి వస్తామంటే అదీ చెప్పటం లేదు.

ఇదంతా తండ్రికి తెలుస్తే తనని చంపెయ్యటం ఖాయం.

ఆమెకేం చెయ్యాలో తోచలేదు. ఆమె ఇలా తటపటాయిస్తున్న తరుణంలో ప్రతిమ ఆమెని కలుసుకుంది.

నేత్ర ఆమెని ఎందుకు ప్రేమించినట్టు నటించవలసి వచ్చిందో, మొత్తం జరిగిందంతా ఆమెకు చెప్పవలసిన బాధ్యత తనమీద వున్నట్టు ప్రతిమ భావించింది.

హంసలేఖ శిలాప్రతిమలా అంతా విన్నది. చాలా సేపటి వరకూ అది కలో నిజమో ఆమెకు అర్థం కాలేదు. అయితే ప్రతిమ ఎంతవరకూ కావాలో అంతవరకే

చెప్పింది. తనవల్లే ఫోటోల మార్పిడి జరిగిందన్న విషయం చెప్పలేదు. ఆమె తండ్రి నేరాల గురించి, ఆమె అక్క ప్రయోగాలమీద ప్రభుత్వపు అనుమానం గురించి చెప్పలేదు.

కొన్ని అనివార్య పరిస్థితుల్లో (తన ప్రోద్బలంతో) నేత్ర ఆమెని ప్రేమించినట్లు నటించవలసి వచ్చిందని చెప్పిందంతే.

హంసలేఖ అరచేతులు, నుదుట చెమట్లు పట్టాయి. చిన్నతనంలోనే తల్లి చనిపోవటంతోనూ, తండ్రి తన వ్యాపార విషయాల్లో నిమగ్నమై వుండటంతోనూ ఆమె ఒంటరిగా బ్రతికింది. మానసికమైన ఒంటరితనం ప్రేమ భావాన్ని గుండెల్లో పర్వతంలా పెంచుతుంది. సికింద్రాబాద్‌లో గోదావరి ఎక్స్‌ప్రెస్‌కి వీడ్కోలిచ్చి, ఆ దిగులు భరించలేక వరంగల్ కార్లో వెళ్ళి మళ్ళీ పలకరించేటంత ఉద్విగ్నమైనదీ, బలమైనదీ తన ప్రేమ.

అటువంటిది ఈ రోజు నేత్ర కేవలం తనని (ప్రతిమ మాటల్లో చెప్పాలంటే దేశంకోసం) ప్రేమించినట్టు నటించాడంటే....

నో...నో....

"నేను నమ్మను. నమ్మలేను..." హంసలేఖ అయోమయంగా అంది. "నేత్ర అలాంటి వాడు కాదు. ఈ ప్రేమ, ఆప్యాయత ఇదంతా నాటకం అంటే నేను నమ్మలేను."

"నమ్మకపోతే నీ ఖర్మ!" అన్నట్టుచూసి "సరే నీ యిష్టం.. చెప్పవలసిన బాధ్యత నా మీద వుంది కాబట్టి చెప్పాను" అంది ప్రతిమ.

"నేత్రమీద నాకు నమ్మకం వుంది- " అంది హంసలేఖ స్థిరంగా.

"మా మధ్య అంతకన్నా ఎక్కువ బంధమే వుంది. స్వర్ణరేఖని ప్రేమించమని నేను చెప్పాకే అతడు ఈ నాటకమాడాడు. నా మాటంటే అతనికి అంత గురి" అంతకన్నా స్థిరంగా అంది ప్రతిమ.

"అబద్ధం."

"కాదు.... నిజం! మేమిద్దరం ఒకే వృత్తిలో వుండి ప్రేమించుకున్న వాళ్ళం! తను నిన్ను ప్రేమించింది కేవలం వృత్తిరీత్యా మాత్రమే" మెలో డ్రమెటిక్ సినిమాలో కథానాయకిలా అన్నది ప్రతిమ.

"ఎంత వృత్తి అయినా ఒక స్త్రీ సర్వస్వాన్ని దోచుకునే హక్కు మీకు లేదు" అంది లేఖ. ప్రతిమ విసుగ్గా చూసింది. "బ్లాటింగ్ పేపర్‌తో అద్దుకుంటే పోయే ముద్దుకి 'సర్వస్వం' లాంటి పెద్ద మాటలు వాడే నీ అమాయకత్వానికి జోహార్లు!

నీ మంచికోసం చెబుతున్నాను. అతన్ని మర్చిపో, 'వాడు నీ వాడే' అంటే 'కాదు కాదు నీ వాడే' అని పాడే స్టేజ్‌లో నేను లేను. వాడు నా వాడే- టుది పవర్ ఆఫ్ నా వాడే. అండర్ స్టాండ్....?" అని అక్కడనుంచి వెళ్ళిపోయింది.

హంసలేఖ నిశ్చేష్టురాలై చూస్తూ వుండిపోయింది. తరువాత నేత్ర ఫ్లాట్‌వైపు బయల్దేరింది.

* * *

ఆమె ఎంతసేపు బెల్ కొట్టినా ఎవరూ తీయలేదు. నేత్ర ఫ్లాట్ ముందు నిలబడి దాదాపు అయిదు నిముషాలు ప్రయత్నించింది. అతడి యిల్లు తాళం వేసి వుందని నిర్ధారించుకున్నాక ఆమె వెనుదిరిగింది. అదే సమయానికి అహోబిల లిఫ్ట్‌లో పైకి వచ్చింది. హంసలేఖని చూసి "ఎవరు కావాలి....?" అని అడిగింది.

"నేత్ర...."

"ఎవరు మీరు...."

ఆమె దానికి సమాధానం చెప్పకుండా "నేత్ర ఎక్కడున్నారు....?" అని అడిగింది. అహోబిల ఆలోచించింది. సముద్రంమీద నేత్ర కాపు వేశాడని చెప్పడం ఇష్టంలేకపోయింది. అతడొచ్చాడన్న సంగతి ఆమెకి తెలీదు.

"నేత్ర ఈ దేశం విడిచి వెళ్ళిపోయాడు. ఇప్పట్లో రారు" అంది.

హంస గుండె ఒక్కక్షణం ఆగి, కొట్టుకోవడం ప్రారంభించింది.

"ఇప్పట్లో రాడా....? అయ్యో ..... ఇప్పుడెలా.....?"

"ఏమిటి మీ ప్రాబ్లెమ్....?"

"ఏం లేదు .... ఏం లేదు...." ఆమె తడబాటు చూసి అహోబిలకి అనుమానం వచ్చింది.

"ఇంతకీ మీరెవరో చెప్పలేదు."

"మీరెవరు?" ఎదురు ప్రశ్న వేసింది హంసలేఖ.

"నా పేరు అహోబిల. ఆయన గర్ల్‌ఫ్రెండ్‌ని."

హంసలేఖకు తల తిరుగుతున్నట్లు అనిపించింది.

"ఎంతమంది అతనికి గర్ల్ ఫ్రెండ్స్.....?"

"ఆయన మగ కామధేనువు" కళ్ళు అరమోడ్పులుచేసి అంది అహోబిల.

హంసలేఖ కళ్ళలో నీళ్ళు తిరిగాయి.

"ఆయన మిమ్మల్ని కూడా పెళ్ళి చేసుకుంటానన్నాడా....?"

'పిచ్చిదానా.....' అన్నట్టు చూసింది అహోబిల. "మా ప్రేమ పెళ్ళి కన్నా అతీతమైనది, క్షుద్ర సంబంధాలు లేని అలౌకికమైన ప్రేమ మాది." కళ్ళు మూసుకుని కొనసాగించింది. "కాని..... నా శరీరం, మనసూ అతడిదే. మన్మధ నేత్ర..... ఆ పేరు నా బ్రా మీద, పెదవులమీదా నిరంతరం వుండాల్సిందే. ఐ లవ్ హిం. నా రికార్డు రూములో ప్రతి ఫైల్లోనూ అతడు నాకు కనపడుతూ వుంటాడు" ఆమె చెబుతూ కళ్ళు తెరిచేసరికి హంసలేఖ అక్కడ లేదు.

* * *

"అక్కయ్యా..... నేను మోసపోయాను....."

హంసలేఖ మాటలకి ఏదో ఆలోచిస్తున్న స్వర్ణరేఖ కళ్ళు తెరిచింది. ముందు ఆమెకి అర్థం కాలేదు.

"అవును అక్కయ్యా .....నేను కాలు జారాను" మళ్ళీ అన్నది.

స్వర్ణరేఖ ఆశ్చర్యంగా ఆమె దగ్గరకొచ్చి "ఏమిటి నువ్వు చెబుతూంది నిజమేనా....?" అని అడిగింది.

"వివరాలు అడగద్దు అక్కా.... కానీ నా అనుమానం నిజమే. నాలో వస్తున్న మార్పులు నాకు తెలుసు. స్త్రీని కదా" కన్నీళ్ళతో ఆమె అంది.

"ఎవరతను...?"

ఆమె మాట్లాడలేదు.

"నేత్ర కదూ.....?"

"నీకెలా తెలుసు.....?"

"మీరిద్దరూ మాట్లాడుకుంటూంటే ఒకసారి చూశాను."

"అవును నేత్రే...."

"ఎక్కడున్నాడు అతను?"

"తెలీదు. అతడికోసం ఎంక్వయిరీ చేశాను. ఈ దేశంలోనే లేడు అనుకుంటాను."

స్వర్ణరేఖ ఆలోచనలో పడింది.

హంసలేఖ ఆమె దగ్గరకు వచ్చింది. "నా కెందుకో భయంగా వుంది అక్కా.... ఎవరికీ చెప్పుకోవాలో తెలియలేదు. ఇంకోనెల ఆగితే అందరికీ తెలిసిపోతుంది."

"నాన్నగారికి చెప్పేవా?"

"లేదు.... చంపేస్తారు."

"డాక్టర్ దగ్గరకి...." ఆమె మాటలు పూర్తి కాలేదు. "అప్పుడే వెళ్ళాను" అంది.

"ఏమన్నారు-?"

"వెంటనే ఏమీ తెలీదు. రెండు నెలలాగి రమ్మన్నారు. రెండు నెలలయింది చెప్పి" హంసలేఖ కళ్ళల్లో నీళ్ళు తిరిగాయి. ఎప్పుడూ జీన్స్ పాంట్, టైట్ బనియన్‌తో, నోట్లో ఎల్విస్‌ప్రిస్లీ పాటతో తిరిగే ఆ అమ్మాయి యిప్పుడు వడలిన తోటకూర కాడలా వుంది.

"నేత్ర ఏమంటున్నాడు....?"

"ప్రేమించానన్నాడు. కానీ యిదే మాట అతను చాలామందితో అన్నట్టు తెలిసింది. కనీసం ఇద్దరు చెప్పారు నాకు...."

"ప్లేబోయ్ అన్నమాట."

"కాదక్క. చాలా మంచివాడు."

స్వర్ణరేఖ మొహం కోపంతో, అసహ్యంతో ఎర్రబడింది. "ఈ ప్రపంచంలో ఏ మొగవాడూ మంచివాడు కాదు. యూ నో .... ఏ మొగవాడూ.... నీలాటి ఆడపిల్లలు వాళ్ళనే నమ్ముతారు. అంతా అయిపోతుంది. ఎన్ని చరిత్ర పుటలు తిరగబడినా మీకు బుద్ధిరాదు."

"నువ్వెన్నయినా చెప్పు. నేత్ర అలాటివాడు కాదనిపిస్తుంది."

"అతడు నిన్ను ప్రేమించినట్టు నటించాడు. పెళ్ళి కాకుండానే కడుపు చేశాడు. అయినా నీకు అతను మంచివాడిలాగే కనపడుతున్నాడు. సిగ్గు వేయటం లేదూ నీకా మాట అనటానికి."

"ఇదంతా తప్పే అయితే, ఇందులో నాకూ సగం భాగం వుంది."

"దీన్నే పప్పీ లవ్ అంటారు."

"నాది పప్పీ లవ్‌కాదు. ప్లెటానిక్ లవ్."

"నీ వయసులో పిల్లలందరూ అలాగే అనుకుంటారు. 'మాది ప్లెటానిక్ లవ్' అనుకోవటమే పప్పీలవ్. పద నాకు తెలిసిన డాక్టర్ ఒకామె వుంది."

"ఎందుకు!"

"నాన్నకి తెలియకూడదు. ఇదంతా రహస్యంగా జరగాలి. పద-" అంటూ ఆమెని మరి మాట్లాడనివ్వకుండా లేవదీసింది. ఇద్దరూ లేడీ డాక్టర్ దగ్గరకి వెళ్ళారు.

స్వర్ణరేఖ ఆమెతో కొంచెంసేపు ప్రైవేటుగా మాట్లాడింది. తరువాత డాక్టర్ హంసలేఖని లోపలికి తీసుకువెళ్ళింది.

ఆమెను బెడ్ మీద పడుకోబెట్టి స్క్రీన్ జరుపుతూ అడిగింది– "ఎన్నో నెల?"

"నవంబర్ కదండి– పదకొండో నెల."

"కేలండర్ నెల కాదు. ఇది జరిగి ఎన్నాళ్ళయింది అని అడుగుతున్నాను."

"రెండు నెలలనుకుంటాను"

డాక్టర్ అయిదు నిముషాలు పరీక్ష చేసింది. హంసలేఖ గుండె వేగంగా కొట్టుకుంటూంది. ఆమెకి కీట్స్ వ్రాసిన "ఓడ్ ఆన్ మెలాంకలీ" గుర్తొచ్చింది.

ఇద్దరూ ముందు రూమ్‌లోకి వచ్చారు. డాక్టర్ తిరిగి లోపలికి వెళ్ళింది. గోడ గడియారం చేసే చప్పుడు తప్ప అంతా నిశ్శబ్దంగా వుంది.

టెన్షన్ మనిషిని మామూలుగా వుండనీయదు. కొందరైతే పచార్లు చేస్తారు. కొందరు గోళ్ళు కొరుక్కుంటారు. కొందరు విపరీతంగా సిగరెట్లు కాలుస్తారు, తాగుతారు. అలాగే, ఆమె ఆ టెన్షన్ తగ్గటంకోసం అప్రయత్నంగా టేబిల్ మీద వున్న కలం తీసుకుంది. డాక్టర్ తాలూకు ప్రిస్క్రిప్షన్ పాడ్‌మీద ఆశువుగా కవిత్వం వ్రాసుకుంది. బాధనుంచి బయటపడటానికి ఆమెకున్న ఒకే ఒక మార్గం– పొయెట్రీ. ఆమె బాధంతా ఒక అందమైన కవితగా, అద్భుతమైన సోనెట్‌గా తయారైంది. ఆమె వ్రాసుకున్న ఆ ఇంగ్లీషు కవిత తెలుగులోకి అనువదిస్తే ఈ విధంగా వుంది–

"పర్వతాల అంచులమీద తెల్లటి పొగమంచుని చూస్తూ వుంటాను. మనసంతా శూన్యంగా, దిగులుగా వుంటుంది. మేఘాలు నెమ్మదిగా కదుల్తూ వుంటాయి. ఆకాశం సానుభూతితో గమనిస్తూ వుంటుంది. వచ్చీరానీ దుఃఖం గొంతులోంచి బైటకు రాలేక, రాక, గుండెల్లోకి దిగుతూ వుంటుంది.

నేను లేని దిగులేమీ లేక, నువ్వెక్కడో నీ ప్రపంచంలో మామూలుగా నవ్వుతూ వుంటావన్న ఆలోచన నన్ను కోసేస్తుంది. నే నిక్కడ మంటల్లో మాడిపోతున్నాను. కలం సాగదు. ఆలోచన కదలదు. నిద్ర గన్నేరు పువ్వల్లే నా మనసు ముడుచుకుపోయి వుంది. ఈ నిరామయ అచేతనావస్థ ఇంకెంతకాలం భగవంతుడా?

బాధ నీకుండదని కాదు. రెండు మైనస్‌లు కలిస్తే ఒక ప్లస్ అయినట్టు రెండు బాధలు కలిస్తే ఒక ఆనందం వస్తుందని తెలుసుగా, వచ్చెయ్యి.

పావురం రెక్కలు టపటపా కొట్టుకున్నట్టు నాలో నీ ఆలోచన్లు! సముద్రం మీద వర్షం కురిసినట్టు నిరంతర ప్రకంపనాల్తో నన్ను గుచ్చుతుంటాయి. ఎప్పుడూ అనుకుంటూ వుంటాను- నువ్వు నాతో వున్న ఆ కాసేపటిలో అనుక్షణం ఏం జరిగిందీ గుర్తుంచుకోవాలని. నీతోపాటు వచ్చి ఆవరించుకున్న ఆ మత్తు నువ్వెళ్ళిపోయాకే విడిపోతుంది. అదేం ఖర్మో! కాలం పాములా కదిలిపోతూ కాటేసిందని, ఒంటరితనం సాడిస్టిక్ స్మైల్‌తో పలకరిస్తోందని అప్పుడు గుర్తొస్తుంది బాధకన్నా ఆనందం మరొకటి లేదని అనుభవపూర్వకంగా తెలుస్తుంది."

I am an Ancient Mariner
In the ocean of love
To express my plight
Only Wordsworth - is worth.

I am a nightingale,
Burried in the love of Grecian Urm
Let an Ode John Keats
Write on my heart beats.

డాక్టర్ వచ్చిన అలికిడి అవటంతో ఆమె తన భావనా ప్రపంచంలో నుండి బయటకు వచ్చింది. డాక్టర్ చేతిలో హంసలేఖ తాలూకు రిపోర్ట్ వుంది. స్వర్ణరేఖతో చెపుతోంది.

"అన్నీ వివరంగా చూశాను. నేను అనుకున్నది కరక్టే. అమ్మాయికి మూడో నెల-" డాక్టర్ చెపుతూంది. కొండచరియ విరిగి అఖాతంలో కూలినట్టు మనసంతా ఉద్వేగం ఝంఝా మారుతమైంది. ఆమె చేతిలో కలం జారిపోయింది. మనసులో ఏమూలో 'కాదేమోలే' అన్న సందేహం వుంటే అది పూర్తిగా పోయింది. ఆమె చిరుగుటాకులా వణికి పోయింది. ఎక్కడున్నాడో తెలియని నేత్ర కోసం ఆమె నేత్రాలు గంగోత్రులయ్యాయి. "ఆమెకు మూడో నెల...." అన్న డాక్టరు మాటలు ఆ గది గోడల మధ్య ప్రతిధ్వనిస్తున్నాయి.

రెండవ అధ్యాయం

ఆ గది నిశ్శబ్దంగా వుంది. గదిలో టి.వి. స్క్రీన్, పక్కనే కంట్రోల్స్ వున్నాయి. టి.వి. స్క్రీన్ మీద ఆ నగరం తాలూకు మ్యాప్ వుంది. మ్యాప్ నడిబొడ్డులో చిన్న లైట్ వెలుగుతూ ఆరుతూ వుంది.

సర్పభూషణరావు చేతి బ్యాండేజిలో వున్న ట్రాన్సిమిటర్ తాలూకు లైట్ అది. సర్పభూషణరావు నగరంలో ఎక్కడ వున్నదీ టి.వి. స్క్రీన్‌లో చూపిస్తూంది. మ్యాప్ నడిబొడ్డులో వున్నది అతని ఇల్లు.

ఆ గదిలోనే ఒక వ్యక్తి మరేదో పని చేసుకుంటున్నాడు.

స్క్రీన్‌మీద లైటు నెమ్మదిగా కదిలింది. మ్యాప్‌లో అది నగరం పొలిమేరలు దాటగానే 'పిప్ ..... పిప్' అన్న శబ్దం వచ్చింది. తన పనిలో నిమగ్నమై వున్న వ్యక్తి ఈ శబ్దానికి చప్పున రియాక్ట్ అయి క్షణాల్లో ఆ వార్త డిపార్ట్‌మెంట్‌కి తెలియబర్చాడు. అయిదు నిమిషాల్లో నేత్ర అక్కడికి వచ్చాడు. ఇప్పుడు మొత్తం ఇండియా అంతా టి.వి.లో కనపడుతూంది. సర్పభూషణరావు ఎక్కడవున్నదీ సూచించే లైటు ఇండియా దాటి మాల్దీవ్స్ వైపు వెళ్తోంది.

యస్బీఆర్ తన ప్రైవేటు వాహనంలో దక్షిణ దిశగా వెళ్తున్నాడని అర్థమైంది. భారతదేశానికి దక్షిణానవున్న దీవి దగ్గర అతడు ఆగాడు.

చాలా చిన్న దీవి. ఆటవికులు, అనాగరికత నెలవు చేసుకున్న దీవి అది.

సర్పభూషణరావు అక్కడికి వెళ్ళవలసిన అవసరం ఏముంది?

నేత్ర తాలుకూ హెలికాప్టర్ ఆ దీవి చేరుకునే సరికి రెండు గంటలు పట్టింది. సముద్రం మధ్యలో ఆకుపచ్చ రంగు పులిమినట్టుంది ఆ ప్రదేశం. ఎత్తయిన చెట్లు, దట్టంగా అల్లుకున్న పొదలు, లతలు.... నాగరికత ఇంకా ఆ ప్రదేశాన్ని పాడుచెయ్యలేదు. భారతదేశపు పరిధిలోకే వస్తుంది అది.

చిన్నకొండ, జలపాతం, నదిపక్కనే ఇరవై, ముప్ఫై గుడిసెలు వున్నాయి. నేత్రదిగి అక్కడికి వెళ్ళాడు. యస్బీఆర్ ఏ కారణంవల్ల అక్కడికొచ్చాడో తెలుసుకోవాలన్నది అతడి ఉద్దేశం. విద్రోహ కార్య కలాపాలకు ఆ దీవిని వాళ్ళు వాడుకుంటున్నా ఆశ్చర్యపడనవసరం లేదు.

అతడు పిస్టల్ ట్రిగ్గర్ మీద వేలు సరిచూసుకుని ముందుకు నడిచాడు. దూరంగా జలపాతం హోరు వినిపిస్తూంది. ఏదో అడివిపక్షి ఆగి ఆగి అరుస్తూంది. చెట్లకొమ్మల మధ్యనుంచి వచ్చేగాలి అదోరకమైన శబ్దాల్ని చేస్తూ తెలియని వాళ్ళకి భయం కొల్పేలా వుంది.

నేత్ర పది అడుగులు వేశాడు. పాకలు స్పష్టంగా కనపడుతున్నాయి. వాటి అంచులకి కట్టిన పాముచెర్మాలు గాలిలో నెమ్మదిగా ఎగురుతున్నాయి. పాముచెర్మం దుష్టశక్తుల బారినుంచి ఇంటిని రక్షిస్తుందని ఆటవికుల నమ్మకం.

పాకలవైపు వెళ్ళడానికి చెట్టు పక్కనుంచి కాలిబాట మలుపు తిరిగింది. పాకలవైపే చూస్తూ నడుస్తున్న నేత్ర కాలికి అడ్డుగా వున్నది చూసుకోక ముందుకు తూలి, వెంటనే తమాయించుకుని క్రింద చూశాడు.

రెండ్రోజుల క్రితం చనిపోయినట్టువున్న ఒక కోయవాడి శవం కాళ్ల దగ్గర పడివుంది.

అతడు తలెత్తాడు.

దూరంగా ఒకమేక చచ్చిపోయి వుంది.

ఉన్నట్టుండి అక్కడ గాలికూడా ఆగిపోయినట్టు అనిపించింది. అంత అకస్మాత్తుగా ఆవరించిన నిశ్శబ్దంవల్ల వళ్ళు గగుర్పొడుస్తూంది.

అతడు మరో నాలుగు అడుగులు వేశాడు. అక్కడి దృశ్యం చూసి అంత సీక్రెట్ ఏజెంట్ కూడా అప్రయత్నంగా అడుగు వెనక్కి వేశాడు. అతడి రోమాలు నిక్కబొడుచుకున్నాయి. మొహం పక్కకి తిప్పుకున్నాడు.

దూరంగా పాకల దగ్గర శవాలు విసిరేసినట్టు పడివున్నాయి. ఎక్కువ కాలం కాలేదు కాబట్టి ఇంకా వాసన ప్రారంభం కాలేదు. జంతువులుకూడా చచ్చిపోయి పడివున్నాయి. ఒక నీరవపు అర్థరాత్రి ఎవరో గుర్తు తెలియని హంతకుడు నిశ్శబ్దంగా అందరి గొంతులూ కోసేసి పడేసినట్టు పడివున్నారు. వారి శరీరాలమీద ఏ గాయాలూ లేవు. అదొక్కటే తేడా.

కనీసం ఒక ప్రాణి అన్నా బ్రతికి వుందేమో అని అతడు ఆ దీవిని అంతా వెతికాడు. పాములూ, తేళ్ళతోసహా అన్ని జీవాలూ అచేతనమై వున్నాయి.

దూరంగా ఒక పాక కనపడింది. ఆటవికుల్లో పెళ్ళయిన కొత్త జంటని అలా దూరంగా పంపుతారు. అతడు వెళ్ళి తలుపు తోశాడు రాలేదు.

కాలితో బలంగా తోశాడు. గొళ్ళెం విరిగి, తలుపు తెరుచుకుంది. ప్రాణం పోయేముందు లేవడానికికూడా సమయం లేకుండా వాళ్ళు పడి వున్నారు. అతనిమీద ఆమె వుంది. ఇద్దరూ నగ్నంగా వున్నారు.

నేత్ర తలుపువేసి బయటకు వచ్చేశాడు.

* * *

"పోస్ట్‌మార్టంలో ఏమి దొరకలేదు."

"ఒక దీవిలో అంతమంది చచ్చిపోయారు. ఏమీ దొరకలేదు. కనీసం పోస్ట్‌మార్టంలో కూడా ఏమీ దొరకలేదు. షిట్–" అన్నాడు నేత్ర. చీఫ్ మాట్లాడలేదు.

"అంతకుముందే యస్బీఆర్ ఆ దీవికి వెళ్ళాడు. అదొకటి మనం మర్చిపోకూడదు."

"యస్బీఆర్ కీ, ఆ మరణాలకీ సంబంధం వున్నదంటావా?"

"ఉందని నేను నిశ్చయంగా నమ్ముతున్నాను. అంతేకాదు, స్వర్ణరేఖ ప్రయోగానికీ, ఈ చావులకీ కూడా సంబంధం వుందని అనుకుంటున్నాను."

"ప్రకృతి సిద్ధంగా కాకుండా, ఆ దీవిలో అంతమంది చనిపోవడం విద్రోహచర్యే అయితే, అది రిపోర్ట్‌లో తెలిసి వుండేది–"

నేత్ర మొట్టమొదటిసారి చీఫ్‌వైపు విసుగ్గా చూశాడు. "స్వర్ణరేఖ మీద యస్బీఆర్ కోట్లు పెట్టుబడి పెట్టాడు. మనం రంగంలో ప్రవేశించే సరికి మొత్తం ప్రయోగశాలనే చెరువుక్రిందకి మార్చేసేటంతగా జాగ్రత్త పడ్డాడు. ఏజెంట్ క్యూ ఇన్నాళ్ళూ ఇక్కడ మకాం వేశాడు. యస్బీఆర్ మాటల్లో ఈ దేశం తనది కాబోతున్నది అన్న ధీమా కనపడుతోంది. ఒక చిన్న ప్రయోగంకోసం ఇన్ని సంఘటనలు మూకుమ్మడిగా జరగవు. నా అభిప్రాయం కరెక్టయితే ఈ దేశాన్నే కాదు – మొత్తం ప్రపంచాన్నే కబళించాలన్న ప్రయత్నం జరుగుతూంది–"

"ఒక మామూలు ఇండస్ట్రియలిస్టుమీద సి.బి.ఐ. పన్నిన చిన్న కేసు అనుకున్నది ఎట్నుంచి ఎటు తిరుగుతోంది?" చీఫ్ భయంగా, దిగులుగా అన్నాడు.

నేత్ర మాట్లాడలేదు. ఈ దీవిలో ప్రయోగం ఫలించడంతో అతడికి ఇన్వెస్టిగేషన్‌లో వున్నట్టుండి అన్నిదార్లూ మూసుకుపోయినట్టు అనిపించింది.

ఏదైనా చిన్న క్లూ మిగిలివుంటే అది స్వర్ణరేఖ! అతడు ఆమె గురించి ఇన్వెస్టిగేట్ చేయించమని చీఫ్‌కి చెప్పాడు. యస్బీఆర్ కూతుళ్ళని అతడు మొదటిసారి కలుసుకున్నప్పుడు స్వర్ణరేఖ "మీరు పొరపాటు పడుతున్నారు– నేను మా తండ్రికి పెంపుడు కూతుర్ని" అని నవ్వుతూ అన్న మాటలు గుర్తున్నాయి.

అతడా ఆలోచనల్లో వుండగా ప్రతిమ ఫైలుతో ఆ గదిలోకి వచ్చింది. గాగాస్తు ముగ్గురు సి.బి.ఐ. ఏజెంట్లు కష్టపడి సేకరించిన వివరాలు అందులో

వున్నాయి. అంతకుముందు ప్రతిమ సేకరించిన స్వర్ణరేఖ తాలూకు వివరాలు కాకుండా, గత చరిత్రంతా అందులో వుంది.

ప్రతిమ ప్రక్కకుర్చీలో కూర్చుని ఫైల్ విప్పుతూ, "ఒక అద్భుతమైన విషయం తెలిసింది" అంది.

"ఏమిటి?"

"స్వర్ణరేఖ సర్ జగదీష్‌చంద్ర ఛటర్జీ కూతురు-" అంది.

శ్రోతలిద్దరూ ఉలిక్కిపడ్డారు. "మైగాడ్" అని గొణిగాడు చీఫ్.

"సర్ జగదీష్ చంద్ర ఛటర్జీ భారతదేశపు అత్యున్నత సైంటిస్ట్‌లలో ఒకడు. మైక్రో బయాలజీ, కెమిస్ట్రీలలో ఆయన పరిశోధనలు జగద్విఖ్యాతి గాంచాయి. లిక్విడ్ ద్వారా కాకుండా - గ్యాస్ రూపంలో పెస్టిసైడ్స్ తయారుచేసే ప్రయోగాల్లో ఆయన చాలావరకు విజయం సాధించాడు. ఆ రోజుల్లోనే ఆయన తన లాబ్‌లో సిలిండర్ బ్రద్దలై మరణించాడు. ఆయన కూతురికి ప్రభుత్వం ఎక్స్‌గ్రేషియా ప్రకటించింది కూడా. అయితే, స్వర్ణరేఖ దాన్ని తిరస్కరించింది. ఆ తరువాత ఆమె గురించి ఎవరూ పెద్దగా పట్టించుకోలేదు. స్వర్ణరేఖ చిన్నతనం నుంచి బ్రిలియంట్ స్టూడెంట్. కాలేజీ రోజుల్నుంచే తండ్రి లాబ్‌లో ఆయనకు సాయం చేస్తూవుండేది. తండ్రి మరణించిన తరువాత కేవలం ఆర్నెల్లు హెచ్.ఎల్. ఇండస్ట్రీస్‌లో పనిచేసింది. మత్తుపదార్థాలకి బానిస అవడంతో అక్కడనుంచి ఆమెను సస్పెండ్ చేశారు. ఆ తరువాత ఆమె దాదాపు అండర్‌గ్రౌండ్‌కి వెళ్ళి పోయింది...."

"ఒక్క నిమిషం-" అని నేత్ర అనేసరికి ప్రతిమ ఆపుచేసింది.

"...స్వర్ణరేఖని సస్పెండ్ చేయడం అన్నది కేవలం నాటకం."

"ఎందుకలా అనుకుంటున్నావు?"

"హెచ్.ఎల్. ఇండస్ట్రీస్ యస్బీఆర్‌ది కాబట్టి! తన స్వంత కూతురిమీద పెట్టిన ఫ్యాక్టరీ అది. కేవలం ప్రజల్ని స్వర్ణరేఖ విషయం మర్చిపోయేలా చేయడానికి ఆర్నెల్లపాటు తన దగ్గర పని ఇచ్చాడు. తరువాత స్వంత లాబ్ ఏర్పాటు చేసి అందులోకి మార్చి వుంటాడు- సస్పెన్షన్ మిషమీద."

ఇంత చిన్న విషయం తనకు తట్టనందుకు ప్రతిమ సిగ్గుపడింది.

నేత్ర లేచి నిలబడి- "మన కెక్కువ టైమ్ లేదు. ఏదో ఒకటి చేసి యస్బీఆర్‌ని అరెస్ట్ చెయ్యాలి" అన్నాడు.

"లాభంలేదు. అతని లాయర్లు నిమిషాలమీద బయటకు తీసుకువస్తారు."

"క్షణాల్లో మళ్ళీ మనం యింకో నేరం అతని మీద సృష్టించాలి. అతడు ఎటువంటి పరిస్థితుల్లోనయినా బయట ప్రపంచంలో వుండడానికి వీల్లేదు".

అన్నాడేగానీ అదెంత అసంభవమో నేత్రకి తెలుసు. కోర్టు నుంచీ జైలు వరకూ అంచెలంచెలుగా యస్బీఆర్‌కి సహాయం చేసేవారున్నారు. అతడి ప్రాపకంకోసం, అతడు వెదజల్లే డబ్బు కోసం కొందరు అధికారులు అతడికోసం కుక్కల్లా పనిచేస్తారు. ఇక్కడ న్యాయం- అన్యాయాలకి విలువ లేదు. దేశం ఏమైపోయినా సరే స్వార్థం ముఖ్యం.

ప్రతిమ ఏదో అనబోయి, అతడు గంభీరంగా వుండడం చూసి విరమించుకుంది. నేత్ర అక్కణ్ణుంచి మౌనంగా కదిలాడు. చీఫ్‌గాని, ఆమె గాని అతడిని మాట్లాడించే ప్రయత్నం చెయ్యలేదు. అతడేదో ఆలోచనలో వున్నాడని తెలుస్తోంది. వాళ్ళకి సమస్య తాలూకు సీరియస్‌నెస్ అర్థమైంది. ఒక దీవి మొత్తం నిర్జీవమైన ఫోటోలు వాళ్ళ టేబిల్‌మీదే వున్నాయి.

నేత్ర వెళ్ళిన కొద్ది నిమిషాలకి ఫోన్ మోగింది. చీఫ్ కూడా లేకపోవడంతో ప్రతిమే దాన్నిఅందుకుని "హలో" అంది.

"నేత్ర వున్నారా?"

"మీ రెవరు?"

"హంసలేఖ అని చెప్పండి-"

ప్రతిమ విసుగ్గా తన చేతిలో వున్న ఫోన్ వంక చూసింది. ఈ అమ్మాయి ఒకత్తి- తుమ్మ జిగురులా అతుక్కుని బాధ పెడుతుంది.

'ఏం మాట్లాడాలి నేత్రతో-"

"చాలా అర్జెంటు ప్లీజ్....."

"మీకు ఫోన్ నెంబర్ ఎవరిచ్చారు?"

"అదంత అవసరమా?"

"చూడండి మిస్.... " గంభీరంగా అంది ప్రతిమ. "...... ఇది దేశరక్షణకి సంబంధించిన సీక్రెట్ ఆఫీస్. చాలా రహస్యమైన ఫోన్ నెంబర్ ఇది. ఇది మీకెలా దొరికిందో వివరంగా మాకు చెప్పకపోతే మిమ్మల్ని వీసా, ఫెరా, యాన్టీ - టెర్రరిస్టు యాక్ట్‌ల క్రింద కస్టడీలోకి తీసుకోవలసి వుంటుంది. మీరే కాదు, ఈ రహస్య నెంబర్ మీకు అందజేసిన వ్యక్తి వివరాలు కూడా అందజేయాలి మీరు అతని మీద కూడా చర్య తీసుకుంటాం" గంభీరంగా అంది. హంసలేఖ ఈ విధంగా కంగారుతో భయపడడం ఆమెకు ఆనందాన్నిచ్చింది

"అయ్యో- నేను చేసింది తప్పయితే నన్ను క్షమించండి. నాకు ఏ శిక్ష విధించినా ఫర్వాలేదు. కానీ నాకు మీ ఫోన్ నెంబరిచ్చినావిడని మాత్రం ఏమీ చెయ్యకండి. పాపం చాలా ముసలావిడ."

"ముసలావిడా? ఎవరావిడ-"

"ప్రతిమ అని మీ ఆఫీసులో పనిచేస్తూంది చూడండి. ఆ అమ్మాయి నాయనమ్మ!"

ప్రతిమ ముందుకు తూలి పడబోయి తమాయించుకుని "ఆవిడ మీకెక్కడ కల్సింది?" అని అడిగింది నీరసంగా.

"కూరగాయల షాపులో.... ఆవిడకి వంకాయల బేరం సరిగ్గా కుదరకపోతే కాస్త హెల్ప్ చేశాను. పాపం ఆవిడ తప్పేం లేదండీ. ఆ కృతజ్ఞతతో పొట్ల కాయలు...."

"వద్దు, కూరగాయల బేరం వద్దు. ఆవిడ మీ కెలా తెలుసు? ఆ విషయం చెప్పు" దుఃఖం దిగమింగుకుంటూ అడిగింది ప్రతిమ.

"ప్రతిమగారినీ, ఈ ముసలావిడనీ మొన్న గుళ్ళో చూశాను. ఆ తరువాత ఆవిడొక్కదాన్నే కూరగాయల షాపులో ఒంటరిగా చూశాను. దేవుడే మమ్మల్ని ఇలా కలిపాడు అనుకుని, 'ప్రతిమగారు చేసే ఆఫీసులో పనిచేసే నేత్ర మీకు తెలుసా?' అని అడిగాను. 'అయ్యో! తెలీకేమమ్మా' అని ఆవిడ ఈ ఫోన్ నెంబర్ ఇచ్చారు. ఏవండీ! ఇది మన భారతదేశానికి సంబంధించిన అతి కీలకమైన ఫోన్ నెంబర్ అంటున్నారు. మరి ఆ వంకాయల షాపువాడు కూడా ఈ ఫోన్ నెంబర్ విన్నాడు. దేశానికేమీ ప్రమాదం లేదంటారా?"

"ఫర్వాలేదు. భారతదేశపు కీలకమైన రహస్యాలన్నీ విదేశాల్లో కూరగాయల షాపు వాళ్ళకి కూడా తెలుస్తాయి. నువ్వేం కంగారు పడకు. అసలు విషయం చెప్పు."

"అది నాకూ, నేత్రకీ సంబంధించిన పెర్సనల్ విషయం-"

"అయినా సరే-"

"క్షమించండి. నన్ను జైల్లో పెట్టినా అది చెప్పను" అట్నుంచి దృఢంగా వినిపించింది. "నేను మా నాన్నతో కలిసి ఫారిన్ వెళ్తున్నాను. అందుకే ఈ విషయం అర్జెంటు-"

ప్రతిమ ఆలోచనల్లో పడింది. ఈ అమ్మాయి మామూలుగా చెప్పేటట్టు లేదు. అయినా ఎందుకింత గొడవ చేస్తుంది? ప్రేమ వరకూ సరే. అయిపోయిందేదో

అయిపోయిందని సర్దుకుపోవచ్చుగా. తను చెప్పింది, అహోబిల చెప్పింది. అయినా ఈ రహస్య గూఢచారి వర్కు- ఫోన్ నెంబర్లు కనుక్కోవడం, వెంటాడడం - ఎందుకు? ఇందులో ఏదో రహస్యం వుంది. ఏమిటది?

ఆమెకో ఆలోచన వచ్చింది- "ఒక్క నిమిషం వుండండి. నేత్రని పిలుస్తాను" అని ఫోన్ పెట్టేసి పక్క గదిలోకి వెళ్ళింది. సాంకేతిక పరికరాలుండే గది అది. అందులోంచి చిన్న మౌత్‌పీస్ లాటిది తీసుకుని ఫోన్ దగ్గరకి వచ్చింది.

ఆమె గుండె వేగంగా కొట్టుకుంటూంది. తన వృత్తి నైపుణ్యానికిది పరీక్ష! ఆమె ఆ పరికరాన్ని ఫోన్‌లో అమర్చింది. దానివల్ల స్త్రీ గొంతు కూడా బేస్‌లో వినపడుతుంది. సి.ఐ.డి. ట్రైనింగ్‌లో ఇంకొకరి కంఠాన్ని అనుకరించడం చెప్తారు. ఇప్పటివరకూ అలాటి అవసరం రాలేదు. ఇప్పుడొచ్చింది. అందులోనూ మొగ కంఠాన్ని అనుకరించవలసి రావడం!!

ఆమె కంఠాన్ని మార్చి, "...నేత్రా హియర్" అంది.

"నేత్రా.... మీరేనా.... మీరేనా...." అవతల్నుంచి ఎగ్జయిటెడ్‌గా వినిపించింది.

సో .... తను నెగ్గింది!!!

ఆమె ఆనందంగా "అవును నేనే- ఏమిటి విషయం?" అంది ఇటువంటి సందర్భాలలో చాలా క్లుప్తంగా మాట్లాడాలి అని తెలుసామెకి! నేత్ర ఉచ్చారణ తనకు బాగా తెలిసినా, ఆ పరికరం ఎంత సాంకేతిక పరంగా ఉపయోగపడ్డా- ఉత్సాహంతో ఎక్కువ మాట్లాడితే ఆ అమ్మాయి తనని పట్టుకునే ప్రమాదం వున్నది.

"నేను మీతో అర్జెంటుగా మాట్లాడాలి నేత్రా...."

"ఏమిటి?"

"ఫోన్‌లో చెప్పేది కాదు. అయినా ఏమయ్యారు మీరు? నేనెంత భయపడ్డానో తెలుసా...."

"ఎందుకు?"

"మీ గురించి ఆ ప్రతిమ, అహోబిల చెప్పినదాన్ని బట్టి భయపడక ఏం చెయ్యను...."

"కవిత్వం కూడా వ్రాసుకుని వుంటావు-"

"నిజం నేత్రా! సరిగ్గా గ్రహించారు. ఏం వ్రాసుకున్నానో చెప్పనా-"

ప్రతిమ తల పట్టుకుంది. 'ఇప్పుడు స్వంత కవిత్వంతో తనని పిచ్చిదాన్ని చెయ్యబోతుందా ఈ అమ్మాయి' అనుకుని నిసుగ్గా వినడం ప్రారంభించింది.

అవతల్నుంచి హంసలేఖ రెండులైన్లు చెప్పగానే ప్రతిమ విసుగు క్రమంగా తగ్గి, ఆ స్థానానే ఆశ్చర్యం చోటుచేసుకుంది. ఒక అద్భుతమైన భావంతో మనసు స్పందించింది. అప్పటివరకూ ఆమెకి హంసలేఖ అంటే చాలా తేలికయిన భావం వుండేది. ఒక దేశద్రోహి కూతురు. తండ్రి సంపాదించిన కోట్ల ఆస్తివుంది. జీన్స్‌పాంట్లు వేసుకుని- విజిలేసుకుంటూ కార్లలో తిరిగే అమ్మాయి అనుకుంది. కానీ ఆమె వ్రాసుకున్న పంక్తులు వింటూంటే- ఆమె మనసులో ఒక అపురూపమయిన భావం కలిగింది.

"మళ్ళీ ఇంకొకసారి చెప్పు" అంది అప్రయత్నంగా.

"When I looked into the mirror,
I found your image shine
It was not an error,
You are a reflection of mine.
....
Holding under the clouds cover
Now and then the stars peep,
Watching us part forever
They begin to weep
.....
Not until I met you,
Love's meaning I knew,
But when I saw girls in a queue
I was too scared to say ' I Love you'
....
Oh my Pen! only when he falls apart
you have a miraculous start"

'నేను అద్దంలో చూసుకుంటే కనపడేది నువ్వు.
అందులో చిత్రం ఏముంది?
నా ప్రతిబింబానివే నువ్వు.....
మేఘాల వెనుకనుంచి నక్షత్రాలు తొంగిచూస్తున్నాయి.
మనం విడిపోవడంచూసి అవి దుఃఖిస్తున్నాయి.....
ప్రేమంటే ఏమిటో నిన్ను చూసాకే తెలుస్తూంది.

కానీ నీకోసం నిలబడ్డ అమ్మాయిల క్యూ చూసి,

అది చెప్పాలంటే భయం వేస్తూంది.'

చివరివాక్యం ప్రతిమని అంతగా సంతోషపెట్టలేదు. తననీ, అహోబిలనీ క్యూలో నిలబడే అమ్మాయిల్లా పోల్చడం ఆమెని చురుక్కుమనేలా చేసింది. దాంతో తిరిగి మామూలు ప్రతిమ అయిపోయి, "ఎందుకంత బాధ- " అని అడిగింది కోపంగా.

"మరి బాధకాదా- డాక్టరు మూడోనెల అని చెప్పింది."

ప్రతిమ ఆదిరిపడి, "వ్వాట్?" అని అరిచింది.

"అవును-నేనూ, అక్కయ్యా వెళ్ళాం. నాకు మొదట్నుంచి అనుమానంగానే వుంది. ఇప్పుడు డాక్టరు కన్ఫర్మ్ చేసింది."

"దానికి.... దానికి నేత్ర కారణమంటావా?" తను నేత్రలా మాట్లాడుతున్నానని మర్చిపోయింది ప్రతిమ.

"అదేమిటి నేత్రా అలా అంటావ్- నామీదేమైనా అనుమానంవుందా నీకు? మైగాడ్, ఎంత దౌర్భాగ్యపు పరిస్థితి వచ్చింది నాకు.... ఆ రోజు జరిగింది నీకు గుర్తులేదూ-" ఆమె చెప్పుకుపోతూంటే ఇక వినలేక ప్రతిమ ఆమె మాటల్ని కట్‌చేసి "ఏ డాక్టర్ నీకు చెప్పింది?" అని అడిగింది.

"స్వప్నా నర్సింగ్ హోం-"

ఇంకేమీ మాట్లాడకుండా, ఆమె ఫోన్ పెట్టేసి వెంటనే నర్సింగ్‌హోంకి ఫోన్ చేసింది- "మేము సి.బి.ఐ. నుంచి మాట్లాడుతున్నాము. హంసలేఖ అనే ఆమె మీ దగ్గరకొచ్చింది. ఏ డాక్టర్ ఆమెని టెస్ట్ చేశారో రికార్డు చూసి చెప్పండి-"

"నేనే' అని అట్నుంచి వినపడింది. "ఏమిటి విషయం?"

"డాక్టర్! ప్రస్తుతం ఆమె పరిస్థితి ఏమిటి?"

"మీరు పరిశోధించే ఏ కేసు విషయంలో ఆమె పరిస్థితి మీకు కావాలి-?"

ప్రతిమ తడబడి "అవన్నీ చెప్పాలా డాక్టర్."

"అవసరంలేదు. మీకేం కావాలో అడగండి-"

"హంసలేఖకి ప్రస్తుతం....."

"..... మూడో నెల" ఆమె క్లుప్తంగా పూర్తిచేసింది అట్నుంచి.

ప్రతిమ షాక్‌నుంచి తేరుకోలేదు. అవతల్నుంచి "హలో..... హలో" అని వినపడుతూంది.

ఆమె చేతిలో ఫోన్ అప్రయత్నంగా జారిపోయింది.

* * *

"నాన్సెన్స్, ఏమిటి నువ్వు మాట్లాడుతున్నది?" నేత్ర కోపంగా అరిచాడు.

"నేను కాదు. ఆ అమ్మాయి అంటోంది" అంతకన్నా గట్టిగా అరిచింది ప్రతిమ. "-ఇంకొకరు, ఇంకొకరుచెప్తే ఏమోలే అనుకునేదాన్ని. హంసలేఖ స్వయంగా నాతో చెప్పింది. పోనీ నన్నేడిపించటానికి చెప్పిందా అనుకుంటే నేనే నేత్రలా మాట్లాడాను. 'మనిద్దరిమధ్యా ఏం జరిగిందో నీకు తెలీదా?' అని ఆ అమ్మాయి స్వయంగా అడిగింది. నా చెవులారా విన్నాను. ఇంకా ఇంకా ఇదంతా అబద్ధమంటావా?"

"నిజంగా ఇదంతా అబద్ధమే ప్రతిమా.... నీకు నచ్చచెప్పవలసిన అవసరం నాకు లేదు. కానీ మనస్సాక్షిగా చెపుతున్నాను. ఇదంతా ఎలా జరిగిందో నాకు తెలీదు."

"అంటే.... నిన్ను పెళ్ళి చేసుకోవడం కోసం హంసలేఖే ఈ విధంగా అబద్ధమాడుతుందంటావా?"

"హంసలేఖ అటువంటిది కాదు."

"ఇటు హంసలేఖ మంచిదే. అటు కడుపూ నిజమే. నేను దేన్ని నమ్మాలి? ఏం చెయ్యాలి?"

"దేన్నీ నమ్మనవసరం లేదు. ఏమీ చెయ్యనక్కర్లేదు. రాబోతూన్న ప్రమాదం సంగతి ఆలోచించు చాలు. ఆ అమ్మాయిని తండ్రి ఫారెన్ తీసుకెళ్తున్నాడంటే, చట్టబద్ధంగా ఈ దేశం వదలి వెళ్ళడానికి ప్లాన్ వేస్తున్నాడన్నమాట. ప్రమాదం దగ్గర పడింది.... అందుకే ఇంటర్‌పోల్ ఇంటరాగేషన్‌కి దొరక్కుండా వెళ్లిపోతున్నాడు. నా ఉద్దేశం ప్రకారం అతడు కూతురితోసహా ఏ విదేశంలోనో ఆశ్రయం తీసుకుంటాడు. ఈ ప్రయాణంలో స్వర్ణరేఖని కలపలేదంటే, ఆమెని ఇ...క్క...డే...." అంటూ సాలోచనగా అక్కడినుంచి వెళ్లిపోయాడు.

అతడు నిజమైన సి.బి.ఐ. ఏజెంటు. తన గురించి ఇంత గొడవ జరిగింది! ప్రతిమ నిలదీసి అడిగింది!! అయినా దాని గురించి అంత ప్రాముఖ్యత ఇవ్వలేదు. మాటల సందర్భంలో ఆమె చెప్పిన ఒక్కమాట "నేను మా నాన్నతో కలిసి ఫారిన్ వెళ్తున్నాను" అని హంసలేఖ అన్నది అంటూ ప్రతిమ చెప్పిన ఒక్కమాట ఆధారంగా ఇంత వూహించి, గూఢచారి వృత్తికి తనెంత తగినవాడో నిరూపించాడు. తన వృత్తిలో నిజంగా లీనమైన వాడికి- అతడు రచయితేగానీ, క్రీడాకారుడేగానీ, ఇంటర్‌పోల్ ఏజెంటేగానీ ....మనసులో బాధలు, ఇంట్లో గొడవలు, బైట వత్తిడులు వృత్తిపరంగా ఏ మాత్రం అడ్డురావు. ఆ మాత్రం డిటాచ్‌మెంట్ సాధించినవాడే తన రంగంలో పైకి వస్తాడు.

అయితే ప్రతిమ ఇంకా ఆ వృత్తికి కొత్తది. సర్వభూషణరావు తాలూకు వివరాలు సంపాదించమని మాత్రమే డిపార్ట్‌మెంట్ ఆమెను కోరింది. అది పూర్తయ్యాక ఆమె పని కేవలం నేత్రకు సాయం చేయడమే ఇప్పుడు జరిగిన విషయాన్ని ఆమె అంత సులభంగా జీర్ణం చేసుకోలేక పోతోంది.

ఏ ధైర్యంతో హంసలేఖ ఇంత పెద్ద అబద్ధం చెపుతోంది?

ఆమె రెండుగంటల్లో హంసలేఖ గురించిన వివరాలన్నీ సేకరించింది. తన సి.బి.ఐ. అనుభవంతో ఆమె కనుక్కున్న వివరాలు ఆమె అయోమయాన్ని మరింత పెంచినయ్. హంసలేఖకు వేరే ఎవరూ మగస్నేహితులు లేరు. పైకి చాలా ఫాస్ట్ అమ్మాయిలా కనిపిస్తుంది కానీ ఆమె చాలా రిజర్వుడు టైపు. ఇంగ్లీషులో అద్భుతమైన కవిత్వం వ్రాసినట్టే- మనిషి కూడా ఎంతో భావుకత నిండివున్న వ్యక్తి.

మరిలా ఎలా జరిగింది?

ఆలోచనతోనే - ఆమె ఇంటికి చేరుకుంది.

"నాయనమ్మా- నేనొక ప్రశ్న అడుగుతాను సమాధానం చెపుతావా?"

"ఏమిటి?"

"ఇద్దరు మనుష్యుల జీవితం కేవలం నీ సమాధానం మీద ఆధారపడి వుంది నాయనమ్మా. సిగ్గు పడకుండా చెప్పాలి?"

"అమ్మో..... అంత జీవితానికి సంబంధించిన విషయమైతే నేనేం చెప్పగలనే? అయినా అడుగు. సిగ్గుపడడం దేనికి?"

"పిల్లలెలా పుడతారు నాయనమ్మా?"

ఆవిడ వున్నట్టుండి రోదిస్తూ "అయ్యో! ఏం కొంపముంచావే తల్లీ....." అంటూ ఆరున్నొక్క రాగం తీసింది.

ప్రతిమ కంగారుపడి "నేనేం మునగలేదు నాయనమ్మా. ఒక భారత సీక్రెట్ ఏజెంట్‌ని ట్రాప్ చెయ్యడానికి విదేశీ శక్తులు ఆడుతున్న నాటకంలో నిజం ఎంతో తెలుసుకుందామని అడుగుతున్నాను."

"అయినా ఇంత వయసొచ్చింది. నీకు తెలీదుటే?"

"తెలుసు నాయనమ్మా- నాకు తెలుసు. కానీ మనకు తెలిసిందే వేదం అనుకోకూడదన్నమాట ఇప్పుడు నిజమయ్యే సూచనలు కనపడుతున్నాయి. నాకు తెలియక కాదు నిన్ను అడుగుతూంట. నువ్వేమైనా చెపుతావేమోనని....."

"ఈ వయసులో నేనలా చెప్పనే?"

"కేవలం ముద్దు మాత్రమే పెట్టుకున్నానంటున్నాడు నేత్ర. ఆ అమ్మాయేమో తనే కారణం అంటూ వుంది. ఎందులో నిజముంది?"

"వాళ్ళు చెప్పడమూ సరే, నువ్వు అడగడమూ సరే - ఇంతకూ ముద్దు పెట్టుకున్నాడా?"

"అవున్నాయనమ్మా!"

"ఒక్క ముద్దే పెట్టుకున్నాడా?"

"అవును. ఒకటి. కేవలం ఒక్కటంటే ఒక్కటి.... నిర్హేతుకమైన, నిర్జీవమైన, నిరపాయకరమైన ఒకే ఒక ముద్దు"

అంతా విని నాయనమ్మ నిట్టూర్చింది.

ఆ తరువాత సాలోచనగా, "ఇప్పుడన్నీ మిషన్లేగా. పుంజుల్లేకుండా కూడా గుడ్లట! మరి కొత్త పద్ధతులేమయినా వచ్చాయేమో నాకు తెలీదుకానీ, మా రోజుల్లో అయితే-" అంది.

"ఊ.... మీ రోజుల్లో అయితే!"

"అబ్బో-దానికి చాలా తతంగం వుండేదమ్మా. ఎంతో కష్టపడే వాళ్ళం-"

* * *

సర్పభూషణరావు ఇంటి చుట్టూ సి.బి.ఐ. వల పన్నింది. నేత్ర స్వయంగా తన ఫ్లాట్‌లో కూర్చుని బైనాక్యులర్స్‌తో ఆ ఇంటివైపే చూస్తున్నాడు. రాబోయే పన్నెండు గంటలూ చాలా ముఖ్యమైనవని అతడికి తెలుసు. పన్నెండు గంటల్లోగా యస్బీఆర్ దేశం వదిలి వెళ్ళిపోతున్నాడు. ఈ లోపులో అతడు తన పనులు పూర్తి చేసుకుంటాడు. ఆ సందర్భంగానయినా అతడిని పట్టుకుని ఏదో ఒక కేసులో ఇరికించకపోతే అతడు చేతుల్లోంచి జారిపోవడం ఖాయం.

ఒకటి.... రెండు..... మూడు గంటలు. ఏమీ జరగలేదు.

దాదాపు మూడున్నర గంటల తరువాత ఫోన్ మోగింది. యస్బీఆర్ ఇంటికి వచ్చిన ఫోన్ అది. దాని నుంచి ఈ ఫోన్‌లోకి లైన్ ట్రాప్ చెయ్యబడింది. నేత్ర చప్పున వెళ్ళి ఫోన్ అందుకున్నాడు.

అట్నుంచి ఫోన్‌లో యస్బీఆర్ "హల్లో" అన్నాడు.

అవతలి వ్యక్తి "బాగున్నావా?" అని ఫోన్ పెట్టేశాడు.

ఇటువైపు యస్బీఆర్ కూడా ఫోన్ పెట్టేశాడు.

అదీ కోడ్. నేత్రకి అర్థమైంది.

అతడనుకున్నట్టే అయిదు నిమిషాల తరువాత యస్బీఆర్ కారు బయల్దేరింది. ముందు వ్యక్తికి తెలియకుండా నేత్ర ఫాలో అయ్యాడు. యస్బీఆర్ కారు అయిదు నిమిషాలు ప్రయాణం చేసి ఒక పబ్లిక ఫోన్ ముందు ఆగింది. నేత్రకి మొత్తం విషయం అర్థమయింది.

యస్బీఆర్ తన ఫోన్‌లోంచి మాట్లాడడు. ఇలా ఫోన్ రాగానే బయటకొచ్చి మాట్లాడతాడన్నమాట.

నేత్ర వైర్‌లెస్‌లో తన డిపార్ట్‌మెంట్‌కి సూచన్లు ఇచ్చాడు. క్షణాల్లో టెలిఫోన్ ఎక్స్ఛేంజి ఎలర్ట్ అయింది. యస్బీఆర్ ఏ పబ్లిక్‌బూత్ నుంచి మాట్లాడుతున్నాడో- ఆ ఫోన్ సంభాషణ టేప్ అయింది.

"మిస్టర్ క్యూ-"

"స్పీకింగ్-"

"యస్బీఆర్ హియర్-"

"ఇక అరగంటలో స్వర్ణరేఖని చంపెయ్యాలి. మనం వెళ్ళిపోవచ్చు."

"ఎప్పుడు వెళ్తున్నాం?"

"వెంటనే-! స్వర్ణరేఖ మరణించిన తరువాత ఇంకొక్క క్షణం కూడా ఇక్కడ వుండకూడదు. ఆ మరణం తెలిశాక ఇక ఇంటర్‌పోల్ మిమ్మల్ని వదల్దు."

"ఆ పని వెంటనే ముగిస్తాను."

ఫోన్ కట్ అయింది.

నేత్ర నిటారుగా అయ్యాడు. వెంటనే వెళ్ళి యస్బీఆర్ ని అరెస్టు చెయ్యాలన్న కోర్కెని బలవంతంగా అణుచుకున్నాడు. దానివల్ల ఏ లాభమూ లేదు. స్వర్ణరేఖని పట్టుకోవాలి. ఆమె ఎక్కడుందో తెలీదు. అతడు వేగంగా ఫ్లాట్ కొచ్చాడు. ఫ్లాట్‌లోంచి టెలిస్కోప్ గుండా స్వర్ణరేఖ గదిలోకి చూశాడు. ఆమె ఎక్కడికో తయారవుతోంది. అతడి దృష్టి కారు గ్యారేజీ మీద పడింది. యస్బీఆర్ గ్యారేజీలోంచి బైటకొస్తున్నాడు.

నేత్ర భృకుటి ముడివడింది.

స్వర్ణరేఖ కారు గ్యారేజీవైపు వెళ్తూ, తండ్రితో ఏదో మాట్లాడుతూంది నవ్వుతూ.

నేత్ర పరుగెత్తుకుంటూ లిఫ్ట్ దగ్గరకొచ్చాడు. అతడు కిందికి దిగి, ఫ్లాట్ బయటకొచ్చేసరికి స్వర్ణరేఖ కారు అవతల ఇంటిలోంచి బయటకు వచ్చి మెయిన్ రోడ్డు ఎక్కింది.

నేత్ర ఫ్లాట్‌ముందు ఆపుచేసిన తన కారు దగ్గరకు పరుగెత్తాడు.

యస్బీఆర్ ఇంటికీ, నేత్ర ఫ్లాట్‌కీ మధ్యవున్న దారి ఎప్పుడూ చాలా ట్రాఫిక్‌తో వుంటుంది. వాహనాలు వేగంగా అటూ, ఇటూ వెళ్తున్నాయి. నేత్ర తన కార్లో స్వర్ణరేఖ కారును వెంటాడడానికి ప్రయత్నించాడు. అప్పటికే అది చాలాదూరం వెళ్ళిపోయింది. నేత్ర వేగం హెచ్చించాడు.

ముందుకార్లో వెళ్తున్న స్వర్ణరేఖ చాలా స్పీడ్‌గా డ్రయివ్ చేస్తోంది. ఏజెంట్ క్యూ అర్జెంటుగా రమ్మన్నాడని తండ్రి ఆమెకు చెప్పాడు. ఎందుకో అర్థం కాలేదు. కారు నగరం పొలిమేరలు దాటింది. ఎదురుగా వస్తున్న లారీని తప్పించడానికి ఆమె కారు స్లో చేసింది.

ఆగలేదు.

ఆమెకో క్షణం అర్థం కాలేదు అదృష్టవశాత్తు లారీ దాటిపోయింది. కారు అస్తవ్యస్తంగా వెళ్ళసాగింది. తెరచివున్న కిటికీల్లోంచి గాలి రివ్వున వస్తోంది. ఆమె స్టీరింగ్ కంట్రోల్ చేయడానికి ప్రయత్నిస్తూంది. అయినా లాభం లేకపోయింది.

అప్పుడర్థమయిందామెకు–బ్రేకులు ఫెయిల్ అయ్యాయని! మొహంనిండా చెమటలు పట్టాయి. పల్లంలో కారు మరింత వేగం పుంజుకుని ఎడమప్రక్కగా వెళ్తూన్న ఎడ్లబండ్లను వెంట్రుకవాసితో రాసుకుంటూ సాగిపోయింది.

ఆమె తన ప్రాణాలమీద ఆశ వదిలేసుకుంది. అంతలో ఆమె పక్కనుంచి మరోకారు దూసుకుపోయింది. కొంతదూరం వెళ్ళాక అది నెమ్మదయింది. ముందుకారుకీ, తనకారుకీ మధ్య దూరం క్రమంగా తక్కువ అవడం ఆమె గమనించింది.

కంగారుగా హారన్ కొట్టింది.

తన కారుకి బ్రేకులు లేవన్న విషయం ముందు కారు డ్రైవర్‌కి ఎలా తెలియజెప్పాలో ఆమెకి అర్థంకాలేదు.

ముందు కారు మరింత స్లో అయింది. వెనుక కారువేగం కన్నా ముందుది కేవలం కొద్దిగా తక్కువ అవడంతో రైలు కంపార్ట్‌మెంట్‌ల షంటింగ్‌లా రెండూ దగ్గర అవుతున్నాయి. ఒక విమానం నేలమీద దిగేటప్పుడు పైలట్ ఎంత జాగ్రత్త తీసుకుంటాడో అంత నేర్పరితనంతో వెనుక కారు బోయినెట్–తనకారు మడ్‌గార్డ్‌కి ఆనేలా చేసి తరువాత తన వాహనాన్ని క్రమక్రమంగా ఆపి, డోర్ తెరిచి క్రిందికి దిగాడు నేత్ర.

స్వర్ణరేఖ ఇంకా షాక్‌నుంచి తేరుకోలేదు. తలలోంచి స్వేదం చెంపల మీదకు కారుతోంది. మృత్యువు తన పక్కనుంచి ఎంతలో వెళ్ళిపోయిందీ ఆమెకి తెలుస్తోంది.

"నీ కారిక ఇప్పట్లో పనిచేయదు. నాతోరా. డ్రాప్ చేస్తాను!"

ఆమె మాట్లాడకుండా కారుదిగి, నేత్ర కారెక్కింది. అతడు తన వాహనాన్ని వెనక్కి తిప్పి నగరంవైపు పోనిచ్చాడు.

"ప్రమాదం కొద్దిలో తప్పిపోయింది" అన్నాడు. ఆమె దానికి బదులివ్వకుండా, "నా కారు బ్రేకులు ఫెయిలయ్యాయని మీకెలా తెలిసింది?" అని అడిగింది. అతడేదో సమాధానం చెప్పబోయేటంతలో "కంగ్రాచ్యులేషన్స్" అందామె మళ్ళీ.

"ఎందుకు?" ఆశ్చర్యంగా అడిగాడు.

"నా కారు బ్రేక్ ఆయిల్ తీసేసి, నన్ను ప్రమాదం నుంచి రక్షించినట్టు నటించి, ఆ విధంగా ఆకర్షించి నన్ను మీవైపు తిప్పుకోడానికి అద్భుతమైన ప్లాన్ వేసినందుకు! ఇండియన్ సీక్రెట్ ఏజెంట్స్ తెలివితేటలు శత్రుదేశపు గూఢచార్లని ఎదుర్కోవడానికే కాదు- అమ్మాయిల్ని వలవేసి పట్టుకోవడానికి కూడా ఉపయోగ పడతాయని ఇప్పుడే తెలుసుకున్నాను" అంది.

అతడికి విపరీతమైన కోపం వచ్చింది. అతికష్టంమీద దాన్ని అణుచుకుంటూ "నువ్వు గొప్ప సైంటిస్టువి అయితే అయ్యుండవచ్చు. కానీ, నీకు లోకజ్ఞానం అస్సల్లేదు అని అర్థమవుతూంది. నీ అవసరం తీరిపోయాక నీ తండ్రే నిన్ను చంపాలని కారు బ్రేకులు ఫెయిల్ చేయించాడు. ఇంత చిన్న విషయం తెలుసుకోకపోవడం నీ దురదృష్టానికి పరాకాష్ట- " అన్నాడు.

"ఎవరి దురదృష్టాన్నీ ఎవరూ నిర్ణయించలేరు మిస్టర్ నేత్రా. కేవలం నా తండ్రికి కూతురుగా పుట్టిన నేరానికి నా చెల్లెలు ఇప్పుడు పెళ్ళి కాకుండానే తల్లి కాబోతూంది. దానికి ఎవరు సమాధానం చెప్పగలరు?"

"మనస్సాక్షిగా చెప్తున్నాను. దానికి నేను బాధ్యుడిని కాను-"

"ఆ విషయం నాకు తెలుసు."

ఆమె తాపీగా చెప్పిన ఆ సమాధానానికి నేత్ర విస్మయంతో, "నీ కెలా తెలుసు?" అని అడిగాడు. 'కనీసం నువ్వైనా ఈ విషయాన్ని నమ్మగలుగు తున్నావా?" అన్న ఆశ్చర్యం గొంతులో ధ్వనిస్తూవుండగా.

"అవును. నాకు తెలుసు-"

"అదే! ఎలా అని అడుగుతున్నాను."

"హంసలేఖ గర్భానికి కారణం ఏజెంట్ 'క్యూ' కాబట్టి"

నేత్ర చేతులు స్టీరింగ్‌చుట్టూ బిగుసుకున్నాయి. తన సర్వీసులో ఎప్పుడూ ఇంతషాక్ అవలేదు అతడు.

"ఏజెంట్ 'క్యూ?" అన్నాడు నమ్మలేనట్టు.

"రెణ్ణెల్లక్రితం మీ పుట్టినరోజని నాటకమాడి మా ఇంటికివచ్చి హంసలేఖని ముద్దు పెట్టుకున్నారు గుర్తుందా?"

"అవును-"

"ఆ రోజు రాత్రి ఆమె చాలా డిస్టర్బ్‌డ్‌గా కనిపించింది. నాకు అసలు కారణం తెలీదు. తను నిద్ర పోవడానికి నేను అనుదినం వాడే పెథిడ్రిన్ ఇంజెక్షన్ ఆమెకు ఇచ్చాను. ఆ మత్తులో...."

"ఊc.... ఆ మత్తులో?"

"ఆమెని ఏజెంట్ క్యూ అనుభవించాడు."

నేత్ర వెన్నులో సన్నటి జలదరింపు..... అదోరకమైన ఇబ్బందికరమైన భావం.... ఇలా ఎందుకు జరిగింది అన్న ఏవగింపు. పిడికిళ్ళు బిగింపచేసే కసి! ఇంతవరకూ అతడికి క్యూ మీద సిద్ధాంతపరమైన శత్రుత్వమే వుండేది. ఇప్పుడు అది వ్యక్తిగతంగా మారింది.

స్వర్ణరేఖ చెప్పుకుపోతూంది- "నా కోసం వచ్చిన క్యూ బహూశా మత్తులో వున్న హంసని చూసి వుంటాడు. ఆ రాత్రి అయాచితంగా దొరికిన అవకాశాన్ని వదులుకోలేదు అతడు అతడు గది నుంచి వెళ్ళిపోవడం నేను చూశాను. ముందు మీరేమో అనుకున్నాను. కానీ, చూస్తే క్యూ! నేను స్థాణువయ్యాను. నా వాడనుకున్న క్యూని ఇంకొక అమ్మాయితో చూసినందుకు కాదు. ఆ స్టేజి, ఈర్ష్య నేనెప్పుడో దాటిపోయాను. అనవసరంగా హంసలాంటి అమ్మాయి పాడయిందే అని బాధపడ్డాను.అయితే, ఈ విషయం హంసకి చెప్పలేదు. కానీ, విధి అనుకూలించక హంసని గర్భవతిని చేసింది."

నేత్ర సరిగ్గా వినడంలేదు. అతడి తలలో హోరు. 'హంసా.... హంసా' అనుకున్నాడు ఆర్తిగా.

ఆమె అంది- "డాక్టర్ దగ్గరికి వెళ్దామని హంస అడిగేసరికి నేను కంగారుపడ్డాను. కారణం ఎవరంటే 'నేత్ర' అని చెప్పింది. మీ ఇద్దరి మధ్యా ముందునుంచే అఫైర్ వుందేమో అనుకున్నాను. క్యూ విషయం పూర్తిగా దాచేస్తే దానికి మీరు బాధ్యులు అవుతారు కదా అని కూడా అనుకున్నాను. కానీ-"

"ఊ .... కానీ-"

"దీనికి కారణం 'మీరే- మీరే-' అని హంసలేఖ రెట్టించి మీ గురించి చెప్పడంతో నాకు అనుమానం వచ్చింది. నిరోధ్‌ని టేబ్లెట్ అనుకోవడం గుర్తొచ్చి అసలు విషయం రాబట్టాను. అది వింటే మీరు నమ్మరు. మీరే కాదు. బియస్సీ చదివిన అమ్మాయికి ఈ మాత్రం తెలీదా అని నవ్వుతారు కూడా-"

"ఏమిటా విషయం?"

"హంసలేఖకి ఇప్పటివరకూ ఇంటర్‌కోర్స్ అంటే ఏమిటో తెలీదు. ముద్దు పెట్టుకుంటే పిల్లలు పుడతారు అనుకుంటూంది."

కీచుమన్న శబ్దంతో కారాగింది. "ఏమిటీ?" అరిచాడతను.

"అవును పుట్టినరోజునాడు మీరు ముద్దు పెట్టుకున్నారు. అందువల్లే తనకి ప్రెగ్నెన్సీ వచ్చిందన్న భావంతో వుంది హంసలేఖ. చెప్పండి ఆమెని పెళ్లిచేసుకుంటారా? సి.బి.ఐ. చేసిన తప్పు మీరు సరిదిద్దుతారా?"

* * *

ట్రాఫిక్ ఎక్కువగా వుండడంతో నేత్ర నెమ్మదిగా నడుపుతున్నాడు కారు. పక్కన స్వర్ణరేఖ వున్నదనీ - ఆమె నుంచి ఒక ముఖ్యమైన రహస్యం రాబట్టాలని అతడికి తెలుసు. కానీ, అతడు కూడా మామూలు మనుషులకుండే భావ సంచలనాలకు అతీతుడైన జేమ్స్‌బాండ్ కాదు. అతడి వృత్తి వేరు. ప్రవృత్తివేరు. తన డిపార్ట్‌మెంట్ పన్నిన వలలో చిక్కుకున్న అమాయకపక్షి పిలుపులో వున్న తీయదానానికి తాను తాత్కాలికంగా వృత్తిని మరిచి స్పందించిన వైనం అతడిని నిలదీస్తున్నది. మరోవైపు, స్వర్ణరేఖతో రహస్యంగా రాత్రి గడపటానికి వచ్చి, పక్కగదిలో హంసలా పడుకుని ఉన్న హంసలేఖని గమనించి అటు వెళ్ళి మత్తులో వున్న ఆమెను అనుభవించిన క్యూ.... నికృష్టానికి పరాకాష్ట అయిన ఆ చర్య అతడిని చికాకుపరుస్తోంది.

అతడి ఆలోచన్లని భంగపరుస్తూ స్వర్ణరేఖ అంది.

"ఆ అమ్మాయినించి అసలు విషయం ఎక్కువ కాలం దాయడం కష్టం. ప్రెగ్నెన్సీకి కారణం ముద్దుకాదనీ, మరొకటి అని ఆమెకు త్వరలోనే ఎలాగూ తెలుస్తుంది. ఆ పని చేసింది కూడా మీరేనని మీరు చెప్పాలి! దాంతో ఆ అమ్మాయికి మీమీద వున్న మంచి అభిప్రాయం పోవచ్చు. అంత ప్రేమించినవాడివి మత్తులో వుండగా అలా అనుభవించవలసిన అవసరం ఏమిటి అని జీవితాంతం మిమ్మల్ని వేధించవచ్చు. రానీ సమస్య అది కాదు."

"సమస్య అది కాదని నాకు తెలుసు. ఇంతకాలం హంసలేఖ తన ప్రెగ్నెన్సీకి కారణం నేనని అందరికీ చెపుతూంటే ఇదోరకమైన ట్రాప్ అనుకున్నాను. అంతేకానీ, ఇది ఆమె తెలియనితనం అనుకోలేదు. పాతిక సంవత్సరాల క్రితం అమ్మాయిలకైతే అంత అమాయకత్వం వుందంటే నమ్మొచ్చు. హంసలేఖ లాంటి మోడరన్ అమ్మాయికి, అందులోనూ బి.యస్సీ చదివిన అమ్మాయికి ఇంత చిన్న విషయం తెలీదంటే-"

"హంసలేఖ తెలియనితనం సైకాలజీకి సంబంధించినది నేత్రా" అతడి మాటలు మధ్యలో కట్ చేస్తూ అంది స్వర్ణ. "ఆమె ఉత్సుకతని ఆమె స్నేహితురాలు ఆకతాయితనంతో తప్పుదార్లో మూసేసింది. దాంతో ఇక ఆమె దాని గురించి లోతుగా కానీ, లాజికల్‌గా కానీ ఆలోచించడం మానేసింది. మీరన్నట్టు పాతిక సంవత్సరాల క్రితం "మొదటిరాత్రి ఏం జరుగుతుందో" తెలియనివాళ్ళు పదిశాతం, 'ఏదో జరుగుతుంది- ఏం జరుగుతుందో తెలియదు' అనుకునేవాళ్ళు యాభైశాతం వుండేవారనుకుంటే, ఇప్పుడిలాంటివాళ్ళు కనీసం ఒక శాతమైనా వుండే వుంటారు. ఈ తెలిసీ తెలియనితనం అనేది సెక్స్‌లోనే వుంది. సెక్స్ అనేది ఒక ఉద్యానవనం లాంటిది. కొంతమంది మొదటి వరుస పూలని చూసే 'అంతా చూశాం. అద్భుతంగా వుంది' అనుకోవచ్చు. మరికొంతమంది మరికాస్త లోపలికి వెళ్ళి జింకల్ని, జలపాతాల్నీ చూడొచ్చు. ఇంకా కొందరు ఇంకా లోతు కెళ్ళి పర్వత పంక్తుల్నీ యోగసిద్ధుల్నీ కనుక్కుని వుండొచ్చు! ముద్దు పెట్టుకుంటే కడుపు వస్తుందనుకుండా- అని హంసలేఖని చూసి నవ్వుకునే ఎంతమందికి, వేడివేడి కాఫీ తాగుతూ సిప్‌కీ - సిప్‌కీ చేసే మధ్యలో స్త్రీ ఓరల్ సెక్స్ అద్భుతంగా వుంటుందని తెలుసు? అదే ఫేషియల్ సెక్స్‌లో మగవాడి ఫ్రేవ్యూలమ్ చివర క్లైయిటోరస్ లాటి సున్నితమైన పాయింట్‌ని టికిల్ చేయవచ్చని ఎందరాడవాళ్ళకి తెలుసు? అంతవరకూ ఎందుకు? రిథమాటిక్ వజీనల్‌జిల్ కంట్రాక్షన్ అనేది ఒకటుంటుందనీ, అది తెలిసిన స్త్రీని ఇక జీవితాంతం పురుషుడు వదిలిపెట్టడనీ ఎందరికి తెలుసు? ఇవన్నీ తెలియడానికి బియస్సీ చదవక్కర్లేదు. బియస్సీ చదివినా తెలీదా అని ఆశ్చర్యపడనవసరంలేదు. అయినా ఇప్పుడు సమస్య హంసలేఖకి సెక్సు సైన్స్ ఎంత వరకూ తెలుసని కాదు. హంసలేఖ సమస్యని పరిష్కరించటం ఎలా అని? మీ సీక్రెట్ ఏజెన్సీలూ, టెర్రరిజాలూ పక్కన పెట్టండి. ఒక మనిషిగా ఆలోచించి చెప్పండి-"

అతడు ఆమె మాటలు వినడం లేదు. ఆలోచిస్తున్నాడు. ఒక మంచి ఛాయాగ్రహకుడి కెమెరా బంధించిన అపురూప దృశ్య పరంపరలా అతడి కళ్ళముందు హంసలేఖ తాలూకు అనుభూతులు స్లోమోషన్‌లో సాగిపోతూ వున్నాయి.

నాలుగు ఫర్లాంగులు నడిరోడ్డు మీద పరుగెత్తుకుంటూ వచ్చి, చెమటతో తడిసిన జుట్టు చెవి వెనక్కి తోసుకుంటూ, కదిలే రైలు ముందు నిలబడి"జనం చూస్తారనీ, నవ్వుకుంటారని అనుకుంటే, అది ప్రేమెలా అవుతుందీ" అని ప్రశ్నించిన రసరమ్య రాగలేఖ-

1989 కొవ్వొత్తుల్లో స్నేహితుడి కళ్ళల్లో మెచ్చుకోలు కోసం చూసిన సజీవ ప్రేమలేఖ-

కడుపులో పెరిగే శిశువుకు కారణం ఏదో కూడా తెలుసుకోలేని మనసు తెల్ల కాయితం మీద అమాయక అక్షర లేఖ-

హంసలేఖ.....

....దూరంగా ట్రాఫిక్ లైట్లు కనపడుతున్నాయి. అది దాటగానే యస్బీఆర్ బిల్డింగ్. ఎదురుగా తన ప్లాట్...... కారు పోనిస్తూ తనన్నాడు- "ఇదంతా ఒక యాక్సిడెంట్. అవును. ఒక యాక్సిడెంట్ అంతే. నిరపాయకరమైన యాక్సిడెంట్! ఆమె తప్పేమీ లేనప్పుడు ఆమె శిక్ష ఎందుకు అనుభవించాలి? ప్రేమ ముందు సెక్స్ ఎంత చిన్న విషయం? ఇదంతా ప్రేమ కాదనుకుంటే అది ఆత్మవంచన.' జరిగిందంతా ఆమెకు తెలియవలసిన అవసరంలేదు. ఆ రాత్రి జరిగిన తొందరపాటు చర్య నాదే అని క్షమాపణ కోరతాను-" అని ఆగి, ఆ తరువాత తన చివరి వాక్యం పూర్తిచేశాడు. "...ఏజెంట్ క్యూ బిడ్డకి నేను తండ్రినవుతాను-"

ఆమె చివ్వున తలెత్తింది.

ఎట్లా నమ్మను- కృపా, ప్రేమా లోకాన్ని ఇంకా పరిపాలిస్తున్నాయని? మనిషికీ, జంతువుకీ తేడా 'కరుణే' అని! కళ్ళు లేని గురువింద తీగెకి పట్టుకొమ్మ దొరికేందుకు కస్తూరి పూల పరిమళం తోవ చూపిందా? చెలం వ్రాసినట్టు.... 'శ్వాస ఆగిన మహోద్రేకం మనో నిర్మిత అవధుల్ని దాటి శాంతిలో ఆగిపోయిన క్షణాన నువ్వూ లేవు, నేను లేను, ప్రేమ తప్ప మరేమీ లేదు, అన్నభావం మెరుపై మెరిసిందా? చరాచర ప్రపంచాన్ని సహస్ర కరాల ఆలింగనంతో దేదీప్యమానంగా ఉద్దీపనం చెయ్యటానికి ఒక చర్యా, మానవజాతిని మంచితనంతో హత్తుకునే రెండు చేతులూ..... అభిషిక్తం చేయధానికి రెండుకళ్ళ నిండా నీళ్ళు!!!

రెడ్ ట్రాఫిక్ లైట్ వెలగడంతో అతను కారు ఆపుచేశాడు. ఆమె చప్పున కారు దిగి, ఊహించని వేగంతో తన ఇంటివైపు పరుగెత్తింది. అతడు నిశ్చేష్టుడయ్యాడు. వెనుక నుంచి కారు హారన్లు వినిపించడంతో తేరుకుని కారుని తన ఫ్లాట్‌లోకి పోనిచ్చాడు.

తన నుంచి తప్పించుకుపోవడం కోసం ఆమె అలా పరుగెత్తలేదని మాత్రం అర్థమైంది. కారణం తెలీదు.

అతడు తన ఫ్లాట్‌లో ప్రవేశించి, టెలిస్కోప్‌లో ఆ ఇంటివైపు చూశాడు.

బెడ్‌రూమ్‌లో పడుకుని స్వర్ణరేఖ వెక్కి వెక్కి ఏడుస్తోంది. మానవజాతి పట్ల ఏర్పడిన అసహ్యాన్ని, కరుడు గట్టిన ద్వేషాన్నీ, గుండెల్లో అగ్నిపర్వతాన్నీ- అతని ఒక్క మాట-

'ఏజెంట్ క్యూ బిడ్డకు నేను తండ్రినవుతాను' అన్న ఒక్క మాట-

విస్ఫోటనం గావిస్తే-

ఆ నిజాన్నీ చూడలేక, చూసిన నిజాన్ని భరించలేక-

....హిస్టీరిక్‌గా ఆమె ఏడుస్తోంది.

క్యూ ఆమెకి స్వర్గం చూపించి తన దాన్ని చేసుకున్నాడు. నేత్ర ఆమెకు స్వర్గం కన్నా అతీతమైనది చూపించాడు. అది-

'మానవత్వం.'

*   *   *

"చాలా రాత్రయింది. ఇక ఇంటికెళ్ళమ్మా" అన్న మాటలకి స్వర్ణరేఖ తలెత్తింది. ఆ వృద్ధుడి పేరు - బోసు. అపారమైన విజ్ఞానం అతడిని తొందరగా ముసలివాడిని చేసింది.

ఆమె నవ్వి "వెళ్తాను. ఇంకా కొద్ది పని మిగిలివుంది డాడీ" అంది. బైట ఉరుములు, మెరుపుల్తో భయంకరంగా వర్షం మొదలైంది. ఆమె రెయిన్‌కోట్ తీసుకుని బయటకు నడవబోతుంటే "అమ్మా స్వర్ణా" అన్నాడాయన. ఆమె ఆగింది.

"ఒక రోజు .... యూ విల్ బికమ్ సమ్‌థింగ్! కెమిస్ట్రీలో నిన్ను మించిన వాళ్ళు ఎవరూ వుండరమ్మా. చూస్తూ వుండు" అన్నాడు. ఆమె నవ్వింది. "మీరు చేసే పనిలో సాయపడితే చాలు నాన్నా. ఆల్ఫా ప్లస్, ఆల్ఫా మైనస్‌ల సంయోగాన్ని మీరు కనుక్కోవాలి. దేశం గర్వించేలా మీకు నోబెల్ ప్రైజ్ రావాలి. మీ అసిస్టెంట్‌గా నాకది చాలు. మీ కూతురిగా నాకది గర్వకారణం."

"నేనొక వేళ ఈ ప్రయోగం పూర్తిచెయ్యలేక పోయినా, నువ్వైనా చెయ్యగలవని నాకు నమ్మకం వుంది స్వర్ణా."

ఆమె తండ్రి వైరాలజీలో కృషి చేశాడు. కేపలం గ్యాస్ ద్వారా పంటల్ని నాశనం చేసే పురుగుల విధ్వంసానికి చౌకయిన విధానాన్ని కనుక్కుంటున్నాడు.

విశాలమైన హాలు అది. చుట్టూ అశోకవృక్షాలు ....దూరంగా ఫ్యాక్టరీ.

సర్పభూషణరావు ఇండస్ట్రీలో రిసెర్చి విభాగానికి సంబంధించిన ప్రయోగశాల అది. ఆమె తండ్రి దానికి ఇన్‌ఛార్జి.

"గుడ్‌నైట్ నాన్నా."

"గుడ్‌నైట్ అమ్మా-"

ఆమె బయటకు వచ్చింది.

ఈదురుగాలి వేగంగా వచ్చి మొహానికి కొడ్తూంది. ఆమె తల మీద రెయిన్‌కోటు కప్పుకుని రోడ్డు పక్కగా నడుస్తూ వచ్చి బస్‌స్టాప్‌లో ఆగింది. 'నాన్నే గాని ఈ దేశంలో పుట్టకుండా, మరే దేశంలోనైనా పుట్టివుంటే ఎంత బావుండేది? ఇలా బస్‌ల కోసం ఎదురుచూడవలసిన అవసరం కలిగేదా?" అనుకుంది. ఆమె తండ్రి అన్నట్టు ఆమెక్కూడా కెమిస్ట్రీలో మంచి ప్రవేశం వుంది. ఆమె తండ్రి మాత్రం జీనియస్. ఆ విద్వత్తు గుర్తించగలిగినవాడు ఆ ఫ్యాక్టరీ యజమాని ఒక్కడే! అతడేగానీ ఆమె తండ్రిని దానికి అధిపతిని చెయ్యకపోతే ఈ దేశపు చాలామంది తెలివైన వాళ్ళలాగే ఆయన ప్రతిభ కూడా నిస్సారంగా, నిష్ప్రయోజనమైపోయేదే. ఒక విశాలమైన గది, అధునాతనమైన పరికరాలు, సామాగ్రి.... ఇంతకన్నా ఒక సైంటిస్టుకి కావల్సింది ఏది? అతనెప్పుడూ డబ్బుకోసం కానీ, జీతం కోసం కానీ ఆలోచించలేదు. తన కూతురిని కూడా ఆలోచించనివ్వలేదు. 'ఆశయం' తప్ప ఆయన జీవితంలో మరే ఆశయమూ లేదు.

వర్షం ఎక్కువైంది. ఇక బస్ రాదనుకుని ఆమె ఇంటివైపు నడవసాగింది.

"లిఫ్ట్ మేడమ్-" కారు పక్కన వచ్చి ఆగింది. ఆమె తలతిప్పి చూసింది. ఒక యువకుడు, యువతి వున్నారు. ఆమె తటపటాయించడం చూసి, "రండి, వర్షం ఎక్కువగా వుంది" అన్నాడు.

ఆమె వెనుక సీట్లో ఎక్కింది. కారు కదిలింది. వెనుక సీట్లో ఊరేగింపులో పట్టుకునే చేతి జండాలున్నాయి.

"నా పేరు రావు. ఎక్స్ మినిష్టరు ధర్మారావు కొడుకుని. నా ఫ్రెండ్ సౌమిత్రి" పరిచయం చేసి కారాపాడు. అతని స్నేహితురాలు దిగి "వస్తాను. ఇదే మా ఇల్లు" అంది.

"నేను కూడా దిగిపోతాను–"

"ఫర్వాలేదు. నేను డ్రాప్ చేస్తాను–"

కారు కదిలింది. నిమిషం నిశ్శబ్ద ప్రయాణం తరువాత, డ్రైవ్ చేస్తున్న అతడిని వెనుక సీట్లోంచి చూచి ఉలిక్కిపడింది. అతను బాటిల్ ఎత్తి తాగుతూ వున్నాడు. "కంగారుపడకండి. నిన్నటివరకూ ఎలక్షన్ల లో అలిసిపోయి వున్నాను. ఇప్పుడే కౌంటింగ్ జరిగింది. నాన్నా పెద్ద మెజారిటీతో నెగ్గాడు. ఇప్పటివరకూ ఆ ఆనందాన్ని సెలబ్రేట్ చేసుకుని వస్తున్నాము. ఈ రాత్రి ఆనందం ఇక్కడితో ఆగటం ఇష్టంలేనట్టుంది దేవుడికి.... నిన్ను చూపించాడు. ఛీర్స్– చీర్లూ మంచి కాంబినేషను కదా! అలిసిపోయాక తాగడం, తాగాక అనుభవించడం నాకు అలవాటు. మొహమాటం లేకుండా చెప్తున్నాను. పోస్ట్‌గ్రాడ్యుయేట్ నుంచి పనిమనిషివరకూ ఎవరయినా ఫర్వాలేదు. సౌమిత్రి ఇంకో మూడు రోజులు లాభంలేదంది. చెప్పాగా. దేవుడు దయామయుడు" అంటూ ఆమెవైపు చూసి వాలుగా నవ్వేడు.

"కారాపు."

అతడు కారాపి కన్నుకొట్టి "నెక్స్ట్" అన్నాడు. ఆమె డోర్ తీసుకుని దిగబోయింది. రాలేదు. బలంగా తోసి బయటకు రాబోయింది. ఎప్పుడొచ్చాడో తెలీదు. అతడు ఎదురుగా నిలబడి వున్నాడు.

విసురుగా తోస్తున్న గాలికి అతడి జుట్టు వికృతంగా ఎగురుతోంది. మసక చీకట్లో నీడ నిలబడ్డట్టుంది అతడి ఆకారం. "వెనుక సీట్లోనే బావుంటుంది" అంటూ లోపలకి రాబోయేడు. ఆమె రెండోవైపు తలుపు తీసుకుని బయటపడడానికి ప్రయత్నించింది. రెండువైపులా వచ్చిన ఖాళీతో బలంగా వీస్తున్న గాలి తాకిడికి లోపలున్న జండాలు వేగంగా బైటకొచ్చాయి. అతడామెని పట్టుకుని బైటకి లాగాడు. జెండాల్తో పాటూ ఆమె కూడా బయటకువచ్చింది. అతడి తండ్రిని గెలిపించిన, హోం మినిష్టర్‌ని చేయబోతూన్న పార్టీ జెండా అది.

ఆదే ఆమెని రక్షించింది.

మీదకు వంగి నోటితో ఆమె పెదవుల్ని గట్టిగా నొక్కి పెట్టాడు అతడు. ఒక చేత్తో నడుము చుట్టి పట్టుకుని ఆమెని దగ్గరకి లాక్కొని, రెండో చేత్తో ఆమె చీరెని మోకాలి పైకి తోస్తూ, ఆమె కాళ్ళ మధ్య తన కాలిని వుంచి సీటు మీదకు తొయ్యబోయాడు.

అప్పుడు పొడిచింది ఆమె.

జెండాకి వున్న సన్నటి వూచని అతడి కంట్లోకి నిలువుగా బలంగా గుచ్చింది. దాదాపు అంగుళం దిగిపోయింది లోపలికి. అతడు వికృతంగా పెట్టిన కేక ఆ వర్షం చినుకుల శబ్దంలో కలిసిపోయింది.

ఆమె పరుగెత్తడం ప్రారంభించింది. వెనుక అతడు వస్తున్నదీ, లేనిదీ చూసుకోలేదు. దాదాపు అయిదు నిమిషాలు పరుగెత్తింది. ఫ్యాక్టరీ ఆవరణ అవడంవల్ల నిర్మానుష్యంగా వుంది. వెనుక అతడు ఇంకా వెంటాడుతున్నట్టే వుంది. ఆమె రొప్పుతూ ఆగి, తలెత్తి చూసేసరికి ఎదురుగా పోలీస్ స్టేషన్ కనపడింది.

రాత్రి పదకొండున్నరకి ప్రవేశించిన ఆ అమ్మాయిని చూసి టేబిల్ మీద కునికిపాట్లు పడుతున్న హెడ్డు ఉలిక్కిపడాడు. ఆమె సరాసరి లోపలికి ప్రవేశించి యస్సై దగ్గరకు వెళ్ళింది.

ఆమె సర్దుకోవడానికి అయిదు నిమిషాలు పట్టింది. తరువాత జరిగిందంతా వివరింగా చెప్పింది. యస్సై సానుభూతితో విన్నాడు. ఆమె చెప్పడం పూర్తికాగానే "మంచిపని చేశారు" అన్నాడు.

"రేప్ ప్రయత్నం కోర్టులో నిరూపించబడడం అంత సులభం కాదు. ఆ శిక్షేదో మీరే వేశారు. కంగ్రాట్స్" నవ్వేడు.

"అతనింకా నన్ను వెంటాడుతున్నాడనే అనుమానంగా వుంది సార్."

"ఆ ప్రమాదం వుండదు. మిమ్మల్ని జాగ్రత్తగా డ్రాప్ చేయిస్తాను."

ఆమె తేలిగ్గా ఊపిరి పీల్చుకుని "థాంక్స్ సర్" అంది.

"ఆ ఊచ దొరక్కపోతే ఏమైవుండేవారు? అలా అర్ధరాత్రి లిఫ్ట్ అడగ్గానే ఎక్కకూడదు-"

"పక్కన మరో అమ్మాయి వుండడంతో ధైర్యంగా ఎక్కాను- వెనుక సీట్లో జెండాలున్నాయి. అస్సలు చోటు లేదు కూడా."

"జెండా లేమిటి?"

"ఎలక్షన్ జెండాలు..... ధర్మారావు అట. ఆయన తెలుసా?"

"తెలుసు. ఎక్స్ - హోం మినిష్టరు."

"ఆ కుర్రాడు ఆయన కొడుకే-"

యస్సై మొహంలో రంగులు మారాయి. "మీరు పొడిచింది ధర్మారావ్ కొడుకునా-?"

ఆమె మాట్లాడలేదు.

"..... మనం ఈ విషయం ఆయనకి చెప్పాల్సి వుంటుంది."

ఆమె భయంతో "ఎందుకు?" అంది.

"ఆయన వుండేది ఈ స్టేషన్ పోలీస్ పరిధిలోనే! ఈ కేసు మా స్టేషన్‌కే వస్తుంది. బయటవున్న హెడ్డు మిమ్మల్ని చూశాడు. దీన్నంతా నేను దాచానని ఆయనకి తెలిస్తే నా ఉద్యోగం పోవచ్చు. ఆయన ఎలక్షన్లలో గెలవడానికి కారణం ఆయన కొడుకే. అంత పలుకుబడి వుందతనికి! మీరు కంట్లో పొడిచింది మామూలు రోడ్‌సైడ్ రోమియోని అనుకున్నాను ఇంతసేపూ–"

"మామూలు రోమియో అయితే ఒక ట్రీట్‌మెంటూ, మంత్రి కొడుకు రోమియో అయితే ఒక ట్రీట్‌మెంటూ వుంటుందా ఇన్‌స్పెక్టర్ గారూ? నన్నేం చెయ్యమంటారు?"

"కేసు పెట్టవద్దని వాళ్ళని బ్రతిమాలుకొండి–"

ఆమె రుద్ధ కంఠంతో గట్టిగా "నన్ను అతను మానభంగం చేయబోయాడు సార్! కేసు పెట్టే హక్కు నాకుంది. మీరేమో నన్ను బ్రతిమాలుకొమ్మంటున్నారు" అని అరిచింది.

"నా అనుభవంతో చెప్తున్నాను. మీ ఇష్టం" క్లుప్తంగా అన్నాడు. ముద్దాయి యెవరో తెలిసిన తరువాత అతడిలో మార్పు స్పష్టంగా కనపడుతూంది.

ఆమె లేచి "మీ ఇష్టం వచ్చినట్టు చేసుకోండి. నే వెళ్తున్నాను" అంది.

"ధర్మారావుగారికి తెలియకుండా మీరు వెళ్ళిపోతే నా ఉద్యోగం పోతుంది."

"ఉద్యోగం.... ఉద్యోగం .... ఉద్యోగం .... ఈ ప్రపంచంలో ఒక ఆడదాని శీలం, ఒక స్త్రీ నిస్సహాయత, ఒక అమ్మాయి దుఃఖం- ఇవేమీ లేవా? మీ ఉద్యోగమే ముఖ్యమా?"

అతడు మాట్లాడకుండా టెలిఫోన్ తిప్పసాగాడు.

సరీగ్గా పావు గంటకు ధర్మారావు వచ్చాడు. భారీ విగ్రహం. నడకలో దర్పం కనపడుతూంది. కానీ మొహం దిగులుగా వుంది.

లోపలికి వస్తూనే "మీరు తప్ప ఇంకెవరు పిల్చినా వచ్చి వుండే వాడిని కాను. ఇల్లంతా ఎన్నికలు గెల్చిన ఆనందంలో వుంది.... అంతా జనం! అబ్బాయి విషయం అంటే పరుగెత్తుకు వచ్చాను. ఏమిటి సంగతి?"

యస్సై అంత వివరించి చెప్పాడు.

ధర్మారావు మొహం పాలిపోయింది. అది కోపమో, విషాదమో తెలీలేదు. చివర్లో, అతని కొడుకు ఒక కన్నులో ఊచ గుచ్చుకుని ఆ వర్షంలో తిరుగుతున్నాడని తెలియగానే ఆమె వైపు తిరిగి లాగిపెట్టి చెంపమీద బలంగా కొట్టాడు. ఆమె

కుర్చీలోంచి తూలిపడింది. ఈ హఠాత్సంఘటనకి ఆమె నిశ్చేష్టురాలై, ఆ షాక్ నుంచి తేరుకోకముందే ధర్మారావు ఆమె జుట్టు పట్టుకుని పైకెత్తుతూ, "ఓసి ముండా! ఏం చేసేవే నా కొడుకుని" అని మొహంలో మొహం పెట్టి అరిచాడు. అతడికి కొడుకే సర్వస్వం.

మామూలు సమయాల్లో చేతులు జోడించి 'ప్రజలే నా ప్రాణం' అనే గాంధేయవాది- ప్రజల శాంతి భద్రతలు రక్షించే హోం మంత్రి, ప్రస్తుతం మనిషిలో మంచి మనిషి వచ్చినట్టు రాక్షసుడిలా కనపడుతున్నాడు.

ఆమె ఒక్క ఉదుటున అతడి నుంచి విడివడి దూరంగా జరిగి, యస్సైవైపు తిరిగి, "ఆర్యూ నాట్ ఎ షేమ్డ్ ఆఫ్ ఆల్ దిస్?" (ఇదంతా చూసి నీకు సిగ్గు వేయడంలేదా?) అని అరిచింది.

యస్సై ఆమెవైపు సానుభూతితో చూస్తున్నాడు.

"దీన్ని నా కారులో పడెయ్యండి. నా కొడుక్కి అక్కడ ఏమయినా అయితే ఇది ప్రాణాల్తో మిగల్దు" అంటూ బయటకు నడిచాడు.

"ఇది అన్యాయం ఇన్‌స్పెక్టర్! రేప్ నుంచి రక్షించమని అర్ధరాత్రి వచ్చిన ఆడపడుచుని ఇలా అపాయంలోకి తోయడం-" అంటూన్న ఆమె ఆక్రోశాన్ని వినకుండా ఇద్దరు పోలీసులు లాక్కెళ్ళి ఆమెని కారెక్కించారు. కార్లో డ్రైవరు, మరో వ్యక్తి మాత్రమే వున్నారు.

ధర్మారావు భవంతి దేదీప్యమానంగా వెలుగుతోంది. అభిమానులు, ఎలక్షన్లో గెలిచిన మిగతావాళ్ళు, అధికారులు- అందరూ తాగుతూ, అల్లరి చేస్తున్నారు.

కారులోకి వీచే చల్లగాలికి ధర్మారావు ఆవేశం తగ్గిపోయింది. ఈమెని ఈ పరిస్థితిలో అక్కడికి తీసుకెళ్ళడం కోరి అపాయాన్ని కొని తెచ్చుకోవడమే అనిపించింది.

ఆమెని అవుట్‌హౌస్ దగ్గరే కాపలా మధ్య పెట్టి లోపలికి వెళ్ళి తన సన్నిహితుల్తో సంప్రదించాడు. అప్పటికే వాళ్ళు ఫుల్ డ్రింక్స్‌లో వున్నారు.

ధర్మారావుకి సహచరులు ముగ్గురు. ఆయన రాజకీయ జీవితం ఆ ముగ్గురి సలహాల మీదే నడుస్తుంది. ఒకరు యశస్వి. హైకోర్టు చీఫ్ జస్టిస్. అనుభవజ్ఞుడు. లీగల్ మాటర్స్‌లో ఆరితేరినవాడు. రెండవవాడు మస్తాన్‌రాజా. రాత్రికి రాత్రి ఒక గ్రూప్‌కి గ్రూపు లేపెయ్యగలవాడు. మూడోవాడు ఒక ఫైనాన్షియర్. ఎన్నికల్లో కోట్లు పెట్టుబడి పెట్టి గుర్రం (అభ్యర్థి) గెలిచాక దానికి అయిదు రెట్లు లైసెన్సుల రూపంలో సంపాదించగలవాడు.

"చాలా తప్పు పని చేశావు" అన్నాడు యశస్వి. "-ఆ అమ్మాయిని అక్కడే సర్ది చెప్పి పంపించెయ్యవలసింది. అనవసరంగా రెచ్చగొట్టావు. అసలే ఆమె చదువుకున్నది అంటున్నావు-"

"నా కొడుకు ప్రాణాప్రాయంలో వున్నాడని తెలిసేసరికి..."

"ఒక కన్ను పోయి వుంటుంది. అంతేగా. ఇప్పుడు నీ పదవికే ప్రమాదం ఏర్పడింది."

"ఎలా?"

"ఎంతమంది మంత్రులు తమ కొడుకులవల్ల ఇబ్బందిలో పడలేదు? ఆ అమ్మాయి ఒక్క పత్రికా విలేకర్ని కలుసుకుంటే చాలు. నీ పని ఫినిష్" న్యాయమూర్తి అన్నాడు. ధర్మారావు ఆలోచనలలో పడ్డాడు.

"నేనింత దూరం ఆలోచించలేదు."

"ఈ విషయం ఆ పోలీస్‌స్టేషన్ యస్సైకి కూడా తెలుసనుకుంటాను కదూ!"

"వాడి మొహం. నిజాయితీ మనిషే కానీ తెగ పిరికి. వాడి సంగతి మనం మర్చిపోవచ్చు- మనం ఆలోచించవలసింది ప్రతిపక్షం సంగతి."

"అయితే, దీన్ని లేపేస్తే సరి. ఇంత చిన్న విషయం గురించి ఇంత ఆలోచించడం దేనికి?" అంటూ మస్తాన్ రాజా లేచాడు.

మస్తాన్‌ని ఆగమని చెప్పి "మీ జడ్జిమెంట్ ఏమిటి?" ధర్మారావు అడిగాడు యశస్విని.

"అదే కరెక్ట్ అనిపిస్తోంది. ఇంత జరిగాక ఆ అమ్మాయి నోరు విప్పకుండా వుండదు. పైగా పోలీస్‌స్టేషన్‌లోనే పొగరుగా మాట్లాడింది అంటున్నావు. ఇంకో పది రోజుల్లో ఎలాగూ మంత్రి పదవులు ప్రకటిస్తారు. తిరిగి నువ్వే హోం మినిష్టర్‌వి అవుతావు. పోలీసులు నీ చేతిలో వుంటారు. ఈ టైమ్‌లో ఈ విషయం బైటకు పొక్కకూడదు. విలేకర్లు డేగల్లాంటివారు. చిన్న విషయాన్ని కూడా పట్టేస్తారు. పైగా ఆ అమ్మాయిని ఆవేశంలో ఇంటిక్కూడా తీసుకొచ్చావు."

ధర్మారావు సాలోచనగా మస్తాన్‌రాజా వైపు చూశాడు. రాజా బయటకు నడిచాడు. అప్పటికే అతని బి.జి. లు (బాడీ గార్డులు) ఆ అమ్మాయిని అవుట్ హౌస్‌లోకి తెచ్చి వుంచారు.

...లోపలికి వచ్చిన మస్తాన్ రాజాని చూసి ఆమె భయంతో వణికి పోయింది.

రెండు నిమిషాల తరువాత అక్కడో ఆర్తనాదం వినిపించింది.

అరగంట తరువాత తిరిగొచ్చిన రాజాని "అయిపోయిందా?" అని అడిగాడు ధర్మారావు. అతడు నవ్వేడు.

"ప్లానులో చిన్న మార్పు?"

"ఏమిటి?"

"అమ్మాయి చాలా బావుంది. ఫ్రెష్. అలాటి దాన్ని మామూలుగా చంపేసి శవాన్ని మాయం చేయటం ఇష్టంలేకపోయింది. అందుకే అరగంట ఆలస్యం అయింది. ధర్మారావుగారు గెలిచిన సందర్భంలో ఛీర్స్ చెప్పామే తప్ప చీరె విప్పలేదే అని ఇంతసేపు బాధపడ్డాను. ఆ కోరిక కూడా తీరిపోయింది. జడ్జిగారూ- మీరు వెళ్ళండి. చెప్పాగా. సరుకు చాలా బాగుంది."

"అంటే...."

"ఇంకా అర్థం కాలేదా? ఎలాగూ చచ్చిపోయేదే. ముందుకాస్త రుచి చూడండి." నవ్వేడు జస్టిస్‌ని చూసి.

"మైగాడ్. నేనా-"

మస్తాన్ రాజా అతని దగ్గర కొచ్చాడు. "ఏం స్వామీ! మీరు మొగాళ్ళు కాదా? ఇప్పుడు నల్లకోటు లేదు కదా. ఎంత? అయిదు నిమిషాల పని. ఎంజాయ్ చెయ్యండి, అయిదో కంటికి తెలీదు."

యశస్వి మనసులో పది సంవత్సరాల క్రితం చచ్చిపోయిన కోర్కె నెమ్మదిగా తలెత్తి కళ్ళలో కనపడింది. అది గమనించి ధర్మారావు తలూపి "వెళ్ళండి. ఇందులో తప్పేం వుంది?" అన్నాడు. కాస్త తటపటాయించి యశస్వి ఆ గదిలోంచి బయటకు నడిచాడు.

ఆమె నిస్సహాయంగా పైకప్పు కేసి చూస్తోంది.

ఆమె మీద రిథమాటిక్‌గా కదులుతూన్న శరీరం ఆమెకు కంపరం కలిగించడం లేదు. ఆమె శరీరంలో సత్తువ అంతా మస్తాన్ రాజా శరీరాన్ని ప్రతిఘటించడంతోనే అయిపోయింది. ఈ రెండో శరీరం ఆమెని బాధపెట్టడం లేదు.

యశస్వి వెళ్ళిపోయాక ధర్మారావు వచ్చాడు. కొడుకు ప్రయత్నించి ఓడిపోయిన దాన్ని తండ్రి సాధించాడు. ముగ్గురి పాపం ఆమె మనసుమీద కాలుష్యాన్ని పూసింది.

అతడు వయసులో పెద్దవాడు. రాజాలా రౌడీకాదు. యశస్విలాగా జాగ్రత్తలు తీసుకోవడం తెలీదు. బట్టలు కట్టుకునేటప్పుడు కాస్త నిర్లక్ష్యంగా వున్నాడు.

ఆమె సర్వశక్తులూ కూడదీసుకుంది. శరీరాన్ని అదుపులోకి తెచ్చుకుంది. అతడిని బలంగా తోసేసి చీకట్లోకి పరుగెత్తింది.

ధర్మారావు బిత్తరపోయాడు. అయితే, ఊహించని ఈ సంఘటనకి బెదిరిపోలేదు. రాజకీయ చదరంగంలో ఇంతకన్నా అనూహ్యమైన సంఘటనలు జరుగుతాయి.

"ఆ అమ్మాయి పారిపోయింది. తను ఎవరి తాలూకో బహుశా పోలీస్ స్టేషన్‌లో చెప్పి వుంటుంది. బయట ప్రపంచంలోకి వెళ్ళకముందే దార్లు మూసెయ్యాలి" అన్నాడు న్యాయమూర్తి.

"ఆ విషయం నాకు వదిలిపెట్టండి. ఇదొక ఛాలెంజిగా తీసుకుంటాను" అన్నాడు రౌడీ లీడరు.

"ఈ పని జయప్రదంగా ముగిస్తే మీకు జీవితాంతం రుణపడివుంటాను" అన్నాడు కాబోయే హోం మంత్రి.

నాలుగో వ్యక్తి ఏమీ మాట్లాడలేదు. ఆమెకోసం వేట మొదలైంది.

ఆమె రొప్పుతూ ఆ ఆవరణలోకి ప్రవేశించింది. ఆ ప్రదేశం ఆమెకు చిరపరిచితమే. అక్కడే ఆమె తండ్రితో కలిసి రేయింబవళ్ళు రీసెర్చి చేస్తూంది.

ఆమె తలుపు ధడేలున తోసుకుని లోపలికి ప్రవేశించింది.

రాత్రి రెండింటికి.... చిరిగిన బట్టల్తో, వర్షంలో తడిసి అలా హఠాత్తుగా ప్రవేశించిన కూతుర్ని చూసి ఆ వృద్ధుడు ఆశ్చర్యపోలేదు. అసలు అతడు ఈ ప్రపంచంలోనే లేడు. సైన్స్ సామ్రాజ్యపు చివరి మెట్టు ఎక్కిన రారాజులా, పరుగు పందెంలో విజయం సాధించిన చిన్న కుర్రాడిలా అమితమైన ఆనందంతో కూతుర్ని కౌగిలించుకున్నాడు.

"సాధించామమ్మా! మనుష్యజాతిని క్రిమి కీటకాదుల్నుంచి రక్షించే గ్యాస్ ఫార్ములా కనుక్కున్నాను. ఈ విజయం నీది! నాది! మనది! గ్రీన్ రెవల్యూషన్ సాధించాం."

అతడు ఆనందంగా ఊపేస్తుంటే ఆమె మాట్లాడలేకపోయింది. ఆ రాత్రి మిగిల్చిన చేదు అనుభవాల్ని చెప్పలేకపోయింది. 'ఇదే విజయం నిన్న రాత్రి లభ్యమైవుంటే ఎంత బావుండేది' అని అనుకుంది సజల నయనాల్తో. ఏదో తెలియని కసి, నిస్సహాయత ఆమెని ఊపేస్తున్నాయి.

సరిగ్గా అప్పుడే తలుపు దగ్గర చప్పుడైంది. ఇద్దరూ తల తిప్పి చూశారు.

ఆ దృశ్యాన్ని ఆమె జీవితాంతం మర్చిపోలేదు.

గుమ్మం అవతల్నుంచి పడే మసక వెలుగులో అతడి నీడ పొడుగ్గా కనపడుతోంది! ఇక కంట్లోంచి కారిన రక్తం బుగ్గమీద చారలు కట్టింది. తలమీద నుంచి ఇంకా వర్షం నీళ్ళు కారుతున్నాయి. తన కంట్లో పొడిచి పారిపోయిన స్త్రీ కోసం అతడు ఎంతసేపట్నుంచి వెతుకుతున్నాడో గానీ- ఆమెని చూడగానే భీకరంగా నవ్వేడు. అతడు ఫ్రాంకెన్‌స్టైన్‌ను గుర్తుతెస్తున్నాడు.

"నా కన్ను..... నా కన్ను పోయింది. మంట లేదు. నిజంగా.... ఇదిగో..... ఆ మంట ఇక్కడుంది....." అంటూ గుండె చూపించాడు. "నిన్ను ఇక ప్రాణాల్తో వదలను."

ఆమె స్థాణువై చూస్తోంది.

"ఎవర్నువ్వు" తండ్రి దగ్గరగా వెళ్ళి అడిగాడు.

ఒకటే ఒక దెబ్బ. ఆ వృద్ధుడి శరీరం గాలిలో లేచి వెళ్ళి గోడకి కొట్టుకుని అచేతనమైంది. "నాన్నా" అని అరుస్తూ ఆమె అక్కడికి వెళ్ళబోయింది. అతడు మధ్యగా వచ్చాడు.

వృద్ధుడిలో చలనం లేదు.

అతడు అడుగు ముందుకేశాడు.

తనకి జరిగిన అన్యాయానికన్నా తన తండ్రిపై జరిగిన అత్యాచారం ఆమె గుండెల్ని మండిస్తోంది.

అతడు దగ్గరగా వచ్చాడు. చేతులు సాచాడు.

ఆమె పక్కకి చూసింది. ఆమె చిరకాల మిత్రులు... కార్బోజైలిక్ ఆసిడ్స్, నైట్రో కాంపౌండ్స్, జిరోకోనియమ్, ఓస్మియమ్..... సుశిక్షితులైన సైనికుల్లా నిలబడి వున్నాయి. ఆమె ఒక బీకరు అందుకుంది. ఆమె మనసులో వున్న కసినంతా చేతుల్లో శక్తిగా మార్చుకుని బలంగా అతడి మీదకి విసిరింది.

అప్పుడతడు పెట్టిన కేక ఆ హాల్లో కంపన ప్రకంపనాలుగా వ్యాపించింది. చర్మం పొరలు పొరలుగా విడిపోతోంది. తిరగబడ్డ సైనికుల్లా మంటలు ప్రజ్వరిల్లుతున్నాయి. క్షణాల్లో అతడి శరీరం కాలిపోయి ఎముకలు బయటపడ్డాయి. కుప్పగా కూలిపోయాడు. ఆమె అతడివైపు చూడలేదు.

తండ్రి దగ్గరకు పరుగెత్తి ఆయన శవాన్ని వడిలోకి తీసుకుని ఏడవడం ప్రారంభించింది.

క్రమంగా ఆమె ఆవేశం తగ్గిపోయింది.

ఎదురుగా కమిలిపోయిన శవం- దూరంగా వర్షం, ఉరుములు- నిర్జీవంగా తండ్రి-

పరిహసిస్తున్న నేరం. పడగెత్తిన పాములా- పరుగెడ్తూ వెంటాడుతోంది.

ఆమె వణికిపోయింది.

ఒక చిన్న సంఘటన- చిన్న లిఫ్ట్ - ముగ్గురి వల్ల మానభంగానికి దారితీసి చివరికి హంతకురాల్ని చేసింది.

ఏం చెయ్యాలో తోచక ఆమె లేచింది.

తలుపు దగ్గర చప్పుడైంది. ఆమె మరింత భీతావహురాలై అటు చూసింది. అక్కడ సర్పభూషణరావు నిల్చుని వున్నాడు.

ఆ పరిశోధనశాల యజమానిగా అతడామెకి తెలుసు. ఆమె ఒక్కసారిగా బావురుమంది. ఎంతైనా అబల! అప్పటివరకూ గుండెల్లో గూడుకట్టిన విషాదం దుఃఖం రూపంలో హిస్టీరిక్‌గా బయటకొచ్చింది. ఆమెని దుఃఖం తీరేవరకూ ఏడవనిచ్చాడు. "నేనూ.... నేనూ...." అంది వెక్కుతూ.

"నాకంతా తెలుసమ్మా" అన్నాడు క్లుప్తంగా. "ఇక్కడ నుంచి నువ్వు వెంటనే బైటపడాలి. ఎక్కువ టైమ్ లేదు. వాళ్ళు వేటకుక్కల్లా నిన్ను వెంటాడడానికి వస్తున్నారు."

"ఎవరు పోలీసులా?"

"కాదు. ధర్మారావు, యశస్వి, మస్తాన్ రాజా..... మరో మాటలో చెప్పాలంటే నిన్ను రేప్ చేసినవాళ్ళు. మిగతా విషయాలు తరువాత చెప్తాను. బయల్దేరు."

"నా తండ్రి?" బేలగా అడిగింది.

"శవం గురించి ఆగితే నువ్వు శవంగా మారతావు" హెచ్చరిస్తున్నట్టు అన్నాడు. "వాళ్ళు పోలీస్ స్టేషన్‌కి నీ గురించి వాకబు చెయ్యడానికి వెళ్ళారు. కేవలం పదవి పోతుందన్న భయంతో నిన్ను తుదముట్టించాలని అనుకున్నవాడు, ఇప్పుడు కొడుకు కూడా నీ చేతిలో మరణించాడని తెలిస్తే అసలు వూరుకోడు. బయల్దేరు."

....అయిదు నిమిషాల తరువాత ఆమె అతడి గెస్ట్‌హౌస్‌లో వుంది. అతడు పచార్లు చేస్తున్నాడు సాలోచనగా.

"సార్-" అందామె. "నా బాధల్లో వుండి మీకో ముఖ్యమైన విషయం చెప్పడం మర్చిపోయాను. నాన్నగారు పి.జి. గ్యాస్ ఫార్ములా కనుక్కున్నారు-"

యస్బీఆర్ అన్నాడు "నిజమా! ఎంత మంచి వార్త! కోట్లు ఖరీదు చేసే వార్త! ఇది చేసినందుకయినా నేను మీ కుటుంబానికి తగిన బహుమతి ఇవ్వాలి-" అతడు జేబులోంచి ఇంజెక్షన్ తీశాడు.

"ఏమిటది?" అడిగింది.

"పెథిడ్రిన్.... నువ్వు ఆందోళనగా వున్నావు. భయంతో వణికి పోతున్నావు. ఒక సైంటిస్ట్ ఇలాటి మామూలు విషయానికి కలతచెందడం నా కిష్టం లేదు. ఈ రోజునుంచీ నువ్వు నా పెంపుడు కూతురివి. నీ రక్షణ బాధ్యత నేను వహిస్తాను. ఇక ఏ శక్తీ నిన్ను చేరలేదు- ఎన్ని డేగలు తరిమినా ఈ పావురం రక్షింపబడుతూంది-"

ఆమె శరీరం నెమ్మదిగా గాలిలో తేలిపోతూంది. "థాం ...థాం ... థాంక్స్ ...."

"ఎలా వుంది?" అడిగాడు.

"కసిగా వుంది. ఈ మగజాతిమీదే కసిగా వుంది!"

"ఉంటుంది! ఒక ఇన్స్పెక్టర్ పిరికితనం ముసుగు కప్పుకున్నాడు. ఒక న్యాయమూర్తి నిన్ను చంపాలని జడ్జిమెంట్ ఇచ్చాడు. ఒక హోం మినిస్టర్ నిన్ను రేప్ చేశాడు. నీ మనసు పగతో రగలిపోవడంలో తప్పు లేదు-"

"ఇవన్నీ మీ కెలా తెలుసు?"

"ధర్మారావు పక్కనున్న నాలుగో వ్యక్తిని నేనే గనుక" యస్బీఆర్ నవ్వేడు. ".... ఈ ప్రయోగశాల నాది. ఈ ఊళ్ళో సగం ఫ్యాక్టరీలు నావి. పెట్టుబడి పెట్టడం నా హాబీ. తెలివితేటలు ఎక్కడున్నా కొనెయ్యడం నాకు అలవాటు! వాళ్ళకన్నా వేగంగా నేను ఆలోచించగలను. నీ తండ్రి మానవాళికి ఉపయోగపడే క్రిమిసంహారక మందు కనుక్కున్నాడు. దాని ఫార్ములా నువ్వు కాస్త మారుస్తావు. మరోరకంగా కనుక్కుంటావు. అది మానవాళి సంహారక మందు కావాలి! జడ్జీల్నీ, పోలీసుల్నీ, మంత్రుల్నీ చంపే మందు అవ్వాలి. ఈ దేశమంత నిష్ప్రయోజనమైనది మరొకటి లేదు. దీన్ని సర్వనాశనం చెయ్యాలి. అప్పుడు గానీ నీ అన్యాయం తీరదు- నీ తండ్రి ఆత్మ శాంతించదు."

"ఆవ్... ను" మత్తుగా అంది.

"నీ సాయంతో నేను రారాజు నవుతాను. నిన్ను రక్షించినందుకు నాకు నువ్విచ్చే ప్రతిఫలం అది" అంటూ చప్పట్లు కొట్టాడు.

ఒక యువకుడు లోపలికి వచ్చాడు.

"ఈ క్షణం నుంచి ఇతడు నీ బాధ్యత స్వీకరిస్తాడు. ఇతడు చురుకైనవాడు. చిరుతపులికన్నా వేగం వున్నవాడు. నక్కకన్నా తెలివైన వాడు. ఇతడు నీ పక్కనున్నంత కాలం నిన్నెవరూ ఏమీ చేయలేరు. నువ్వు మా రక్షణలో వుంటావు."

"గ్లా.... గ్లాడ్ టు మీట్ యు. నా పేరు స్వర్ణరేఖ!"

"నీ పేరు 'క్యూ' ఏజెంట్ 'క్యూ'!"

" 'క్యూ.. గమ్మత్తుగా వుందే పేరు–"

" 'క్యూ' అంటే క్వశ్చెన్ మార్కు–"

"క్వశ్చెన్‌మార్క్..." ఆమె బిగ్గరగా నవ్వింది. పెథిడ్రిన్ నిషాలో ఆమె నవ్వు తెరలు తెరలుగా ఆ గదిలో ప్రతిధ్వనించింది. కర్కోటకుడుగా పేరొందిన యస్బీఆర్ కూడా ఆశ్చర్యంగా ఆమె వైపు చూశాడు. మూర్తీభవించిన శక్తిలా వుంది ఆమె. ఈ ప్రపంచంలో ప్రతీ మగవాడూ ఒక క్వశ్చెన్ మార్కు! లాఠీ కర్ర, గాంధీ టోపి– అన్నీ పైపై ఆభరణాలు మాత్రమే. చనిపోయిన నా తండ్రిమీద ప్రమాణంచేసి చెపుతున్నాను. ఈ దేశంమీద కసి తీర్చుకుంటాను. నాకు 'మనిషి' మీద నమ్మకం పోయింది. ఈ మగవాళ్ళందరూ క్రిములే. ఆ సంహారక మందును నేకనుక్కుంటాను. డాడీ! ఓ కొత్త డాడీ! గివ్ మి ఎ డోస్.... ప్లీజ్ గివ్ మి .... ప్రయోగశాల, పెథిడ్రిన్ మందు తప్ప ఇంకేమీ అవసరం లేదు నాకు–"

* * *

గతం తాలూకు స్మృతులు కన్నీటి రూపంలో కాల్వలు కడుతూ వుంటే స్వర్ణరేఖ అలా ఎంత సేపు వుండిపోయిందో ఆమెకే తెలీదు.

కారు చప్పుడవడంతో కిటికీలోంచి చూసింది. సర్పభూషణరావు కారు పోర్టికోలో ఆగింది. ఆమె లేచే ప్రయత్నం చేయలేదు.

ఎదుటి ఫ్లాట్‌లోంచి నేత్ర కూడా యస్బీఆర్ రావడం టెలిస్కోప్‌లో చూశాడు.

స్వర్ణరేఖ తన కారు బ్రేకులు ఫెయిల్ అవడం గురించి తండ్రే కారణమని నమ్మిందో లేదో తెలియలేదు. ఆమెను ఎలా నమ్మించాలా అని ఆలోచించాడు.

అంతలో ఫ్లాష్‌లాటి ఆలోచన వచ్చింది. ఫోన్ ఎత్తి డయల్ చేశాడు.

"హలో యస్బీఆర్ హియర్–"

"నేను ట్రాఫిక్ కానిస్టేబుల్‌ని మాట్లాడుతున్నాను సార్! నేషనల్ హైవే మీద కారు యాక్సిడెంట్ జరిగింది. AXY 1234. లోపలున్న పేపర్లను బట్టి మీ కారే అని తెలిసింది."

"మా కారే" అన్నాడు యస్బీఆర్. "కార్లో.....?"

"డ్రైవర్ సీట్లో ఒకమ్మాయి–" నేత్ర మాటలు పూర్తికాలేదు.

"ఎలా వుంది?" అని అడిగాడు.

"చనిపోయింది సార్."

"మైగాడ్. వస్తున్నాను ఇప్పుడే."

ఫోన్ పెట్టేసి యస్బీఆర్ తనలో తనే నవ్వుకున్నాడు. వైర్‌లెస్ తీసి మాట్లాడాడు–

"ఆపరేషన్ పూర్తయింది! యస్.... బ్రేకులు ఫెయిలై స్వర్ణ రేఖ చనిపోయింది. నా కుతుర్ని తీసుకుని మీ గోల్డ్ ఐలండ్ బయల్దేరడానికి నేను సిద్ధంగా వున్నాను. గుడ్‌బై మిస్టర్ బ్లాక్ ఈగిల్."

వైర్‌లెస్ ఆపుచేసి వెనక్కి తిరిగి స్థాణువయ్యాడు. గుమ్మంలో స్వర్ణరేఖ పిస్టల్‌తో నిలబడి వుంది. నేత్ర గాలిలో వేసిన బాణం ఆ విధంగా కరెక్టుగా తగిలింది.

* * *

"గ్లాసు సారా కోసం చెల్లెళ్ళని వ్యభిచారంలోకి దింపే అన్నలుంటారని విన్నాను. ప్రమోషన్‌కోసం భార్యల్ని తార్చే ఉద్యోగులుంటారని చదివాను. కానీ క్లాస్ సొసైటీలో కోట్లకోసం కూతురి ప్రాణాలుతీసే తండ్రులుంటారని ఇప్పుడే తెలుసుకున్నాను. మరో ఆలోచనల కలుగకుండా ఇంజెక్షన్ల మత్తులో ముంచింది ఇందుకా? ముగ్గురు రాక్షసుల బారినుండి రక్షించి కన్న కూతురిలా చేరదీసింది ఇందుకా నాన్నా?"

విషాదంగా నవ్వింది స్వర్ణరేఖ.

"ఎలాగూ చంపుతున్నాం కదా, చంపేముందు అనుభవిద్దాం" అనుకున్నాడొక రౌడీ. న్యాయమూర్తిగా రిటైరవబోతూ ఆడపిల్లని చూసి కక్కుర్తి పడ్డాడొక కిరాతకుడు. కొడుకు కన్నుపోయి ఏమైనాడో తెలియని స్థితిలో కూడా కన్నెపిల్లని 'ఆబ' గా అనుభవించాడొక నరరూప రాక్షసుడు. వాళ్ళందరికీ రకరకాల బిరుదు లివ్వొచ్చు. కానీ ఇంత లాలించి, చివరికి ఇంత నిర్దాక్షిణ్యంగా చంపాలనుకున్నావే– అలాంటి నీకు ఏం పేరుపెట్టాలో తెలియటంలేదు. చంపబోయేముందు మేకని బాగా మేపుతారట. అలా నాతో ప్రయోగాలు చేయించి, ఫలితం పొందాలనుకున్నావా నాన్నా?"

యస్బీఆర్ మాట్లాడలేదు.

"ఇదంతా నేత్ర చెపితే నమ్మలేదు. నన్ను మీ నుంచి విడగొట్టటానికి ఎత్తు వేస్తున్నాడనుకున్నాను. కానీ ఇప్పుడు నువ్వే నన్ను ఈ ప్రపంచం నుంచి విడగొట్టటానికి ప్రయత్నించావు. 'నువ్వే నా దేవతవు' అంటూ ఇన్నాళ్ళూ నన్ను అనుభవించిన ఏజెంట్ క్యూయే నన్ను చంపమని నిన్ను ప్రోత్సహించాడు. ఇంతకంటే దారుణం మరొకటి వుంటుందా? మనుష్యులమీద నాకున్న అపనమ్మకాన్ని మీరు మరొకసారి నిరూపించారు. నిన్నెందుకు ప్రాణాల్తో వుంచాలి?"

"ఈ ప్రశ్నలన్నీ నన్ను అడుగుతావెందుకు. వెనకే 'క్యూ' వున్నాడుగా అతన్నే అడుగు."

ఆమె వెనక్కి తిరిగింది. మరుక్షణం ఆమె చేతిలో రివాల్వర్ యస్బీఆర్ చేతిలోకి వచ్చింది. అతడు నవ్వేడు.

ఆమె ప్రాణ భయంతో పరుగెత్తింది.

అతని చేతిలో రివాల్వర్ పేలింది.

* * *

యస్బీఆర్ వైర్‌లెస్ మాట్లాడుతూ వుండగా స్వర్ణరేఖ రావటం, వాళ్ళిద్దరూ ఘర్షణ పడటం, స్వర్ణరేఖ పిస్టల్‌తో బెదిరించడం అంతా నేత్ర టెలిస్కోప్‌లో చూస్తున్నాడు. ఒక ట్రాఫిక్ కానిస్టేబుల్ కంఠస్వరంతో తను చేసిన ఫోన్ కాల్‌తో ఈ విధంగా ఆమె వాస్తవాన్ని తెలుసుకోవటం అతడికి సంతోషాన్నిచ్చింది. అయితే ఆ ఆనందం ఎక్కువ కాలం నిలువలేదు. స్వర్ణరేఖ అప్రయత్నంగా వెనక్కి చూడటం, యస్బీఆర్ ఆమె మీద పడి రివాల్వర్ లాక్కోవడం చూసాడు. 'మైగాడ్' అనుకుంటూ ఒక్క ఉదుటున ఫ్లాట్ నుంచి బైటకొచ్చి లిఫ్ట్‌కోసం కూడా చూడకుండా మెట్ల మీద నుంచి వడివడిగా దిగసాగాడు.

* * *

కళ్యాణి రిక్షాని ఆగమని చెప్పి, తడుముకుంటూ కిందికి దిగింది.

అంధులకు మిగతా విషయాల్లో గ్రహణశక్తి బాగా వుంటుంది. ఆమె ఫ్యాన్సీ షాపులో ప్రవేశించింది. ఆమె తనకి కావాల్సిన వస్తువులు ఆ షాపులోనే సాధారణంగా తీసుకుంటూ వుంటుంది.

బయట రోడ్డు రష్‌గా వుంది. అయినా అదేమీ ఆమెకి ఇబ్బంది కాదు. అసంకల్పిత చర్యలాగా ఎన్ని అడుగులు వేస్తే మెట్లు వస్తాయి, ఫుట్‌పాత్ ఎంత దూరం, వగైరా విషయాలు మెదడులోనే ముద్రించుకు పోయి వున్నాయి.

ఆమె షాపింగ్ ముగించుకు బయటకు వచ్చింది. కార్ల హారన్లు, స్కూటర్ రొదలు, మిగతా శబ్దాల్తో రోడ్డు దద్దరిల్లిపోతూంది.

రోడ్డుకి ఎడమవైపు వున్న రిక్షా దగ్గరికి ఆమె వెళ్ళబోయింది. ఆమె చేతిలో తెల్లకర్ర చూసి ఫుట్‌పాత్‌మీద నడిచేవాళ్ళు పక్కకి తొలగి దారి ఇస్తున్నారు. అందరూ అలాచేస్తే ఇది ప్రపంచం ఎలా అవుతుంది? ఒక నారోపాంట్ కుర్రవాడు ఆమెను చూసుకోనట్టు నటిస్తూ డాష్ ఇచ్చి, ఆ అరక్షణం కాలంలో ఆమె స్థనాన్ని గట్టిగా నొక్కాడు. ఆమె సన్నగా అరిచింది. చేతిలో కర్ర జారి, ప్రక్క కాలువలో పడిపోయింది. ఆ రష్‌లో ఆమె అరుపు ఎవరూ వినిపించుకోలేదు. కుర్రవాడు ఎంత వేగంగా ఆమెకి డాష్ ఇచ్చాడో అంత వేగంగా అక్కడ నుంచి మాయమయ్యాడు.

కళ్యాణి వంగి కర్ర కోసం వెతకబోయింది. ఎవరో వృద్ధుడు "కాలవలో పడిందమ్మా" అన్నాడు. ఆమె ఆ ప్రయత్నం విరమించుకుని రిక్షావైపు నడవబోయింది. ఆమె చేతిలో షాపులో కొన్న వస్తువు లున్నాయి.

ఆమె ఫుట్‌పాత్ దిగబోతూ వుంటే " అటు కాదు ఇటు.... క్విక్" అన్న స్వరం వినపడింది. ఎక్కడున్నా ఆ కంఠాన్ని ఆమె గుర్తుపట్టగలదు. అతడి కంఠంలో ఆందోళన, కంగారు వున్నాయి. రోడ్డు కటుపక్కనుంచి అరుస్తున్నాడు "వచ్చెయ్యి-తొందరగా"

చేతిలో కర్ర లేకుండా ఆమె అడుగు ముందుకేసింది. రోడ్డుమీద లారీ వేగంగా వస్తోంది.

* * *

తను వెనక్కి చూడడంతోనే యస్బీఆర్ మీదపడి పిస్టల్ లాక్కోవటంతో స్వర్ణరేఖ బయటకు పరుగెత్తింది. ఇంటి నుంచి మెయిన్ గేటు వంద గజాల దూరం వుంటుంది. ఆమె అక్కడికి చేరుకునే లోపులో వెనుకనుంచి అతడు రెండుసార్లు పిస్టల్ పేల్చాడు. ఆమెగానీ బయటకు వెళ్ళిందంటే తన చరిత్ర సమాప్తమని అతడికి తెలుసు. పిచ్చెక్కిన వాడిలా కాల్పులు సాగిస్తూ అతడు కూడా ఇంటి ముందు భాగానికి వచ్చాడు.

సరిగ్గా అదే సమయానికి 'క్యూ' సర్పభూషణరావుని తీసుకెళ్ళి పోవటానికి జీపులో వచ్చాడు. ఫార్ములా దొరకటంతో ఇక ఈ దేశంలో పని పూర్తయినట్టే. హఠాత్తుగా ఇంట్లోంచి బయటకు పరుగెత్తుకు వచ్చిన స్వర్ణరేఖని చూసి అతడు నిర్విణ్ణుడయ్యాడు. ఆమె బ్రతికి వుండటం అతడికి విస్మయం కలిగించింది. అయితే ఆమె వెనుకే భూషణరావు పిస్టల్‌తో రావటంతో మరి ఆలోచించకుండా పిస్టల్ తీసుకుని తనూ కాల్పులు సాగించాడు. రెండో వైపునుంచి కూడా కాల్పులు మొదలవటంతో స్వర్ణరేఖ బెదిరి రోడ్డు మధ్యకొచ్చింది.

సరిగ్గా అప్పుడే నేత్ర కూడా తన ప్లాట్‌లోంచి క్రిందికి వచ్చాడు.

రోడ్డుకి ఇటువైపు సర్పభూషణరావు, మరో మూల ఏజెంట్ క్యూ, అటువైపు నేత్ర, మధ్యలో స్వర్ణరేఖ వున్నారు. స్వర్ణరేఖ కన్‌ఫ్యూజన్‌తో పరుగెత్తబోతూంటే "అటు కాదు ఇటు.... క్విక్" అని అరిచాడు.

ఆమె తలెత్తి చూసింది.

"వచ్చెయ్యి తొందరగా" అని మళ్ళీ అరిచాడు.

కళ్యాణి విన్నమాటలు ఇవే.

... ...

అన్నయ్య తననే పిలుస్తున్నాడనుకుని ఆ అమ్మాయి కూడా రోడ్డు మధ్యకి వచ్చింది. స్వర్ణరేఖనే చూస్తున్న నేత్ర, చెల్లెల్ని గమనించలేదు. జేబులోంచి పిస్టల్ తీసి యస్బీఆర్ వైపు గురిపెట్టబోయాడు. రోడ్డుమీద వాహనాలు ఎంత ఉధృతంగా వున్నాయంటే వాటి చప్పుడులో పిస్టల్స్ శబ్దం కూడా వినపడటం లేదు. నేత్ర తన ప్రయత్నం విరమించుకుని రోడ్డు మధ్యకి వచ్చాడు. అది తన ప్రాణాలకే రిస్క్ అని తెలుసు. కానీ స్వర్ణరేఖమీద మొత్తం దేశ భవిష్యత్తు ఆధారపడి వుంది.

ఎదురుగా వస్తున్న కారుని క్రాస్ చేసి అతడు స్వర్ణరేఖని చేరబోయాడు.

అదే సమయానికి అతని దృష్టి వేగంగా వస్తున్న లారీ మీద పడింది.

దాని ముందుంది కళ్యాణి. అన్నయ్య పిలుస్తున్నాడు కదా అన్న గుడ్డినమ్మకంతో ముందుకి వచ్చేస్తూ వున్న ఆమె గుడ్డిపిల్ల అని తెలియక డ్రైవర్ వేగం తగ్గించలేదు. కనురెప్పపాటు కాలం కన్‌ఫ్యూజ్ అయ్యాడు నేత్ర. ఆ సమయంలో ఆమెని అక్కడ వూహించలేదు. "కళ్యాణీ" అని అరుస్తూ గాలిలో డైవ్ చేసి ఆమెని పట్టుకుని, అదే వేగంతో పక్కకి దొర్లాడు. వెంట్రుక వాసిలో లారీ వాళ్ళిద్దరి పక్కనుంచి వెళ్ళిపోయింది.

అదే సమయానికి 'క్యూ' పేల్చిన నాలుగు బుల్లెట్స్ స్వర్ణరేఖ శరీరం గుండా దూసుకుపోయాయి.

జీపు వచ్చి యస్బీఆర్ ముందు ఆగటం, అతడు ఎక్కగానే అది కదిలి వేగంతో మాయమవటం ఒకేసారి జరిగింది. అప్పటికే నేత్ర లేచి, పిస్టల్ జీపువైపు గురిపెట్టి కాల్చాడు. క్యూ పక్కన కూర్చున్న అనుచరుడి వీపులోంచి అది దొచ్చుకుపోయింది. జీపు ఆగలేదు. రష్‌లో కలిసి పోయింది.

జనం భీతావహులై పరుగెడ్తున్నారు. కొందరు స్వర్ణరేఖ చుట్టూ గుమిగూడారు. రక్తం మడుగులో వుంది ఆమె.

* * *

"ఆమె ఎలాగయినా బ్రతకాలి డాక్టర్? ఎలాగయినా సరే-"

డాక్టర్ మొహంలో ఆశాభావం కనపడటం లేదు. చీఫ్, నేత్ర, మిగతా అధికారులు అంతా అక్కడ వున్నారు.

స్వర్ణరేఖ ప్రాణం విలువ అక్కడ అందరికీ తెలుసు.

"కనీసం రెండు నిముషాలు - రెండు నిముషాలు ఆమె మాట్లాడగలిగితే చాలు" అన్నాడు చీఫ్. అంతలో ప్రతిమ హడావుడిగా అక్కడికి వచ్చింది.

"ఇంపార్టెంట్ న్యూస్ సర్" అంది.

"ఏమిటి?"

ఆమె చేతిలో కాగితం ఆయనకి అందిస్తూ "యస్బీఆర్ దేశం వదలి వెళ్ళిపోయాడు. అతడెక్కిన హెలికాప్టర్ బంగాళాఖాతం వైపు సాగింది" అంది.

"అతని కూతురు హంసలేఖ?"

నేత్ర అందుకుని "ఆ అమ్మాయి రెండ్రోజుల క్రితమే పిక్నిక్ కోసం రోమ్, జ్యూరిచ్‌లు బయల్దేరింది. పాకిస్తాన్‌లో ఆ విమానం ఏదో సాంకేతిక కారణాల దృష్ట్యా ఆగింది. అక్కణ్నుంచి తిరిగి బయల్దేరిన బ్యాచ్‌లో ఆమె లేదు. ఆరోగ్యం బావోలేని కారణంగా ఆగిపోయిందన్నారు. అది అసలు కారణం అయివుండక పోవచ్చు" అని చెప్పాడు.

ఈ సంభాషణ జరుగుతూ వుండగా, సర్జన్ వచ్చారు అక్కడికి.

"ఎలా వుంది డాక్టర్?"

"మూడు బుల్లెట్స్ తీసి వెయ్యగలిగాం. ఒకటి ఊపిరితిత్తుల్లో చిక్కుకు పోయింది. అది ఈ పరిస్థితుల్లో తీయటం ప్రమాదకరం. ఆమెకు స్పృహవచ్చి మీరన్నట్టు కనీసం ఒక్కనిముషమైనా మాట్లాడాలంటే దాన్ని అలాగే వుంచెయ్యటం మంచిది."

"ఆమెకు స్పృహ వస్తుందా?"

"రక్తం చాలా పోయింది. AB-RH-Negative. అది దొరకటం కష్టం. టైమ్ కూడా ఎక్కువ లేదు. పల్స్ రేట్ వేగంగా పడిపోతూంది. ఆమెకు కొద్దిసేపయినా స్పృహ రావాలంటే ముందు ఆ గ్రూప్ రక్తం కావాలి."

"మా అందర్నీ పరీక్షించండి డాక్టర్. ఎంత రక్తం ధారపోసి అయినా స ఆమెని మాట్లాడించాలి. ఆమె నుంచి కొన్ని వివరాలు తెలుసుకోవాలి" అంటూ చీ చేయిసాచాడు. అక్కడున్న అధికారులందరూ చేతులు సాచి, తమ సంసిద్ధత వ్యక్త చేశారు. ఆ దృశ్యం చూసి డాక్టరు కదిలిపోయాడు. 'మై సెల్యూట్ టు ఇండియ సీక్రెట్ సర్వీస్' అనుకున్నాడు మనసులో. కంప్యూటర్‌లాగా ఒకరి తరువాత ఒక రక్తం పరీక్షింపబడింది. మరో వైపు స్వర్ణరేఖ పరిస్థితి క్రిటికల్ స్టేజికి చేరుకుండ డాక్టర్లు ఆందోళన చెందసాగారు. ఆమె బ్రతకడం దుర్లభం అని తెలుసు. పోలీస అధికారులు అడిగినట్టు ఆమెతో కొద్దిసేపు మాట్లాడించే అవకాశం కూడ తగ్గిపోతూంది.

అయిదు నిమిషాల్లో దాదాపు పదిమంది అధికారుల రక్తం పరీక్షింపబడింద ఎ.బి.ఆర్. హెచ్. నెగెటివ్ లభ్యం కావటం చాలా కష్టం. చీఫ్ కూడా గంభీరంగ వున్నాడు. అతడి దగ్గరగా వచ్చి నేత్ర అన్నాడు "ఐయామ్ సారీ సర్! సీక్రె ఏజెంట్‌కి మమతానురాగాలు వుండకూడదు అంటారు. కళ్యాణి అపాయంల వుండటం చూసి అరక్షణంపాటు కర్తవ్యాన్ని మర్చిపోయాను. అదే ఇప్పుడ స్వర్ణరేఖని అపాయంలో పడేసింది."

"ఇట్సాల్‌రైట్! ఇందులో నువ్వు మాత్రం ఏం చెయ్యగలవు?" నేత్ర భుజ తడుతూ అన్నాడు.

నేత్ర అక్కడేవున్న కుర్చీలో కూర్చున్నాడు. కళ్ళు మూసుకుంటే ఆ దృశ్య కళ్ళముందు కదలాడుతుంది.

ఆ చివరి క్షణంలో తమ చెల్లెలివైపు వెళ్ళకుండా వుంటే ఏం జరిగి వుండేది స్వర్ణరేఖ ఈ పాటికి అంతా చెప్పేసి వుండేది. డిపార్ట్‌మెంట్ శత్రువుల వేటల మునిగి వుండేది.

కానీ...

కళ్యాణి రక్తం మడుగులో కొట్టుకుని నిర్జీవమై వుండేది. ఆమె శవ శ్మశానం వైపు వెళ్తూ వుండేది.

తను తప్పు చేశాడా?

చేశాడు....

ఈ తప్పుని డిపార్టుమెంట్ క్షమించినా, సెంటిమెంటల్ మనుష్యులు క్షమించినా, తనలోని ప్రొఫెషనల్ మనిషి క్షమించడు.

అతని ఆలోచనల్ని భంగపరుస్తూ లాబ్‌లోంచి డాక్టర్ హడావుడిగా వచ్చాడు. అతడి వుత్సాహాన్ని చూసి "ఆ గ్రూప్ రక్తం దొరికిందా డాక్టర్?" అని అడిగాడు చీఫ్.

"యస్. దొరికింది."

నేత్ర చప్పున ఆ మాటలకి తలెత్తి చూసాడు.

'లాబ్' లోపల్నుంచి కళ్యాణి వస్తోంది.

స్వర్ణరేఖ పక్క బెడ్‌మీద వుంది కళ్యాణి.

ఇంట్రావీన్‌లోంచి రక్తం బాటిల్‌లోకి చేరి, అక్కణ్ణుంచి స్వర్ణరేఖలోకి చేరుతుంది.

రక్తాన్ని ఆ విధంగా ఎక్కించరు. ఎక్కించకూడదు కూడా. వైద్య చరిత్రలోనే అపురూపమైన ఆ ప్రయోగాన్ని డాక్టర్ చేయబూనుకోవటానికి కారణం – క్షణక్షణానికి దిగజారిపోతున్న స్వర్ణరేఖ పరిస్థితే!

కళ్యాణికి అంతా తెలుస్తూనే వుంది. ఆమె వింటూండగానే తోటి డాక్టర్లకి ఈ సిస్టమ్ వివరించాడు.

స్వర్ణరేఖ బ్రతకటం యొక్క ప్రాముఖ్యత తెలియని నర్సు కూని రాగాలు తీస్తూ దూరంగా మందుల పెట్టె సర్దుతోంది.

ఇద్దర్నీ పరీక్షించి డాక్టరు బయటకు వెళ్ళాడు.

"ఎలా వుంది డాక్టర్?" నేత్ర అడిగాడు.

"లాభంలేదు. చాలా రక్తం పోయింది. ఇంకా కావాలి. కళ్యాణి కూడా 'వీక్' గానే వుంది. ఈ పరిస్థితిల్లో ఆమె నుంచి మరింత బ్లడ్ తీయటం ప్రమాదకరం."

కిటికీ పక్కనే నిలబడి వాళ్ళు మాట్లాడుకుంటున్న మాటలు కళ్యాణి చెవులపడ్డాయి.

ఎందుకో తెలియదుకానీ ఆమెకి తన స్వంత భాస్కరన్నయ్య గుర్తొచ్చాడు. నేత్ర మాటలు గుర్తొచ్చాయి. "సీక్రెట్ ఏజెంట్‌కి మమతానురాగాలు వుండకూడదంటారు. అలాంటిది చెల్లెలికోసం అరక్షణంపాటు కర్తవ్యం మర్చిపోయాను. ఐయామ్‌సారీ...."

ఆమె కళ్ళు తడి అయ్యాయి.

ఆమె చెయ్యి మిషన్‌ని తడిమింది ఫ్లోనాబ్ చేతికి తగిలింది. దాన్ని తిప్పింది.

ఏదో ఆగిపోయినట్టయింది.

ఆమె ఈసారి నాబ్‌ని కుడివైపుకి తిప్పింది.

చిన్న కుదుపులాటి భావం.

హైడ్రాలిక్ పవర్‌తో సమానంగా తనలోంచి శక్తిని తోడేస్తున్న అనుభూతి. అయితే ఆమె బాధ పడటం లేదు.

సంతృప్తిగా కళ్ళు మూసుకుంది.

గడియారం తప్ప అంతా నిశ్శబ్దంగా వుంది.

మరో పేషెంట్‌ని పరీక్షించి అప్పుడే లోపలికి వచ్చిన డాక్టర్ అక్కడి దృశ్యాన్ని చూచి అప్రయత్నంగా "మైగాడ్" అని అరిచాడు. కళ్యాణి బాధతో విలవిలలాడుతూంది. అతడు పరుగెత్తుకు వెళ్ళి మిషన్ డిస్‌కనెక్ట్‌చేసి ఇన్-ఫ్లో - నాబ్‌ని తిప్పేశాడు. అప్పటికే ఆమె మరణం అంచులకి చేరుకుంది. ఈ హడావుడికి నేత్ర, చీఫ్ లోపలికి వచ్చారు.

"కళ్యాణీ.... ఎంతపని చేశావు కళ్యాణీ".

ఆమె నుంచి జవాబులేదు. బ్రతికినంతకాలం చీకటిని మాత్రమే చూసిన కళ్ళు ఇప్పుడు శూన్యంలోకి చూస్తున్నాయి.

చూడలేని కళ్ళకి మాట్లాడే శక్తి వుంది. "రక్తం పంచుకు పుట్టకపోయినా- అన్నయ్యకోసం ఆ మాత్రం రక్తం ఇవ్వలేదా నీ చెల్లెలు? డ్యూటీ సరిగ్గా చేయలేదని జీవితాంతం బాధపడే దుస్థితినించి నిన్ను తప్పించటానికి నా ఈ చిన్ని జీవితం ఉపయోగపడితే అంతకన్నా కావల్సింది ఏముంటుంది?" అన్నట్టున్నాయి ఆ కళ్ళు.

ఆమె శ్వాస ఆగిపోయి ఎంత సేపయిందో తెలీదు.

స్వర్ణరేఖలో కదలిక మొదలైంది.

* * *

ఇంటర్నేషనల్ ఎయిర్‌పోర్ట్‌లో విమానం సాంకేతిక కారణాలవల్ల ఆగిపోయాక, ప్రయాణీకుల్నందర్నీ హోటల్‌కి చేర్చారు అధికారులు. ఆరుగంటల తరువాత అది తిరిగి బయల్దేరింది. అయితే హంసలేఖని మాత్రం పత్రాలు సరిగ్గా లేవని ఆపుచేశారు.

ఆమె బెదిరిపోయింది.

ఆమెకు విదేశీ ప్రయాణం కొత్తకాదు కానీ ఈ విధమైన చిక్కు ఎదురవటం ఇదే మొదటిసారి. పాస్‌పోర్ట్‌లో ఏం తప్పు వుందో ఆమెకు అర్థంకాలేదు.

బయల్దేరేముందు తండ్రి ఆమెను ప్యారిస్‌లో కలుస్తానన్నాడు. తనేమో ఈ విధంగా చిక్కుపడిపోయింది.

హోటల్‌లో నాలుగు గంటలు గడిపాక ఆ టెన్షన్‌నీ, ఏకాంతాన్నీ భరించలేక ఆమె భారత రాయబారి కార్యాలయానికి ఫోన్ చేసింది. తన తండ్రికి ఈ విషయం ఒకసారి చెప్పేస్తే ఇక అన్నీ ఆయనే చూసుకుంటాడని ఆమె ఉద్దేశ్యం. అసలు ఎందుకోసం తను ఆపివేయబడిందో తెలియక పోవటం ఆమెకు ఆందోళన కలిగిస్తూంది.

"మీరు రిసీవర్ పెట్టెయ్యండి మాడమ్. ఎంబెస్సీకి కనెక్షన్ తీసుకుని ఇస్తాను" అంది ఆపరేటర్. హంసలేఖ ఫోన్ పెట్టేసి కూర్చుంది. అయిదు నిమిషాలు.... పది నిముషాలు.... పావుగంట.... ఫోన్ రాలేదు. ఆమె విసుగ్గా ఆపరేటర్‌కి తిరిగి ఫోన్ చేసింది.

అట్నుంచి "రాయబారి కార్యాలయం 'ఎంగేజ్' వస్తోంది మాడమ్. తరువాత ప్రయత్నిస్తాను" క్లుప్తంగా అని డిస్‌కనెక్ట్ చేసింది ఆపరేటర్.

తను ట్రాప్ చెయ్యబడ్డానన్న ఆలోచన ఆమెకు మొదటిసారి కలిగింది. తన తండ్రి శత్రువులు ఎవరో తనని ఈ విధంగా చేశారని ఆమె అనుకుంది. పర్సు పట్టుకుని, రూమ్ తాళం వేసి ఆమె క్రిందికి దిగింది.

"ఎక్కడికి మాడమ్" కింద ఒక వ్యక్తి అడిగాడు.

"మీకెందుకు?" కోపంగా అడిగింది.

"సారీ మాడమ్. మా అనుమతి లేకుండా మీరు వెళ్ళకూడదు.... డిపార్ట్‌మెంట్ ఆఫ్ ఇంటర్నల్ సెక్యూరిటీ–" అంటూ తన కార్డు తీసి చూపించాడు. ఆ దేశపు ముద్ర ఉంది దానిమీద. ఆమె నిర్విణ్ణురాలైంది. ఇంతవరకు ఆమె మరో కారణంగా భయపడింది. ఇప్పుడా దేశ ప్రభుత్వమే తనని ఆపుచేసిందంటే ఏదో పెద్ద కారణమే వుండి వుండాలి.

"ఎందుకు నాకీ నిర్బంధం! నేనేం తప్పు చేశాను" అని అడిగింది.ఆమె కళ్లలో నీళ్ళు నిలిచాయి.

"మాకు. తెలీదు మాడమ్. ప్రభుత్వ ఉత్తర్వులు. మీ తండ్రిగారు వచ్చే వరకు."

ఆమె మీద నుంచి పెద్ద బరువు దిగిపోయినట్టయింది.

"నాన్నగారు ఈ దేశం వస్తున్నారా?" అని అడిగింది.

"ఆయన నిన్నే బయల్దేరారు మాడమ్. నిన్న రాత్రికే రావల్సింది. ఏమయ్యారో తెలీదు. ఇంకో గంటలోనో, రెండు గంటల్లోనో రావొచ్చు. మీరు కంగారు పడకుండా విశ్రాంతి తీసుకోండి... భారత రాయబారి కార్యాలయానికి ఫోన్ చేయటంలాంటి ఆలోచన్లేమీ పెట్టుకోవద్దు. మా ప్రభుత్వానికి మీరు స్నేహితులు..."

ఆమె సంతృప్తురాలై వెనుదిరిగి రూమ్‌లోకి వచ్చేసింది.

భారతదేశానికి ఆ దేశం శత్రువని, తన తండ్రి ఆ దేశానికి 'స్నేహితుడు' గా వస్తున్నాడనీ అంటే అందులో ఏదో తిరకాసు వుందని తార్కికంగా ఆలోచించగలిగేటంత తెలివితేటలుగానీ, తండ్రిమీద అనుమానం గానీ ఆమెకి లేవు.

ప్రేమ తప్ప ఆమెకు మరేమీ తెలీదు. తండ్రి ఇంత హడావుడిగా పంపించబట్టి వచ్చింది కానీ, లేకపోతే నేత్రని వెంటనే కలుసుకోవాలని ఆమె మనసు ఉవ్విళ్ళూరుతూంది.

రూమ్‌లో కూర్చుని టేబిల్ లైట్ వెలుతురులో ఆమె హోటల్ పేపర్‌మీద వ్రాసుకుంది.

Everything around me seems so dull,
In our friendship, when there is a lull
All I wanted was a small talk
And your indiffrence came as a shock
There is no exaggeration - you are my inspiration!
When you hold me tight
Everything in the world goes right
Except my heart beat...
Let me join hands
With the soft breeze
To ruffle your hair... My friend
I would rather go back to my shell
Than face these people who create hell
The entire world has bad opinion
And only the baby in my belly-
Is the only companion

ఆమె అలాగే టేబిల్‌మీద తల ఆన్చి నిద్రపోయింది. ఎంత టైమ్ గడిచిందో తెలీదు.

ఏదో అలికిడి అయి ఆమెకు మెలకువ వచ్చింది. గడియారం ఒంటిగంట చూపిస్తూంది. నగరం గాఢనిద్రలో వున్నట్టు నిశ్శబ్దం సూచిస్తూంది. ఆ నిశ్శబ్దంలోంచే మళ్ళీ అలికిడి.

ఆమె భయంతో బాత్‌రూమ్‌వైపు చూసింది. అక్కణ్ణుంచే శబ్దం వినిపిస్తూంది. కొంచెం సేపటికి ఆ తలుపు హేండిల్ కదలసాగింది.

ఆమెకు ముచ్చెమటలు పోసాయి. అరవటానికి కూడా శక్తి లేనట్టు అలాగే అటువేపు చూడసాగింది. క్లిక్‌మన్న శబ్దంతో తలుపు తెరుచుకుంది. ఒక వ్యక్తి లోపలకు ప్రవేశించాడు. మాట్లాడవద్దన్నట్టు సైగచేసి, ఆమెని తనతో రమ్మన్నట్టు చెయ్యి వూపాడు.

"ఎవర్నువ్వు"

".....ష్" అంటూ జేబులోంచి కాగితం తీసి, ఆమెకు అందించాడు. ఆ వ్యక్తి చెప్పినట్టు చెయ్యమని తండ్రి తనకు వ్రాసిన లేఖ. స్వహస్తాల్తో వ్రాసింది.

ఆమెకేమీ అర్థం కాలేదు. కొద్ది కొద్దిగా వల బిగుసుకుంటున్నట్టు అనిపించింది. ఈ దేశ ప్రభుత్వం తనని ఆపటం, తన తండ్రి ఈ వ్యక్తిని పంపటం– అంతా అయోమయంగా వుంది.

ఈ లోపుగా అతడామెను బాత్‌రూమ్‌లోకి తీసుకెళ్ళాడు. పైప్‌ద్వారా క్రిందికి దింపాడు. క్రింద ఒక జీపు వుంది. వాళ్ళు ఎక్కగానే అది బయల్దేరింది. వాళ్ళని ఎవరూ ఆపుచెయ్యలేదుకానీ అతడు టెన్షన్‌లో వున్నట్టు కనిపించాడు.

ఆమె ఏదో మాట్లాడబోయి ఆగింది. దూరం నుంచి సముద్రపు హోరు వినిపించింది. జీపు ఆగిన తరువాత అతడు ఆమెతో కలిసి బోటువైపు నడవసాగాడు.

"ఎక్కడికి వెళ్తున్నాం మనం? ఏమిటిదంతా?" ఆమె ఇక వుండబట్టలేక అరిచింది.

"చెప్తాను. బోటు ఎక్కు."

"చెప్తేగానీ ఎక్కను. మీరెవరు? అసలిదంతా ఏమిటి? మా నాన్న ఎక్కడ? పిక్నిక్‌కోసం వచ్చిన నన్ను ఈ విధంగా ఎక్కడికి తీసుకువెళ్తున్నారు?"

అతడామె రెక్క పట్టుకుని బోటు ఎక్కించాడు. అతడి చేతుల్లో ఒక విధమైన కమాండ్ వుంది. ఆమె ప్రతిఘటించలేకపోయింది.

బోటు కదిలింది.

సముద్రం మీదనుంచి వచ్చే గాలి హోరు ఆ చీకట్లో భయం కొల్పేలా వుంది.

బోటు అయిదు నిముషాలు ప్రయాణంచేసి సముద్రం మధ్య ఆగింది. చుట్టూ అంతులేని జలరాశి. కన్ను పొడుచుకున్నా కానరాని చీకటి.

"చెప్పండి. నన్ను మీరెక్కడికి తీసుకెళ్తున్నారు?" రుద్ధకంఠంతో అడగబోతూ చప్పున ఆగింది. దూరంగా నీళ్ళు కదులుతున్నాయి. సముద్రం అడుగునుంచి తిమింగలం పైకి వస్తున్నట్టు నీళ్ళు అటూ ఇటూ పొర్లుతున్నాయి. నోట మాట రానట్టు ఆమె నిశ్చేష్టురాలై ఆ దృశ్యాన్ని చూడసాగింది.

నీటిని చీల్చుకుంటూ ఒక పెద్ద ఆకారం పైకి వచ్చింది. అదొక జలాంతర్గామి.

పుస్తకాల్లో చదవటమే తప్ప సబ్‌మెరీన్ చూడటం ఆమెకదే.మొదటిసారి.

అంతలో దూరంగా సెర్చిలైట్లతో రెండు బోట్లు వాళ్ళ వైపు రావటం కనిపించింది. అతడామెను తొందరగా జలాంతర్గామివైపు తీసుకువెళ్ళాడు.

"ఠెహర్ జావ్! వహీఁ రుక్ జావ్!" మైక్‌లో బోట్ల నుంచి వినపడింది.

అతను ఆగలేదు. వాళ్ళు సబ్‌మెరీన్‌లో ప్రవేశించగానే దాని ద్వారం మూసుకుపోయింది. ఈ లోపులో "ఫైర్" అన్న అరుపు- వెంటనే గన్స్ చప్పుళ్ళూ వినిపించాయి. నీటిపైన కలకలం మరింత ఎక్కువవుతూండగా, జలాంతర్గామి క్రమక్రమంగా నీళ్ళలోకి దిగిపోయింది.

"ఇంకో పది గంటల్లో నీ తండ్రి దగ్గరకు వెళ్ళబోతున్నాం. ఇప్పుడడుగు నీ సందేహాలన్నీ" సిగార్ వెలిగించుకుంటూ అన్నాడు అతడు. స్వచ్ఛమైన ఇంగ్లీషు మాట్లాడుతున్నాడు అతడు.

ఆమె కప్పుడు అతడి మాటలమీద నమ్మకం కుదిరింది. తమమీద కాల్పులు సాగించిన మోటార్‌బోట్స్ పైనున్న జెండా చూసింది. తనని హోటల్‌లో నిర్బంధించిన దేశపు బోట్స్ అవి. ఆ దేశం నుంచి తప్పించుకుని తన తండ్రిని చేరబోతున్నానన్న సంతోషం ఆమెలో కనపడింది.

"ఈ జలాంతర్గామి?-"

"నాదే" అన్నాడతను. "ఒకరంగా చెప్పాలంటే నా తండ్రిది."

"ఆయనెవరు?"

అతడు నవ్వేడు. "ఆయన పేరు ఆయనే మర్చిపోయాడు. ఆయన్నందరూ 'బ్లాక్ ఈగిల్' అంటారు."

ఆమె అర్థం కానట్టు "బ్లాక్ ఈగిల్?-" అంది.

"అవును... ఇప్పుడు మనం అరేబియా సముద్రంలో వున్నాం. హిందూ మహాసముద్రంగుండా వెళ్ళి ఎడమవైపుకి తిరుగుతే మలేషియా పక్కగా వున్న ఈగిల్ లాండ్ అనే ద్వీపం నా తండ్రిది. దానికాయన మకుటం లేని మహారాజు. నీ తండ్రిని ఆయనకి పరిచయం చేయబోతున్నది నేనే."

"మీరు?"

"నన్ను 'క్యూ' అంటారు. ఏజెంట్ క్యూ...."

ఆమె విస్మయంతో "సీక్రెట్ ఏజెంటా?" అంది.

అతడు నవ్వి "క్రితం క్షణం వరకూ సీక్రెట్ ఏజెంట్‌నే. కానీ మీ దేశపు ఏజెంట్‌ని కాను. నాది ఈ దేశం. ఇపుడు మనని వెంటాడారే- ఆ దేశం! ఈ క్షణం నుంచి సర్వ స్వతంత్రుణ్ణి! ఈ అవకాశం కోసం పదిహేను సంవత్సరాలు ఓపిక పట్టాను. ఇంకొద్ది రోజుల్లో నా తండ్రి ఈ ప్రపంచానికే రాజు కాబోతున్నాడు. హిరోషిమా, నాగసాకిల మీద బాంబు పడిన కొద్ది గంటల్లో జపాన్ కాళ్ళ బేరానికి వచ్చింది. ఇప్పుడు నా తండ్రి దగ్గర ఆటంబాంబుకన్నా పెద్ద మారణాయుధం వుంది. అది ప్రయోగించిన కొద్ది నిముషాల్లో ప్రపంచమే దానికి దాసోహం అంటుంది. హెయిర్ బ్లాక్ ఈగిల్" గాలిలోకి చెయ్యి ఎత్తి అరిచాడు. ఏజెంట్ క్యూ అంత విస్తృతంగా మాట్లాడటం అదే మొదటిసారి. ఆనందంతో పిచ్చివాడవుతున్న అతన్ని నోట మాట రానట్టు చూస్తూ వుండిపోయింది హంసలేఖ.

అతడి తండ్రి ప్రపంచాధిపతి కావొచ్చు. అతడు మరింత ఆనందంతో గెంతవచ్చు. కానీ ఇందులో తన ప్రమేయం ఏముందో ఆమెకు అర్థం కాలేదు. అర్థమై వుంటే ఆమె గుండె ఆగిపోయి వుండేది.

*　　*　　*

జనరల్ ఇయాద్ సత్‌ఖాన్ తన కుర్చీలో అసహనంగా కదిలాడు. సర్వ సైన్యాధికారి సోయాబ్ అహ్మద్, డిఫెన్స్ సలహాదారు రెహమాన్ ఆందోళనగా వున్నారు.

"ఇంతకాలం ఇంత నమ్మకంగా పనిచేసిన ఏజెంట్, మన సర్వీసుని వదిలేసి 'క్రాస్' చేసాడంటే నమ్మలేను. అందులోనూ ఏజెంట్ క్యూ-"

"నిన్న రాత్రి మనం నిర్బంధించిన 'లేఖ' అనే అమ్మాయిని అపహరించుకుపోయిందికూడా అతడే సర్. సముద్రంలో మనబోట్స్ అతన్ని వెంటాడాయి కూడా. సబ్ మెరిన్‌లో వెళ్ళిపోయాడు."

"సబ్‌మెరీన్ అంటే కొన్ని కోట్లు ఖరీదు చేస్తుంది. అతడికది ఎలా లభ్యమయింది? మనని క్రాస్ చేసి C.I.A. లో గానీ, K.G.B. లోగానీ చేరాడా? అసలతడి పూర్వ చరిత్ర ఎవరైనా చదివారా? అతని పుట్టుపూర్వోత్తరాలేమి? అతడు ఎంతకాలం నుంచి చాపకింద నీరులా వ్యవహారం చేస్తున్నాడు? మన ఆధీనంలో వున్న అమ్మాయి యిప్పుడు కనపడకుండాపోతే దానికి భారత ప్రభుత్వానికి ఏం సమాధానం చెప్పుకుంటాం?"

అతని ప్రశ్నల వర్షానికి సమాధానంగా అన్నట్టు గూఢచారి శాఖ అధినేత ఫైలుతో లోపలికి ప్రవేశించాడు. ఏజెంట్ క్యూ గురించి అతడు చెప్పిన వివరాలు ఇలా వున్నాయి–

"ఏజెంట్ క్యూ తండ్రి ఒక పఠాన్. ఆఫ్ఘన్ దేశస్తుడు. ఆ దేశపు తిరుగుబాటు గెరిల్లాలకి నాయకుడు. అతడికి ఒక అమెరికన్ యువతితో సంబంధం వుంది.... దాదాపు భార్యాభర్తల్లా వుండేవారు. వాళ్ళకి పుట్టినవాడే ఈ ఏజెంట్! ఆఫ్ఘనిస్తాన్‌లో సోవియట్ ప్రాబల్యం తగ్గించటానికి వెళ్ళి ఆపరేషన్ క్యూ ని విజయవంతంగా నిర్వహించి, ఏజెంట్ క్యూగా పేరొందాడు. అతడి తల్లి అమెరికన్ C.I.A. ఏజెంట్. కానీ ఆమెకి సోవియట్ విదేశాంగ శాఖతో రహస్య సంబంధం వుండేది. ఆ విషయం ఆమె భర్త కనుక్కున్నాడు. ఇటు ఈమెనీ, అటు రష్యానీ డబుల్ క్రాస్‌చేసి, రెండు దేశాల్నీ ఇబ్బందిలో పడేశాడు. తమ రహస్యాలు బయటకు పొక్కకుండా వుండటానికి రెండు దేశాలూ అతడికి బాగా డబ్బు ముట్టచెప్పాయి. అయితే ఆ తరువాత అతడు కనిపించలేదు. అవతలి దేశమే చంపించి వేసిందని రెండు దేశాలూ అనుకున్నాయి. అతడి కొడుకయిన క్యూ మన సీక్రెట్ సర్వీస్‌లో చేరి చాలా నమ్మకంగా పనిచేశాడు. ఇటీవల కాలంలో ఇండియాలో మకాంవేసి, యస్బీఆర్ అనేవ్యక్తితో స్నేహం కలిపాడు. ఒక ముఖ్యమైన ఫార్ములా కాగితాలు సంపాదించటం కోసం అతను అక్కడికి వెళ్ళి, అవి దొరకగానే తన స్వదేశాన్ని క్రాస్‌చేశాడు...."

ఇవీ చీఫ్ చెప్పిన వివరాలు.

జనరల్ అన్నాడు "ఇన్నాళ్ళు పనిచేసి ఇప్పుడు మనల్ని వదిలేసేడంటే... మనతో వైరం పెట్టుకోగల సాహసం చేసాడంటే– పది సంవత్సరాల ముందునుంచే వాళ్ళు ఈ ప్లాన్‌లో వుండి వుండాలి! బహుశా అతడు తండ్రి దగ్గరకే వెళ్ళి వుంటాడు."

"అందులో సందేహం లేదు. ఆ తండ్రి ఎక్కడుంటాడో, ఏం చేస్తూ వుంటాడో మనకి తెలీదు. ఏ ధైర్యంతో ఏజెంట్ క్యూ ఇంత ధైర్యం చేశాడో మనకి చెప్పగలిగేవాళ్ళు ఒక్కరే వున్నారు."

"ఎవరు?"

"ఇండియన్ సైంటిస్ట్ - స్వర్ణరేఖ."

* * *

స్వర్ణరేఖ కళ్ళు విప్పింది. డాక్టర్ ఆమె ప్రక్కనే నిలబడివున్నాడు. నేత్ర ఆమె వైపు ఆందోళనగా చూస్తున్నాడు. ఆమె సత్తువ తెచ్చుకోవడానికి ప్రయత్నిస్తూంది. పెదవులు బలహీనంగా కదులుతున్నాయి. నేత్ర ఆమె దగ్గరకు వంగేడు. ఊపిరితిత్తుల్లో గాలి కంఠనాళంలో శబ్ద రూపాన్ని పొందడానికి శాయశక్తులా ప్రయత్నిస్తూంది. ఈ ఆపరేషన్ మొత్తం ఆమె చెప్పే మాటల మీద ఆధారపడి వుంటుందని అందరికీ తెలుసు. కార్డియోగ్రామ్‌లో గుండె కదలిక చుక్క తప్ప మిగతా అంతా స్టిల్‌ఫోటోగ్రాఫర్ నిశ్చల చిత్రంలా వుంది. ఆమె కనులు తిరిగి మూతపడ్డాయి.

నేత్ర అద్దాల్లోంచి అవతలి కారిడార్‌లోకి చూశాడు. కళ్యాణీ శరీరాన్ని స్ట్రెచర్‌మీద నుంచి తీసుకెళ్తున్నారు. అక్కణ్ణుంచి శ్మశానానికి....! ముసలి దంపతులు గుడ్లనీరు కుక్కుకుంటూ దాన్ని అనుసరిస్తున్నారు. భాస్కర్ ..... కళ్యాణి .... ఇద్దరూ దేశం కోసమే ప్రాణాలు వదిలేరు! వెళ్ళిపోయే వాళ్ళు వెళ్ళిపోతూ వుంటారు. జ్ఞాపకాలు మిగిలిపోతూ వుంటాయి.

"నువ్వు శ్మశానికి వెళ్ళు, నేనిక్కడ వుంటాను. స్పృహ రాగానే కబురు చేస్తాను" అన్నాడు చీఫ్. అప్పటికి ముప్ఫై ఆరు గంటల నుంచీ వాళ్ళు అక్కడే వున్నారు.

"లేదు సార్. స్పృహ వచ్చాక ఆమె మానసిక పరిస్థితి మనకు తెలీదు. ఆ కొద్ది సమయం లోనూ ఆమెను మనవైపు తిప్పుకుని మాట్లాడించాలంటే నేను దగ్గరే వుండడం చాలా అవసరం" అన్నాడు నేత్ర. ఆ మాటల్లో నిజం వుండటంతో చీఫ్ మరి మాట్లాడలేదు.

కళ్యాణి శవాన్ని అంబులెన్స్ ఎక్కిస్తున్నారు. నేత్ర నిర్వికారంగా అటే చూస్తున్నాడు. హిమనగ సానువుల నిశ్శబ్దపుటంచుల మీద విశ్రమించిన యోగినిలా కనపడుతూంది అతని చెల్లెలు. త్యాగం బరువుకి ఎండి రాలిన చిగురుటాకులా వుంది. ఏకులోంచి దారం తీసినట్టు గుండెల్లో బాధ...... కనురెప్పల తెరచాపల నుంచి వర్షంలా కురిసే దుఃఖం.... ఆపాత సౌందర్యపు పూతరేకు మడతల మధ్య సుతారమైన అమాయకత్వం, అన్యాయంగా బలై పోతే ఆకాశమంత ఆవేదనని తనలో దాచుకున్న సముద్రంలాటి మనసు! మరణంలో కూడా ఎంత 'గ్రేస్' వుందో

అతనికి తెలుస్తూంది. అసలు మరణం అంటే ఏమిటి? ఉచ్ఛ్వాస నిశ్వాసాలతో అలసిన శరీరానికి విశ్రాంతి నివ్వటమేగా! ఖలీల్ జిబ్రాన్ అన్నట్టు మరణమంటే నిశ్శబ్ద నదిలోంచి గ్లాసుడు నీళ్ళు తీసుకుని తాగటం! పుట్టుకా, మరణమూ స్నేహితుల్లాటివి. ఒకదానితో నువ్వు గడుపుతూ వుంటే ఇంకొకటి నీ పక్క దగ్గర వెయిట్ చేస్తూ వుంటుంది. ఇందులో దుఃఖమెందుకు?

అతడు ఆలోచనతో పునీతుడయ్యాడు. శక్తి కూడగట్టుకున్నాడు. నిబద్ధమైన ఆలోచనకన్నా శక్తివంతమైన దేముంది?

స్వర్ణరేఖ పెదవుల కదలిక అతడిని తిరిగి ఈ ప్రపంచంలోకి తెచ్చింది. ఆమె గొంతులోంచి మాటలు అస్పష్టంగా బయటకు వస్తున్నాయి. అతడు విని అర్థం చేసుకోవటానికి ప్రయత్నిస్తున్నాడు.

"బ్లాక్..... " ఆమె ఆగింది. క్షణం తరువాత అంది - "బ్లా.....క్..... ఈగిల్"

"బ్లాక్ ఈగిల్?" రెట్టించాడు.

అవునన్నట్టు ఆమె కళ్ళు కదిలాయి. ఆమె బి.పి. తగ్గిపోతూంది. "క్వీన్ ....లాం....డ్స్" అంది. మలేషియాకి రెండొందల కిలోమీటర్ల దూరంలో వున్న దీవులు....

డాక్టర్ ఆమెని పరీక్షించి మరో ఇంజెక్షన్ ఇచ్చాడు.

"నా బెడ్ రూమ్‌లో సీక్రెట్ అరలో....."

"ఊ.... అరలో?"

ఊపిరితిత్తుల్లో బుల్లెట్- మాటల్ని అడ్డుకొంటూంది.

ఆమె తిరిగి కోమాలోకి వెళ్ళిపోయింది.

"మళ్ళీ స్పృహ రావడానికి ఇంకో నాలుగ్గంటలు పట్టవచ్చు" డాక్టర్ అంటున్నాడు.

"ఛాన్సెస్ ఆఫ్ లివింగ్?"చీఫ్ అడిగాడు.

"మళ్ళీ స్పృహ వస్తేగాని చెప్పలేం."

నేత్ర వాళ్ళ మాటలు పట్టించుకోలేదు. ఆలస్యం చెయ్యకుండా బయల్దేరాడు.

యస్బీఆర్ ఇంటిని పోలీసులు సీల్ చేశారు. ఇద్దరు పోలీసులు తప్ప ఎవరూ లేరు. అతడు సరాసరి స్వర్ణరేఖ గదిలోకి ప్రవేశించాడు. ఆ సీక్రెట్ ఏజెంట్‌కి ఆమె గదిలోని రహస్యపు అర పట్టుకోవడానికి అయిదు నిమిషాలకన్నా ఎక్కువ పట్టలేదు. అందులో వున్నాయి-

ఆమె డైరీలు.

మొదటి డైరీ చదివి అతడి మనసంతా అదోలా అయిపోయింది. ధర్మారావు కొడుకుని తనెలా చంపిందీ- తను ఎలా ముగ్గురిచేత రేప్ చేయబడిందీ- సర్పభూషణరావు తనని ఎలా ఆదుకుని, ఆ శవాన్ని మాయం చేసిందీ- వివరంగా వున్నాయి.

అతడిలో ఇరిటేషన్! నిస్సహాయతతో కూడిన కోపం..... ఈ డైరీ ఏ కోర్టులోనూ నిలవదు. ప్రస్తుతం ధర్మారావు కేంద్రంలో ప్రముఖ స్థానంలో వున్నాడు. యశస్వి 'లా కమిషన్'కి అధికారి. మస్తాన్ రాజా 'ప్రజాబంధు' బిరుదు పొంది రాజకీయాల్లో చురుగ్గా పాల్గొంటున్నాడు.

అతడు కళ్ళు మూసుకున్నాడు.

వీళ్ళు పాలిస్తున్న ఈ దేశాన్ని తనలాటివాళ్ళు ప్రాణాలకు తెగించి కాపాడాలి? వీళ్ళు ఆరగిస్తున్న ఈ వ్యవస్థ విస్తరిలా చిరిగిపోకుండా తాము కాపలా కాయాలి?

అతడు పేజీ తిప్పాడు.....

యస్బీఆర్ తనకి ఎలా ఉద్యోగం ఇచ్చిందీ- ఆ తరువాత ఎలా ఏదో మిషమీద అక్కణ్ణుంచి ఎవరికీ అనుమానం రాకుండా తొలగించి ఎలా తన తోటలో ప్రయోగశాల స్థాపించిందీ వుంది.

ఆ తరువాత డైరీలో, 'క్యూ'తో తన సెక్స్ జీవితం, వేర్వేరు పద్ధతుల్లో ఎలా 'ఎకస్టసీ' సాధించిందీ వివరంగా వున్నాయి. ఒక రిసెర్చి చేసినట్టు వ్రాసుకుంది ఆమె. దాన్ని పాఠ్య పుస్తకంగా పెడితే ఎంతోమంది జీవితంలో ఎంతో నేర్చుకుంటారు. దాన్ని నవలగా వ్రాస్తే ఎంతమంది తాము ఎంత కోల్పోయారో తెలుసుకుంటారు..... అతడికి 'సెవెన్ మినిట్స్' గుర్తొచ్చింది. కానీ సామాజిక స్పృహ వున్నదనుకునే సాహిత్య పరిరక్షకులు కత్తుల్తో విరుచుకుపడతారు. సగటు మనిషికి ఇంతకన్నా విజ్ఞానం ఏమిటో అర్థం కాదు. ఆరోగ్యకరమైన సెక్స్ మనిషికి ఎంత అవసరమో, డైరీలో ఆ భాగం సూచిస్తూంది.

అతడు దాన్ని పక్కన పెట్టి మరో డైరీ తీశాడు. దాన్నిండా ఆమె పరిశోధన ఫలితాలు, వివరాలు వున్నాయి.

ఏ రోజు కారోజు తను సాధించినది వ్రాసుకుంది ఆమె. అతడికామె పెథిడ్రిన్ మత్తులో పడిన స్త్రీగానే తెలుసు. ఇంత క్రమశిక్షణ వుందని ఇప్పుడే తెలుస్తూంది. ఆ డైరీ అంతా ఫార్ములాలు, ఈక్వేషన్లు, కొట్టివేతలూ, బాణం గుర్తులూ వున్నాయి.

$$(BaCO_3, CaCO_3, SrCO_3)$$

↓ +CM, HAC heat

$$Ba^{2+}, Sr^{2+}, Ca^{2+}$$

↓ N + NH_4AC K_2CrO_4

Precipitate ⟵⟶ Solution

| $BaCrO_4$ | Yellow

Solution : Sr^{2+} $\xrightarrow[NA_2CO_3]{+NH4OH}$

⟶ ↗ Solution to be discarded
↘ $SrO_3 \cdot CaCO_3$

అతడు వరుసగా పేజీలు తిప్పాడు. ఒక నోబెల్ ప్రయిజుకి అర్హమైన సైంటిస్టు డైరీ చూడటం అదే ప్రథమం. మామూలుగా చూస్తే అది ఒక పిచ్చివాడు గీసిన గీతల్లా వుంది. మధ్య మధ్యలో 'ఇది అసాధ్యం'.... 'నేను చెయ్యలేను...' 'స్వర్ణా – బి బ్రేవ్....' అని తనకు తానే వ్రాసుకుంది. తపన, దీక్ష, ఏగోనీ, నమ్మకం, నిస్సహాయత, పట్టుదల– అన్నీ కనపడుతున్నాయి.

చివరి పేజీలో –

Monomer	Process	Polynor
$CH_2 = CH_2$ ethylene	Add	$1 - CH_2 - CH_2 - 1_2$ Polyethylene
$CH_2 = CH$ (–Cl) Vinyl Chloride	Add	$1 - CH_2 - CH - CH1_2$ (–Cl) PVC
$CH = CH_2$ Styrene	Add	$CH - CH_2 -$ Polyestyrene

అని వుంది...

అతడు ఆ డైరీ పక్కన పెట్టాడు. దాన్ని శాస్త్రవేత్తలే అర్థం చేసుకోవాలి. అతడికి కావలసిన విషయం ఆ తరువాతి డైరీలో దొరికింది.

ఏజెంట్ 'క్యూ' గురించి వుంది అందులో!

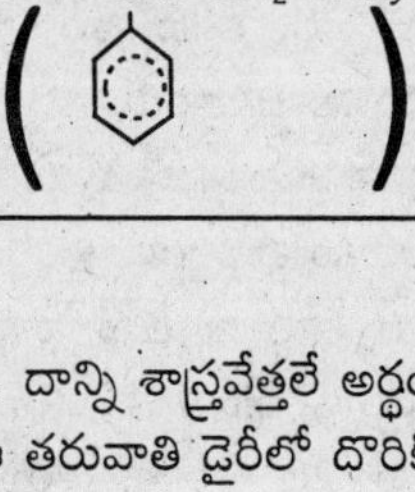

"ఈ రోజు అతని (క్యూ) మాటలు విచిత్రంగా ధ్వనించాయి. అతడికి తన దేశంమీద కూడా గౌరవం, నమ్మకం లేనట్టు తోస్తూంది."

....

"క్యూ తన తండ్రి గురించి చెప్పాడు. రెండు దేశాల్ని మోసం చేసి కోట్లు సంపాదించిన అతడి తండ్రి ఎవరో తెలుసుకోవాలని ఎంత ప్రశ్నించినా 'క్యూ' చెప్పలేదు. కానీ 'క్యూ' కీ అతడి తండ్రికీ దగ్గర సంబంధాలున్నాయని తెలుస్తుంది."

......

"ఈ రోజు 'క్యూ' మాట జారాడు. ఫార్ములా కనుక్కోగానే తొందరగా తండ్రి దగ్గరకి వెళ్ళాలన్నాడు. అది అర్థం కాలేదు. రెట్టించి అడిగితే జవాబు చెప్పలేదు. ఆ మాట పట్టుకుని చిన్న గూఢచారి పని చేశాను. క్యూ నన్ను తనతో తీసుకువెళ్తున్నాడని నాన్నతో చెప్పాను. 'ఎక్కడికి? క్వీన్‌లాండ్స్‌కా?' అన్నాడు యస్బీఆర్. నా అనుమానం నిజమైంది. నాన్నా క్యూ కలిసి అతడి స్వదేశానికి వెళ్ళడం లేదు. క్యూ తండ్రి దగ్గరికి వెళ్తున్నారు. వెళ్ళనీ. ఎక్కడికి వెళ్తే నాకేం? ఇండియా పొరుగు దేశమైన శత్రువు దగ్గరికి వెళ్ళినా, క్వీన్‌లాండ్స్ వెళ్ళినా, నా ఆశయం ఫలిస్తుంది. రెడ్‌టేపిజంతో కుళ్ళిపోయిన, బ్యూరోక్రసీతో పుచ్చిపోయిన ఈ దేశం పునాదుల్తో సహా కూలిపోతుంది. అంతేగా కావల్సింది."

....

"ప్రయోగం ఫలించే రోజు దగ్గర కొచ్చింది. చెప్తే 'క్యూ' ముద్దుల్తో ముంచెత్తాడు. ఎందుకో ఆశించినంత ఆనందం కనపడ లేదు. సెక్స్ కన్నా ఇంకేదో కావాలనిపిస్తూంది. ఎందుకో చాలా ఫ్రస్ట్రేటెడ్ వుంది. క్యూ నన్ను ప్రేమిస్తున్నాడా? ఎందుకు నా చెల్లి గురించి అంత కుతూహలంగా అడిగాడు?"

....

"ఈ రోజు మొత్తం విషయం అర్థమైంది. నాన్నా, క్యూ మాట్లాడుకుంటున్నారు. పోయిజన్ గ్యాస్ ఆధారంతో మొత్తం ప్రపంచాన్ని తమ ఆధీనంలోకి తీసుకోవాలని వాళ్ళ కోరిక. కానీ అదెలా సాధ్యమవుతుంది? కొన్ని కోట్ల విలువగల ఫ్లుటోనియం కావాలి దానికి. ఈ విషయం నాన్నతో మాట్లాడాలి–"

ఇంకా కొన్ని పేజీలు వుండగానే నేత్ర డైరీ మూసేశాడు.

అతడికి మొత్తం విషయం అర్థమైంది.

ఏజెంట్ 'క్యూ' తన స్వదేశాన్ని క్రాస్ చేశాడు!!! మొత్తం ఆ దేశపు సీక్రెట్ ఏజెన్సీకే టోకరా ఇచ్చి – తన తండ్రిని కలుసుకుంటున్నాడు. తండ్రీ కొడుకులు పదిహేను సంవత్సరాలపాటు మూడో కంటికి అనుమానం రాకుండా తమ తమ

పనులు నిర్విఘ్నంగా పూర్తి చేసుకుంటూ వచ్చారు. స్వర్ణరేఖ చివరి అనుమానానికి జవాబు అదే!ఆ ప్రయోగాలకి స్వర్ణరేఖ పి.జి గ్యాస్ ఫార్ములా కలిపితే....?

నేత్రకి తను చూసిన దీవి- అందులో నిర్జీవమైన ప్రాణులు- పోస్ట్‌మార్టమ్ రిపోర్టుకి కూడా అందనంత నైపుణ్యంతో మరణాలు- గుర్తొచ్చాయి.

లిబియాలో కెమికల్ వెపన్స్ తయారీ కర్మాగారం వుందని అమెరికా ఆరోపించింది. ఇజ్రయేల్‌లో రసాయనాల తయారీ గురించి రష్యా ఫిర్యాదు చేస్తోంది.

కానీ- స్వర్ణరేఖ కనుక్కున్న ఈ పి.జి. గ్యాస్- ఏ దోషినీ అంతర్జాతీయ న్యాయస్థానంలో నిలబెట్టలేదు. దానియొక్క విషపు సాంద్రత తనకు తెలీదు. కానీ తనకి తెలిసింది నిజమైతే....

బ్లాక్ ఈగిల్ ఈ ప్రపంచానికి సార్వభౌముడు అవడం ఖాయం. అతడి కొడుకైన ఏజెంట్ 'క్యూ' చేతిలోకి సర్వాధికారాలూ వెళ్ళక తప్పదు.

రెండో ప్రపంచ యుద్ధకాలంలో కేవలం రెండు బాంబుల్తో జపాన్ తలవంచింది. అటువంటిది- ఇంత ప్రమాదరకమైన ఆయుధంతో వాళ్ళు బేరం మొదలుపెడితే..... న్యూయార్క్ మీద ఒక క్యాప్సూలు, మాస్కో మీద ఒక క్యాప్సూలు...

చాలు.

ప్రపంచం వణికిపోతుంది. దాసోహమంటుంది. అధికారం అప్పగిస్తుంది.

ఆ ఆలోచనే నేత్రని జలదరింప చేసింది.

స్వర్ణరేఖ ఆ ఫార్ములా కనుక్కున్న రోజు- ఎర్ర ఇంకుతో-

ఫిబ్రవరి 24

అని వ్రాసి చుట్టూ గీత పెట్టింది.

- అంటే ఆ రోజు ప్రళయం రాబోతున్నదన్నమాట. ఫిబ్రవరి ఇరవై నాలుగు అంటే ఇంకా పది రోజులుంది.

పది రోజుల్లో బ్లాక్ ఈగిల్ తన సార్వభౌమత్వాన్ని డిక్లేర్ చేయబోతున్నాడు. భారతదేశపు పక్కనున్న దీవిమీద ప్రయోగం చేసినట్టే- తనని కాదన్న దేశాలమీద సరదాగా క్యాప్సూల్స్ ప్రయోగించి తన సత్తా చూపిస్తాడు.

హంసలేఖని పొరుగు దేశంలో అధికారులు ఆపుచేశాక ఆమె వివరాలు తెలియలేదు. వాళ్ళే ఇబ్బందికరమైన స్థితిలో పడ్డారు. బహుశా క్యూ ఆమెని

అక్కణ్ణుంచి తప్పించి క్వీన్‌లాండ్స్ తీసుకువెళ్ళి వుంటాడు. కొన్ని వందల ద్వీపాల్లో- అతడి స్థావరం పట్టుకోవడం ఎలా? అదీ పది రోజుల్లో...

అతడు ఆలోచనగా మిగతా పేజీలు తిప్పసాగాడు.

ఒక పేరాగ్రాపుమీద అతడి దృష్టి పడింది. కళ్ళు పెద్దవయ్యాయి. ఎప్పుడూ ఎంతో 'కామ్'గా వుండేవాడూ, ఎంత విపత్తు వచ్చినా మామూలుగా వుండేవాడూ అయిన నేత్ర కూడా ఆ వాక్యాలు చదివి 'మైగాడ్' అనుకున్నాడు.

డైరీ పట్టుకున్న అతడి చేతులు బిగుసుకున్నాయ్!

మరోసారి- మరోసారీ చదివాడు.

అతడి దృష్టి డైరీ పేజీల వెంట, పేజీ లైన్ల వెంట పరుగెత్తింది.

హంసలేఖ గురించి తన అభిప్రాయాలు, ఆలోచనలూ వ్రాసుకుంది స్వర్ణరేఖ. అక్కడక్కడా హంసలేఖ చెత్త కాగితాలమీద ఆశువుగా వ్రాసుకున్న ఇంగ్లీషు వాక్యాల తెలుగు అనువాదాన్ని కూడా వ్రాసుకుని

"ఇదంతా చెల్లి వ్రాసిందంటే నమ్మలేకపోతున్నాను. జీన్సు పాంటు, కూలింగ్ గ్లాసులూ, లిప్‌స్టిక్‌లతో అంత మోడ్రన్‌గా వుండే హంసలేఖలో ఇంత కవిత్వపు ధోరణి వుండటం ఆశ్చర్యకరం! ద్వంద్వ ప్రవృత్తి అంటే ఇదే కామోసు- "ఆకాశ ద్వారానికి నక్షత్రాల తోరణలుకట్టి, నిద్రపోతున్న అంధకారాన్ని, ఉషస్సు తట్టి లేపేదాకా వేచి వుంటాను. అప్పటిదాకా తొందరగా నడవమని ప్రాధేయపడిన నేను, నువ్వొచ్చాక కాస్త నెమ్మదిగా సాగమని ప్రార్థిస్తూంటే 'కాలం' ఆశ్చర్యంగా నా వైపు చూసింది. నిజంగా నా చెల్లేనా ఇదంతా వ్రాసింది? తల్చుకుంటే ఆశ్చర్యంగా వుంది."

అతను పేజీ తిప్పాడు.

అనుమానంలేదు. హంసలేఖ ప్రేమలో పడింది. కవిత్వ ధోరణిలో మార్పొచ్చింది. "ముక్కూ - నోరు మూసుకుంటే కళ్ళు అతనికోసం చూస్తున్నాయి. కళ్ళూ- చెవులూ మూసుకుంటే పెదవులు అతని పేరు ఉచ్చరిస్తున్నాయి. వీటిల్ని అన్నిటిని చేతుల్తో ఆపగలను. ఆలోచనల్ని ఎన్ని చేతుల్తో ఆపను?" అని వ్రాసుకుంది. నిశ్చయంగా అది ప్రేమే. క్యూతో చెప్తే అతడు నవ్వేడు. నీ చెల్లిని ఒకసారి చూపించు అన్నాడు. అతడిలో కోరిక స్పష్టంగా కనపడింది. ఈ విషయం నాన్నకి తెలిస్తే ఎలా వుంటుందో- పెంపుడు కూతుర్ని వదిలేసినట్టు కన్న కూతుర్ని కూడా చూసి చూడకుండా వదిలెయ్యగలడా?"

......

"భలే గమ్మత్తయిన సంఘటన ఈ రోజు జరిగింది. పల్లె ప్రజలకి కుటుంబ నియంత్రణ ప్రోపగాండాకోసం పంపిస్తున్నారని చెప్పి ఉపన్యాసం ప్రిపేరు చేసుకుంటోంది హంసలేఖ. నిరోధ్ ప్యాకెట్‌లో టాబ్‌లెట్స్ వుంటాయనుకుంటూంది పిల్ల. నవ్వితే ఉక్రోషపడుతుందని 'విప్పిచూడు' అని చెప్పి వచ్చేశాను."

....

"చాలా షాకింగ్ వార్త తెలిసింది. హంసలేఖకి ప్రెగ్నెన్సీ. ఏం చెయ్యాలో తోచక భయపడిపోతూంది. డాక్టర్ దగ్గరికి బయల్దేర తీశాను. దీనికి కారణం, సీక్రెట్ ఏజెంట్ నేత్ర అని చెప్పింది. ఆ రోజు పార్టీలో కలిసినప్పుడే మొదటిసారి అనుకున్నాను, ఇతడి ప్రేమలో ఏ అమ్మాయి అయినా పడకుండా వుండలేదని! కానీ హంసలేఖలాటి అమ్మాయిని కూడా పాడుచేశాడంటే..... మొగవాళ్ళమీద నాకున్న అపనమ్మకం బలపడుతూంది. అందరిమీదా కసి తీర్చుకునే రోజు వచ్చింది. నేత్రా..... ఐ హేట్ యు."

"తనని నేత్ర ఎంత ప్రేమించాడో, తమ ప్రేమ ఎంత గొప్పదో దారి పొడుగునా హంసలేఖ చెబుతూనే వుంది. ఆ అమ్మాయి గుడ్డి ప్రేమని చూస్తుంటే జాలీ, దుఃఖమూ కలుగుతున్నాయి. ఇంత మోసం చేసిన నేత్ర ఎక్కడో సుఖంగా మరో అమ్మాయితో వుండి వుంటాడు. అలా అనుకుంటూ కారు దిగి, క్లినిక్‌లోకి వెళ్ళబోతూవుంటే అసలు విషయం తెలిసింది. కేవలం అతను ముద్దే పెట్టుకున్నాడట. ఈ పిల్లేమో కడుపు అని కంగారుపడుతూంది. నిరోధ్ అంటే హంసలేఖకి ఎందు కర్థంకాలేదో ఇప్పుడు నా కర్థమవుతోంది. నాకు తెరలుగా నవ్వొస్తూంది. ఆపుకోవటానికి చాలా కష్టపడవలసి వస్తోంది. 'కంగారుపడ్డ కన్నెపిల్ల' అన్న టైటిల్ ఈ అమ్మాయికి బాగా సరిపోతుంది. ఇద్దరం మెట్లెక్కుతున్నాం. నేత్ర తనని మోసం చెయ్యడనీ, అతని ప్రేమ అసాధారణమైనదనీ- ఇంకా చెపుతూంది హంసలేఖ. నాకు హఠాత్తుగా ఒక ఆలోచన వచ్చింది.

నిజంగా హంసలేఖకి కడుపు అని తెలిస్తే నేత్ర రియాక్షన్ ఎలా వుంటుంది? ఈమె ఇంత గొప్పగా అతని ప్రేమ గురించి చెపుతూందే. నిజంగా అంత గొప్పదా?....చిన్న పరీక్ష పెట్టి చూస్తే!

నా ఆలోచన ఆచరణలో పెట్టడానికీ, డాక్టర్ చేత అలా చెప్పించడానికీ పెద్ద కష్టం కాలేదు. పాపం హంసలేఖని చూస్తే జాలేసింది. అయితేనేం? జీవితంలో ఒక మంచి పాఠం నేర్చుకోవడానికి ఒక చేదు అనుభవం కావాలి. ఈ మొగవాళ్ళ ప్రేమలు ఎంత బూటకాలో ఈ అమ్మాయికి తెలియాలి.

నా నెక్స్టు స్టెప్ నేత్రని కలుసుకోవడం- 'క్యూ' వల్ల హంసలేఖ గర్భవతి అయిందని చెపుతాను. తెలియకుండా అది జరిగిపోయిందని నాటకమాడుతాను. నేత్ర ఏం చేస్తాడు? భౌతికమైన శరీరం కన్నా అలౌకికమైన ప్రేమ గొప్పదని, ఆమెని చేరదీస్తాడా? ఈప్రేమా దోమా నాకేం తెలీదు - హంసలేఖ పాడయిపోయాక నాకెందుకు అంటాడా?

నా జీవితం నాకెన్నో పాఠాలు నేర్పింది. ఈ మొగవాళ్ళందరూ స్వార్థపరులే. వారికి 'అవసరం' తప్ప మరొకటి అవసరంలేదు. దానికోసం ఏమయినా చేస్తారు. నా జీవిత పాఠాన్ని నా చెల్లికి కూడా నేర్పుతాను. ఈ ప్రపంచంలో స్వార్థం తప్ప ప్రేమ అనేదే లేదని నిరూపిస్తాను- ఒకవేళ 'వుందని' తెలిస్తే- శిరస్సువంచి నమస్కారం చేస్తాను."

నేత్ర ఆ డైరీని పట్టుకుని అలాగే కూర్చుండిపోయాడు. దోసిళ్ళతో వెన్నెల తాగుతున్న అనుభవం. నిశ్శబ్దం మల్లెపూలుగా రాలుతున్న అనుభూతి. తుఫాను అనుకున్నది మలయమారుతమైన స్థితి.

హంసలేఖ మీద తన ప్రేమ ఏ మాత్రం తగ్గలేదని చెప్పగానే స్వర్ణరేఖ అలా ఎందుకు కార్లోంచి దిగి పరుగెత్తి వెళ్ళిపోయిందో అర్థమైంది. గుండె పొదరింటికి 'కరుణ' సింహద్వారం! మమతల మెట్లెక్కి, ప్రేమ వరండాలోంచి ప్రయాణంచేస్తే, లోగిలి మంచితనం!!

అత్యాచారపు కొలిమిలో కాలిన మనసు, అమానుషత్వపు నదిలో రక్తస్నానం చేసిన శరీరం అగ్నిదుమారంలో కాలిన అనుభవంతో ఎంత రాపాడినా, మంచితనం స్పర్శకి ఆనందంతో దుఃఖించక ఏం చేస్తుంది?

....ఇవన్నీ కాదు అతడు ఆలోచిస్తున్నది.

హంసలేఖ అమలినాంగ శిఖే.

పిడికిలిలోంచి పాదరసంలా గుండెల్లోంచి ఆనందం తన్ను కొస్తూంది.

ఆలస్యమైతేనేం? అది లాస్యమేగా....

... అతడు డైరీ మూసేసి లేచాడు. ఇప్పుడిక మిగిలింది కర్తవ్యం.

* * *

ఎయిర్‌పోర్ట్ హడావుడిగా వుంది.

"టైమెక్కువ లేదు. పదిరోజులు మాత్రమే వుంది" అన్నాడు చీఫ్.

"అవును సార్."

"వాళ్ళ ఆపరేషన్ ఏమిటో మనకి తెలీదు. తమ దగ్గరున్న మారణాయుధాల పవర్ ఏమిటో ప్రపంచానికి నిరూపించడానికి ఏదో ఒక పని చేస్తారు. దానికోసం మన దేశాన్ని ఎన్నుకున్నా ఆశ్చర్యపడనవసరంలేదు. మొత్తం భారతదేశంలాంటి పెద్ద కంట్రీనే నామరూపాలు లేకుండా చేశాం- మీరు దిగివస్తారా- లేక మీమీద కూడా ప్రయోగించమంటారా అని వాళ్ళు మిగతా దేశాలకు బేరం పెట్టవచ్చు. లేదా- అమెరికా ఆయుధాలు అమ్మినట్టు యుద్ధం చేసుకుంటున్న రెండు దేశాలకీ వాళ్ళే క్యాప్సూల్స్ అమ్మవచ్చు. అదేగానీ జరిగితే ఆ యుద్ధాలు ఇప్పటిలా వుండవు. కొన్ని లక్షలమంది మరణిస్తారు. ఆటంబాంబుకన్నా ప్రమాదకరమైన ఆయుధంతో ఆ యుద్ధం జరుగుతుంది. ఏది ఎలా జరిగినా నష్టమే. నీ మీద చాలా పెద్ద బాధ్యత వుంది. వింటున్నావా?"

"వింటున్నాను సార్" నమ్రతగా అన్నాడు.

"నేత్రా, నువ్వు సీక్రెట్ ఏజెంట్‌వే కావొచ్చు. కానీ నేను ఇంటర్ పోల్ చీఫ్‌ని. మనుష్యుల్ని గమనించడం నాకూ తెలుసు. నేను మాట్లాడుతున్నంతసేపూ నువ్వు ఆ ఎయిర్‌హోస్టెస్‌ని చూస్తున్నావు. అవునా?"

"ఆ అమ్మాయి దొంగతనంగా హషిష్ రవాణా చేస్తుందేమోనని చూస్తున్నాను సార్. నా దేశభక్తిని మీరు శంకిస్తున్నారు."

"హషిష్‌ని జాకెట్‌లో దాచుకుని రవాణా చెయ్యరు. అటు చూడక్కర్లేదు."

"మీ సునిశితమైన దృష్టికి నా జోహార్లు సర్."

"థాంక్స్ .... నేనింత ముఖ్యమైన విషయం మాట్లాడుతున్నప్పుడు నువ్వు ....." ఆయన మాటల్ని అధిగమిస్తూ అనౌన్స్‌మెంట్ వినిపించింది. "కౌలాలంపూర్ వెళ్ళే విమానం బయల్దేరడానికి సిద్ధంగా వుంది. సెక్యూరిటీ చెక్ ప్లీజ్-"

"ఈ మధ్య సెక్యూరిటీ చెక్ ఎక్కువయింది. జేమ్స్‌బాండ్ పిస్టల్‌ని విమానంలో తీసుకు వెళ్ళొచ్చా? పైలెట్‌కి అప్పగించాలా సార్?"

"జోకు లెయ్యకుండా బయల్దేరు. నీ కోసం అంతా ఇక్కడ ఎదురు చూస్తున్నామని మర్చిపోకు."

"గుడ్‌బై సర్-"

"గుడ్‌లక్ నేత్రా- అన్నట్టు మరో గుడ్‌న్యూస్. స్వర్ణరేఖ అపాయ స్థితిలోంచి బైటపడిందట."

"థాంక్యూ సర్. మంచివార్త చెప్పారు."

* * *

బ్లాక్ ఈగిల్‌కి, గోల్డెన్ లాండ్స్ ప్రభుత్వానికీ సత్సంబంధాలున్నాయి. చైనా ఆ ప్రభుత్వంతో మంతనాలు జరుపుతోంది. మరో పది సంవత్సరాల తరువాత సింగపూర్ చైనాకి లభ్యమవుతుంది. అప్పటికి థాయిలాండ్, మలేషియా, కొరియాల ప్రాబల్యం తగ్గించగలిగితే తప్ప, సింగపూర్‌లో కాపిటలిస్టు మనస్తత్వం వున్న ప్రజల్ని తమ ఆధీనంలోకి తీసుకోవడం కష్టం అని చైనాకి తెలుసు. జనాభా తక్కువగా వున్న మలేషియా, తమ దేశంలో పని చెయ్యడంకోసం ఇండోనేషియా నుంచీ, కొరియా నుంచి కూలీల్ని దిగుమతి చేసుకుంటూంది. అయితే వీళ్ళు పని చేయడం మానేసి, ధనవంతులూ, శాంతిప్రియులూ అయిన మలేషియా వాసుల పక్కనే చిన్న చిన్న స్థావర్తుపురాలు తయారు చేశారు. వీరికి గోల్డెన్‌లాండ్స్ బ్యాంకింగ్ వుందని ప్రతీతి.

ఈగిల్ లాండ్ చాలా అనామకమైన దీవి. సూర్యకిరణం కూడా పడనంత దట్టమైన అడవి. భయంకరమైన నిడివిగల పాములు, చిన్న కాటుతో మనిషిని క్షణాల్లో చంపగల తేళ్ళు ఆ దివిలో అడుగడుగునా కనపడతాయి. పది చదరపు మైళ్ళదీవి అది. ప్రత్యేకంగా సూచిస్తే తప్ప, అలాంటి దీవి ప్రపంచపటంలో కూడా కనబడదు.

ఇది నాణేనికి ఒకవైపు .... రెండో వైపు ఆ దీవిలో బ్లాక్ ఈగిల్ తాలూకు అత్యంత ఆధునికమైన ప్రయోగశాల వుంది. ఈశాన్యం వైపునుంచి మాత్రమే ఆ దీవిలోకి ప్రవేశించే ఏర్పాటు వుంది. మిగతా మూడువైపులా సూదిమొనలాటి కొండలూ, లోతైన అఖాతాలు వున్నాయి.

దీవి ఈశాన్యం వైపునుంచి, కేవ్ (గుహ) ద్వారా ప్రయోగశాలకు తీసుకువెళ్ళడానికి సింగిల్ ట్రాక్ (ఒకటే పట్టా) ట్రైన్ వుంది. ఆ లాండ్ అంతర్భాగంలో అతడి మిస్సైల్ ఫ్యాక్టరీ వుంది.

కొన్ని వందల కోట్ల డాలర్ల ఖరీదు చేసే ఆ ఫ్యాక్టరీలో గోల్డెన్ లాండ్స్ ప్రభుత్వానికీ, బ్లాక్ ఈగిల్‌కీ రహస్య సంబంధాలు, వాటాలూ వున్నాయి. ఎన్నో జాగ్రత్తలతో, ఎంతో సెక్యూరిటీతో ఆ ఫ్యాక్టరీ నడుపబడుతూంది. దాదాపు వందమంది గార్డులు ఆ దీవిని అనుక్షణం కాపాడుతూ వుంటారు. గోల్డెన్ లాండ్ రాజ్యాధినేతకీ, బ్లాక్ ఈగిల్‌కీ, అతని కొడుకయిన ఏజెంట్ క్యూకి తప్ప మరెవరికీ (బయట ప్రపంచంలో) ఆ దీవి గురించి తెలీదు. అక్కడ వున్నవారెవరూ బయట ప్రపంచంలోకి అడుగిడే అవకాశం లేదు కనుక తెలిసే అవకాశం కూడా లేదు.

మరో దేశపు సీక్రెట్ ఏజెంట్‌గా 'క్యూ' ఇంతకాలం ఈ వ్యాపార విషయాలు చూస్తూ వచ్చాడు. దాదాపు పది సంవత్సరాలకు పైగా అత్యంత రహస్యంగా అమ్మకాల్ని నిర్వహించాడు. స్వర్ణరేఖ కనుక్కున్న ఫార్ములాతో, ప్రపంచాధిపత్యం సాధించవచ్చనే నమ్మకం కుదిరాక, ఆ దేశాన్ని క్రాస్ చేశాడు.

తండ్రీ కొడుకులిద్దరూ కలిసి అద్భుతమైన వ్యూహాన్ని రచించారు. దాన్ని అమలు జరపడానికి పదిహేను రోజుల టైమ్ వుంది. ఈ బ్యాక్ డ్రాప్‌లో సర్పభూషణరావు మలేసియాలో అడుగుపెట్టాడు. మరోవైపు నుంచి హంసలేఖని తీసుకుని క్యూ కూడా ఆ దేశం వచ్చాడు. తండ్రిని చూడగానే హంసలేఖ ఏడ్చేసింది. "ఏమిటి నాన్నా ఇదంతా? నాకేమీ అర్థం కావడం లేదు. ఎందుకు నన్ను అక్కడ ఆ దేశంలో ఆపుచేశారు ? ఎందుకు ఇంత రహస్యంగా ఇక్కడికి తీసుకువచ్చారు? అసలు ఇది ఏ దేశం? మనం ఎక్కడున్నాం?" అని కన్నీళ్ళతో ప్రశ్నల వర్షం కురిపించింది.

"నేనేం చేసినా నీ కోసమే అమ్మా! అది నమ్ము చాలు" అన్నాడు యస్బీఆర్ క్లుప్తంగా.

"ఆ ఏజెంట్ క్యూ ఎవరు?"

"నీ తండ్రికి భాగస్వామిని."

ఆమె చివాలున తల తిప్పి చూసింది. క్యూ నవ్వుతున్నాడు.

"నీ తండ్రిని ఇక్కడవరకూ రప్పించి మాతో కలుపుకున్నది కేవలం నీ కోసమే. కేవలం నీ వల్లే నీ తండ్రి బ్రతికి వున్నాడు. నీ కోసం నీ తండ్రికి నేను ఇవ్వబోయే బహుమతి ఏమిటో తెలుసా?"

ఆమె షాకై చూసింది.

"భారతదేశం."

ఆమె తండ్రివైపు చూసింది. తన తండ్రి ఎదురుగా ఇతను ఇన్ని మాటలు మాట్లాడినా ఆయన అంత మౌనంగా ఎందుకున్నాడో అర్థం కాలేదు. తన తండ్రిలో ఏదో మార్పు వచ్చినట్టు ఆమె గమనించింది.

అది మాత్రం నిజం.

ఇండియాలో 'క్యూ' ప్రవర్తనకీ, ఇక్కడి ప్రవర్తనకీ తేడా వుంది. అక్కడ యస్బీఆర్ క్రింద- లేదా- సరిసమానమైన పార్ట్నర్స్‌గా ఇద్దరూ పని చేసేవారు. ఇక్కడ అతను పూర్తిగా అధికారం చెలాయిస్తున్నాడు.

హోటల్ గదిలోకి ప్రవేశించారు ముగ్గురూ. చాలా ఖరీదైన హోటల్ అది. కౌలాలంపూర్‌లోకెల్లా ఖరీదైనది.

"ఇది మీ గది. విశ్రాంతి తీసుకోండి. సాయంత్రం మా నాన్నగారు మిమ్మల్ని కలుసుకుంటారు" అని యస్బీఆర్‌తో అని, హంసలేఖవైపు తిరిగి, "అనవసరమైన ఆలోచనల్లతో మనసు పాడుచేసుకోకు బేబీ! ఆనందించవలసిన విషయాలు చాలా వున్నాయి" అని, అక్కణ్ణుంచి వెళ్ళిపోయాడు.

అతడు వెళ్ళిపోగానే హంసలేఖ తండ్రి దగ్గరకు దూసుకువచ్చింది. విసురుగా, కోపంగా "అతనేం మాట్లాడుతున్నాడో నీకు అర్థమైందా? నేను బజార్లో దొరికే వస్తువుననీ. నువ్వు దాన్ని ఫుట్‌పాత్‌పైన అమ్మే వాడివనీ అనుకుంటున్నాడా ఇడియెట్? నాన్నా! మనం వెళ్లిపోదాం. ఇక ఇక్కడో క్షణం కూడా వుండొద్దు."

"తప్పకుండా వెళ్దామమ్మా! ఇక్కడ పని పూర్తికానీ" అని అక్కణ్ణుంచి వెళ్ళిపోయాడు యస్బీఆర్.

అగ్నిపర్వతం బ్రద్దలైనట్టు చూసింది హంసలేఖ.

* * *

సర్పభూషణరావు, బ్లాక్ ఈగిల్‌ల మధ్య చరిత్రాత్మకమైన మీటింగు ఆ సాయంత్రం జరిగింది.

"థాంక్యూ యస్బీఆర్! నువ్వు మాకు చేసిన సహాయం చాలా గొప్పది. మీ ఋణం వుంచుకోం" అన్నాడు బ్లాక్ ఈగిల్.

యస్బీఆర్ అతడివైపే ఇంకా కన్నార్పకుండా చూస్తున్నాడు. తన జీవిత కాలంలో ఎన్నో హత్యలు చేయించినవాడూ, ఎన్నో సమస్యలకి రక్తంతో పరిష్కారం చెప్పినవాడూ అయిన సర్పభూషణరావే అతడిని చూసి మాట్లాడలేక పోతున్నాడు. మూర్తీభవించిన క్రూరత్వం తప్ప అతడి మొహంలో ఇంకే భావమూ గోచరమవడం లేదు. యుద్ధంలో ఒకవైపు వికృతంగా కాలిపోయిన మొహం, మూసుకుపోయిన ఒక కన్నూ అతని కుటిలత్వాన్ని సూచిస్తున్నాయి. హఠాత్తుగా అతడిని చూసినవాళ్ళు అప్రయత్నంగా భయంతో వణికిపోతారు. ఆ పఠాన్ చూపులో ఒక విచిత్రమైన శక్తి వుంది. ఎదుటి మనిషి గుండెల్లోకి దూసుకుపోయి అది రహస్యాలని వెలికితీస్తుంది. తాను మానసికంగా ఎదుటి వ్యక్తి ముందు బలహీనుణ్ణి అవుతున్నానని యస్బీఆర్‌కి తెలుస్తూనే వుంది. చాలాసార్లు తనే తన క్రింది వాళ్ళని అలా చేశాడు కూడా. కానీ ఇప్పుడు తనలోని శక్తిని ఎదుటిచూపు లాగేస్తూంది. ఎంత కంట్రోలు చేసుకుందా మనుకున్నా సాధ్యం కావడం లేదు.

"మీ గురించి నా కొడుకు చాలా చెప్పాడు. రెండ్రోజుల్లో మా ఐలెండ్‌కి వచ్చేద్దురు గాని! ఫైనల్ ఆపరేషన్ దగ్గరుండి చూద్దురుగాని...."

"నా కూతురి ఫార్ములాని మీరెలా వుపయోగించ బోతున్నారో చూడడానికి నా మనసు ఉవ్విళ్ళూరుతోంది బ్లాక్ ఈగిల్. మీరు అనుమతి ఇస్తే ఈ రోజే నేను మీతో వస్తాను-" అన్నాడు యస్బీఆర్. ఆ మాటల్లో 'నేను మీ భాగస్వామిని, నన్ను మీతో కలుపుకోకుండా ఈ పనులు సాగించవద్దు, అన్న సూచన వుంది.

"ఒకటి రెండు రోజులు ఈ బయట ప్రపంచపు సుఖాలు, అందాలు, అనుభవించండి యస్బీఆర్.... ఎందుకంటే...."

"ఎందుకంటే-?"

"నా దీవి ఉనికి బైట ప్రపంచానికి తెలీదు. ఒకసారి నా దీవికొచ్చాక ఇక బయటకు వెళ్ళడం అంటూ వుండదు. ఇంతవరకూ అలా జరగలేదు కూడా. మన ప్లాన్ దురదృష్టవశాత్తు సక్సెస్ కాకపోతే మీరు శాశ్వతంగా ఇక్కడే వుండిపోవాల్సిన ప్రమాదం ఏర్పడవచ్చు" అని అక్కణ్ణుంచి కదిలాడు.

యస్బీఆర్ స్థాణువులా నిలబడి పోయి వున్నాడు.

తండ్రితో 'క్యూ' బయటికొచ్చాడు.

"ఈ యస్బీఆర్ అనేవాడు నాకేం నచ్చలేదబ్బాయ్. ముసలినక్కకి మలేరియా వచ్చినవాడిలా వున్నాడు. ఇతడు తన కూతుర్ని చంపి మనకు ఫార్ములా ఇచ్చినవాడే కావొచ్చు. దానికి ప్రతిఫలంగా కత్తితో చంపడం, రివాల్వర్‌తో కాల్చడం లాటి కఠినమైనవి కాకుండా- కాస్త తేలిగ్గా సైనేడ్‌తో చంపేసి వుంటే బావుండేది. అంతకన్నాపెద్ద ప్రతిఫలం అనవసరం అనిపిస్తోంది."

"అతడు మనకి చేసిన సహాయానికి - భారతదేశాన్ని ప్రజెంట్ చేస్తానన్నాను."

"అతనికా? అతని కూతురికా?"

'క్యూ' అప్రతిభుడై చూశాడు.

"నువ్వు మళ్ళీ పాకిస్థాన్ వెళ్ళి రహస్యంగా ఆ అమ్మాయిని జలాంతర్గామిలో తీసుకొచ్చేటంత పెద్ద బాధ్యత తీసుకున్నప్పుడే విషయం నా కర్థమైంది. కానీ ఒకటి మాత్రం గుర్తుంచుకోరా గబ్బీ- ఎంత మేధావులు గానీ, ఎంత ప్రతిభగలవారు కానీ- స్త్రీ వల్లే చిక్కుల్లో పడ్డారు. సీక్రెట్ ఏజెంట్‌గా గొప్ప పేరు తెచ్చుకున్నావు. ఇప్పుడు ఆ అమ్మాయి వల్లే చిక్కుల్లో పడతావనిపిస్తోంది. నీ ప్రాణం పోతే కొడుకు పోయినందుకు కాదుకానీ, ఒక మంచి కార్యకర్త పోయినందుకు నేను ఏడవవలసి వస్తుంది."

కారు ఎక్కుతూ అన్నాడు బ్లాక్ ఈగిల్– “మరో విషయం. నాలుగ్గంటల క్రితం నేత్ర బయల్దేరాడు. ఇంకో రెండు గంటల్లో అతడు ఇక్కడ మలేషియా చేరుకుంటాడు. అతన్ని విమానాశ్రయంలోనే...”

“అలాగే డాడ్” అర్థం చేసుకున్నట్టు అన్నాడు ‘క్యూ’.

“నేనే స్వయంగా వెళ్తాను. మా ఇద్దరిలో ఒకరి అంతం జరిగినప్పుడు మరొకరు తప్పని సరిగా పక్కన వుంటామని అగ్రిమెంట్ వుంది” నవ్వేడు.

బ్లాక్ ఈగిల్ వెళ్ళిపోయాక ‘క్యూ’ వెనక్కి వెళ్ళాడు. సర్పభూషణరావు ఇంకా అక్కడే నిలబడి వున్నాడు.

“నేత్ర వస్తున్నాడు” చెప్పాడు క్యూ.

యస్బీఆర్ మొహంలో రంగులు మారాయి. “ఎప్పుడు?”

అతడిలో మార్పు చూసి, “భయపడుతున్నావా?” అని నవ్వేడు క్యూ.

“తన దేశంలో కుక్కలా వెంటాడితేనే నేను భయపడలేదు. ఇక్కడ మీ అందరి అండ, ప్రభుత్వ సాయమూ వుండగా నేనెందుకు భయపడతాను?”

“నేత్రని విమానాశ్రయంలోనే చంపివెయ్యమని బ్లాక్ ఈగిల్ ఉత్తర్వు.”

“ఆ పని నేను చెయ్యడానికి చాలా సంతోషంతో వున్నాను మిస్టర్ క్యూ.’

“నిజంగానా.... నాకు అభ్యంతరం లేదు. నేను ఆలోచించవలసిన పని తప్పింది... ఏ విధంగా అతన్ని చంపాలనుకుంటున్నావు యస్బీఆర్?”

“నా కొక మినీ– టైమ్ ఎక్స్ప్లోజివ్ కావాలి. అలాగే ఫ్లవర్ బుకే కూడా.”

క్యూ నవ్వేడు. “గుడ్. అర్థమైంది. పూలగుత్తి, టైమ్‌బాంబ్ ఏర్పాటు చేస్తాను.”

* * *

కౌలాలంపూర్ విమానాశ్రయంలో నేత్ర ఎక్కిన విమానం దిగేసరికి పదిన్నర అయింది. ఇమిగ్రేషన్ నిబంధనలు పూర్తి చేసుకుని బయటకొచ్చేటప్పటికి మరో అరగంట పట్టింది.

బ్రీఫ్‌కేస్ పట్టుకుని అతడు బయటకొచ్చేసరికి, ‘హలో’ అని వినిపించింది. తల తిప్పి చూశాడు. కళ్ళు మిరమిట్లు గొలిపే అందంతో ఒక థాయ్ అమ్మాయి అక్కడ నిల్చుని వుంది. చిరునవ్వుతో అతడికి ‘ఫ్లవర్‌బుకే’ అందిస్తూ “వెల్‌కమ్ టు అవర్ నేషన్ సర్” అంది నమ్రతగా. అతడు విశాలమైన చిరునవ్వుతో ఆ పూల గుత్తి అందుకున్నాడు.

"థాంక్యూ.... జింకలు అడవుల్లోనే వుంటాయి. వాటి నడుము చూసే అవకాశం తరచు మనుష్యులకు దొరకదు. చేపలు నీళ్ళలో వుంటాయి. మెరిసే వాటి ఒంటిని చూసే అవకాశం మనుష్యులకి లేదు. పండిన దొండ పళ్ళని వంటకి పనికి రాకుండా చేశాడు దేవుడు. తీరిగ్గా చూసే అవకాశం ఇవ్వకుండా అందమైన వేగంగా తుమ్మెదలు ఎగిరిపోతూ వుంటాయి. ఇన్ని తప్పులు చేశాను కదా - అని ఇన్ని అందాల్ని మనుష్యులు చూడకుండా చేశాను కదా - అని నాలుక్కర్చుకున్న దేవుడు ఈ అనంతానంత మానవజాతి కోసం మీలో ఆ అందాలనిటినీ పెట్టి సృష్టించాడనుకుంటున్నాను."

ఆ అమ్మాయి అందంగా సిగ్గుపడి, నేత్రవైపు మనోహరంగా చూసి అక్కణ్ణుంచి తప్పుకుంది.

"నీ స్పాంటేనియిటీకి జోహార్లు. ప్రతీ అమ్మాయితోనూ అలాగే మాట్లాడడం నీ ఆచారం అనుకొంటాను" ప్రక్కనుంచి వస్తూ 'క్యూ' అన్నాడు. అతడిని చూసి నేత్ర ఆశ్చర్యపడలేదు. నవ్వేడు.

"ఈ దేశంలో అడుగు పెట్టగానే ఒక అందమైన అమ్మాయితో స్వాగతం చెప్పించడం ఇక్కడి ఆచారం అనుకుంటాను" అన్నాడు.

"అమ్మాయే కాదు. ఆతిధ్యం కూడా ఇస్తాం. అదిగో నీ కోసం వాహనం కూడా రెడీగా వుంది."

నేత్ర అటు చూశాడు. లక్ష డాలర్లు ఖరీదు చేసే కారు వుంది అక్కడ.

"ఇంకో పది నిముషాల్లో నీ మరణం సంభవించబోతూ వుంది నేత్రా. ఈ ప్రపంచంలో దాన్నెవరూ ఆపలేరు. ఈ పది నిముషాలైనా సుఖం అనుభవించు."

"థాంక్యూ. నా అంతిమ యాత్ర అంత అందమైన కారులో వద్దు" అని 'టాక్సీ' అంటూ పిలిచాడు. టాక్సీ వచ్చి ఆగింది. దాన్ని ఎక్కబోతూ వుంటే పది అడుగుల దూరంలో వున్న మరో వ్యక్తి మీద దృష్టి పడింది.

"ఏం మావా- నీ తల్లి- గీదున్న వేంద్వయ్య నువ్వు" అంటూ వెళ్ళి బలంగా కౌగిలించుకున్నాడు.

"ఏయ్- ఛీ- వదులు. వదులు" చీదరించుకుంటూ అన్నాడు యస్బీఆర్.

"నేన్నయ్యా.... యాద్గిర్ని. గట్ల బేజారైతవేంది? నీ తల్లి. ఎంత ఎతికిన నీ కోసం మన దేశంలో.... రాత్రికి రాత్రి వుడాయించినవ్? భయపడినావు?"

"రాత్రికి రాత్రి వుడాయించానో, రాజాగా తిరిగి వెళ్తానో భవిష్యత్తే చెపుతుంది. పోతే ఇది నీ దేశం కాదు. ఈ ఎయిర్‌పోర్టులో ప్రతీ మూడో వ్యక్తి మా మనిషే. మరో

నిముషంలో మర్యాదగా కారెక్కకపోతే నీ శరీరం తూట్లు పడుతుంది. కేసు కూడా లేకుండా నీ చరిత్ర సమాప్తమవుతుంది. ఈ ప్రభుత్వం నాది."

"నీ కూతురెట్టుంది మావా?"

"నేత్రా స్టాపిట్. ఇంకో ముప్ఫై సెకన్లు మాత్రమే వుంది గడువు."

"అమ్మో. అయితే ఎల్లొస్త. మీ వాల్లని కాల్చొద్దని చెప్పు." అంటూ టాక్సీ ఎక్కాడు. అతడి చేతిలో పూల గుచ్ఛం అలాగే వుంది.

యస్బీఆర్ వచ్చి క్యూ పక్కన నిలబడి వెళ్తున్న ఆ కారు వైపు చూస్తూ, తన వాచీ పరిశీలించి, "ఇంకా పది సెకన్లు వుంది" అన్నాడు.

క్యూ మాట్లాడలేదు.

అయిదు సెకన్లు గడిచాయి.

నాలుగు....

మూడు....

రెండు....

నేత్ర ఎక్కిన టాక్సీ దూరంగా సాగిపోతూంది.

యస్బీఆర్, క్యూ అటే చూస్తున్నారు.

టైం ఎక్స్ప్లోజివ్ పేలటానికి ఇంకా రెండు సెకన్లుంది.

యస్బీఆర్ ఊపిరి బిగపట్టాడు. అందరూ నిశ్శబ్దంగా వున్నారు. ఆ నిశ్శబ్దంలోంచి 'టిక్.. టిక్' మని వినిపించింది. క్యూ సునిశితమైన గ్రహణ శక్తికి మాత్రమే ఆ శబ్దం వినిపించింది.

"మైగాడ్" అన్నాడు. యస్బీఆర్ అయోమయంగా తలెత్తి చూశాడు.

"అక్కడ.... అక్కడ చూసుకో ఇడియెట్...." క్యూ అరిచాడు. అతడి దృష్టి యస్బీఆర్ కోటు జేబుమీద వుంది. అతడి కంఠంలో కంగారు వుంది. యస్బీఆర్ అసంకల్పితంగా జేబులో చెయ్యి పెట్టాడు.

అక్కడ తగిలింది టైం ఎక్స్ప్లోజివ్! .... పూలగుత్తిలో పెట్టి విమానం దిగగానే అమ్మాయితో ఇప్పించిన బాంబు - 'బాగున్నావా మావా' అంటూ వచ్చి కౌగిలించుకుంటూ నేత్ర అతడి జేబులో వేసిన ఆ బాంబు ఇంకొక్క సెకనులో పేలటానికి సిద్ధంగా వుంది!

యస్బీఆర్ దాన్ని బైటకు తీయడం, దాన్ని చూడగానే చేతిలో పాముని చూసినట్టు అతని చెయ్యి వణకటం, కరెంటు వైరు తగిలినట్టు దాన్ని దూరంగా విసిరెయ్యటం, వాళ్ళు విమానాశ్రయానికి తీసుకొచ్చిన అత్యంత ఖరీదైన కారు మీద అదిపడి, అక్కడో బ్రహ్మాండమైన విస్ఫోటం జరగటం క్షణాల్లో అయిపోయింది.

అక్కడంతా నల్లటి పొగ కమ్ముకుంది. జనం భయభ్రాంతులై పరుగెడ్తున్నారు. దూరంగా పోలీసు సైరన్ వినపడుతూంది.

ఇటువంటి 'ఆకస్మిక' సంఘటనల్ని క్షణాల్లో జీర్ణం చేసుకోగల 'క్యూ' క్యూడా ఈ సంఘటన్నుంచి తేరుకోవటానికి కొంచెం సేపు పట్టింది. యస్బీఆర్ వైపు చూశాడు. ఆ చూపుకేగానీ శక్తి వుంటే సర్పభూషణరావు అక్కడే మసి అయి వుండేవాడు.

క్యూ తన మనుషుల వైపు తిరిగి, "ఫాలో అండ్ కిల్ హిం" అన్నాడు.

ఆ టైంకి నేత్ర తన సీటులో వెనక్కి వాలబోతూ - డ్రైవర్ వైపు చూసి, నిటారుగా అయ్యాడు. స్టీరింగ్ పట్టుకున్న చేతులు చూడగానే అవి స్త్రీవని అర్థమైంది. "ప్రతిమా" అన్నాడు.

"యస్..... " తల తిప్పకుండా అంది.

"ఇక్కడికి నువ్వెలా తయారయ్యావ్?"

"నువ్వు దేశం కోసం వస్తే- నేను దేశం ప్లస్ నీ కోసం.. దట్సాల్".

"డిపార్ట్‌మెంట్ పర్మిషన్ తీసుకున్నావా?"

"లేదు. శలవు మీద వచ్చాను-"

"నేనిక్కడికి వస్తున్నట్టు నీ కెవరు చెప్పారు?"

"అహోబిల"

"మైగాడ్ మన ఏజన్సీకి 'సీక్రెట్' అని పేరు పెట్టడం ఎంత తప్పో ఇప్పుడర్థమైంది. మీ ఇద్దరూ ఇంత మంచి స్నేహితులెప్పుడయ్యారు?"

"శత్రువుకి శత్రువు మిత్రుడే కదా"

"మీ ఇద్దరికీ కామన్ శత్రువు ఎవరు?"

"హంసలేఖ"

"అయ్యోపాపం- తనేం చేసింది?"

"తన ప్రెగ్నెన్సీకి నువ్వే కారణం అని నిందమోపలేదూ!"

"అదా.. " నేత్ర నవ్వాడు. "....అసలు జరిగిందేమిటంటే-" అంటూ చెప్పబోతూవుండగా ఒక బుల్లెట్ వచ్చి వెనుక అద్దాన్ని బ్రద్దలు కొట్టింది. నేత్ర చప్పున తలవంచి ముందు సీట్లోకి దూకాడు, వెనుకనుంచి కార్లు వేగంగా వొస్తున్నాయి. ఒక కారులోంచి మిషన్‌గన్ విరామం లేకుండా పేలసాగింది. వీధిలో జనం కకావికలవుతున్నారు. మెరుపు వేగంతో వాహనాలు ముందుకు కదులుతున్నాయి. వాళ్ళిద్దరి పక్కనుంచీ బుల్లెట్స్ దూసుకుపోతున్నాయి,

"ఇక లాభంలేదు. ముందు కెళ్ళేకొద్దీ మరింత ఇరుకు సందులా వుంది! మనం తప్పించుకోలేం-" అన్నాడు నేత్ర.

"స్టీరింగ్ నీకిచ్చే టైం కూడా లేదు."

"దూకేద్దాం- వచ్చే మలుపులో-"

"రెడీ"

"రెడీ".

కారు మలుపు తిరగ్గానే ఇద్దరూ చెరోవైపుకి దూకేసి, ప్రొఫెషనల్ టచ్‌లో, అదే వేగంతో పక్క సందులోకి పరుగెత్తారు. వెనుక తరుముతున్న వాళ్ళు వచ్చేసరికి ఆ కారు ఒక చర్చి గోడకి కొట్టుకుని ఆగిపోయింది. కారులో ఇద్దరూ లేరని తెలుసుకుని వాళ్ళు చుట్టూ చూసేసరికి అయిదు నిముషాలు పట్టింది.

ఆ టైంలో నేత్ర, ప్రతిమ కాస్త దూరం వెళ్ళగలిగారు. అయితే ఆ సంతోషం ఎక్కువసేపు నిలువలేదు. అట్నుంచి దాదాపు అయిదుగురు వెతుక్కుంటూ వస్తున్నారు. నడుస్తున్న భంగిమనుపట్టి వాళ్ళ జేబుల్లోవున్న చేతులు రివాల్వర్‌మీద వున్నట్టు తెలుస్తోంది.

ఇద్దరూ పక్క కాంపౌండ్‌లోకి ప్రవేశించారు. అక్కడ అన్నీ కార్లు ఆగివున్నాయి. చిన్న పిల్లలు ఐస్‌క్రీమ్ తింటున్నారు. కొందరు వృద్ధులు కార్లో దిగి లోపలికి వెళ్తున్నారు. అంతలో ఒకమ్మాయి వచ్చి "బగాషీ- బగాషీ-" అంది.

"పదండి- పదండి అంటోంది" అన్నాడు నేత్ర.

"ఎక్కడికట?"

నేత్ర తల తిప్పి చూశాడు. ఆ అయిదుగురూ మెయిన్‌గేటు దగ్గిర నిలబడి వున్నారు. అతడు మరి ఆలస్యం చేయకుండా ప్రతిమ చెయ్యి పట్టుకుని లోపలికి లాక్కెళ్ళాడు.

అక్కడంతా చీకటిగా వుంది. అగరొత్తుల పొగతో ఆ హాలంతా నిండి వుంది. ఒక వ్యక్తి వచ్చి నేత్ర తలకి తెల్లటి రూమాలు లాటిది కట్టాడు.

హాలులో మరో మూల పెద్ద విగ్రహం. దాదాపు ఇరవై అడుగుల ఎత్తు వున్నది- వుంది. పొగ అక్కడి నుంచే వస్తూంది.

తమ ముందు వరుస వాళ్ళు మోకాళ్ళమీద కూర్చోవటం చూసి, ఆ ఇద్దరూ అలాగే కూర్చున్నారు. నేత్ర బయట ద్వారం మీద ఒక కన్ను వేసి వుంచాడు. అక్కడ జరుగుతున్న తతంగంకన్నా, తమకోసం వెతుకుతున్నవాళ్ళ గురించే అతని ఆలోచన!

ఆ హాల్లో దాదాపు ఇరవై మంది దాకా వున్నారు. ఏవో మంత్రాల్లాంటివి వినపడుతున్నాయి.

ఇద్దరి చేతులకీ రాఖీల్లాటివి కట్టారు ఆడపిల్లలు. అందంగా నగిషీ చెక్కిన కర్ర ఒకటి నేత్ర చేతికి ఇచ్చారు. ప్రతిమ దీన్నంతా ఆశ్చర్యంగా చూస్తూ వుంది. నేత్ర ఆ పనులు చేస్తూ, అక్కణ్ణుంచి ఎలా బైట పడటమా అని ఆలోచిస్తున్నాడు. ప్రత్యర్థులు అన్ని వైపుల్నుంచీ చుట్టు ముట్టక మునుపే అక్కణ్ణుంచి వెళ్ళిపోవాలి. పొగతో కళ్ళు మండుతున్నాయి. పైగా చీకటి.

ఆ హాలులోని వ్యక్తులు నెమ్మదిగా లేచి మరో చిన్నద్వారంవైపు వెళ్ళారు. నేత్ర కూడా ప్రతిమ చెయ్యి పట్టుకుని అటు వెళ్ళాడు. ఆ వైపు నుంచి వచ్చే వెలుగులో, వ్యక్తులు హాల్లో వున్న యువతీ యువకులుగా గుర్తించాడు నేత్ర. ఆ జంటల మధ్య నుంచి దారి చేసుకుంటూ అవతలి పక్కకి వెళ్ళాడు. అదృష్టవశాత్తు అటువైపు నిర్మానుష్యంగా వుంది. స్తంభం పక్కన ఒక పండు ముసలివాడు కళ్ళు మూసుకుని కూర్చుని వున్నాడు. అలికిడికి కళ్ళు తెరిచి, నేత్రని చూస్తూ, "గాడ్ ఈజ్ గ్రేట్–" అని చెయ్యి సాచేడు.

నేత్ర అతడి చేతిలో కొంత డబ్బు పెట్టి వెళ్ళబోతూంటే, "హరోమి షిమామి" అన్నాడు.

"నాకు ఎక్కువగా మీ భాష తెలీదు. ఇంగ్లీషులో చెప్పు."

"కొత్త దంపతులకు శుభప్రథమగుగాక."

ఇద్దరూ అతడివైపు ఆశ్చర్యంగా చూశారు. "మేం దంపతులంకాదు."

"అదేమిటి నాయినా– నయిషాన్ (ఒక జాతి ప్రజలు తమ ఆచారం ప్రకారం వివాహంచేసే వేదిక) నుంచి వస్తూ పెళ్ళి కాలేదంటారేమిటి? ఏవీ? మీ చేతులు చూపించండి. అదిగో– సూత్రాలున్నాయిగా. శుభం."

లోపల్నుంచి జంటలు బైటకు వస్తున్నాయి. బైట ఎదురుచూస్తున్న బంధువులు. పిల్లలు, పెద్దలూ– అంతా కోలాహలంగా వుంది. కొత్త దంపతుల్ని అందరూ అభినందిస్తున్నారు. పెళ్లికొడుకుల్ని పెళ్ళికూతుళ్ళు ముద్దు పెట్టుకుంటున్నారు.

నేత్ర ఇంకా షాక్ నుంచి తేరుకోలేదు.

ప్రతిమ పెదవులు అతని బుగ్గని స్పృశించాయి. ఏదో కలలో వున్నవాడిలో అతను నెమ్మదిగా తల తిప్పి చూశాడు. ఆమె కళ్ళు అల్లరి గానూ, ఆనందంతోనూ నవ్వుతున్నాయి.

*   *   *

"నేను నీ పట్ల వేసుకున్న అంచనా తప్పు కాలేదు" అన్నట్టు చూశాడు బ్లాక్ ఈగిల్. యస్బీఆర్ తల వంచుకున్నాడు. ఇటువంటి పరిస్థితి అతనికి ఎన్నడూ రాలేదు. అప్పటివరకూ అతడికి ఒక విధమైన గర్వం వుండేది. తన ఆఫీస్ రూంలో కూడా, హిట్లర్‌లాగా నాలుగంగుళాలు ఎత్తుగా వున్న కుర్చీలో కూర్చుని ఎదుటి మనిషిని శాసించేవాడు. ఇప్పుడీ ఎదుటి మనిషి కళ్ళల్లో తనకు లేని శక్తి ఏదో వుందని గుర్తించాడు. అదీగాక, తను చేసిన తప్పు కొట్టొచ్చినట్టు కనపడుతూంది.

"ఇంకొకసారి ఇలా కానివ్వను" అన్నాడు తల వంచుకుని.

"అవకాశాలు మళ్ళీ మళ్ళీ రావు యస్బీఆర్."

"నేత్రని పట్టుకోవడం పెద్ద కష్టం కాదనుకుంటాను."

"పట్టుకోవటం సరే- నీ తెలివి తక్కువతనంవల్ల ఖరీదైన కారు నాశనం చేశావు. దానికేం సమాధానం చెపుతావు?"

"ఆ కారు ఎలాగూ నాశనమయ్యేదే. దాంట్లోనే నేత్రని ఎక్కించి పేల్చేద్దామనుకున్నాం- నేనూ, క్యూ" అన్నాడు. చిన్నపిల్లవాడు మాస్టారుతో, తన తప్పులో పక్క విద్యార్థికి కూడా భాగం వున్నట్టు చెప్పిన విధంగా వున్నాయా మాటలు.

బ్లాక్ ఈగిల్ నవ్వేడు. అతడి నవ్వు ఎంత మృదువుగా వుందో, అతని మొహం అంత వికృతంగా వుంది.

"క్యూ ఈ ప్లాన్ సంగతి చెప్పినప్పుడు నేను వెంటనే దానికి అనుమతి ఇచ్చాను. కారణం ఏమిటో తెలుసా యస్బీఆర్?"

ఏమిటన్నట్టు చూశాడు సర్పభూషణరావు.

"తృప్తి.... " అన్నాడు బ్లాక్ ఈగిల్. "దాని ఖరీదు వెలకట్టలేనిది! నువ్వు నా భాగస్వామివి! నేత్ర కారుతోసహా పేలిపోవడం కళ్ళారా చూసి తృప్తి చెందుదామని నువ్వనుకుంటున్నావని, నేను అనుకున్నాను. నా భాగస్వామిని తృప్తి పరచటం కోసం ఒక లక్ష డాలర్లు ఖర్చు పెడితే నష్టం ఏమిటిలే అనుకున్నాను. కానీ ఇప్పుడు జరిగిందేమిటి? మన కారు పేలిపోవటం మన ప్రత్యర్థి చూసి వుంటాడు. హాయిగా నవ్వుకుని వుంటాడు. అతడి తృప్తి కోసం నా చేత ఈ ఖర్చు పెట్టించినట్టయింది- అవునా?"

యస్బీఆర్‌కి అరచేతుల్లో చెమటలు పట్టటం తెలుస్తూంది. 'ఏమిటి నేనిలా అయిపోతున్నాను? ఇంత డిఫెన్స్‌లో పడిపోయానేమిటి?' అనుకున్నాడు. బ్లాక్ ఈగిల్ చెప్పిన మాటల్లో నిజం వుంది. తనెంత ఫూలిష్‌గా ప్రవర్తించాడో తెలుస్తూనే

వుంది. పనులు చేయించడమే తప్ప చేయడం తనకి తెలీదు. కొత్త వుత్సాహంలో ఈ పనికి తానే స్వయంగా పూనుకున్నాడు. అదే తను చేసిన తప్పు.

"ఇంకొక్క అవకాశం ఇస్తే నా సత్తా ఏమిటో నిరూపిస్తాను" అన్నాడు. అన్న తరువాత తెలిసింది– తనెంత హీనంగా మాట్లాడాడో తన దగ్గిర పనిచేసే 'సి' గ్రేడ్ అసిస్టెంట్లు అంటు వుంటారా మాట. అతడు తనని తాను కంట్రోలు చేసుకోటానికి ప్రయత్నించాడు. ఈలోపులో బ్లాక్ ఈగిల్ అన్నాడు– "మనం ఇంకో రెండు రోజుల్లో ఇక్కణ్ణుంచి బయల్దేరి మన ద్వీపానికి వెళ్ళిపోతున్నాం. ఒకసారి అక్కడికి వెళ్ళాక, తిరిగి సార్వభౌములుగానే బైట ప్రపంచంలో అడుగుపెడతాం. భారత దేశాధినేతనైన నీ క్రింద ఒక ప్రభుత్వోద్యోగిగా నేత్ర పని చెయ్యవలసి రావచ్చు. అది కావాలా నీకు? అతని ప్రాణం కావాలా నీకు?"

"అతడి ప్రాణం కావాలి" – ఆలోచన అవసరం లేకుండా వెంటనే అన్నాడు. పాత జ్ఞాపకాలు, తన ఓటమీ అతడిలో కసినీ, పట్టుదలనీ పెంచాయి.

"సరే అయితే– ఇంకో ఛాన్సు తీసుకో. క్యూ నీకు కావల్సిన సహాయం చేస్తాడు."

సర్పభూషణరావు వెళ్తూవుండగా క్యూ అన్నాడు– "నేనువెళ్ళి దింపి వస్తాను."

హంసలేఖని చూడడం కోసం! అతడు కొడుకు వైపు చూశాడు. తన భావాలు చెప్పలేదు. తలూపాడు.

ఇద్దరూ వెళ్తూ వుండగా మళ్ళీ అడిగాడు– "ఇంకొకసారి ఆలోచించుకో యస్బీఆర్. పుట్టలో వున్న పాముని నిద్ర లేపకుండా మన పని మనం చేసుకుపోవడం మంచిది. అలాక్కాదూ– పగ తీర్చుకోవాల్సిందే అంటావా?"

వెళ్తున్న యస్బీఆర్ ఆగి, వెనక్కి తిరక్కుండా "అవును. ఎక్కడున్నా సరే, పట్టుకుని నేత్రని చంపాల్సిందే" అన్నాడు!! అది అతడి జీవితంలో చేసిన ఆఖరి తప్పు!

* * *

ఆమె ఆత్మహత్య చేసుకోవటానికి నిర్ణయించుకుంది. ఆమె ఆలోచనా పరిధిలో అంతకన్నా వేరే మార్గం తోచలేదు. తన జీవితం ఇన్ని మలుపులు తిరుగుతుందని కూడా ఆమె అనుకోలేదు. ఇక జీవితంలో నేత్ర కనపడతాడన్న ఆశ లేదు. ఇంతకాలం 'తమ' విషయం తండ్రికెలా చెప్పాలా అని ఆలోచించింది.

ఇప్పుడు క్యూ ప్రవేశంతో ఆమె భయభ్రాంతురాలైంది. క్యూ నించి తప్పించుకోవటానికి మరణం ఒక్కటే మార్గమని భావించింది.

క్యూ పట్ల తన తండ్రి ముగ్గు చూపుతున్నాడని మాత్రమే తెలుసు తప్ప, తండ్రి ఇక్కడికి ఎందుకు తీసుకువచ్చాడో తెలీదు. అంత వ్యవహార జ్ఞానం కూడా లేదు.

చనిపోయే ముందు నేత్రకి చివరి పుత్తరం వ్రాయడం తన ధర్మంగా భావించింది. ఆమెకు అడ్రసు కూడా తెలీదు. అతని పేరు వ్రాసి, 'సీక్రెట్ సర్వీస్' అని వ్రాసింది కవరు మీద! మనసులో భావాలు చెప్పు కోవటానికి అక్క కూడా లేదు. నేత్రకి అందుతుందన్న ఆశ లేకపోయినా, పెల్లుబికే ఆలోచన్లని బహిర్గతపర్చటానికి ఉత్తరాన్ని ఆసరాగా తీసుకుంది. ఏ సాహితీ కారుడి చేతిలోనన్నా పడితే చరిత్రలో శాశ్వతత్వం పొందగలిగేటంత ఉద్వేగం వుందా ఉత్తరంలో.

When a beautiful evening
slips into darkness,
I sit back and light
Your memories' furnace.
For in the woods, I hear
a lonely bird sing
Perhapes another soul like me,
who has lost its everything.

My world, It took me years
to build it around you!
and it was a long search
'cause people like you are few,
My friend, I love you
to the power of love you!
But now is the time
to bid adieu,
Every tear that rolls down my cheek
Has got volumes and volumes to speak

I Have burnt my love
In passion's flame
And I have got none
but myself to blame

Well, that's the price I am paying for having let my heart rule my head. Anyway, no regrets....I have enjoyed every minute of our meeting in those three hours.... Did I say hours? Lapsers Calami- those three minutes (or was that srconds?). Among the thousands of voices around, I still hear your silence. People call me mad. I smile at them. I am a love sick person.

I Miss you at my life's fag-end,
And all I can say is 'Farewell - my - friend'

Yours
Hamaslekha.

[ఒక అందమైన సాయంత్రం దట్టమైన చీకటిలోకి జారుతున్న వేళ, నేను నీ జ్ఞాపకాల దివ్వె వెలిగిస్తాను. దూరంగా అడవిలోంచి ఒక ఒంటరి పక్షి కూత వినిపిస్తూ వుంటుంది. బహుశా అది కూడా నాలాగే ఏదో పోగొట్టుకున్నదై వుంటుంది..... నా ప్రపంచాన్ని నీ చుట్టూ నిర్మించుకోవటానికి ఇన్నేళ్ళు పట్టింది. ఇప్పుడు వీడ్కోలు చెప్పవలసిన సమయం ఆసన్నమైంది. చెంపమీద నుంచి జారే ప్రతి కన్నీటి చుక్కా ఎన్నెన్నో కథలు చెపుతుంది. నా ప్రేమ ఇలా అవటానికి నేనే కారణం. ఇంకెవర్నని ఏం లాభం? ఎప్పుడైతే మనసు బుద్ధికి పాఠాలు చెప్పడం ప్రారంభిస్తుందో, ఇక అక్కడ ప్రేమేం నిలుస్తుంది? పోన్లే.... నీతో గడిపిన ఆ మూడుగంటలూ మరువలేనివి. మూడు గంటలన్నానా? సారీ - మూడు నిమిషాలు (....లేక మూడు సెకన్లు) కదూ!

వేల వేల కంఠ ధ్వనులమధ్య నీ నిశ్శబ్దాన్ని వింటూ వుంటాను నేను. ప్రపంచం నన్ను పిచ్చిదంటుంది. నాకేమో నవ్వు వస్తుంది.

జీవితపు ఆఖరి క్షణంలో నేనేం చెప్పను? వీడ్కోలు తప్ప- నీ హంసలేఖ]

ఉత్తరాన్ని కవర్లో అతికించి, హోటల్ పోస్టులో పడేసి, గది లోపలికి వచ్చి తలుపు బిగించింది. ఎలా మరణించాలీ అన్న విషయంమీద ఆమెకు ఏ రకమైన

సందిగ్ధతా లేదు. అరచేతిక్రింద నరం లోతుగా కోసుకుని బాత్‌టబ్‌లో చెయ్యి పెట్టడమే- సుఖమైన మరణం.

ఆమె కత్తి చేతిలోకి తీసుకుంటూ వుండగా, టి.వి.లో తండ్రి బొమ్మ కనపడింది. ఆమె కర్థం కాలేదు. అనౌన్సరు దేశీయ భాషలో ఏదో చెపుతూంది.

ఈ దేశపు టి.వి. తెరమీదకు తన తండ్రి ఎందుకు వచ్చాడా అని ఆమె సందిగ్ధంలో వుండగా తలుపు దబదబ బాదిన శబ్దం వినిపించింది. ఆమె వెళ్ళి తలుపు తీసింది. ఎదురుగా తండ్రి రొప్పుతూ నిలబడి వున్నాడు.

దూరంగా వరండాలోంచి దాదాపు పదిమంది జనం తరుముకుంటూ వస్తున్నారు.

అతను లోపలికి వచ్చి తలుపు వేయబోయాడు. ఈ లోపులో జనం అక్కడికి వచ్చేశారు.

"నో.... నో.... ఐ యామ్ నాట్..... ఐ యామ్ నాట్" అంటున్నాడు చేతులు గాలిలో ఎగరేస్తూ.

హంసలేఖ కేమీ అర్థం కాలేదు.

* * *

"విమానాశ్రయంలోనే క్యూని నువ్వెందుకు ఎటాక్ చెయ్యలేదా అనిపించింది నాకు" అంది ప్రతిమ. "....చేతికి చిక్కిన శత్రువుని అనవసరంగా విడిచి పెట్టామనుకుంటున్నాను. అతడిని కాల్చేసినా, ఏదో విధంగా అక్కడి నుంచి తప్పించుకునేవాళ్ళం మనం."

"క్యూని అటాక్ చెయ్యటం, యస్బీఆర్‌ని కాల్చెయ్యడం పెద్ద పని కాదు. కానీ ఒక్క విషయం ఆలోచించు. బ్లాక్ ఈగిల్‌కి, మనకీ మధ్య వున్న వంతెన వాళ్ళిద్దరే. వాళ్ళేగానీ లేకపోతే మనం గమ్యం అసలు చేరలేం. వీలైనంత తొందరగా యస్బీఆర్‌ని పట్టుకోవాలి.... పది రోజుల్లోగా."

"పది రోజుల్లోగా కాదు. రెండు రోజుల్లోగా...."

"అవును. వాళ్ళు బహుశా తమ స్థావరానికి బయల్దేరుతూ వుండి వుంటారు. ఈ లోపులోనే ఈ పని జరిగిపోవాలి" అంటూ జేబులోంచి ఫోటో తీశాడు. యస్బీఆర్ ఫోటో అది.

"ఇదెక్కడిది?" ఆశ్చర్యంగా అడిగింది.

"ఇండియా నుంచి అర్జెంటుగా తెప్పించాను-"

"ఎందుకు?"

"చెప్తా పద."

ఇద్దరూ కారెక్కారు. కారు ప్రింటింగ్ ప్రెస్ ముందు ఆగింది.

"నాకు రెండు వేర్వేరు లెటర్ హెడ్స్ కావాలి. వెయ్యి. ఎంతసేపట్లో ఇవ్వగలరు?" అని అడిగాడు.

ఆ ప్రెస్ యజమాని చైనీయుడు. "అరగంటలో ఇవ్వగలను" అన్నాడు. నేత్ర తనక్కావల్సింది వ్రాసి ఇచ్చాడు. అరగంటలో నీట్‌గా ప్రింట్ చెయ్యబడిన లెటర్ హెడ్స్ వచ్చాయి.

వాటిమీద మరో షాపులో రెండు వేర్వేరు ఉత్తరాలు టైప్ చేయించాడు.

ప్రతిమ అతను చేసే పనిని విస్మయంతో చూస్తోంది.

కారు టి.వి. స్టేషను ముందు ఆగింది. నేత్ర వెళ్ళి డైరెక్టర్‌ని కలుసుకున్నాడు. రెండు ఉత్తరాలు, ఫోటో బల్లమీద పెట్టాడు.

"సర్పభూషణరావు అనే వ్యక్తి గత రాత్రి మా హస్పిటల్ నుంచి తప్పించుకున్నాడు. ఆచూకీ తెలిసినవారు ఆ అడ్రసుకి తెలుపవలసింది–" మెంటల్ హాస్పిటల్ లెటర్ హెడ్‌మీద టైపు చేసిన అక్షరాలు– మొదటి ఉత్తరం.

"మా పరిధిలోంచి ఒక పిచ్చివాడు తప్పించుకున్నాడు. ఆ విధంగా మెంటల్ హాస్పిటల్ సూపరింటెండెంట్ కంప్లెయింట్ ఇచ్చారు. కాబట్టి ఈ వార్త మరియు ఫోటో – టి.వి. లో ప్రచారం చేసి ప్రజల్ని హెచ్చరించవలసిందిగా కోరుతున్నాను" అని స్టేషన్‌హౌస్ ఆఫీసర్, 4వ రేంజి నుంచి తన లెటర్‌హెడ్‌మీద టి.వి. డైరెక్టర్‌ని ఉద్దేశించి వ్రాసిన ఉత్తరం రెండోది.

"వెంటనే ప్రసారం చేస్తాను" అన్నాడు డైరెక్టరు.

" ఈ పిచ్చివాడి దగ్గిర పాస్‌పోర్టు కూడా లేదు."

"అలాగా! అతను మీకేమవుతాడు?"

"నాకు అంకుల్ అవుతాడు. అందుకే కాగితాలు స్వయంగా తీసుకొచ్చాను."

"మీ అంకుల్ వెంటనే దొరకాలని కోరుకుంటున్నాను."

"నేనూ అదే కోరుకుంటున్నాను– " అని అక్కణ్ణుంచి లేచాడు నేత్ర.

బయటకొచ్చాక ప్రతిమ అడిగింది– "దూరదర్శన్‌లో 'తప్పిపోయాడు' అన్న ప్రకటన వేయించటం ఇంత సులభమా?" నేత్ర నవ్వి "ఇంకా ఏమిటి వుంటుందనుకున్నావ్?" అన్నాడు.

దాని పర్యవసానమే ప్రస్తుతం యస్బీఆర్ హోటల్ గదిలో జరుగుతూంది.

"నో.... నో.....అయామ్ నాట్ మ్యాడ్. నేను పిచ్చివాడిని కాను" కంగారుగా అంటున్నాడు సర్పభూషణరావు. మనుష్యులు వలయంగా నిలబడ్డారు. యస్బీఆర్ జేబులోంచి, పిస్టల్ తీశాడు. అందరూ భయంతో మొహాలు చూసుకున్నారు. యస్బీఆర్ పిస్టల్ బల్లమీద పెట్టాడు– "సీ నో పిస్టల్... నో మ్యాడ్" అభయమిస్తున్నట్టుగా నవ్వుతూ అన్నాడు. అతడు పిస్టల్ బల్ల మీద పెట్టడం ఏమిటి– ఒక్కసారిగా అందరూ అతడిమీద విరుచుకుపడ్డారు.

"నో....నో...." అరుస్తోంది హంసలేఖ ఆమె మాటలు ఎవరూ పట్టించుకోవడం లేదు. అక్కడ ఇంగ్లీషు తెలిసిన వాళ్ళు తక్కువ.

వాళ్ళలో ఒకరు మెంటల్ హాస్పిటల్‌కి ఫోన్ చేశారు. నేత్ర ముందే ఏర్పాటు చేసి వుంచాడు. ఆ వార్త అతడికి తెలిసింది. అతడు వేగంగా హోటల్‌కి వచ్చాడు.

అయితే అతను వచ్చే సమయానికే హోటల్ ముందు హాస్పిటల్ వ్యాన్ నిలబడి వుంది. యస్బీఆర్‌ని నలుగురు మనుష్యులు వ్యాన్‌లో ఎక్కిస్తున్నారు. వెనుకే హంసలేఖ వుంది. అన్ని రోజుల తర్వాత ఆ దేశంలో అంతదూరంలో ఆ అమ్మాయిని చూసి, నేత్ర ఆమెని పిలవబోయి ఆగిపోయాడు.

వ్యాన్ పక్కనే సూపరింటెండెంట్ దుస్తుల్లో క్యూ నిలబడి వున్నాడు.

నేత్ర అతి కష్టంమీద హంసలేఖతో మాట్లాడాలన్న ఉద్విగ్నతని అణుచుకున్నాడు. ఆమె కూడా ఎక్కాక వ్యాన్ కదిలింది.

వాళ్ళకు తెలియకుండా దాన్ని అనుసరించాడు.

వ్యాన్ వెళ్ళి ఒక ఆస్‌బెస్టాస్ కంపెనీలోకి ప్రవేశించింది. విశాలమైన ఆవరణలో రేకులు పరిచివున్నాయి. అయిదు నిమిషాలైన తరువాత నేత్ర కూడా అందులోకి ప్రవేశించాడు.

అక్కడ వ్యాన్ లేదు.

అవతలి దార్లోంచి వెళ్ళిపోయినట్టుంది.

నేత్ర నిస్పృహ చెందలేదు. వ్యాన్ నెంబర్ చూశాడు. అది చాలు. చిన్న తీగె దొరికింది. దానికీ, డొంకకీ కనెక్షన్ వుందేమో చూడాలి.

* * *

"ఈ దేశం వచ్చిన తరువాత నీకేదో అయింది" తిడుతున్నట్టు అన్నాడు క్యూ "..... నువ్వసలు అందర్నీ శాసించే యస్బీఆర్‌వేనా అన్న అనుమానం కలుగుతోంది.

ఆ టైంకి నేను కాస్త తొందరగా హాస్పిటల్ మనిషిలా నటించి రాకపోయి వుంతే నేత్ర ఈ పాటికి తనతో పాటు నిన్ను తీసుకు వెళ్ళుండేవాడు."

సర్పభూషణరావు మాట్లాడలేదు. అతడి చర్య అతడికే సిగ్గు తెప్పిస్తోంది. నేత్ర తనని ఏ విధంగా ఫూల్‌ని చేశాడో తలుచుకుంటుంటే మరోవైపు వళ్ళు మండిపోతోంది. అతడి కళ్ళముందు జనం ఇంకా తనని పిచ్చికుక్కని వెంటాడినట్టు తరిమిన దృశ్యమే కదలాడుతోంది.

క్యూ అన్నాడు- "రెండు గంటల్నుంచీ అరగంట కొకసారి టి.వి.లో వస్తోందట ఆ ప్రకటన. నేనూ అరగంట క్రితమే చూశాను. నిన్ను పట్టుకోవటానికి నేత్రే ఈ నాటకం ఆడి వుంటాడని వెంటనే అర్థమైంది! నిన్ను నాతోపాటు తీసుకురావడం, మానాన్న చెప్పినట్టు - ఎంత తప్పో ఇప్పుడు తెలుస్తోంది."

"ఆ ప్రకటనలో నేత్ర తన అడ్రస్సు ఇచ్చి వుంటాడు" అన్నాడు యస్బీఆర్.

"లేదు. హాస్పిటల్ అడ్రసు ఇచ్చాడు. ఎవరైనా నీ గురించి ఫోన్ చేస్తే తనకి అందేలా లంచం ఇచ్చి ఏర్పాటు చేసుకున్నాడు-"

"ఆ నేత్రని వదిలిపెట్టను"

"అలా అనే ఇంతదూరం తీసుకొచ్చావ్ యస్బీఆర్! అందమైన కూతురు తప్ప నీకు మరో క్వాలిఫికేషన్ లేదు. చేసింది చాలు! ఇంకో రెండ్రోజులు ఇక్కణ్ణుంచి మీరిద్దరూ బైటికి కదలకండి. మా దీవికి వెళ్ళాక మిగతా విషయాలు చూసుకోవచ్చు."

అంతలో అక్కడికి బ్లాక్ ఈగిల్ వచ్చాడు. "ఏమిటిదంతా?'

"ఇందులో నా తప్పేం లేదు". అన్నాడు యస్బీఆర్.

"దొంగతనంగా దేశంలో ప్రవేశించావని తెలిసీ, పాస్‌పోర్టు లేకుండా తిరగటం తప్పుకాదూ? ఇక మాట్లాడకు-" అన్నాడు విదిలిస్తున్నట్టు. తరువాత కొడుకు వైపు తిరిగి, "నీకు ముందే చెప్పాను. వీడిని వదిలించుకో.... నీకీ అమ్మాయి అంటే ఇష్టం. అంతేగా. హాయిగా అనుభవించు. లేకపోతే పెళ్ళి చేసుకో. దానికి ఈ ముసలాడెందుకు?" అన్నాడు.

హంసలేఖ గుండెల్నిండా వూపిరి పీల్చుకుంది. అప్పటివరకూ ప్రేక్షకురాలిగా జరుగుతోన్నదంతా చూస్తున్నదల్లా ఇక తను మాట్లాడవలసిన సమయం వచ్చినట్టు గ్రహించింది. నేత్ర ఇక్కడే, తనకు దగ్గరలో వున్నదన్న విషయం ఆమెకు అమితమైన ధైర్యాన్ని, ఉత్సాహాన్నిచ్చింది.

"మీరందరూ ఏమనుకుంటున్నారు? అసలు నా గురించి మీరందరూ ఏమనుకుంటున్నారు? నేనేం బజార్లో దొరికే వస్తువు ననుకుంటున్నారా? నా తండ్రి నీకు నన్ను లంచం ఇద్దామనుకున్నాడా? నువ్వేమో అది తీసుకుందా మనుకున్నావా?"

"అమ్మా హంసలేఖా"

ఆమె పట్టించుకోకుండా అంది- "మిస్టర్ క్యూ! గుండె బ్రద్దలవకుండా నే చెప్పేది విను. నేనూ నేత్రా ప్రేమించుకున్నాం. అతడి కోసం చావటానికి కూడా నేను సిద్ధపడ్డాను. అంత గొప్పది నా ప్రేమ. ఇప్పుడు చెప్పు. ఈ ఎంగిలి కూడు నువ్వు తింటావా?"

"ఎంగిలికూడా?"

"అవును. నాకు నాలుగో నెల"

యస్బీఆర్ మొహం మీద బాల్చీడు చల్లటి నీళ్ళు గుమ్మరించి నట్టయింది. క్యూ స్తబ్దుడయ్యాడు.

ఆ గదిలో సూది పడితే వినిపించేటంత నిశ్శబ్దం ఆవరించింది.

అందరికన్నా ముందు తేరుకున్నది బ్లాక్ ఈగిల్.... "సో.... సర్పభూషణరావు బతికి వుండటానికి కావల్సిన ఆఖరి అర్హత కూడా కోల్పోయాడన్న మాట" అన్నాడు తాపీగా!

సర్పభూషణరావు ఆ మాటలు వినటంలేదు. కూతురు చెప్పిన వార్త తాలూకు షాక్నుంచి ఇంకా అతను తేరుకోలేదు. "ఏమిటీ?.... నువ్వు .... నువ్వు.... నీకు.... నీకు.... " అంటూ ఆ మాటలు పూర్తి చేయలేకపోయాడు.

హంసలేఖ మాట్లడలేదు. అంతలో ఒక వ్యక్తి అక్కడికి వచ్చి ఒక ఉత్తరాన్ని బ్లాక్ ఈగిల్కి ఇచ్చాడు. అతడు దాన్ని విప్పి చదువుతుంటే యస్బీఆర్ "ఏమిటది?" అన్నాడు.

"నేత్రకి నీ కూతురు వ్రాసిన ఉత్తరం! హోటల్లో వున్నంతకాలం నీ కూతురు కంగారుపడి ఏ భారత రాయబారి కార్యాలయానికో ఫోన్ చేయటం కానీ, ఉత్తరం వ్రాయటం కానీ చేస్తుందని అనుమానం వచ్చి, మనుష్యుల్ని రహస్యంగా కాపలా పెట్టాను. ఇదిగో- ఈ ఉత్తరాన్ని పోస్టులో వేసింది గంట క్రితం! ఏమ్మా? నేత్రని అంతగా ప్రేమించావా?"

"అవును. అందుకే చనిపోవాలని నిర్ణయించుకుని ఉత్తరం వ్రాసాను."

"నువ్వు చాలా అమాయకురాలిలా వున్నావే. 'నేత్ర, కేరాఫ్ సీక్రెట్ సర్వీస్, భారతదేశం' అంటే ఉత్తరం వెళ్తుందా? ఉత్తరం మాత్రం అద్భుతంగా వ్రాసావు. ఆ గుడ్డివాడెవడూ? కవి?? మైకెల్ జాక్సన్ కదూ."

"కాదు. జాన్ మిల్టన్".

"ఆ .... ఆ జాన్ మిల్టన్ వ్రాసినట్టు వ్రాసావు.... నేత్రని అంతగా ప్రేమించావు సరే. కానీ అతడి గురించి నువ్వు చనిపోవటం, నీ కడుపులో పెరుగుతున్న చిన్న బిడ్డని చంపటం అంత మంచిపని కాదు. అయినా నీ కవిత్వం చదువుతూంటే నాకే నిన్ను ప్రేమించాలనిపిస్తూంది."

"మీ కెవరికీ ప్రేమ స్పెల్లింగ్ తెలీదు. నా దేశాన్ని మోసం చేశారు మీరు. నా తండ్రిని మోసం చేసారు మీరు. స్వార్థం వున్నచోట ప్రేమ వుండదు."

"నీ తండ్రిని మేం మోసం చేసామా? హహ్హ.... సరే అయితే- యస్బీఆర్- ఒక నిముషం బైట గదిలోకి వెళ్ళు. నీ కూతురుతో ప్రైవేటుగా మాట్లాడాలి?"

"ఏం మాట్లాడాలి?"

"రేప్ చెయ్యనులేవయ్యా. ఇద్దరూ వెళ్ళండి."

క్యూ, యస్బీఆర్ వెళ్ళారు. నిముషం తర్వాత బ్లాక్ ఈగిల్ ఆ గదిలోకి వచ్చాడు.

"నీ కూతురు నేత్రని చాలా గాఢంగా ప్రేమించింది. నేత్ర ఈ దేశంలోనే వున్నాడని ఆ అమ్మాయికి తెలియదు. ఒకసారి ఆత్మహత్యా ప్రయత్నం కూడా చేసింది. ఇదీ నేనీ నిముషంలో కనుక్కున్నది. యస్బీఆర్! నేనొక ఆలోచన చెప్తాను- నేత్రను పట్టుకోవడానికి."

"ఏమిటది?"

"నీ కూతురు ఎలాగూ తను చనిపోబోతున్నట్టు ఉత్తరం వ్రాసి పెట్టింది. జాన్ మిల్టన్ స్థాయిలో వుందది! దాన్ని మనం ఆమె చేతివ్రాతతో అన్ని దినపత్రికల్లో పబ్లిష్ చేస్తాం. నేత్ర నిన్ను పట్టుకోవడానికి టి.వి. ఉపయోగిస్తే, అతన్ని పట్టుకోవటానికి మనం న్యూస్ పేపర్లు ఉపయోగిస్తాం. హంసలేఖని చంపేసి, శ్మశానానికి తీసుకువెళ్తాం. నేత్ర తప్పక వస్తాడు."

"వ్హాట్" అరిచాడు యస్బీఆర్. బ్లాక్ ఈగిల్ అతని అరుపు పట్టించుకోకుండా కొనసాగించాడు.

"ఎలాగూ ఉత్తరం వ్రాసింది కాబట్టి మన మీదకు కేసు రాదు. ఆమె మరణవార్త, ఈ గేయం, ఫలానా టైమ్‌లో అంత్యక్రియలు అన్న విషయం అన్నీ పేపర్లలో వేస్తే నేత్ర తప్పక హాజరవుతాడు. అప్పుడతన్ని చంపవచ్చు."

"మీకు నిశ్చయంగా మతిపోయింది. నేత్రని చంపటంకోసం హంసలేఖని బలి ఇస్తారా?"

"పెద్ద చేపని పట్టుకోవటం కోసం చిన్న ఎరని ఉపయోగించడం చరిత్రలో అనాదిగా వస్తున్నదే కదా! పైగా, మనం చంపకపోయినా ఎలాగూ ఆ అమ్మాయి నేత్ర కోసం చస్తానంటోంది కదా!"

"అందుకని? నా కూతుర్ని చంపుతారా?"

"నీ కూతురే కాదు. అయిదు నిముషాలక్రితం వరకూ నా కోడలు కూడా! ఆ అమ్మాయికి కడుపు అని తెలిసిన తరువాతే కదా నా కొడుకు ఆ అమ్మాయిమీద విరక్తి పెంచుకున్నది. అదే కాకపోతే, నన్ను ఎదిరించయినా ఆమెని వివాహమాడా లన్నంత ఇంటరెస్టుతో వున్నాడు. నేనసలే శాడిస్టుని. నా కొడుకుని నా నుంచి విడిగొట్టేటంత కెపాసిటీ వున్న ఆ అమ్మాయిమీద నాకెంత కసి వుండాలి? ఇవన్నీ ఇలా వుంచు. నీ మూలంగానే కదా నేత్ర ఈ దేశం వచ్చాడు. నిన్ను గుర్తుపట్టే కదా ఇలా టి.వి.ల్లో ప్రకటనలు ఇస్తున్నాడు. నువ్వు ఇనుములాంటి వాడివి. నేత్ర అయస్కాంతం లాంటివాడు. అది నువ్వెక్కడున్నా పట్టేస్తుంది. ఇప్పుడు మనకు ఒకే ఆల్టర్నేటివ్. ఇనుమునన్నా వదిలించుకోవాలి, అయస్కాంతానన్నా పాడు చెయ్యాలి! నువ్వు మాతో ఈ ఆపరేషన్‌లో ఇంకా కొనసాగాలంటే, నేత్రని శాశ్వతంగా తొలగించాలి! ఈ విషయం నువ్వు వప్పుకుంటావు కదా. మూర్ఖురాలైన నీ కూతురు ఒక పిచ్చి ఉత్తరం వ్రాసి, మన పనిని మరింత సులువు చేసింది. అలాంటి ఉత్తరం చదివిన మొగాడైనా ప్రియురాలి అంత్యక్రియలకు హాజరవక మానడు. ఇప్పుడు చెప్పు. నీ కూతురి బంధాన్ని కూడా వదిలించుకుని స్వేచ్ఛా జీవిగా మాతో చేతులు కలుపుతావా? కూతురికి పురుడుపోస్తూ కూర్చుంటావా?"

"స్టాప్ ది నాన్సెన్స్" అరిచాడు యస్బీఆర్.

"సరే అయితే- ఐ విల్ స్టాప్ ది నాన్సెన్స్" అంటూ ముందుకు అడుగు వేశాడు బ్లాక్ ఈగిల్.

సరీగ్గా నిముషం తరువాత సర్పభూషణరావు కుర్చీలో కూర్చో పెట్టబడి వున్నాడు. అతడు లేవకుండా చిన్న బెల్టు బంధించి వుంది.

పది సెకన్ల తరువాత అతడికి చిన్న షాకు తగిలింది. చాలా చిన్న షాకు. 110 వోల్టులది. అది అతడిని అంతగా బాధించలేదు.

తరువాత పది సెకన్లకి 120.

ఆ తరువాత పది సెకన్లకి 130.

అప్పుడు బ్లాక్ ఈగిల్ అన్నాడు- "పది సెకన్లకి పది వోల్టుల చొప్పున పెరుగుతూ పోతుంది కరెంటు. ఏ వోల్టేజి దగ్గర మనిషి ఛస్తాడూ అన్న ప్రయోగం చూడటానికి చాలా బావుంటుంది కదూ."

140 వోల్టుల షాకు కొట్టింది.

150.

తరువాత 160.

సర్పభూషణరావు కుర్చీలో జెర్క్ ఇచ్చాడు. బ్లాక్ ఈగిల్ తాపీగా అన్నాడు.

"నువ్వు చాలా పెద్ద వ్యాపారవేత్తవి. దేని కోసం ఏది వదులుకోవాలో సరిగ్గా తెలిసినవాడే నిజమైన వ్యాపారస్తుడు. ఎలాగూ నీ ప్రాణం పోవటం ఖాయం. ఏ చెత్తకుండీ పక్కనో ప్రసవించి, నీ కూతురు ప్రాణాలు పోగొట్టుకోవటం కూడా అంతే ఖాయం. అటువంటప్పుడు ఇదొక చిన్న బిజినెస్ నిర్ణయం అంతే. నీ కూతుర్నొదులుకుని నీ ప్రాణాలు రక్షించుకుంటావా? నీ కూతురి చావుకన్నా ముందే నీ ప్రాణాలు పోతే మంచిదంటావా? ఇద్దరివీ పోయేటప్పుడు రెండూ వదులుకోవటం మంచిదా? ఒకటి పోగొట్టు కోవటం మంచిదా? వ్యాపారవేత్తా- ఆలోచించు!"

190 వోల్టులు.

200 వోల్టులు. తన ప్రాణం పోగొట్టుకోవటం మంచిదా? కూతురి ప్రాణాలు తీయటం మంచిదా? 210....220...230....

సర్పభూషణరావు సన్నగా కేక పెట్టాడు.

"ఇంకా నీ కెక్కువ టైమ్ లేదు. మరో నాలుగు ఇంటర్వెల్స్, అంతే-"

240.

"వదలండి. నన్నొదలండి."

బ్లాక్ ఈగిల్ చిరునవ్వుతో చూస్తున్నాడు. కంప్యూటర్ సిస్టమ్‌తో నడుస్తూన్న ఆటోమాటిక్ డివైస్- రేంజి క్రమంగా పెంచుతూంది.

బ్లాక్ ఈగిల్ అన్నంతపనీ చేస్తాడని తెలుస్తూంది. తన ప్రాణాలు పోవటం ఖాయమని అర్థమైంది. అప్పుడు యస్బీఆర్ కేకపెట్టాడు. "మీరు చెప్పిన పని చేస్తాను. నన్ను వదలండి."

బ్లాక్ ఈగిల్ అతని కట్లు విప్పి చేతికి పిస్టల్ ఇచ్చాడు. "ఇందులో ఒక బుల్లెట్ వుంది. నీ కూతుర్ని లోపలికి పిలిపిస్తాను. ఒకే షాట్.... నుదుటికి షూట్ చెయ్యి. ఒక్క క్షణం ఆలోచించినా నీ ప్రాణాలు గాలిలో కలిసిపోతాయి."

సర్పభూషణరావు పిస్టల్ చేతిలో పట్టుకున్నాడు. అతడి చెయ్యి వణుకుతూంది. 'బ్రతికుంటే అది పదినేలు' అనుకున్నాడు. బ్లాక్ ఈగిల్ సైగ చేయగానే హంసలేఖ లోపలికి వచ్చింది.

ఆమె నుదుటివైపు గురిచూసి అతడు ట్రిగర్ నొక్కాడు.

* * *

"పిచ్చాసుపత్రి నుంచి వచ్చినట్టు వచ్చిన వ్యాన్ నెంబర్ సరి అయినదే అయిన పక్షంలో, అది రీజెంట్ ఆస్‌బెస్టాస్ కంపెనీకి చెందింది" అంది ప్రతిమ.

హోటల్ ముందు యస్బీఆర్‌ని ఎక్కించుకు వెళ్ళిన వ్యాన్‌అది. నేత్ర దాని నెంబర్ చెప్తే, ప్రతిమ మిగతా వివరాలు సేకరించింది.

"రీజెంట్ అస్బెస్టాప్?" అన్నాడు నేత్ర. "... ఆ ఫ్యాక్టరీలోకి వెళ్ళాకే, వ్యాన్ అదృశ్యమైంది. సో..... ఆ కంపెనీకి, ఏజెంట్ క్యూకి సంబంధం వుందని ఇప్పుడు ధృవపడింది. ఈ వూరి న్యూస్ వుందా?"

"ఎందుకు?" అని అడక్కుండా ప్రతిమ అందించింది. పొడవాటి బీచ్. పబ్లిక్ టెలిఫోన్ బూత్‌లు ఎక్కడున్నాయో చూసాడు. తరువాత టెలిఫోన్ దగ్గరకు లాక్కుని రీజెంట్ ఆస్బెస్టాస్‌కి ఫోన్ చేసాడు.

"హల్లో" అట్నుంచి వినపడింది.

"సెక్యూరిటీ చీఫ్ కావాలి"

అయిదు క్షణాల తరువాత వినపడింది. – 'సెక్యూరిటీ చీఫ్ హియర్.'

"అయిదు నిముషాల్లో బయల్దేరి ఈస్ట్‌కోస్ట్ బీచ్‌కి రా. అర్జెంట్" నేత్ర అన్నాడు.

"ఎవరు మాట్లాడేది."

"డామిట్.... నేను. ఏజెంట్ క్యూని."

అట్నుంచి "కోడ్ ప్లీజ్" అని వినిపించే లోపులో ఫోన్ పెట్టేశాడు. తన బ్రీఫ్‌కేస్‌లోంచి చిన్న టేప్‌రికార్డర్ తీసాడు. అగ్గిపెట్టె సైజులో వుంది అది.

ప్రతిమ అతడి చర్యల్ని గమనిస్తోంది తప్ప ప్రశ్నలేమి వెయ్యలేదు. ఇద్దరూ ఈస్ట్‌కోచ్ బీచ్‌కి వెళ్ళారు.

నేత్ర కారు దిగి. టెలిఫోన్ బూత్‌లోకి ప్రవేశించాడు. పబ్లిక్ బూత్ అది. "రికార్డ్" బటన్‌నొక్కి టేప్ రికార్డర్‌ని పై అంచుకి కనపడకుండా అమర్చి, తిరిగి వచ్చి కార్లో కూర్చున్నాడు. ప్రతిమ కారుని కాస్త ముందుకి పోనిచ్చింది. బీచ్‌లో

అక్కడక్కడా జంటలున్నాయి. ఇద్దరూ కారు దిగి వెళ్ళి ఇసుకలో కూర్చున్నారు. నేత్ర కాస్త సీరియస్‌గా ఉండటం ఆమె గమనించింది.

నేత్ర టెన్షన్‌కి అర్థం వుంది. చీకట్లో తను వేసిన బాణం సరిగ్గా తగులుతుందా అన్న సందేహంలో వున్నాడు అతడు. రీజెంట్ కంపెనీకి నిజంగా క్యూతోనూ, బ్లాక్ ఈగిల్‌తోనూ సంబంధం వుంటే, ఆ కంపెనీ తాలూకు సెక్యూరిటీ చీఫ్‌కి వాళ్ళు తెలిసి వుండాలి! అయితే, తను కంఠం మార్చి 'క్యూ' లా మాట్లాడగానే ఆ చీఫ్ రియాక్షన్ ఎలా వున్నదో తను గమనించలేదు. కోడ్ వర్డ్ చెప్పలేదు. 'క్యూ' గానీ అక్కడే వుంటే తన ప్లాన్ మొత్తం పాడవుతుంది.

వున్నాడా?

నేత్ర దారివైపే చూడసాగాడు.

పది నిమిషాల తరువాత ఒక కారు వచ్చి అక్కడ ఆగింది. అందులోంచి ఒక ఆజానుబాహువు దిగాడు.

నేత్ర ఊపిరి బిగపట్టాడు. అతనేనా రీజెంట్ కంపెనీ సెక్యూరిటీ చీఫ్!?

టెలిఫోన్ బూత్‌లో అమర్చిన టేప్ క్యాసెట్ 45 నిముషాలది. ఆ తరువాత అది ఆగిపోతుంది. అప్పటికే అరగంట అయింది. సెక్యూరిటీ చీఫ్ ఇంకా, రాబోయే వ్యక్తికోసం చూస్తున్నాడు.

మరో అయిదు నిముషాలు గడిచాయి.

సెక్యూరిటీ చీఫ్ విసుగ్గా వాచీ చూసుకుని టెలిఫోన్ బూత్‌లోకి ప్రవేశించాడు.

నేత్ర, ప్రతిమ మొహాలు చూసుకున్నారు.

రెండు నిముషాల తరువాత అతడు బూత్‌లోంచి బయటకువచ్చాడు. అతడి మొహం వాడిపోయి వుంది. మనిషిలో కంగారు కనపడుతూంది. హడావుడిగా కారెక్కి వెళ్లిపోయాడు.

నేత్ర టెలిఫోన్ బూత్‌లోకి ప్రవేశించి, టేప్ రికార్డర్ బటన్ ఆఫ్ చేసాడు.

ఇద్దరూ హోటల్ కొచ్చాక దాన్ని వినటం మొదలుపెట్టారు. టి.వి.లో వార్తలు వస్తున్నాయి.

"క్రిక్.... క్రీయీయిక్...." డయల్ చేసిన శబ్దం. "హల్లో.... హెయిల్ బ్లాక్ ఈగిల్... నేనూ ఆల్బర్ట్‌ని మాట్లాడుతున్నాను. క్యూ కోసం అరగంట నుంచి ఇక్కడ ఎదురుచూస్తున్నాను. యస్.... రమ్మన్నారు."

"......"

"మైగాడ్ ....సారీ...... నో.... ఏ ప్రమాదమూ లేదు..... లేదు..... లేదు..... నన్నెవరూ ఫాలో అవలేదు. లేదు. ష్యూర్.. చూసుకుంటాను."

ఫోన పెట్టేసిన చప్పుడు.

నేత్ర రికార్డర్ ఆపు చేశాడు. హోటల్ టి.వి.లో ఇంకా వార్తలు వస్తున్నాయి. ప్రతిమ నిస్సహాయంగా, "ఈ సంభాషణవల్ల మనకే వుపయోగమూలేదు." అని ఆగి, "మనం ఇతన్ని ఫాలో అవుదామా ఇక నుంచీ" అని అడిగింది.

"దానివల్ల అంత లాభం వుందనుకోను. నా వూహ కరెక్టవుతే..."

"ఏం లేదు-" నేత్ర తిరిగి మొదటి నుంచీ టేప్ ఆన్ చేసాడు.

"ఉహ కరెక్టవుతే....."

టెలిఫోన్ డయల్ చేస్తున్న శబ్దం.

క్రిక్.... క్రీ యియిక్-

నేత్ర హోటల్ ఫోన్ దగ్గరికి లాక్కొని, అదే శబ్దాన్ని అనుసరిస్తూ తన డయిల్ తిప్పసాగాడు.

క్రిక్ - 2 నెంబర్ అది.

క్రీయీయిక్ -4

క్రిక్ -2, క్రియీయీయిక్ -6, క్ర్ -1, క్రియీయీయీయీయిక్ -8, క్ర్-1, క్రియీయీయీయీయీయిక్ -0

"సెక్యూరిటీ చీఫ్ డయల్ చేసిన నెంబరు - 24261810" అన్నాడు నేత్ర. ప్రతిమ అతడివైపు దిగ్భ్రమతో చూసింది. సీక్రెట్ ఏజెంట్స్ తెలివి తేటలకి అదో మచ్చుతునక. 'నేత్రా-నేత్రా-' అనుకుంది మనసులో. 'నీ తెలివితేటలకి ఏ అమ్మాయి ప్రేమలో పడదు?'

టీవీలో వార్తలు ఇంకా వస్తున్నాయి. ఆల్బర్టు ఫోటో కనపడగానే ఇద్దరూ అటు చూసారు. పగిలిన కారు అద్దాల్లోంచి మొహం కనపడుతూ వుంది. "మెయిన్ రోడ్డుమీద జరిగిన ప్రమాదంలో ఒక వ్యక్తి మరణించాడు. రీజెంట్ ఆస్బెస్టాస్ కంపెనీ సెక్యూరిటీ చీఫ్ ఆల్బర్టుగా అతడిని పోలీసులు గుర్తించారు."

"మైగాడ్" అంది ప్రతిమ.

"శత్రువు చాలా చురుగ్గా చేస్తున్నాడు పనులు. ఆల్బర్టుని మనం గుర్తించామని తెలియగానే అతడిని తొలగిస్తారని వూహించాను. అందుకే 'నా వుహ కరెక్టవుతే-' అన్నాను!"

ప్రతిమ మాట్లాడలేదు. ఆమెచాలా జూనియర్ ఏజెంట్. కేవలం ఉత్సాహమే తప్ప ఇంకా ఈ ఎత్తులు, మెరుపు వేగంతో పై ఎత్తుల్తో ఆమెకు పరిచయం లేదు.

నేత్ర ఫోన్ దగ్గిరకు లాక్కొని 24661810 డయల్ చేసాడు.

"పోర్ట్ స్టేషన్" అని వినపడింది. ఓడల్లోకి సరుకులు ఎత్తే ప్రదేశం అది.

నేత్ర మొహం వాడిపోయింది. ఫోన్ పెట్టేసి మళ్ళీ ఒకసారి టేప్ రికార్డర్‌లో నెంబర్ పరీక్ష చేసాడు. అదే నెంబర్ వచ్చింది. ఆలోచనలో పడ్డాడు.

ఆ గదిలో గాఢమైన నిశ్శబ్దం అలుముకుంది.

నేత్ర ఏదో స్ఫురించినట్టు రిసీవర్ ఎత్తి ఇంకొకసారి ఆ నెంబర్ డయల్ చేసాడు. "పోర్టుస్టేషన్" అని అట్నుంచి వినపడగానే, "హెయిల్ బ్లాక్ ఈగిల్" అన్నాడు.

"ఆపరేషన్ నెంబర్ ప్లీజ్–"

ఏం చెప్పాలో తెలియలేదు. "టూ" అన్నాడు.

"కంగ్రాచ్యులేషన్స్. ఇప్పుడే ఆపరేషన్ నెం. 9 తాలూకు వార్త విన్నాం. ఆల్బర్టు చచ్చిపోయింది ఆక్సిడెంట్‌లోనే అని పోలీసులు నమ్మారు. గుడ్‌వర్క్"

"థాంక్యూ".

"ఆపరేషన్ నెం. 10– ఎయిర్‌పోర్టుకి వెళ్ళు. ఇంకో అరగంటలో ప్రొఫెసరు 'చో' దిగుతున్నాడు. అతడిని తీసుకుని వచ్చెయ్యి. సాయంత్రం ఇక్కణ్ణుంచి మొత్తం అంతా వెళ్ళిపోతున్నాం. అర్థమైందా?"

"యస్".

"జాగ్రత్త. ప్రొఫెసర్ 'చో' చాలా ముఖ్యమైన వ్యక్తి. ఆపరేషన్ నెం. 10 పూర్తిచెయ్యి."

"అలాగే" ఫోన్ పెట్టేసి ప్రతిమవైపు చూసి నవ్వేడు. ప్రతిమ గాలిలా వచ్చి అతడిని చుట్టేసింది. "హట్సాఫ్ టు యు. నాకు నిజంగా అర్థంకాలేదు. 'హెయిల్ బ్లాక్‌ఈగిల్' అన్నది వాళ్ళకోడ్ వర్డు అన్నమాట."

నేత్ర ఆమెనుంచి విడిపించుకుని, "నేను ఎయిర్‌పోర్టుకి వెళ్తున్నాను. ఈ లోపులో నువ్వు ఈ 24261810 నెంబరుకి పోర్టుస్టేషనుకీ ఏ సంబంధం వుందో కనుక్కో. మళ్ళీ ఇక్కడే కలుసుకుందాం" అన్నాడు. "ఇదిగో ఈ ఇంజెక్షన్ రెడీ చేసి వుంచు".

'ఎందుకు' అని అడక్కుండా ఆమె తలూపింది.

పది నిముషాల్లో అతడు విమానాశ్రయంలో 'చో' అన్న బోర్డు పట్టుకుని నిలబడి వున్నాడు.

అరగంట తరువాత, హాంకాంగ్ నుంచి వచ్చే విమానం దిగింది. బయటకి వస్తున్న ప్రయాణీకుల్లో ఒక వ్యక్తి ఆ బోర్డుని చూసి దగ్గిరకొచ్చాడు.

"హెయిల్ బ్లాక్ ఈగిల్" అన్నాడు నేత్ర అతడికి మాత్రమే వినపడేటట్టు. చో మొహం వికసించింది. "హెయిల్ బ్లాక్ ఈగిల్. మీరు వస్తారో రారో అని భయపడ్డాను."

"మీరెంతో ప్రముఖ వ్యక్తి. రాకుండా ఎలా వుంటాం? పదండి వెళ్దాం."

'చో' బ్రిటీష్ – చీనీ రక్తం కలిసిన వ్యక్తిలా వున్నాడు. పొట్టిగా లేడు.

ఎక్కువ మాట్లాడటం అతడి అలవాటులా వుంది.

కార్లో లొడలొడా వాగుతూనే వున్నాడు.

"నేను కనుక్కున్న 'డివైస్' మీకెంతో వుపయోగకరం. ఏ రాడారూ మీ విమానాన్ని పట్టుకోలేదు. పది నిమిషాల్లో ఈ డివైస్ సహాయంతో మొత్తం దేశాన్ని నాశనం చెయ్యగలరు మీరు"

"గుడ్".

"దీన్ని కనుక్కోవటానికి నాకు పది సంవత్సరాలు పట్టింది. దీన్ని ఏ అమెరికాకో అమ్మితే లక్షలడాలర్లు వచ్చేవి."

"మా యజమాని మీకు కోట్ల డాలర్లు ఇస్తాడు మిస్టర్ చో"

"అందుకే మీకు అమ్మాలనుకున్నాను. మీతో కలవాలనుకున్నాను" అన్నాడు చో.

నేత్ర చాలా మాములుగా "మా వాళ్ళెవరూ మిమ్మల్ని ఇంతకుముందు చూడలేదనుకుంటాను" అన్నాడు.

"లేదు. హాంకాంగ్‌లో వున్న మీ ఏజెంట్ నన్ను కలుసుకుని ఈ వార్త చెప్పగానే ఆశ్చర్యపోయాడు."

"ప్రపంచంలో ఎక్కడెక్కడ ఎవరు ఏ మంచి ప్రయోగం చేసినా అది మా బ్లాక్ ఈగిల్‌కి తెలుస్తుంది మిస్టర్ చో. వెంటనే దాన్ని కొనేస్తాడు."

"నేనే స్వయంగా మాట్లాడాదమని వస్తున్నాను. బ్రోకర్లు నా కిష్టం వుండరు."

"చాలామంచి నిర్ణయం అది."

"ఈ ప్రపంచాన్ని తన చేతుల్లోకి తీసుకున్నాక అమెరికాని బహుమతిగా అడుగుదామని అనుకుంటున్నాను."

"తప్పకుండా అడగండి. తనకి సాయం చేసిన సైంటిస్టుని స్వర్గాన్ని మించిన ఉన్నత శిఖరాలకి పంపటం మా బ్లాక్ ఈగిల్‌కి చాలా ఇష్టమైన చర్య–" అంటూ నేత్ర కారు ఆపుచేసాడు. ఇద్దరూ లోపలికి వెళ్ళారు. లోపల ప్రతిమ నేత్రకి తెలుగులో చెప్పింది. "మొత్తం విషయమంతా కనుక్కున్నాను. ఈ టెలిఫోన్ పోర్ట్ స్టేషన్‌ది కాదు. అక్కణ్ణించి ఓడలోకి కనెక్షన్ వుంది. ఆ ఓడ పేరు 'వాటర్ డెవిల్! నా వుద్దేశ్యం ప్రకారం అదే వాళ్ళ స్థావరం. ఈ రోజు వాళ్ళు వెళ్ళిపోతున్నది కూడా ఆ ఓడలోనే అయివుంటుంది."

"అవును. మనకెక్కువ టైం లేదు. ఏదీ ఆ ఇంజెక్షన్?"

ఆమె ఇచ్చింది. అప్పటి వరకూ ఇద్దరి సంభాషణని చర్యల్నీ చూస్తున్న 'చో' నేత్రని ఉద్దేశించి, "ఏమిటిదంతా?" అని అడిగాడు.

"పూర్వకాలం సీక్రెట్ ఏజెంట్లు విపత్కర పరిస్థితుల్లో శత్రువులకి దొరకటం ఇష్టం లేనప్పుడు సైనైడ్ మింగి చనిపోయేవారట. ఇప్పుడు సైన్సు అభివృద్ధి చెందాక అ ఇంజెక్షన్సు వచ్చాయి. ఇది తీసుకుంటే గతం ఏమీ జ్ఞాపకం వుండదు. నరాల మీద క్షణాల్లో పనిచేసే మందు ఇది. ఒక వేళ శత్రువుకి దొరికినా, వారికి లాభం ఏమీ వుండదు. అప్పటికే సీక్రెట్ ఏజెంట్ జీవచ్ఛవంలా మారిపోతాడు. అనవసరంగా సీక్రెట్ ఏజెంట్ల ప్రాణాలు పోగొట్టటం ఇష్టం లేక, ఏదైనా రహస్య కార్యక్రమాల మీద శత్రు దేశం పంపుతున్నప్పుడు ఈ ఇంజెక్షన్సు తమతో పాటు వుంచుకొమ్మని పంపిస్తూ వుంటారు."

"అవును. నేను సైంటిస్టుని. నాకు ఈ ఇంజెక్షన్లు సంగతి తెలుసు. కానీ ఇదంతా నా కెందుకు చెపుతున్నారు?"

"నా దేశం నా కిచ్చిన ఈ ఇంజెక్షన్ మీ మీద వుపయోగించవలసి వస్తున్నందుకు నాకు విచారంగా వుంది చో"

"వ్హాట్.... ఎవరు నువ్వు?"

"ఏ దేశం శత్రువు ప్రాణాలకి కూడా విలువనిస్తుందో, ఆ దేశపు సీక్రెట్ ఏజెంట్‌ని, నా పేరు నేత్ర–" చో చేతిని బలవంతంగా పట్టుకుంటూ అన్నాడు. చో గింజుకుంటున్నాడు.

"తెలివితేటల్ని మానవ వినాశనం కోసం వుపయోగించే నీలాంటి వాడిని నిలువునా చంపాలి! కానీ నా కిష్టం లేదు. నీ తెలివి తేటల్ని చంపేస్తున్నాను. నన్ను క్షమించు" అంటూ ఇంజక్షన్ ఇచ్చాడు. రెండు నిముషాల్లో 'చో' స్పృహ తప్పాడు. తిరిగి మెలకువ వచ్చాక తనెవరో కూడా తనకి తెలియదు.

ప్రతిమ అతడివైపు సానుభూతితో చూసింది. అతడి ఆశకి అతడిని వురి తీయాలి. కానీ కేసు పెట్టటం కష్టం. మరొకరైతే అతడిని చంపేసే వారు. కానీ కేవలం అతడి ఫార్ములా కాగితాలు తీసుకొని, అతడిని నిర్వీర్యం చేశాడు.

"పద. నన్ను వాటర్ డెవిల్ దగ్గర డ్రాప్‌చేద్దూగాని" అన్నాడు నేత్ర.

ప్రతిమ ఉలిక్కిపడి, "నువ్వా" అంది.

"అవును. 'చో' గా నేను వెళ్తాను."

"కానీ–"

"ఇక వాదనలకి టైమ్ లేదు ప్రతిమా నీ అనుమానం నాకు తెలుసు. ఆ ఓడలో యస్బీఆర్ గానీ, క్యూగానీ, వుండి నన్ను చూస్తే వెంటనే చంపేస్తారు. అక్కడెవరైనా ఇంతకుముందే ప్రొఫెసర్‌ని చూసివున్నా కూడా నా ప్రాణాలకి ప్రమాదమే. ఇవన్నీ నాకు తెలుసు. కానీ ఇంకొద్ది గంటల్లో ఈ దేశాన్ని వదలి వెళ్ళిపోయే 'వాటర్ డెవిల్‌ని చూస్తూ చూస్తూ అలా వదిలేయలేను. పద–"

* * *

"కోడ్ ప్లీజ్."

"హెయిల్ బ్లాక్ ఈగిల్".

"ఎవరు మీరు?"

"ప్రొఫెసర్ చో"

"లోపలికి రండి."

విశాలమైన ఓడ అది.నేత్ర చెక్కమెట్లమీద నుంచి లోపలికి అడుగు పెట్టాడు. లోపలంతా అధునాతనంగా వుంది.

"వెల్‌కమ్. వెల్‌కమ్ ప్రొఫెసర్ చో" అన్న శబ్దం వినిపించి తలెత్తి చూశాడు, ఒక ఆజానుబాహువు చేయి చాచి ముందుకు వస్తూ అన్నాడు. "నేనే బ్లాక్ ఈగిల్‌ని"

నేత్ర ఆ వ్యక్తివైపు తేరిపార చూశాడు. బ్లాక్ ఈగిల్ మొహమంతా కాలి, వికృతంగా వుంది. నవ్వే కళ్ళ వెనుక క్రూరత్వాన్ని స్పష్టంగా చూడగలిగాడు నేత్ర. జేబులోంచి పిస్టల్‌ని తీసి అతడిని అక్కడికక్కడే కాల్చెయ్యాలన్న కోరికని బలవంతంగా అణుచుకున్నాడు. అతడు నేత్రతో కరచాలనం చేసి లోపలికి తీసుకు వెళ్ళాడు.

అదృష్టవశాత్తు ఏజెంట్ క్యూ గాని, యస్బీఆర్ గాని అతడిని గుర్తు పట్టడానికి అక్కడ లేరు.

*　　　*　　　*

హంసలేఖకి జరిగింది కలో నిజమో అర్థం కాలేదు. ఆమె ఇంకా ఆ నిశ్చేష్టత నుంచి తేరుకోలేదు. ఎక్కడ ప్రారంభమైన జీవితం ఎక్కడ పూర్తవుతోందో ఆమెకి తెలియటం లేదు.

అరగంట క్రితం జరిగిన సంఘటన ఇంకా కళ్ళముందు కదలాడుతూనే వుంది.

"నా తండ్రి నీ లాగా స్వార్థపరుడు కాదు" అని ఆమె అనడంతో వచ్చింది ఈ చిక్కంతా. ఆ మాటలకి బ్లాక్ ఈగిల్ బిగ్గరగా నవ్వేడు. అతడికి ఈ ప్రపంచం మీదా మనుష్యుల మీదా చాలా తేలికయిన భావం వున్నట్టుంది. తన నమ్మకాన్ని ఎప్పటికప్పుడు బలపరచుకుంటూ వుంటాడు.

ఆమె తనకి 'నాలుగోనెల' అని చెప్పిన తరువాత ఆమె తండ్రికీ, అతడికీ వాదోపవాదాలు జరిగాయి. వాళ్ళిద్దరూ లోపలికి వెళ్ళిపోయారు. కొంచెంసేపటికి అతడు బయటకు వచ్చి "నీ తండ్రి నిస్వార్థపరుడు అన్నావుగా! అటొచ్చి బయట నిలబడి - మా సంభాషణ విను" అని లోపలికి వెళ్ళాడు. ఆమెకు అర్థం కాలేదు. లోపల్నుంచి వాళ్ళ సంభాషణ వింటూంటే ఆమె నుదురు చెమటతో నిండిపోయింది.

"నువ్వు మాతో కలవాలంటే బంధాల నుంచి విముక్తుడివి కావాలి. నీ కూతురి అడ్డు నువ్వే స్వయంగా తొలగించాలి" అని అతను అంటున్నాడు.

ఆమె వణికి పోయింది.

తన మరణం గురించి భయపడికాదు.

తండ్రి ఏ నిర్ణయం తీసుకుంటాడా అని....

.... అతడు పిస్టల్ అడిగాడు!!

నిజమైన వ్యాపారవేత్త క్షణాల్లో నిర్ణయం తీసుకుంటాడట! అలాగే తీసుకున్నాడు. ఎలాగూ రెండు ప్రాణాలు పోయేటప్పుడు- రెండో దాని కోసం మొదటిది వదులుకోవడం మంచిదని భావించాడు. అది తన కూతురిదైనా పర్వాలేదని భావించాడు. పిస్టల్ అడిగాడు.

గుండె గుప్పెట లోంచి స్వార్థం బయట కొచ్చినప్పుడు, నువ్వులేవు నేను లేను. తనను అనుసరిస్తే దెయ్యం సంతోషిస్తుంది. తనను ప్రార్థిస్తే దేవుడు సంతోషిస్తాడు. ప్రార్థనలోనూ, పాపంలోనూ స్వార్థమే కనపడినవేళ అది! సత్యం గోచరమవ్వాలంటే సంకెళ్ళు విడిపోవాలి. సంకెళ్ళ నుంచి బయట పడాలంటే గుండె పగిలిపోవాలి. అసంతృప్తితో మొదలై, అసంతృప్తిని చేరుకోవడమే జీవితమైతే, భగవంతుడా, నన్ను మొదటి మైలురాయి దగ్గిరే మరణించనివ్వు.

బ్లాక్ఈగిల్ బయట కొచ్చి ఆమెను చూచి నవ్వేడు. ఆ నవ్వులో గర్వం వుంది. మానవ సంబంధాల మీద నాకున్న అభిప్రాయం ఎంత కరెక్టో చూశావా అన్న 'ఈగో' వుంది.

"పద" అన్నాడు.

కసాయి వాడి దగ్గరకి నడిచే మేకలా ఆమె లోపలికి నడిచింది. ఆమె అడుగుపెట్టగానే తండ్రి పిస్టల్ పైకి ఎత్తి తన నుదుటికి గురిచూసి పేల్చడం ఆమె గమనించింది.

అయితే ఆ పిస్టల్ పేలలేదు.

తండ్రి మొహం తెల్లబడింది. మళ్ళీ గురి చూసినా మరే విధమైన మార్పూ లేదు. ఈ సారి బ్లాక్ ఈగిల్ బిగ్గరగా నవ్వేడు.

"నీ కూతురికి నీ మీద గొప్ప నమ్మకం సర్పభూషణరావ్! ఇదంతా నువ్వు తన కోసం చేస్తున్నావనీ, తనంటే నీకు ప్రాణమనీ అనుకుంటూంది నీ హంసలేఖ! నువ్వెంత స్వార్థపరుడివో నీ కూతురికి తెలీదు. అది చెప్పడానికి నీ పిస్టల్లో బుల్లెట్స్ తీసేసి నాటకమాడాను! నేను గొప్పవాడిని అవునా! కాదా?"

సర్పభూషణరావు మొహం ఎర్రబడింది. మామూలుగా ప్రాణాలు పోయినా అతడింత అవమానం పొంది వుండడు. "యూ... " అని అరుస్తూ బ్లాక్ ఈగిల్ మీదకు వెళ్ళాడు. అయితే దాన్ని ముందే వూహించిన ఏజెంట్ 'క్యూ' కాలు కాస్త ముందుకు సాచేడు. సర్పభూషణరావు ఆ వేగానికి తట్టుకోలేక బోర్లా పడిపోయాడు.

అతడి నుదురు షిప్ తాలూకు చెక్కకి తగిలింది. తండ్రిని లేపడానికి కూడా చేతుల్లో సత్తువ లేనట్టు హంసలేఖ అలాగే నిలబడిపోయింది.

"నా గురించి నువ్వే మనుకుంటున్నావు బ్లాక్ ఈగిల్? నీ భాగస్వామిని ఈ విధంగా అవమానించడానికి నీకు హక్కు లేదు" అన్నాడు యస్బీఆర్ కోపంగా.

"భాగస్వామా?" అంటూ తెరలు తెరలుగా నవ్వేడు. "నాతో చేతులు కలపడానికి పెంపుడు కూతుర్ని చంపేవు. నీ చేతులతోనే కన్నకూతురిని చంపడానికి సిద్ధపడ్డావు. నీలాటి పాముతో భాగస్వామ్యమా?"

హంసలేఖ మనసు నీహారాంచలనిభృత నిశాంతమైనది.

తన అక్క మరణించింది! తన తండ్రి ఆమెని చంపివేశాడు.

తల్చుకున్న కొద్దీ ఆమెకు దుఃఖం ఎక్కువ అవుతూంది. మనుష్యుల్లో ఇలాటి రాక్షసత్వం వుంటుందన్నది ఆమె వూహకందని విషయం. 'స్వర్గం కన్నా పైన అక్కయ్యని నిలుపుతాను' అని తండ్రి అన్న మాటలకి అర్థం ఇదా? ఆమె ఈ విధంగా వ్యాకులమైన మనసుతో ఆలోచిస్తూవుంటే, ఆమె తండ్రి ఈ లోపులో అన్నాడు.

"చూడు బ్లాక్ ఈగిల్. ఈ ఆపరేషన్‌లో నీకూ, ప్రొఫెసర్ 'చో'కు ఎంత భాగం వున్నదో, నాకూ అంత వుంది. కోట్లు ఖర్చు పెట్టి ఆ ఫార్ములా తయారయ్యేలా చూసింది నేను. భారత ప్రభుత్వం కన్ను కప్పి దాన్ని ఇక్కడకు చేర్చింది నేను! ప్రొఫెసర్ 'చో' చేసినదేమిటి? రాడారు పట్టుకోలేని గాడ్జెట్ కనిపెట్టడమేగా! నువ్వు చేసిన దేమిటి? పి.జి. గ్యాస్ పంపిణీ చేసే వాహనాన్ని తయారు చేయడమేగా! దీన్ని బట్టి ఆలోచిస్తే మీ ఇద్దరికన్నా నాదే ముఖ్య భాగం... కేవలం ఇక్కడి ప్రభుత్వపు సపోర్టు నీకు వుందని మేమిద్దరం ఇక్కడికి వచ్చాం. అది కారణంగా నువ్వు మా మీద అధికారం చెలాయించడం నేను సహించను."

బ్లాక్ ఈగిల్ మాట్లాడలేదు. దగ్గిరగా వచ్చి బూటు కాలు కుర్చీ అంచుమీద పెట్టి "పాలిష్" అన్నాడు. యస్బీఆర్ చివ్వున తలెత్తాడు. "పాలిష్" అన్నాడు అతడు మళ్ళీ. ఆ క్యాబిన్‌లో భయంకరమైన నిశ్శబ్దం అలుముకుంది. యస్బీఆర్ అర్థంకాని వాడిమల్లె చూస్తున్నాడు.

"నువ్వు నా కాలి బూటు పాలిష్ చెయ్యబోతున్నావు. అయిదు క్షణాలు టైమ్ ఇస్తున్నాను. నా సార్వభౌమత్వాన్ని వప్పుకుంటూ, నేనేం పని చెప్పినా చెయ్యడానికి సిద్ధపడ్డావని నిరూపించడం కోసం అయిదు క్షణాల్లో నువ్వు నా బూటు పాలిష్ చెయ్యబోతున్నావు యస్బీఆర్."

సర్పభూషణరావు కదల్లేదు.

"నాలుగు.... " అన్నాడు. అతడి స్వరం క్యాబిన్‌లో ప్రతిధ్వనించింది.

హంసలేఖ తండ్రివైపు అడుగువేయబోయి, ఆగిపోయింది.

"మూడు"

ఏజెంట్ క్యూ నవ్వుతున్నాడు.

"రెండు" బ్లాక్ ఈగిల్ చెయ్యి క్రిందికి జారుతోంది.

సర్పభూషణరావు లేచి నిలబడ్డాడు.

"ఒకటి"

నెమ్మదిగా సర్పభూషణరావు జేబులోంచి కర్చీఫ్ తీసి కుర్చీ మీద వున్న అతడి బూటుని తుడవసాగాడు. బ్లాక్ ఈగిల్ మొహంలో చిరునవ్వు వెలిసింది. హంసలేఖ ఇంకా నిశ్చేష్టురాలై తండ్రినే చూస్తోంది. రసవత్తరమైన నాటకం పరిసమాప్తమైనట్టు ఏజెంట్ క్యూ నవ్వుకుంటూ అక్కడి నుంచి కదిలాడు. అయితే ఆఖరి మలుపు అక్కడే మిగిలివున్నట్టు సర్పభూషణరావు ఊహించని వేగంతో ఎదుటి పిస్టల్‌ని లాక్కొని తన నుదుటికి గురి పెట్టుకున్నాడు. 'ధాం' అన్న శబ్దంతో ఆ చెక్కగది దద్దరిల్లింది. "నాన్నా" అని అరుస్తూ హంసలేఖ తండ్రి వద్దకు పరుగెత్తింది. ఏజెంట్ క్యూ దగ్గిరగా వచ్చి అతడిని పరీక్షించి, తండ్రివైపు చూసి, మరణించాడన్నట్టు తలూపి, అక్కడి నుంచి వెళ్ళిపోయాడు. అతడి మరణం హంసలేఖని తప్ప మరెవరినీ కదిలించలేదు.

ప్రభుత్వాన్ని తన గుప్పెట్లో పెట్టుకున్నవాడూ, సమాంతర ప్రభుత్వాల్ని నడిపినవాడు, తన లాభం కోసం ఏ పని చేయటానికైనా సిద్ధపడ్డవాడూ, కోట్ల ఆస్థి వుండీ, మరో మెట్టు ఎక్కుదామన్న ఆశతో జన్మభూమినే మరుభూమిగా మార్చటానికి కూడా సిద్ధపడ్డవాడూ అయిన ఆ పారిశ్రామికవేత్త, చిన్న తప్పటడుగుతో తప్పటడుగు వేసి అథఃపాతాళానికి జారిపోయాడు. ప్రపంచాధిపత్యం వహించాలన్న ఆశతో వ్యూహం పన్నిన నెపోలియన్, హిట్లర్ లాటి వారంతా ఏ విధంగా నాశనమయ్యారో– అతడి జీవితమూ ఆ విధంగానే పరిసమాప్తమైంది.

నిస్తేజమైన అతడి కళ్ళు శూన్యంలోకి చూస్తున్నాయి. అవి కూతురిని క్షమించమని అడుగుతున్నాయో, లేక రెపరెపలాడే త్రివర్ణ పతాకం ముందు రెప్పలు వంచుతున్నాయో తెలియదు. కానీ అతడి చేతిలో రుమాలు అలాగే వుంది. ఏనాటికయినా నీతి ముందు స్వార్థం వూపే తెల్లజెండాలా వుంది ఆ రుమాలు.

ఇద్దరు అనుచరులు వచ్చి హంసలేఖని బలవంతంగా పక్కకి లాగి, అతడి శరీరానికి గొలుసులు కట్టి సముద్రంలో దింపారు. ఇక అది పైకి వచ్చే ప్రసక్తే లేదు. ఎముకలు కూడా శిథిలమై నీటిలో కలిసిపోవలసిందే. "అతడి ఆత్మకు శాంతి కలుగుగాక" అన్నాడు బ్లాక్ ఈగిల్ చెయ్యి ఎత్తి.

అంతలో అక్కడికి ఏజెంట్ క్యూ తిరిగి వచ్చాడు. అతడి మొహం ఆందోళనగా వుంది. "ప్రొఫెసర్ చో అపహరింపబడ్డాడు" అన్నాడు కంగారుగా.

"ఎలా?"

"ఆల్బర్ట్ ద్వారా మన కోడ్ వర్డు నేత్రకి తెలిసిందని నా అనుమానం. విమానాశ్రయంలో ప్రొఫెసర్ చోని ఎవరో ఎక్కించుకు వెళ్ళారని మన అనుచరులు చెప్పారు. బహుశా నేత్రే అయివుంటాడు."

బ్లాక్ ఈగిల్ ఆలోచనలనో పడ్డాడు. 'చో' ముఖ్యం కాదు. అతడు తీసుకువస్తూన్న గాడ్జెట్ ముఖ్యం. అది నేత్ర చేతికి చిక్కిందంటే మొత్తం ప్లానంతా విఫలమయినట్టే!

అంతలో ఇంటర్‌కమ్ టి.వి. 'పివ్.. పిప్' మంది. "హెయిల్ బ్లాక్ ఈగిల్, ప్రొఫెసర్ చో వస్తున్నారు". అన్న ప్రకటన వినపడింది. ఆ తరువాత ఓడలోకి ప్రవేశిస్తున్న వ్యక్తి కనబడ్డాడు.

"అరె... అతడు నేత్ర" అన్నాడు క్యూ. "ఇతడికి మన స్థావరం కూడా తెలిసిందంటే- మనం అనుకున్న దానికన్నా తొందరగా ముందుకు చొచ్చుకు వస్తున్నాడన్న మాట. ఈ ఓడని అతడెలా కనుక్కున్నాడో-"

"అతడి తెలివితేటలు చూస్తూంటే ఘుచ్చటగా వుందిరా గబ్బీ-"

"ఆ తెలివితేటలకి ఇప్పుడే ఫుల్‌స్టాప్ పెడతాను. ఒక్క బుల్లెట్ చాలు"

"వద్దురా గబ్బీ. ఇన్నాళ్ళకి ఈ బ్లాక్ ఈగిల్ ఆడుకోవటానికి ఒక సమవుజ్జీ దొరికాడు. వచ్చి నాలుగు రోజులు కాలేదు. అప్పుడే మనస్థావరం పట్టుకున్నాడు. మనకోసం వచ్చే ప్రొఫెసర్‌ని తనతో తీసుకువెళ్ళాడు. ఇప్పుడు ప్రొఫెసర్ వేషంలో వస్తున్నాడు. నువ్వుగానీ, ఆ సర్పభూషణరావుగానీ గుర్తుపడతారేమో అన్న భయం కూడా లేకుండా వస్తున్నాడు. ఈ ఓడ సంగతి తెలుసుకున్నాడు కాబట్టి - మనల్ని చంపాలంటే దీనిమీద ఒక్క బాంబు పడేస్తే చాలు. కానీ అతడు వస్తున్నాడంటే కారణం ఏమిటై వుంటుందంటావ్? మన గోల్డెన్ ఐలెండ్ గురించి తెలుసుకోవటం

తప్ప మరో కారణం ఉంటుందంటావా?అదిగో - అదే అతడిలో నాకు నచ్చింది. అతడిలో ... అలాటివాడికి ఒక్క బుల్లెట్‌తో చంపుతావా? వద్దురా గబ్బీ. మంచి దాహంలో వున్నాను. ఈ యస్బీఆర్‌తో ఆడుకుందామా అంటే వాడు కాల్చుకుని చచ్చాడు. నా కోసమే దేవుడు ఈ నేత్రని పంపుతున్నాడు. నువ్వు పక్కకి తప్పుకో. ఓడ గోల్డెన్ ఐలెండ్‌కి వెళ్ళేవరకూ ఇతగాడికి కనపడకు. ప్రొఫెసరు చో లాగా చైనా భాషలో మాట్లాడతాడో, తండ్రి అమెరకన్ కాబట్టి ఇంగ్లీషులో మాట్లాడతాడో చూద్దాం. ఈ ప్రొఫెసరు చోకి హంసలేఖని పరిచయం చేస్తున్న దృశ్యాన్ని ఊహించుకుంటేనే నాకు పొలమారేటంత నవ్వు వస్తోంది. ఆ అమ్మాయేమో తెల్లబోయి 'నేత్ర' అనబోతుంది. ఇతగాడు నేనెక్కడ ఆ మాటలు వింటానో అని కంగారుపడుతూ వుంటాడు. నేనేమో అదేమీ వినపడనట్టు తలపక్కకి తిప్పుకుంటాను. ఎంత బావుంటుంది అది! ఆకలితో వున్న షార్కు చేపకి రక్తం వాసన తగిలినట్టు వుంది నాకు" అంటూ బయటకు నడిచాడు.

నేత్ర లోపలికి వస్తున్నాడు.

"వెల్‌కమ్ మిస్టర్ చో" అంటూ చెయ్యిసాచేడు.

"గ్లాడ్ టు మీట్ యు-"

ఇద్దరూ లోపలికి రావటాన్ని టి.వి.లో ఏజెంట్‌క్యూ చూస్తున్నాడు. బోనులో ప్రవేశించిన శత్రువుని అప్పటికప్పుడే చంపెయ్యకుండా తాత్సారం చెయ్యటం అతడికి ఇరిటేటింగ్‌గా వుంది. కానీ అతడికి తండ్రి సంగతి తెలుసు. ప్రాణాలు తియ్యడు. ప్రాణాల్తో ఆడుకుంటాడు.

"మీరు పరిశోధించి తయారుచేసిన గాడ్జెట్‌ని తెచ్చారా మిస్టర్ చో ?" తండ్రి అడుగుతున్నాడు.

"తెచ్చాను" నేత్ర అంటున్నాడు.

క్యూ తేలిగ్గా ఊపిరి పీల్చుకున్నాడు.

ప్రొఫెసరు చోని నేత్ర దాచేస్తే దాచెయ్యనీ. చంపేస్తే చంపేసి వుండనీ. కానీ గాడ్జెట్ తెచ్చాడు. అదీ ముఖ్యం.

బ్లాక్ ఈగిల్ బటన్ నొక్కి సిబ్బందికి సూచన్లు ఇచ్చాడు. "ప్రొఫెసరుగారు కూడా వచ్చారు. ఇక మనం బయల్దేరవచ్చు. షిప్‌ని కదల్చండి."

సరీగ్గా అగగంట తరువాత వాటర్ డెవిల్ బయల్దేరింది.

గోల్డెన్ ఐలెండ్ వైపు నెమ్మదిగా సాగిపోయింది.

* * *

నేత్ర వెళ్ళిపోయాక ప్రతిమకేం చెయ్యాలో తోచలేదు.

అతడు చకాచకా పనులు చేసుకుంటూపోతూ, ఒక్కొక్క రహస్యమే ఛేదిస్తూ వుంటే ఆమె అతడికి సాయపడుతూ వచ్చింది ఇప్పటివరకూ.

చివరి 'మూవ్'గా అతడు షిప్‌లోకి వెళ్తానంటే ఆమె భయంతో అడ్డుచెప్పింది. అయినా అతను వినలేదు. అతడు చెప్పిన దానిలో లాజిక్ వుంది. భయపడుతూ కూర్చుంటే పనులు జరగవు. చొచ్చుకుపోవాలి.

కానీ 'ప్రేమ' అంటేనే లాజిక్ లేకపోవడం కదా!ఆమె మనసు బిగపట్టుకోలేక, ఒక శక్తివంతమైన బోటు అద్దెకు తీసుకొని షిప్‌కి కాస్త దూరంలో కాపు వేసింది.

ఇంకొంచెం సేపట్లో షిప్ బయల్దేరుతుందనగా అందులోంచి ఒక శరీరాన్ని నీళ్ళలోకి తోసెయ్యడం ఆమె గమనించింది. ఆమె వణికి పోయింది. ఆందోళనతో నీళ్ళలోకి 'డైవ్' చేసి ఆ శరీరాన్ని అతి కష్టంమీద పైకి తీసుకొచ్చింది.

ఆ శరీరం సర్పభూషణరావుది!

అతడెందుకు మరణించాడో ఆమెకి అర్థంకాలేదు. దాని గురించి ఆలోచించే టైమ్ కూడా లేదు. షిప్ బయల్దేరింది. ఆఖరి నిముషంలో పోర్టు స్టేషన్ బ్రిడ్జి మీద నుంచి ఓడలోకి వెళ్తూ ఏజెంట్ 'క్యూ' కనిపించాడు పై అంతస్థు మీదనుంచి కాలుజారి ఒక్కసారి పడిపోయినట్టు అనిపించిందామెకు.

సర్పభూషణరావు మరణించాడు. నేత్రని గుర్తుపట్టగలిగేది 'క్యూ' ఒక్కడే. కానీ అతడే ఇప్పుడు లోపల ప్రవేశిస్తున్నాడు. తరువాత ఏం జరగబోతూంది? నేత్రని కనుక్కొని - చుట్టుముట్టి బంధించి.... ఆ తరువాత?

అతడి శరీరాన్ని కూడా సముద్ర జలాల అడుగునుంచి తీయడానికి తను సిద్ధంగా లేదు.

ఆమె ఆలోచనలో పడింది. ఓడ వేగం అందుకుంది.

కొన్ని నెలల క్రితం, అమ్లజలాన్ని తీసుకొస్తున్న ఓడలోకి పడవ లోంచి నేత్ర వెళ్ళడం గుర్తొచ్చింది. ఆమె తన బోటుని ఓడ దాటించి ముందుకు పోనిచ్చింది.

అక్కడ నీళ్ళలోకి దూకేసింది.

ఆ తరువాత నిముషానికి ఓడ ఆమె వున్న ప్రదేశానికి వచ్చింది. లైఫ్ బోటు పక్కనుంచి ఆమె పైకి ఎక్కింది. ఆమె దుస్తుల నుంచి నీళ్ళు సముద్రంలోకి జారుతున్నాయి. తనెంత రిస్క్ తీసుకుంటూ వుందో కూడా ఆమెకి తెలియడం లేదు. నేత్రని చూడట మొక్కటే ఆమె లక్ష్యం.

ఓడ మీద గార్డింగ్ చాలా ఎక్కువగా వుంది. అయితే గార్డుల బారినుంచి దాక్కోవడం ఆమెకి పెద్ద కష్టం కాలేదు. ఇంటర్‌పోల్ సర్వీసులో ఆ శిక్షణ బాగా ఇస్తారు. అలా చీకట్లోనే అవకాశం వచ్చేవరకూ వేచి వుండి, ఆ తరువాత ఆమె టెర్రెస్ గుండా లోపలికి ప్రవేశించింది. రెండవ అంతస్థులో వరుసగా క్యాబిన్స్ వున్నాయి. నేత్ర అసలు అక్కడ ఉన్నాడో లేడో, వుంటే ఏ క్యాబిన్‌లో వున్నాడో కూడా తెలియలేదు. ఆ వరుసంతా నిర్మానుష్యంగా, నిశ్శబ్దంగా వుంది. క్రింది అంతస్థులో మాత్రం ఇంకా మాటలు వినిపిస్తున్నాయి. అక్కడెవరున్నారో అని ఆమె రెయిలింగ్ మీద నుంచి వంగి చూడడానికి ప్రయత్నించింది. ఆ ప్రయత్నంలో ఆమె కాలికి తగిలిన ట్యూబు పెద్ద శబ్దం చేస్తూ మెట్ల మీద నుంచి క్రిందికి జారింది. "ఎవరదీ" అన్న పిలుపు, ఆ తరువాత నలుగురైదుగురు మెట్లెక్కుతున్న చప్పుడు వినపడింది.

ఆమె చప్పున వెనక్కు చూసింది. దాక్కోవడానికి ఎక్కడా చోటు లేదు వెనుక నుంచి అడుగుల శబ్దం దగ్గరైంది. ఆమెకు ఏం చెయ్యాలో తోచలేదు. ఎటు వెళ్ళడానికీ దారిలేదు. పై తలుపు ఎప్పుడో వేసేశారు. ముంచుకొస్తున్న మృత్యువులా అడుగుల శబ్దం సమీపిస్తుంది. ఆమె లేడిలా పరుగెత్తింది. ఒక్కొక్క క్యాబిన్ తలుపూ తోస్తూ వెళ్ళసాగింది. అన్నీ లోపల వైపో, బయటో తాళం గానీ, బోల్టుగానీ వేసి వున్నాయి. ఆమె అదృష్టం కొద్దీ చివరి క్యాబిన్ తలుపు తీసివుంది. ఆమె లోపలికి ప్రవేశించడం, వెనుక నుంచి వస్తున్న వాళ్ళు చివరిమెట్టు ఎక్కి పైకి రావడం ఒకేసారి జరిగాయి.

లోపలికి ప్రవేశించగానే ఆమె చుట్టూ చూసింది. క్యాబిన్ ఖాళీగా వుంది. ఆమె తేలిగ్గా ఊపిరి పీల్చుకోబోతూ వుంటే వెనుక నుంచి తల మీద దెబ్బ పడింది.

* * *

"మిమ్మల్ని చూస్తూంటే చైనా జాతీయుడిలా లేరు" అన్నాడు బ్లాక్ ఈగిల్.

"అవును. నేను ఆంగ్లో-చైనీస్ రక్తం కలిసిన వాడిని" అన్నాడు నేత్ర డిన్నర్ మొదలుపెడుతూ.

"మీరుగానీ మీ పేరు 'చో' అని చెప్పకపోయి వుంటే నేను మిమ్మల్ని భారతీయుడుగా పొరపాటు పడి వుండేవాడిని."

నేత్ర తినడం ఆపి, బ్లాక్ ఈగిల్ వైపు చూశాడు. అతడి మొహం మామూలుగా వున్నా కళ్ళల్లో లీలగా నవ్వు కదలాడటం నేత్ర గమనించాడు. ఏదో ఇబ్బందికరమైన ఫీలింగు. తనను వెయ్యి కళ్ళు పరిశీలిస్తున్నా యన్న భావన. ఏజెంట్ క్యూ ఏమయ్యాడు అన్న అనుమానం మరోవైపు పట్టిపీడిస్తూంది.

"విషవాయువుని తీసుకువెళ్తున్న విమానాన్ని రాడార్లు కనిపెట్టకుండా మీరు కనిపెట్టిన గాడ్జెట్ ఏ శాస్త్రానికి సంబంధించినది మిస్టర్ చో?"

"మీ ప్రశ్న నాకు అర్థం కాలేదు"

"ఫిజిక్స్? కెమిస్ట్రీ ?? ఎలక్ట్రానిక్స్???"

"ఆస్ట్రోఫిజిక్స్."

"గుడ్. మీకు సైన్సు పరిజ్ఞానం చాలా వుందే."

"నేను శాస్త్రజ్ఞుడిని. నాకు సైన్సు పరిజ్ఞానంలేక పోవడమేమిటి?"

"ఈ మధ్య చాలామందికి తన సబ్జెక్టుకన్నా మిగతా వాటిలో ఎక్కువ పరిజ్ఞానం వుంటూంది. నన్ను చూడండి. సైన్యంలో పనిచేశాను. కానీ నాకు గూఢచారి శాఖ అంటే చాలా వుత్సాహం. గూఢచారులని చూస్తూంటే నా రక్తం ఆనందంతో పొంగి పొర్లుతుంది. నా కొడుకుని అందుకే గూఢచారిని చేశాను. అన్నట్టు నా కొడుకుని మీకు పరిచయం చేయలేదు కదూ. వాడి అసలు పేరు నేనూ మర్చిపోయాను. అందరూ వాడిని 'ఏజెంట్ క్యూ' అంటారు. వాడూ మీరూ కలుసుకోబోయే మహత్తరమైన క్షణం కోసం ఎదురు చూస్తున్నాను. మీరు ఆ క్షణాల్ని బాగా గుర్తు పెట్టుకుంటారు."

"ఎక్కడ వున్నాడు మీ కుమారుడు?" డిన్నర్ పూర్తిచేస్తూ అడిగాడు నేత్ర.

"ఇక్కడే. ఈ షిప్‌లోనే - తన క్యాబిన్‌లో నిద్రపోతున్నాడు." అంటూ లేచాడు. ఇద్దరూ పక్కగదిలో అడుగుపెట్టారు. అక్కడ గాజు బీకర్‌లో ఒక కొండ చిలువ వుంది. "....ఏజెంట్ క్యూ కూడా తన క్యాబిన్‌లో ఇలాగే నిద్రపోతూ వుంటాడు. ఈ పాముకీ అతడికీ ఒక దగ్గర పోలిక వుంది మిస్టర్ చో. లేవగానే

ఇద్దరికీ ఆహారం కావాలి" అంటూ పక్కనున్న చిన్న బోనులోంచి కుందేలు పిల్లని తీసి బీకర్‌లో వేశాడు. రెండడుగుల వెడల్పు, నాలుగు అడుగుల పొడవు వున్న ఆ బీకరులో కుందేలు అటూ ఇటూ తిరుగుతుంది. దాని బెదురు స్పష్టంగా కనపడుతుంది.

"ఈ పాము వల్లే నాకు బ్లాక్ ఈగిల్ అని పేరు వచ్చింది మిస్టర్ చో! ఈ పాముకీ, నా కొడుక్కీ దగ్గర పోలిక లున్నాయని చెప్పానుకదూ. కరెక్ట్. ఆకలితో వున్న పాములు తమ ఆహారాన్ని భుజించే విధానం చూడడం నాకు చాలా ఉత్సాహాన్నిస్తుంది. ఆ కుందేల్ని చూడండి. ఈ రాత్రి తెల్లవారేసరికి తన ప్రాణం పోవడం ఖాయమని ఆ పాముని చూస్తూంటేనే దానికి తెలుస్తూంది. పాము ఎప్పుడు లేస్తుందో తెలీదు. ఎప్పుడు తనని తింటుందో తెలీదు. రాత్రంతా భయంతో వణకాలి. అదే మనుష్యులైతే ఆ వణుకు బయటకు కనపడకుండా వుండటానికి ప్రయత్నం చేస్తూ బింకంగా వుండగలరు. పాపం కుందేలు అలా చెయ్యలేదు కదా. నన్నందరూ సాడిస్టు అంటారు. అదిగో చూడండి."

కొండచిలువ లేచి కుందేల్ని పట్టుకుంది. శరీరం టపటపా కొట్టుకుంటూ వుండగా అది నిస్సహాయంగా పాము నోట్లోకి ప్రవేశిస్తూంది.

"ప్రపంచంలో చాలామంది చూడలేని దృశ్యం ఇది!చూడండి ఎంత అద్భుతంగా వుందో!"

నేత్ర కళ్ళు మూసుకున్నాడు. భయంతో కాదు. వేదనతో.

"మీ పడక ఇక్కడే ఏర్పాటు చేశాను మిస్టర్ చో. రేపు తెల్లవారే సరికి మన షిప్ దీవి చేరుకుంటుంది. ఏజెంట్ క్యూ - మీరూ కలుసుకోవడానికి తెల్లవారు ఝుమున అయిదింటికి ముహూర్తం ఏర్పాటు చేశాను. ప్రతి రాత్రీ ఇదే ఆఖరి రాత్రి అన్నట్టు నిద్రపోవడం నాకు అలవాటు. మీరూ అలాగే హాయిగా నిద్ర పోతారని ఆశిస్తాను" అంటూ తలుపువరకు వెళ్ళి ఆగాడు. "ఆ పాముని చూస్తూ నిద్రపోండి చో. మంచి కలలు వస్తాయి" తలుపు దగ్గరగా లాగేసి వెళ్ళిపోయాడు. బయట తాళం వేసిన చప్పుడు.

* * *

తెల్లవారుతూండగా షిప్ గోల్డెన్ ఐలెండ్ చేరుకుంది.

బ్లాక్ ఈగిల్, ఏజెంట్ క్యూ బ్రేక్ ఫాస్ట్ టేబిల్ దగ్గర కూర్చుని వున్నారు.

"వాడిని పిలుద్దామా గబ్బీ?"

క్యూ తలూపాడు. అనుచరుడు వెళ్ళి తలుపు తట్టాడు. "బాత్‌రూమ్‌లో వున్నాను. కొద్దిసేపు ఆగండి" అని వినిపించింది. వచ్చి ఆ విషయం చెప్పాడు.

"వాడు నిన్ను చూడగానే ఏం చేస్తాడంటావ్".

"తెల్లబోతాడు. పిస్టల్ తీయడానికి ప్రయత్నిస్తాడు. ఇద్దరం ఒకేసారి పిస్టల్ తీసి పేల్చుకోవలసి వస్తే నిశ్చయంగా నేనే గెలుస్తాను. ఈ పోటీయే మా ఇద్దరిమధ్యా చివరిది అవ్వాలని నాకెప్పట్నుంచో కోర్కె" అన్నాడు క్యూ.

"తను 'చో'- అని నేను నమ్మానని అనుకుంటున్నాడు పాపం. నువ్వీ షిప్‌లోనే వున్నావని చెప్పేసరికి వాడి మొహం చూడాలి. రాత్రంతా నిద్రపోయి వుండడు. ఇంకా కొంచెం సేపు నాటకం ఆడదామా?"

"వద్దు. గోల్డెన్ ఐలెండ్ చేరాక మనకి చాలా పనులుంటాయి."

"చూడు వచ్చాడేమో?"

అనుచరుడు వెళ్ళి తలుపు తట్టాడు. "బాత్ రూమ్‌లో వున్నాను కొంచెం సేపాగండి" అని వినిపించింది.

పది నిముషాలు గడిచాయి. మళ్ళీ అవే మాటలు!

క్యూకి అనుమానం వచ్చి తనే స్వయంగా వెళ్ళాడు. అనుమానం నిజమైంది. తలుపు బోల్టు బ్రద్ధలుకొట్టి లోపలికి ప్రవేశించాడు. ఆటోమాటిక్ - ఎలక్ట్రానిక్ ఆపరేటెడ్ - టేప్ రికార్డర్‌లోంచి మాటలు వినిపిస్తున్నాయి. - "బాత్ రూమ్‌లో వున్నాను కొంచెం సేపాగండి" అని.

నేత్ర క్యాబిన్‌లో లేదు.

"క్విక్...., హంసలేఖ వుందో లేదో చూడాలి పదండి" అంటూ పరుగెత్తాడు క్యూ. ఆమె కూడా లేదు.

క్యూ మొహం ఎర్రబడింది. తండ్రివైపు విస్ఫులింగాలు రాలుస్తూ చూశాడు. "నువ్వు తనని కనుక్కున్నావని నేత్రకి" తెలుసు. కేవలం గోల్డెన్ ఐలెండ్ ఎక్కడో తెలుసుకోవడానికి నీతో ఇంత దూరం ప్రయాణం చేశాడు. నువ్వు నీ శాడిజం తృప్తి కోసం అతడిని ద్వంద్వార్థాలతో భయపెట్టావ్. అతడు తాపీగా తన పని పూర్తి చేసుకున్నాడు. నా వూహ కరెక్టయితే హంసలేఖతో సహ సముద్రంలో ఈదుతూ మనకన్నా ముందే ఆ దీవి చేరుకుని వుంటాడు-" అన్నాడు.

బ్లాక్ ఈగిల్ ఆవేశంతో వణికిపోయాడు.

తను మాట్లాడుతున్నంత సేపు నేత్ర ఎందుకంత మౌనంగా వుండిపోయాడో ఇప్పుడర్థమైంది. బహుశా అంతసేపూ తనలో తాను నవ్వుకుని వుంటాడు. చాలా నాజూగ్గా కొట్టాడుకాని, బలమైన దెబ్బ కొట్టాడు.

తండ్రి ముఖ కవళికలు గమనిస్తూన్న 'క్యూ' అతడి దగ్గరకి వచ్చాడు.

అంతలో ఒక అనుచరుడు వచ్చి "మన మినీ బోటు కనపడటం లేదు సర్" అన్నాడు.

"అయితే బోటులో తప్పించుకున్నారన్న మాట" పూర్తి చేశాడు 'క్యూ'. "ఓ.కే. నాన్నా. ఇది నేనూ ఒక ఛాలెంజగా తీసుకుంటున్నాను. మనమనుకున్న టైమ్‌కి అనుకున్నట్టు దీని నుంచి ప్రళయం సృష్టించవలసిందే. ప్రపంచం మనకి దాసోహం అవవలసిందే. విషవాయువుతో విమానం బయల్దేరేది ఎన్నింటికి?"

"తొమ్మిదింటికి–"

"అంటే ఇంకా నాలుగు గంటల టైముంది. ఇంకో గంటలో వెలుతురు వస్తుంది. నేత్ర, హంసలేఖ మన దీవి చేరుకోవాలంటే ఆ మినీ బోట్‌లో ఇంకో రెండు గంటలు ఎలాగూ పడుతుంది. ఈ సముద్రంలో దగ్గర్లో మరో దీవి కూడా లేదు. నేత్ర సంగతి నాకు బాగా తెలుసు. అతడు శత్రువువైపే దూసుకువస్తాడు. వీటన్నిటికన్నా ముఖ్యంగా షార్క్స్.." నవ్వేడు. "...షార్క్స్ ఆ మినీ బోటుని వదిలిపెట్టవు. మన దీవి చుట్టూ వుండే షార్క్స్ సంగతి బహుశ నేత్రకి తెలిసి వుండదు."

ఆ సంగతి గుర్తుకు రాగానే బ్లాక్ ఈగిల్ మొహం మీద చాలా సేపటి తరువాత చిరునవ్వు కనపడింది. క్యూ కొనసాగించాడు.

"ఒకవేళ దీవి వరకూ వచ్చినా అక్కడ స్వాగతం పలకడానికి నేనుంటాను. మూడు వైపుల్నుంచి ఎలాగూ లోపలికి రాలేడు. తొమ్మిది దాటాక వచ్చినా లాభం వుండదు. మెరికల్లాటి మనుష్యుల్తో, మెషిన్‌గన్‌లతో నేను అక్కడ ఎదురు చూస్తూ వుంటాను. బోట్‌లో వస్తాడో, నీళ్ళ అడుగునుంచి వస్తాడో– ఎలా వచ్చినా నా దృష్టినుంచి ఎలా తప్పించుకోగలడో చూస్తాను. ఇట్స్ ఎ ఫైనల్ ఛాలెంజ్ బిట్వీన్ నేత్ర అండ్ ఏజెంట్ క్యూ."

* * *

నేత్ర హంసలేఖతో కలిసి ఆ ఓడ నుంచి బయటపడటానికి కొంచెం ముందు అక్కడ ఒక అపురూప సంగమం జరిగింది.

అది ప్రతిమ, హంసలేఖ మధ్య....

నేత్ర ఏమయ్యాడో అన్న ఆతృతతో ఓడలోకి ప్రవేశించిన ప్రతిమ రెండో అంతస్థు వరండాలోకి వచ్చింది.

వరండా చీకట్లో నిలబడి, నేత్ర - బ్లాక్ ఈగిల్‌ల సంభాషణ వింటూన్న ప్రతిమ, ఎవరో వస్తున్న అడుగుల చప్పుడు విని వెనక్కి పరుగెత్తుకుంటూ వచ్చింది. తెరిచి వున్న క్యాబిన్‌లోకి వెళ్ళగానే తలమీద పడిన దెబ్బ నుంచి తేరుకోవడానికి అరక్షణం పట్టింది. అయితే అది అంత పెద్ద దెబ్బ కాకపోవడంతో ఆమె తేరుకుని, మెరుపువేగంతో చెయ్యి వెనక్కి విసిరింది. ఆ దెబ్బ ఫలితంగా వినపడిన ఆర్తనాదం స్త్రీ దవడంతో ఆమె మరోసారి విసరబోయిన చేతిని అతి కష్టంమీద సగంలో ఆపుచేసి వెనక్కి తిరిగి చూసింది.

బీరు బాటిల్‌తో హంసలేఖ కనపడింది.

ఆమె బీరు తాగి ఆ విధంగా కొట్టిందనుకుంటే అది పొరపాటు. నేత్ర వస్తున్నాడని తెలిసిన తరువాత హంసలేఖ తన క్యాబిన్‌లో వుండలేక పోయింది. బయట నాదస్వరం వినిపిస్తూంటే బుట్టలో మెలికలు తిరిగే పాములా, ఆమె ఆ గదిలోంచి బయటపడటానికి ప్రయత్నించింది. తలుపు లాగి చూస్తే తెలిసేది కానీ, ఆమె ప్రసిద్ధి చెందిన సీక్రెట్ ఏజెన్సీకి చెందినది కాకపోవడంవల్ల, ఆ క్యాబిన్ తలుపు తెరిచే వున్నదన్న విషయం గ్రహించలేకపోయింది.

అంతలో బయటనుంచి ఎవరో వస్తున్న చప్పుడు వినిపించింది. అటూ ఇటూ చూస్తే ఎవరో తాగి పడేసిన ఖాళీ బీరు సీసా కనపడింది. దాన్ని పట్టుకుని ఝాన్సీరాణిలా ఆమె తలుపువైపు వస్తూంటే, అదే సమయానికి రుద్రమదేవిలా ప్రతిమ లోపలికి వచ్చింది. చూసుకోకుండా ఈమె ఆమె తలమీద బాదింది. ఆమె ఈమె మెడమీద కరాటే కిక్ ఇచ్చింది. అదృష్టవశాత్తు ఇద్దరూ వెనుక నుంచి కొట్టుకోవడంవల్ల పెద్ద దెబ్బలు తగల్లేదు.

"నువ్వా?" అంది ప్రతిమ తల తడుముకుంటూ.

"మీరా?" అంది లేఖ మెడ రాసుకుంటూ.

"నేనెంత వారించినా వినకుండా నేత్ర ఇందులోకి వచ్చాడు. నిన్నూ, నేత్రనీ రక్షించడానికి నేనీ సాహసం చెయ్యవలసి వచ్చింది. ప్రస్తుతం ఈ షిప్ ఎక్కడుందో చెప్పగలవా?"

"చెప్పగలను".

ప్రతిమ ఉత్సాహంగా ముందుకు వంగి "ఎక్కడ?" అంది.

"నీళ్ళల్లో".

"షిప్ నీళ్ళల్లో కాక గాలిలో వుంటుందా?" విసుగ్గా అడిగింది.

"ఎయిర్ షిప్ అయితే గాలిలో వుంటుంది కదండీ" అమాయకంగా అంది హంసలేఖ. ఆ రిటార్టుకి ప్రతిమ కోపంగా ఏదో అనబోయి, అంతలోనే ఏదో స్ఫురించినట్టు"మైగాడ్ మనం చాలా తప్పు చేస్తున్నాం" అంది.

"ఔను'!

ప్రతిమ అనుమానంగా చూస్తూ "నీకెలా తెలుసు?" అని అడిగింది.

"తలుపు వేసుకోకుండా మాట్లాడుకుంటున్నాం కదండీ!"

"నా మొహం. అదికాదు నేను చెప్పేది. విలన్ స్థావరంలో ప్రతిగదిలోనూ రహస్య మైకులుంటాయి. బాస్ తన గదిలో కూర్చుని వింటూవుంటాడు. మనం మాట్లాడుకోవలసినదంతా పైకి కాకుండా కాగితాలమీద వ్రాసుకోవాలి. లేకపోతే ప్రమాదం. వాళ్ళకి నేను ఇక్కడ వున్నట్టు తెలిసిపోతుంది."

హంసలేఖ కాగితం కోసం వెతుకుతూ, "మనం ఇప్పటివరకూ మాట్లాడుకున్నది మరి చెరిపెయ్యడం ఎలాగండీ?" అంది.

వీరిద్దరి మధ్యా ఈ విధమైన సంభాషణ మొదలయ్యే సమయానికి అక్కడ క్యాబిన్‌లో నేత్ర తన బ్రీఫ్‌కేస్ తెరిచాడు. ప్రత్యర్థులు దాన్ని క్షుణ్ణంగా పరిశీలిస్తారని అతడికి తెలుసు. అందుకే ఏ పరికరాలూ వుంచుకోలేదు. ఒక టూరిస్ట్‌కి వున్నట్టు టేప్ రికార్డర్, కొన్ని బట్టలూ వున్నాయంతే. ఒక సైంటిస్ట్‌లా కొన్ని అర్థం కాని కాగితాల ఫైలు కూడా పెట్టుకున్నాడు.

బ్లాక్ ఈగిల్ తనని గుర్తుపట్టాడని నేత్రకి అర్థమైంది. అతడెంత సాడిస్టో కూడా తెలిసింది. గోల్డెన్ ఐలెండ్ ఎక్కడుందో తెలుసుకోవడమే తన పని! మిగతాది భారత సైన్యం చేస్తుంది. ఇంకో రెండు మూడు గంటల్లో షిప్ ఆ దీవి చేరుకుంటుంది. ఈ లోపులో దాన్నించి బయటపడాలి. దీవిలో బందీగా దిగితే తప్పించుకోవడం కష్టం.

ఆలోచిస్తూ, అతడు చుట్టూ చూశాడు. క్యాబిన్ ఖాళీగా వుంది. గది మధ్యలో కొండ చిలువ, బీకరు, దూరంగా తనకోసం మంచమూ, పక్కా వున్నాయంతే! కిటికీ అవతల గార్డు కాపలా వున్నాడు.

నేత్ర కాలర్ క్రిందనుంచి చిన్న కత్తి తీశాడు. బీకర్ అద్దాలమధ్య దాన్ని దోపి అద్దాలు విడగొట్టాడు. పాము బద్ధకంగా పైకి లేచింది.

మంచం దగ్గరికి వెళ్ళి, దిండుమీద దుప్పటికప్పి మనిషిలాగా ఏర్పాటు చేశాడు. తల దగ్గర టేప్ రికార్డర్ పెట్టి 'ఆన్' చేశాడు. తరువాత వచ్చి తలుపు వెనుక నిలబడ్డాడు.

కొండచిలువ చాలా బద్ధకమైన పాము. అందులోనూ గంటక్రితమే కుందేల్ని తిన్నది.... అయితే క్షణాల్లో అది అలర్ట్ అయింది. కారణం టేప్ రికార్డర్!!!

దాంట్లోంచి వస్తున్న మృదంగ ధ్వనిని పాము వెంటనే పసిగట్టింది. పాముకి చెవులు వుండవు. కానీ సన్నటి వైబ్రేషన్స్‌కి కూడా విపరీతంగా స్పందిస్తుంది. 'రిథమ్'ని అసలు సహించలేదు. ఒకే బీట్‌లో వస్తున్న ఆ ధ్వనికి ఇరిటేట్ అయిన కొండచిలువ చరచరా పక్క ఎక్కింది. సరిగ్గా అ సమయానికి నేత్ర సన్నగా కేక పెట్టాడు. పాము టపటపా దిండుని కొడుతూంది. తోకని మంచానికి మెలిపెడుతూంది. ఆ ధ్వనిని 'పట్టుకోవడం' కోసం వికృతంగా కదను తొక్కుతూంది.

నేత్ర కేక విన్నగార్డు కిటికీలోంచి లోపలికి చూశాడు. లోపల దృశ్యం భయంకరంగా వుంది. మంచంమీద మనిషి, అతడిని చుట్టుకున్న కొండచిలువ....

గార్డు చప్పున తలుపు తీసి లోపలికి వచ్చాడు. లోపల కనిపించిన దృశ్యం అతడిని మరేమీ ఆలోచించుకోనివ్వలేదు. అదే నేత్రకి కావల్సింది. లోపలికి వచ్చిన వాడ్ని స్పృహ తప్పించి, బాత్‌రూమ్‌లో పడేసి, టేప్‌రికార్డర్‌లో తన స్టేట్‌మెంట్ రికార్డు చేసి అక్కణ్ణుంచి బయటపడ్డాడు.

ఇప్పుడిక మిగిలింది, ఆ షిప్‌లో హంసలేఖ ఎక్కడుందో పట్టుకోవడం, అదంత కష్టంకాదు.

ఇద్దరాడవాళ్ళు కలిస్తే ఎలా మాట్లాడుకుంటారో, ఆ స్థాయిలో ప్రతిమ కంఠం వినపడుతూంది– "విలన్ స్థావరంలో రహస్య మైకులుంటాయి" అంటూంది ఆమె.

నేత్ర తలుపు తోసి, "నువ్వింత హెచ్చు స్వరంతో మాట్లాడుతూ వుంటే ఇక మైకులెందుకు? మొత్తం షిప్ అంతా నీ మాటలు వినపడుతున్నాయి" అన్నాడు.

అతడిని హఠాత్తుగా చూసి, ఒక క్షణం విస్తుపోయినా, వెంటనే గాలిలా అతడి దగ్గరికి దూసుకొచ్చింది హంసలేఖ. లతలా అతడిని చుట్టుకుపోయింది. ప్రతిమ ఖాళీ బీరు సీసా వంక చూసి కసిగా దాన్ని అందుకోపోయి, తన మనసులో కలిగిన భావాన్ని అతి కష్టంమీద ఆపుచేసుకుంది.

"నువ్వు ఇక్కడికెలా వచ్చావ్?" నేత్ర ప్రతిమని అడిగాడు.

"ఆఖరి నిముషంలో ఏజెంట్ 'క్యూ' ఈ షిప్‌లోకి ప్రవేశించడం చూసి ఆ విషయం నీకు చెప్పాలని బోటు వేసుకు వచ్చి ఇందులో ఎక్కాను" అంది.

అదెంత కష్టమైన ఫీటో అతడికి తెలుసు. అతడామెవైపు ప్రేమతో, కృతజ్ఞతతో చూశాడు. కొందరు చేసే పనులు మనకే విధంగానూ సాయపడక పోవచ్చు. కానీ, అవి 'నీ గురించి నేను ఆలోచిస్తాను' అన్న ఫీలింగ్‌ని తెలుపుతాయి.

"మనం ఇక్కణ్నుంచి తొందరగా బయటపడాలి" అంది ప్రతిమ.

"మనం తప్పించుకున్నట్టు వాళ్ళకి తెలియడానికి ఎంతో సేపు పట్టదు. ఆ లోపులో వెళ్ళిపోవాలి."

"ఎలా తప్పించుకు వెళ్దామనుకుంటున్నావు?" నేత్ర అడిగాడు.

"ఈ షిప్‌కే రెండు చిన్నపడవలు జత చేయబడి వున్నాయి. అందులో ఒకటి తీసుకుని వెళ్దాం!"

"ఎక్కడికి? మనం బయల్దేరిన చోటికా?" నవ్వుతూ అడిగాడు.

"కాదు. ఇంత దూరం వచ్చి ఆ ఆపరేషన్ పూర్తి చేయకుండా ఎలా వెళ్తాం?" అని, అంతలో ఏదో అనుమానం వచ్చినట్టు "అయినా ఈ సమాధానాలన్నీ నాతో ఎందుకు చెప్పిస్తున్నావ్?" అని అడిగింది.

"రేప్రొద్దున ఇలాటి పనులన్నీ నువ్వే స్వంతంగా చేయవలసి వస్తుంది. ఈ పరిస్థితుల్లో నువ్వొక్కదానివే వుంటే ఏం చేస్తావా అని అడుగుతున్నాను–"

ఆమె అదొక సవాల్‌గా తీసుకుని, "చెప్పానుగా వెనక్కి వెళ్ళే ప్రసక్తే లేదు" అంది.

"ఆ ప్రసక్తి ఎలాగూ లేదులే. మనం షిప్‌లో దాదాపు ఎనిమిది గంటల్నించీ ప్రయాణం చేస్తున్నాం.. అంతదూరం ఈ చిన్న మోటార్ బోటు వెనక్కి వెళ్ళలేదు."

ప్రతిమ నాలుక్కరుచుకుని, తన ఆలోచనలో తప్పు బయట పెట్టకుండా బింకంగా అంది–

"అవును. అది కూడా నేను ఆలోచించాను. అందుకే మనం గోల్డెన్ దీః వైపు వెళ్ళాలి అన్నాను."

నేత్ర అమాయకంగా "అదెక్కడుందో మనకి తెలీదు కదా" అన్నాడు.

"అందుకనే ఈ ఓడని మనం దొంగతనంగా ఫాలో అవ్వాలి."

"మరీ అంత స్పీడుగా మన చిన్నబోటు వెళ్ళదు కదా!"

ప్రతిమ గతుక్కుమని, అంతలోనే సర్దుకుంటూ "ఆ మాత్రం రిస్క తీసుకోకతప్పదు. ఆ దీవికానీ దగ్గర్లోనే వున్నట్టయితే మన అదృష్టం కదా" అంది.

"కానీ ఈ ప్రాంతమంతా షార్కులు. ఆ ప్రమాదకరమైన సముద్ర చేపలకి మోటార్ బోటు శబ్దం చాలా ఎలర్జిక్! మన పడవని ముక్కలు ముక్కలు చేసేస్తాయి."

ప్రతిమ బిక్క మొహం వేసింది. తల విదిలిస్తూ "ఉహూ. నేనీ సర్వీసుకి పనికిరాను" అంది.

"ఎందుకు?"

"మోటార్ బోటులో ఎనిమిది గంటలు వెనక్కి వెళ్ళలేమని ఆలోచించ లేకపోయాను. ఓడ వెనుకే, దాన్ని అంత వేగంతో ఫాలో అవలేమని వుహించ లేకపోయాను. ఓడ మన దృష్టి నుంచి తప్పిపోతే ఈ సముద్రంలో షార్కుల మధ్య మనం ఎటు వెళ్ళాలో తెలియక చిక్కుపడి పోతామని తెలుసుకోలేకపోయాను. ఇంకెందుకు పనికి వస్తాను సీక్రెట్ సర్వీస్‌కి?"

"ఏజెంట్ 'క్యూ' క్యూడా ఇవన్నీ ఆలోచించి వుంటాడని నేను అనుకోను. శక్తిలో అతడు పరిపూర్ణుడే కానీ యుక్తిలో కాదు. అతడు కూడా నీలాగే ఆలోచించి వుంటే...."

"ఊ. ఆలోచించి వుంటే?"

"ఒడ్డు దగ్గిర నిలబడి మన పడవకోసం ఎదురుచూస్తూ వుంటాడు."

"మరి మనం ఏం చేద్దాం?"

"నువ్వన్నట్టు బోటుని సముద్రంలోకి వదిలేద్దాం. దాని సాయంతో దీని వైపు మనం వస్తున్నామని వాళ్ళు అనుకోనీ. మనం మాత్రం ఈ ఓడలోనే వుంటాం. బైనాక్యులర్స్‌తో వాళ్ళు సముద్ర జలాల మీద వెతుకుతారే తప్ప, ఇదే షిప్‌లో మనం వున్నామని అనుకోరు కదా."

ఒక అద్భుతాన్ని చూస్తున్నట్టు హంసలేఖ అతడివైపు చూస్తూ వుండిపోయింది.

క్షణాల్లో అతడు మిగతా ఏర్పాట్లు పూర్తి చేశాడు. ఓడ అడుగున కట్టివున్న పడవల్లో ఒకదాని తాడు కోసి నీళ్ళలోకి వదిలేశాడు. ఆ తరువాత ఇంజెన్ రూమ్ మీదవున్న 'ఆటిక్' మీద ముగ్గురూ చేరుకున్నారు. ఇదంతా నిశ్శబ్దంగా, మూడో కంటికి తెలియకుండా జరిగిపోయింది.

చాలాసేపు గడిచింది.

ఉన్నట్టుండి కలకలం వినిపించింది. ".... మనం తప్పించుకున్నట్టు వాళ్ళకి తెలిసినట్టుంది" రహస్యంగా అన్నాడు నేత్ర. ఆటిక్ అవతలే హాలు వున్నట్టుంది. మాటలు స్పష్టంగా వినిపిస్తున్నాయి.

చాలా చిన్న 'ఆటిక్' అది! నేత్ర, ప్రక్కన హంసలేఖ వాళ్ళిద్దరి కాళ్ళూ వున్న వైపు ప్రతిమా సర్దుకుని వున్నారు. చాలా దగ్గరగా.... ముడుచుకుని కూర్చున్నారు. అవతలి పక్క హడావుడి ఎక్కువైంది. "మన మినీ బోటు కనపడడం లేదు సార్" ఎవ్వరిదో స్వరం.

"ఓ.కే. నాన్నా. నేనూ దీన్ని ఛాలెంజిగా తీసుకుంటాను...." క్యా అంటున్నాడు.

"ఆ మినీ బోట్‌లో వాళ్ళు రావడానికి ఇంకో రెండు గంటలు ఎలాగూ పడుతుంది.... మెరికల్లాటి మనుష్యుల్తో, మెషిన్‌గన్‌లతో నేనక్కడ ఎదురుచూస్తూ వుంటాను."

"హుర్రే" అని అరవాలన్న కోర్కెని బలవంతంగా అణచుకుంది ప్రతిమ. హంసలేఖ చీకట్లో నేత్ర మెడమీద చప్పుడు కాకుండా ముద్దు పెట్టుకుంది.

నేత్ర అదిరిపడి, మళ్ళీ ఆ అదురుపాటు ప్రతిమకి తెలియకుండా వుండడం కోసం, ఏదో ఒకటి మాట్లాడాలన్నట్టు" అంతా మనం అనుకున్నట్లే జరుగుతూంది చూశావా" అన్నాడు ప్రతిమతో.

ప్రతిమ చేయిసాచి అతని కాలిమీద 'కోడ్'తో సందేశమిచ్చింది. "అటువైపు నీ పక్కనే వున్న హంసలేఖ అమాయకపుది కాబట్టి సరిపోయింది. నేనుండి వుంటే జరగబోయేది ఇంత కరెక్టుగా వూహించినందుకు ఈ చీకట్లో నిన్ను తప్పక ముద్దుపెట్టుకుని వుండేదాన్ని!"

* * *

గంట తరువాత షిప్ లంగరు వేసినట్టు ఆగింది.

షిప్‌కి సంబంధించిన వారు తప్ప మిగతా అందరూ ఒడ్డుకి వెళ్ళడానికి ఆయత్తమవుతున్నారు.

"నేనూ వెళ్తున్నాను" అన్నాడు నేత్ర.

"ఎక్కడికి?"ఇద్దరూ ఒకేసారి ఆశ్చర్యంగా అడిగారు.

"దీవిలోకి" అన్నాడు. ".... ఇంత దూరం వచ్చింది ఈ ఓడని కాపలా కాయడానికి కాదు" .... హంసలేఖ భయంగా చూసింది. ప్రతిమ మాత్రం పరిస్థితిని అర్థం చేసుకుని "మరి మేము?" అని అడిగింది.

"హంసలేఖ ఇక్కడే రహస్యంగా వుంటుంది. నువ్వు మాత్రం ఇంటర్‌పోల్ ఏజెంట్‌వనిపించాలి. మేమందరం వెళ్ళిపోయాక కేవలం ఓడ "క్రూ" మాత్రం కొద్ది మంది వుంటారు. వాళ్ళని ఎలా స్వాధీనంలోకి తీసుకుంటావో, లేక నిర్మూలనం చేస్తావో నీ ఇష్టం. ఈ దీవినుంచి మళ్ళీ మనం మన ప్రపంచంలోకి వెళ్ళాలంటే మాత్రం ఈ ఓడ అవసరం చాలా వుంది."

"ఆ విషయం నాకు వదలిపెట్టు."

"జాగ్రత్తగా చెయ్యి. చాలా రిస్కు."

"ఆ సంగతి నాకు వదిలి పెట్టమంటున్నాగా"

"వెళ్ళొస్తాను. బెస్టాఫ్ లక్."

"సేమ్ టు యు."

అతడొకసారి హంసలేఖవైపు చూసి అక్కణ్ణుంచి కదిలాడు. ఆమె ఏదో చెప్పాలనుకుని ఆగిపోయింది. వాళ్ళిద్దరూ చకచకా తీసుకునే నిర్ణయాలూ, చేసే పనులూ చూస్తూంటే తనేం చెప్పినా అది బాగోదు అనిపించింది.

తనొక్కతే అక్కడ 'మూడో వ్యక్తిగా' కూడా అనిపించింది.

*　　　*　　　*

దాదాపు అయిదొందల గజాల దూరంలో ఓడ ఆగివుంది.

గార్డులు పడవల్లో ఒడ్డుకు చేరుకున్నారు. వాళ్ళలో కొంతమంది బ్లాక్ ఈగిల్‌తో కలిసి "ప్లాంట్" వైపు వెళ్ళారు.

ఒడ్డున దాదాపు వందమంది దాకా సెక్యూరిటీ గార్డులు వున్నారు. ఏజెంట్ క్యూ, తనతో తీసుకువచ్చిన కొంతమందిని వాళ్ళతో కలిపి, గుంపులుగా విడగొట్టాడు. ఎవరెవరు ఎక్కడ కాపలా వుండాలో చెప్పాడు.

టైమ్ ఎనిమిది అయింది.

మరో గంటలో విమానం బయల్దేరుతుంది.

బ్లాక్ ఈగిల్‌తో పాటు ప్లాంట్‌లో ప్రవేశించిన వాళ్ళలో నేత్ర కూడా వున్నాడు.

అతడు గార్డు దుస్తుల్లో వున్నాడు.

* * *

భారత ప్రధానమంత్రి చీఫ్ సెక్రటరీ తన చేతిలో మెసేజీ వైపు అయోమయంగా చూసుకున్నాడు.

"ఇంకో రెండు గంటల్లో– అంటే సరీగ్గా పదింటికి– భారతదేశపు మ్యాప్ నుంచి తమిళనాడు, కేరళ, ఆంధ్రప్రదేశ్ రాష్ట్రాలు తొలగించబడతాయి. అవి నిర్జనం అవుతాయి. అది సాంపిల్ మాత్రమే. ఈ రోజు సాయంత్రం అయిదింటిలోగా దేశపు త్రివిధ దళాలూ, ప్రభుత్వమూ మాకు లొంగినట్టు ప్రకటించకపోతే, ఆరున్నరకి మరో మూడు రాష్ట్రాల్ని ఈ విధంగా నాశనము చేస్తాము. అది సెకండు వార్నింగు. మా శక్తి నిరూపణ కోసం పదింటి వరకూ వేచి వుండండి– బ్లాక్ ఈగిల్."

అదేదో పిచ్చివాడు వ్రాసిన వుత్తరం కాదని సెక్రటరీకి అనిపించింది. హడావుడిగా ప్రధాన మంత్రి దగ్గరకు వెళ్ళాడు.

సరీగ్గా అయిదు నిముషాల తరువాత ఇంటర్ పోల్ చీఫ్, హోం మినిష్టర్, ప్రధానమంత్రి, మరికొంతమంది సమావేశమయ్యారు. వైమానిక దళాధికారి, నేవీ, ఆర్మీ, చీఫ్‌లుకూడా హాజరయ్యారు.

"ఇది తేలిగ్గా తీసి పారేయదగ్గ విషయం మాత్రం కాదు." ఇంటర్‌పోల్ చీఫ్ అన్నాడు.... "ఆ ఫార్ములా వారి చేతికి దొరికింది. దాని ప్రయోగానికి మన దేశాన్ని ఎన్నుకున్నారు ఇది నిర్వివాదాంశం."

"ఆ సైంటిస్ట్ ఎలా వుంది" స్వర్ణరేఖ గురించి వాకబు చేశాడు హోం మినిష్టరు.

"బాగా కోలుకుంది. ఇంకా హాస్పిటల్‌లోనే వుంది. ఆ వాయువు ఎంత ప్రమాదమైనదో ఆమె వివరించింది" అంటూ ఆ వివరాలన్నీ చెప్పాడు చీఫ్. హోం మినిష్టర్ మొహం వివర్ణమైంది. త్రివిధ దళాధిపతులూ మొహాలు చూసుకున్నారు.

ప్రధానమంత్రి అన్నాడు– "మీరు చెప్పేదంతా నిజమైతే, ఆటంబాంబు నేపాల్ బాంబులకన్నా ప్రమాదకరమైనది ఈ పి.జి.గ్యాస్! ఇక న్యూక్లియర్ విస్ఫోటనాలమీద ఏ దేశమూ ఖర్చు పెట్టనవసరం లేదు. స్టార్‌వార్స్ వుండవు. కేవలం ఈ గ్యాస్ స్టోర్ చేసుకుంటే చాలు. ప్రపంచానికే ఆధిపత్యం వహించవచ్చు"

"బ్లాక్ ఈగిల్ ఉద్దేశ్యంకూడా అదే సర్! అతడి దీవికి అతి దగ్గిరలో వున్న సంపన్నమైన పెద్ద దేశం మనదే కాబట్టి ముందుగా మన రాష్ట్రాల్ని ఎన్నుకున్నాడు. నా అభిప్రాయం కరెక్టయితే 'భారతదేశపు మూడు రాష్ట్రాల్లోనూ జనం సంపూర్ణంగా నాశనమయ్యారు, ఫార్ములా సక్సెస్ అయింద'ని తెలియగానే అతడు అమెరికా, రష్యా, ఫ్రాన్స్ మొదలైన అగ్ర రాజ్యాలకు కూడా ఈ విధంగా నోటీసు పంపుతాడు."

"ఈ లోపులోనే అతడి దీవిని మనం బ్లాస్ట్ చేస్తే?" ఆర్మీ చీఫ్ అడిగాడు.

"అతడంత తెలివితక్కువవాడు కాదు. కేవలం రెండు గంటలే టైమిచ్చాడు. ఈ కొద్ది సేపట్లో మన విమానాలు ఆ దీవిని కనుక్కోలేవు. నా అభిప్రాయం ప్రకారం మరేదో దేశం ప్రపంచాధిపత్యం కోసం అతడితో చేతులు కలిపింది. అతనొక్కడే ఇంత పెద్ద కార్యక్రమం చేపట్టలేడు. మనం లొంగిపోయినట్టు ఒప్పుకుంటే, వెంటనే తన "బేస్" ని ఆ దీవినుంచి మన దేశానికి మార్చేస్తాడు. ఇక్కడ్నుంచే ప్రపంచంలోని దేశాలన్నింటికీ తన బెదిరింపులు పంపిస్తాడు. లేదా కోట్ల కొద్దీ బంగారం బేరం పెడతాడు" హోంమంత్రి అన్నాడు.

"ఏది ఏమైనా మనం తీసుకోబోయే నిర్ణయం మీద దాదాపు ఇరవై కోట్ల జనం ప్రాణాలు ఆధారపడి వున్నాయి. భోపాల్ గ్యాస్ నష్టానికే ఎంత అలజడి రేగిందో మీకు తెలుసు. అటువంటప్పుడు ఇరవై కోట్ల మంది ప్రాణాల్తో నిర్ణయం అంటే.... మైగాడ్– నేనేం చెయ్యాలో నాకు అర్థం కావటంలేదు" ప్రధానమంత్రి అన్నాడు.

"ఈ విషయంలో ఇంటర్‌పోల్ ఇంతవరకూ ఏం చేసింది?"

"దీని వెనుక వున్న వ్యక్తులు ఇద్దరు సర్పభూషణరావు, ఏజెంట్ క్యూ" అన్నాడు చీఫ్. "..... సర్పభూషణరావు రహస్యంగా దేశం వదిలివెళ్ళిపోయాడు. ఈ కేసులో పని చేస్తున్న మన సీక్రెట్ ఏజెంట్ పేరు నేత్ర. అతడు కూడా యస్బీఆర్‌ని ఫాలో అవుతూ వెళ్ళాడు. మనకి అతడి నుంచి వచ్చిన ఆఖరి సమాచారం ప్రకారం, వాటర్ డెవిల్ అనే షిప్‌లో ఆ రహస్య దీవికి ప్రయాణం అయ్యారు అందరూ.

ప్రొఫెసర్ 'చో' అనే అతడు ఒక గాడ్జెట్ కనిపెట్టాడు. దానిద్వారా ఏ రాడారూ ఆ విషవాయువుని వెదజల్లే విమానాన్ని పట్టుకోలేదు. అతడిని నేత్ర నిర్వీర్యం చేశాడు. మిగతా వివరాలు తెలియవు."

"ఆ వాటర్ డెవిల్‌ని పట్టుకుంటే...."

"నిన్నరాత్రే మన జలాంతర్గాములు తూర్పుదిశగా బంగాళాఖాతంలో ప్రయాణం చేయడం ప్రారంభించాయి" అన్నాడు నావల్ చీఫ్...."... కానీ ఆ షిప్‌ని వెతికి పట్టుకోవటానికి కనీసం మరో పది గంటలయినా పడుతుంది."

"ఈ లోపులోనే జరగవలసినదంతా జరిగిపోతుంది ఆ మూడు రాష్ట్రాల్లోనూ"

"ఈ మూడు రాష్ట్రాలకీ రెడ్ సిగ్నల్ పంపిస్తే?"

"ఏమిటి? మూడు రాష్ట్రాల ప్రజల్నీ అరగంటలో ఇవాక్యుయెట్ చేయించి, మధ్య ప్రదేశ్, ఒరిస్సాలకి చేర్చటమా? అసలది ఎలా సాధ్యం? అనవసరంగా కల్లోలం తప్ప జరిగేది ఏమీ వుండదు."

మళ్ళీ నిశ్శబ్దం.

దాదాపు ఇరవై కోట్లమంది ప్రజలు విలవిల్లాడుతూ చనిపోవటం, ప్రాణ భయంతో పరుగులు తీయటం– ఆ తరువాత పరిస్థితులూ ఊహిస్తున్నారందరూ.

"వాళ్ళక్కావల్సిందేమిటో అడగలేదా? వాళ్ళకి మన సమాధానం ఎలా పంపించాలో చెప్పలేదా?"

"కేవలం తన శక్తి మనకి చూపించటం కోసమే ఈ దారుణమైన ప్రదర్శన ఏర్పాటు చేశాడు బ్లాక్ ఈగిల్. సంప్రదింపులు ఆ తరువాతే."

"సరే అయితే...." అన్నాడు ప్రధానమంత్రి. మొత్తం విమాన బలగాన్నంతా తీర ప్రాంతానికి చేర్చండి, నౌకాదళాన్ని అప్రమత్తంగా వుంచండి. ఆ విమానం బహుశ తూర్పు ప్రాంతంనుంచే మన భూభాగానికి ప్రవేశించవచ్చు. దాన్ని గాలిలోనే పేల్చివేయగలిగితే కొంతవరకూ విజయం సాధించవచ్చు....

రాడార్ సాయం లేకుండా అది అసాధ్యమని అక్కడ అందరికీ తెలుసు. ప్రస్తుత పరిస్థితుల్లో ఇంకో మార్గం లేదని కూడా తెలుసు!

* * *

షిప్‌మీద కలకలం పూర్తిగా తగ్గిపోయింది.

అప్పటికి వాళ్ళు ఆ షిప్‌ని వదిలిపెట్టి వెళ్ళిపోయి అరగంట అయింది. ఎలుక కలుగులోంచి తల బైటకి పెట్టినట్టు ప్రతిమ 'ఆటిక్' లోంచి పైకివచ్చి అటు ఇటూ చూసింది.

అంతా నిర్మానుష్యంగా వుంది.

హంసలేఖని అక్కడే వుండమని చెప్పి ఆమె ధైర్యంగా అడుగు బయటకు పెట్టింది. పైన ఎవరూ లేరు. ఆమె రివాల్వర్ జాగ్రత్తగా మరో సారి చూసుకుని మెట్లు దిగింది. కిచన్ దగ్గర ముగ్గురు కనపడ్డారు. రెయిలింగ్ దగ్గర కూర్చుని సముద్రంకేసి చూస్తూ మరో ఇద్దరు బీరు తాగుతున్నారు. ఏం చెయ్యాలా అన్నట్టు ఆమె ఒక క్షణం ఆలోచనలో పడింది.

అంతలో ఆమె వెనుక ఒక నీడ పొడుగ్గా పాకింది. అతి సన్నగా అడుగుల చప్పుడు! ఆమె అవయవాలన్నీ పొజిషన్‌లోకి తీసుకుని ఒక్కసారిగా వెనక్కి తిరిగింది. వెనుక హంసలేఖ! బిక్కమొహంతో,"నా ఒక్కదానికీ అక్కడ భయం వేస్తూందండీ" అంది. ఆమె ఏదో అనబోయి, మనసు మార్చుకుని "సరే- నాతోనే వుండు" అంది. సడెన్‌గా, ఇదంతా ఆమెకు విచిత్రంగా అనిపించింది. హంసలేఖ రక్షణభారం తను తీసుకోవలసి రావడం! ఇంతవరకూ శత్రువుగా భావించిన ఆమెని తనే రక్షించవలసి రావటం!

హంసలేఖకి మాత్రం ఈ అపాయంలోంచి బైట పడతామన్న ఆశ ఏమాత్రం లేదు. వీళ్ళు ఎంతమంది వున్నారో తెలీదు. ఒక్కొక్కడూ నరరూప రాక్షసుడిలా కనపడుతున్నాడు. వీళ్ళ బారికి తమ నొదిలేసి తన మానాన తను వెళ్ళిపోయాడు నేత్ర. ఈ ప్రతిమేమో తన నీడనిచూసి తనే భయపడేలా వుంది.

అంతలో ప్రతిమ అక్కడ్నుంచి కదిలింది. హంసలేఖ ఆమెని అనుసరించింది. ఇద్దరూ తిరిగి పై అంతస్థులోకి వచ్చారు. అక్కడంతా చూసి మళ్ళీ క్రిందికి వెళ్ళింది.

హంసలేఖకి పిల్లి గుర్తొచ్చింది. పిల్లలు పెట్టేముందు అది ఇలాగే తిరుగుతుందట, "ఏవండీ నేను వట్టి మనిషిని కూడా కాను. ఇలా పైకీ క్రిందికీ తిరగలేను" అంది. అప్పుడు గుర్తొచ్చింది. ప్రతిమకి - ఇంకా ఆమెకి అసలు విషయం చెప్పలేదని. ఆమె ఏదో అనబోతూ వుంటే పక్కనుంచి అలికిడి అయింది. చప్పున హంసలేఖని బల్లపక్కకి లాగి తనూ వంగి పోయింది.

ఇద్దరు గార్డులు పక్కనుంచి నడుచుకుంటూ వెళ్ళిపోయారు. ఇంతకు ముందు వాళ్ళని చూడలేదు. వాళ్ళదగ్గిర రైఫిల్స్‌కూడా వున్నాయి.

ప్రతిమ షిప్ అంతా పైకీ క్రిందకీ ఎందుకు తిరుగుతూందో హంసలేఖకు అప్పుడు అర్థమైంది. ఇంత చిన్న విషయం తనకి తట్టనందుకు సిగ్గుపడింది.

అరగంటలో, ఆ షిప్‌లో వున్న మొత్తం బలగం సంగతి లెక్కతేలింది. మొత్తం పన్నెండు మంది వున్నారు.

అందులో నలుగురు గార్డులు. వాళ్ళదగ్గర ఆయుధాలున్నాయి. మిగతావాళ్ళు మిషన్, కిచిన్ క్రూ మెంబర్లు.

"అందర్నీ ఒకచోట చేరిస్తే తప్ప ఏం చెయ్యలేం" అంది ప్రతిమ.

"అవును ఎలా?"

ప్రతిమ చేతిలోకి రివాల్వర్ తీసుకుంది. "నువ్వు అట్నుంచి వెళ్ళు, చెయ్యి పూర్తిగా కనపడకుండా మానేజిచెయ్యి. నీ దగ్గర కూడా రివాల్వర్ వుందనుకుంటారు. ఇద్దరం చెరోవైపు నుంచీ ముట్టడిద్దాం."

హంసలేఖ భయంగా తలూపింది.

అంతలో రెయిలింగ్ దగ్గర కూర్చున్న వాళ్ళలో ఒకడు తాగేసిన బీరు బాటిల్ సముద్రంలోకి విసిరేసి పాట అందుకున్నాడు. - పచ్చి బూతు పాట.

ప్రతిమ అడుగు ముందుకు వేయబోయింది. వెనుకనుంచి భుజం మీద చెయ్యి పడింది. ఉలిక్కిపడి తల తిప్పి "నువ్వు ఇంకా ఇక్కడే వున్నావా?" అంది.

"వాడు మరీ ఆ బూతుపాట పాడుతూ వుంటే. అంతమంది మొగవాళ్ళ మధ్యకు వెళ్ళటం ఎలాగండీ? అసహ్యంగా వుండదూ. వాళ్ళు క్రిందకు వెళ్ళి తరువాత వద్దామండీ. ప్లీజ్! వినలేకపోతున్నాను"

"క్రిందకి వెళ్ళాక నేనొక పద్యం పాడతాను. పోనీ వింటావా?"

"ఏమిటండీ అది?"

"చెప్పులోనిరాయి, చెవిలోని జోరీగ....." విసుగ్గా అంది. హంసలేఖ నొచ్చుకుని "అయ్యో అయామ్ సారీ అండీ" అంది. ప్రతిమక్కూడా తను అంత కటువుగా మాట్లాడి వుండకూడదనిపించింది. "సీక్రెట్ ఏజెంట్‌లు ఇంతకన్నా ఇబ్బందికరమైన పరిస్థితులుకూడా ఎదుర్కోవలసి వుంటుంది. ప్రత్యర్థి ఫుల్ సూట్‌లో వున్నాడా, కట్ డ్రాయర్‌లో వున్నాడా అని ఆలోచిస్తే పనులు జరగవ్" అంది.

అంతలో మరోవ్యక్తి ఇంజన్ రూమ్‌లోంచి వచ్చి గుంపులో చేరాడు.

హంసలేఖ, ప్రతిమ ఒకర్నొకరు చూసుకున్నారు. అదృష్టం బావుండి హంసలేఖ ఆపుచేసింది. లేకపోతే అతను వెనుకనుంచి వచ్చి వుండేవాడు. ముందువేసిన లెక్కలో అతను లేడు. ఇంకా అలా ఎంతమంది వున్నారో తెలీదు. సమస్య మళ్ళీ మొదటికొచ్చింది.

"ఇదే సినిమాల్లో అయితే హీరోయిన్ వాళ్ళ మధ్యకి వెళ్ళి పాట అందుకునేది– అందరూ గుమిగూడేవారు."

"అప్పుడు హీరో మారువేషంలోవచ్చి అందర్నీ బంధిస్తాడు. ఇక్కడ అలాంటి హీరో ఎవరూలేరు కాబట్టి మనమే మరోప్లాన్ ఆలోచించాలి" కసిగా అంది ప్రతిమ.

నేత్ర తనకి అప్పగించిన పని సామాన్యమైనది కాదని ఆమెకు తెలుసు. కేవలం ఒక రివాల్వర్, ఆరు బుల్లెట్ల సాయంతో మొత్తం ఓడని కంట్రోల్ లోకి తీసుకోవాలి.

ఒకరకంగా ఇది తనకో పరీక్ష.

అక్కడే నిలబడి, ఏం చెయ్యాలా అని ఆలోచిస్తూ వుండగా మళ్ళీ భుజంమీద స్పర్శ!

"ఈసారి ఏమైంది?" అని అడిగింది తల తిప్పకుండా.

వెనుకనుంచి జవాబులేదు. ప్రతిమ వెనుదిరిగింది.

దూరంగా వెనకాల మూర్తీభవించిన భయంలా వుంది హంసలేఖ. చిత్తరువులా కళ్ళప్పగించి చూస్తూంది. ఆమె చెయ్యి కాదు ప్రతిమ భుజం మీదకు జారుతూంది.... చూరు మీదనున్న కొండచిలువ!

బీకరునుంచి బయటపడ్డాక రాత్రంతా ఎక్కడుందోగానీ, ప్రొద్దున్న వెలుగులోకి అది బయటకొచ్చింది. చూరుమీద నుంచి ఆమె మీదకు జారి ఆమెను చుట్టుకునే ప్రయత్నం చేస్తోంది. దాని భారీ శరీరపు మెత్తదనం, దానివీద నుంచి వచ్చే వాసనా, దాని కళ్ళలో క్రూరత్వమూ అంత దగ్గిర నుంచి చూసిన మరో వ్యక్తికి అయితే, అక్కడే గుండె ఆగిపోవాల్సిందే. కానీ ఎన్ని హాస్యాలాడినా ఆమె సీక్రెట్ ఏజెంట్!

పాము చూరు వదిలేసి ఆమె మీదకి పూర్తిగా జారటం, ఆమె మెరుపు వేగంతో పక్కకి తప్పుకోవటం ఒకేసారి జరిగాయి. ఆమె పక్కకి జరగటంతో అది నేలమీదపడి క్రింది చెక్కకి తల నిటారుగా కొట్టుకోవడంతో తాత్కాలికంగా అచేతనమైంది.

ఆమె మనసులో ఒక ఆలోచన మెరిసింది.

పక్కనున్న రాడ్‌తో ఆ పాముని రెయిలింగ్‌వైపు తోసింది.

పాము గాలిలో సగి అడుగులు ప్రయాణం చేసి, బీరు తాగుతున్న వ్యక్తుల మధ్య దభిల్లున పడింది. పాట పాడుతున్నవాడి స్వరం ఆర్తనాదంలోకి మారింది. అక్కడ ఒక్కసారిగా కలకలం రేగింది. అరుపులూ, కేకలూ వినిపించాయి. నాలుగువైపుల్నుంచీ గార్డులు, మిగతా సిబ్బంది పరుగెత్తుకు వచ్చారు. మొత్తం పదిహేను మంది వున్నారు. తాము అనుకున్న దానికన్నా ఇద్దరో ముగ్గురో ఎక్కువ. ఈ ఆలోచన రాక తొందరపడి వుంటే మరింత కష్టమయ్యేది.

గార్డులు కొండచిలువని షూట్ చేశారు. పెద్ద చెట్టు కొమ్మలా అడ్డంగా పడివుంది అది. దానిచుట్టూ చేరి మాట్లాడుకుంటున్నారు అందరూ. విచిత్రంగా దాన్ని చూస్తున్నారు.

“అలాగే నిలబడి చేతులెత్తండి. ఎవరూ కదలొద్దు” వెనుకనుంచి పిస్టల్ తో వస్తూ అంది ప్రతిమ.

ఈ హఠాత్పరిణామానికి అందరూ బిత్తరపోయారు.

“ఊ. తొందరగా...” గద్దించింది ప్రతిమ.‘ రైఫిల్స్ క్రిందికి వదిలేసెయ్యండి.”

వినపడుతూ వున్నది స్త్రీ స్వరం అవడంతో వాళ్ళు వెంటనే రియాక్ట్ కాలేదు. అలా అని కదిలే సాహసం కూడా చెయ్యలేదు. వాళ్ళ సందిగ్ధతని గమనించినట్టు “డ్రాప్ ది గన్స్. లేకపోతే షూట్ చేస్తాను” అంది.

అయితే, ఆమె సందిగ్ధతని కూడా వాళ్ళు గమనించారు. ఆమె కంఠంలో మృదుత్వం వాళ్ళకి ‘అధైర్యం’లా కనపడింది. నలుగురైదుగురు తలతిప్పి చూశారు రెయిలింగ్ మెట్లమీద నిలబడి వుందామె. చేతిలో పిస్టల్ మెరుస్తూంది. ఆమె వెనుక హంసలేఖ వున్నది.

కేవలం ఇద్దరు స్త్రీలు మాత్రమే వుండడంతో వారిలో ఒకరినొకరు చూసుకున్నారు. ఆమె ఒక్కత్తి. స్వరం వినపడుతూందే తప్ప అందులో ‘కమాండ్’ లేదు. దాంతో ఇద్దరు గార్డులు వేగంగా ఆమెవైపు తుపాకులు ఎత్తారు. మరో ఇద్దరు వేగంగా ఆమెవైపు పరుగెత్తుకు వచ్చారు. క్షణాల్లో జరిగిపోయింది. హంసలేఖ కెవ్వున అరిచింది.

ఆ అరుపుని అధిగమిస్తూ ఆమె చేతిలో రివాల్వర్ నాలుగుసార్లు నిప్పులు కక్కింది. ఎంత మెరుపులా ఆమె షూట్ చేసిందంటే, మొదటి బుల్లెట్ రివాల్వర్

నుంచి వెలువడకముందే రెండోది పేలిందా అనిపించింది. అంత వేగంలోనూ ఆమె గురి తప్పలేదు. పరుగెత్తుకు వస్తున్న వాళ్ళిద్దరూ వెనక్కి విరుచుకుపడిపోయారు. ఆమెవైపు తుపాకులు ఎత్తిన ఇద్దరు గార్డులూ మొదలు నరికిన మ్రానుల్లా కూలిపోయారు. ఒక పెద్ద కెరటం వచ్చి తీరాన్ని తాకి వెళ్ళిపోయినట్టు జరిగిందా సంఘటన.

హంసలేఖ దిగ్భ్రాంతురాలై ఆమెవైపు చూసింది. ప్రతిమ రిలాక్స్ అవలేదు. వాళ్ళవైపు పిస్టల్ అలాగే గురిపెట్టి వుంచింది. క్రిందపడిన నలుగురివైపుకూడా చూపు తిప్పలేదు. ప్రొఫెషనల్ కిల్లర్ ఎవరూ క్రిందపడిన వాళ్ళవైపు చూడరు. బ్రతికివున్న వాళ్ళ మీదనుంచి చూపు తిప్పకుండా నిలబెడతారు.

అప్రయత్నంగా గార్డులు ఆయుధాలు వదిలేశారు.

"వెళ్ళి వాటిని తీసుకురా" అంది ప్రతిమ. హంసలేఖ కదల్లేదు. ఆమె ఇంకా షాక్ నుంచి తేరుకోలేదు. పైగా వెళ్ళేదారి మధ్యలో శవాలున్నాయి. "ఆలస్యం చెయ్యకు, వెళ్ళు" మళ్ళీ చెప్పింది.

సముద్రం మీదనుంచి వచ్చే చల్లటిగాలి తీవ్రత తగ్గింది. సూర్యుడు మరికాస్త పైకి వచ్చాడు. ఆ వెలుగులో సముద్రం తళతళ మంటూంది.

హంసలేఖ అడుగు ముందుకేసింది. నెమ్మదిగా కదిలి వాళ్ళవైపు వెళ్ళి, ఆమె వంగి పిస్టల్ తీసుకుంటూ వుండగా అందులో ఒకడు చప్పున రెయిలింగ్ మీదనుంచి క్రింది నీళ్ళలోకి దూకేశాడు.

ప్రతిమ పిస్టల్ పేల్చలేదు.

అది గమనించి మరో ఇద్దరు పరుగెత్తారు. క్షణాల్లో అందరూ సముద్రంలోకి దూకేసారు. ఆమె అలా వుండిపోవటానికి రెండు కారణాలున్నాయి. రివాల్వర్‌లో రెండు గుళ్ళు మాత్రమే వుండడం మొదటిది. పారిపోతున్న వాళ్ళని చంపటం మానవత్వంలా తోచకపోవటం రెండోది.

ఆ రెండో కారణమే ప్రమాదానికి దారితీసింది.

* * *

ఏజెంట్ క్యూ తీరం దగ్గర నిలబడి సముద్రంవైపు బైనాక్యులర్‌తో చూస్తున్నాడు. దీవికి మరో దారి లేదని అతడికి తెలుసు. అతడు మోటారు బోటుకోసం చూస్తున్నాడు. బోటు కొద్ది దూరంలో వదిలేసి, సముద్రంలో నేత్ర

ఈదుకుంటూ వచ్చే అవకాశం కూడా వుందని అతడు భావించి, తన మనుష్యుల్ని తుప్పలవెనుక వుంచాడు.

బైనాక్యులర్స్‌లో ముందొకరు ఈదుకుంటూ రావడం కనిపించింది. అతడి మొహం వికసించింది. కానీ అంతలోనే మరో నలుగురు కనపడ్డారు. అతని మనుష్యులు తుప్పల వెనుకనుంచి కాల్పులు సాగించడానికి ఆయత్తమయ్యారు. అతడికేదో అనుమానం వచ్చి తనవాళ్ళని ఆగమని సైగ చేశాడు. వస్తున్నవాళ్ళు తమవాళ్ళేనని అర్థమైంది.

వచ్చినవాళ్ళు ఓడలో జరిగిందంతా చెప్పారు. అతడిమొహం కోపంతో ఎర్రగా కందిపోయింది. తానెంత సులభంగా ఫూలయ్యాడో వాళ్ళు వివరించి చెపుతున్నట్టు అనిపించింది. కాలితో నేలని కొట్టాడు.

తను బయట వెతుకుతున్నాడు.

నేత్ర దీవి లోపలే వున్నాడు.

పి.జి. గ్యాస్ బయల్దేరే చోటే వున్నాడు. అతడు వాచీ చూసుకున్నాడు. ఎనిమిదిన్నర అయింది. ఫైనల్‌కౌంట్ డవున్‌కి ఇంకా ఇరవై నిముషాల టైముంది.

"ఓడని అటాక్‌చేద్దామా సార్" అంటున్న అసిస్టెంట్‌ని అవసరం లేదని చెప్పాడు. "దాన్ని మనం ఎప్పుడు కావాలంటే అప్పుడే స్వాధీనం లోకి తెచ్చుకోవచ్చు. అసలు శత్రువు ఎక్కడున్నాడో తెలిసింది. మనకావిషయం తెలిసిందన్న సంగతి అతడికి తెలీదు" నవ్వేడు.... ".... విమానం బయల్దేరబోయే సమయానికి అక్కడ లేమే అని మీరు దిగులు పడనవసరం లేదు. ఇప్పుడు రెండు అద్భుతాలు మీరు ఒకేసారి చూడవచ్చు. మొదటిది మీకు తెలుసు. రెండోది.... నేత్ర మరణం."

* * *

నేత్ర తన కళ్ళని తానే నమ్మలేకపోయాడు.

అండర్ గ్రౌండ్‌లో అంత పెద్ద రన్‌వే అతడు చూడకపోవటమే కాదు. ఊహించలేదుకూడా. బ్లాక్ ఈగిల్ చర్యలు ఇంతకాలం బైట ప్రపంచానికి ఎందుకు తెలియదో, ఈ దీవి ఎందుకు బయటపడలేదో అతడికిప్పుడు అర్థమైంది.

గార్డ్స్‌లో ఒకటిగా అతడూ నిలబడి ఆ విమానంవైపు చూస్తున్నాడు. ఒక అద్భుతాన్ని చూస్తున్నట్టుగా వుంది అతడికి.

కేవలం పది అడుగుల పొడవు, ఆరడుగుల వెడల్పూ వున్న ఆ విమానం గంటకి పన్నెండువేల మైళ్ళ వేగంతో ప్రయాణం చేస్తుందీ అంటే- కనీసం అయిదు కోట్ల రూపాయిలకు తక్కువ కాకుండా ఖరీదు వుంటుంది. అలాంటి విమానాలు అక్కడ దాదాపు పది వున్నాయి. ఇంత డబ్బు బ్లాక్ ఈగిల్ ఎలా సంపాదించాడన్నది అనూహ్యం. ఇప్పుడు ఆ ఆలోచనకూడా అనవసరం. ఒక చిన్న ఎలక్ట్రానిక్ ఆపరేషన్‌తో ఆ పది విమానాలూ గాలిలోకి లేస్తాయి. ప్రపంచం నలుమూలలకీ వెళ్ళి తిరిగొస్తాయి. ఆ విమానాలు తిరిగిన ప్రదేశమంతా స్మశానంగా మారుతుంది. దీని శ్రీకారం భారతదేశపు తీర రాష్ట్రాలతో ప్రారంభమవుతుంది.

విమానం బయల్దేరడానికి ఇంకా పదిహేను నిముషాలు టైముంది.

మొత్తం అంతా క్లోజ్డ్ సర్క్యూట్ టి.వి.లు వున్నాయి. పి.జి. గ్యాస్ సిలిండర్ విమానం క్రింద పొడుగ్గా కనపడుతూంది.

నేత్ర అక్కడనుంచి నిశ్శబ్దంగా తప్పుకున్నాడు.

రన్‌వేకి యాభై గజాల దూరంలో వరుసగా క్యాబిన్స్ వున్నాయి. ఏయే క్యాబిన్ దేనికి సంబంధించిందో తలుపులపైన పేర్లున్నాయి. “గాడ్జెట్” అని వ్రాసి వున్నదానిలోకి అతడు ప్రవేశించాడు. అక్కడొక సైంటిస్టు కూర్చున్నాడు. “చో” రూపంలో వున్న తననుంచి బ్లాక్ ఈగిల్ తీసుకుని వచ్చిన గాడ్జెట్‌ని పరీక్షిస్తున్నాడు.

అలికిడి అయ్యేసరికి అతను వెనుతిరిగి చూసాడు. నేత్ర చెయ్యి గాలిలోకి లేచింది. రెండు నిముషాల్లో నేత్ర ఆ పొజిషన్‌లోకి మారాడు. ఈ లోపులో బ్లాక్ ఈగిల్ ‘రన్ వే’ దగ్గిరకి వచ్చాడు. టైము 8-50 అయింది.

విమానం బయల్దేరటానికి ఇంకా పది నిముషాలుంది.

బ్లాక్ ఈగిల్ మెయిన్ కంప్యూటర్ దగ్గిర కూర్చున్నాడు.

పైలట్ ఆఖరి పరీక్షలు చేస్తున్నాడు.

“రన్ వే క్లియరెన్స్?” అడిగాడు బ్లాక్ ఈగిల్.

“పాస్...” మొదటీ క్యాబిన్ నుంచి సమాధానం వచ్చింది.

ఒక వ్యక్తి వచ్చి క్యాబిన్ తలుపు కొట్టాడు.

“కమిన్” అన్నాడు నేత్ర.

అతడు లోపలికి రాగానే గాడ్జెట్ అందించాడు. అది విమానానికి అమర్చబడింది.

"పి.జి. గ్యాస్ ప్రెషర్?" బ్లాక్ ఈగిల్ మైక్‌లో అడుగుతున్నాడు.

"పాస్" రెండో క్యాబిన్ సమాధానం.

"గాడ్జెట్ సేఫ్టీ."

"పాస్" అన్నాడు నేత్ర. పనయిపోయింది అతడు లేచాడు. అంత టెన్షన్ తనెప్పుడూ అనుభవించలేదు. ఇంకా ఎనిమిది నిముషాలు టైముంది. ఎనిమిది నిముషాల్లో ఎనిమిది కిలోమీటర్ల దూరం వెళ్ళిపోవాలి.

నేత్ర క్యాబిన్ బయటకు వచ్చాడు. ఎవరి పనుల్లో వాళ్ళు వున్నారు. నేత్ర ముఖద్వారం దగ్గిరికి వచ్చాడు. అక్కణ్ణుంచి పైకి మెట్లున్నాయి. వేగంగా మెట్లు ఎక్కాడు.

"హేయ్ ఎక్కడికి?" అడిగాడు అక్కడి గార్డు. నేత్ర ఆలోచించలేదు. మళ్ళీ ఒక దెబ్బ. గార్డు నిశ్శబ్దంగా నేల కూలాడు. నేత్ర పరుగెత్తుకుంటూ బయటకు వచ్చాడు. వరుసగా వాహనాలున్నాయి. జీపులో ఎక్కి కూర్చోబోతూ స్థాణువులా ఆగిపోయాడు.

ఎదురుగా మిషన్ గన్‌తో 'క్యూ' వున్నాడు.

నేత్రని చూసి సన్నగా నవ్వేడు.

నేత్ర నిర్విణ్ణుడయ్యాడు. కానీ అది క్షణంసేపే. అతడి వేళ్ళ మధ్య ఇగ్నిషన్ తిరగటం, వ్యాన్ ముందుకు దూకటం ఒకేసారి జరిగాయి. 'క్యూ' పక్కనుంచి అతడి వ్యాన్ సాగిపోయింది. అయితే 'క్యూ' చేతిలో మిషన్ గన్ పేలలేదు. 'క్యూ' మొహంమీద చిరునవ్వు చెరగలేదు.

బీకరులో కుందేలు పడిన తరువాత కొండచిలువ వెంటనే దాన్ని చంపదు. ఎలాగూ చేతిలోకి దొరికినదేకదా అని తాపీగా వేటాడుతుంది. 'క్యూ' మనస్తత్వంకూడా అలాంటిదే. ఆ దీవిలో ప్రతీ అంగుళమూ అతడికి తెలుసు. చదరంగం గళ్ళమధ్య పావుని చంపినట్టు నేత్రని అడవిలో చంపాలని క్యూ కోరిక.

అతడు మరో జీప్ ఎక్కాడు. తన అనుచరుల్ని వద్దని చెప్పి తనే స్వయంగా దాన్ని రివర్స్‌చేసి నేత్రని ఫాలో అయ్యాడు. నిజానికి 'లాంచింగ్ స్టేషన్' నుంచి తీర ప్రాంతానికి కేవలం ఒకే ఒక దారి వుంది. మిగతా మూడు వైపులా జలపాతాలూ, కొండలూ, దుర్భేద్యమైన అరణ్యం తప్ప మరేమీ లేదు.

విమానం బయల్దేరటానికి ఇంకా ఆరు నిమిషాల టైముంది. వేగంగా నడుపుతూన్న క్యూ సడన్ బ్రేక్ వేసి తన వాహనాన్ని ఆపుచేశాడు. కొండ మలుపులో నేత్ర వ్యాన్ ఆగివుంది! నేత్ర అందులో లేడు. వ్యాన్ ఖాళీగా వుంది.

క్యూ తన జీపు దిగాడు.

నేత్ర దూరదృష్టిని మనసులోనే మెచ్చుకున్నాడు 'క్యూ'

నేత్రేగానీ తీరప్రాంతం వరకూ వెళ్ళి వుంటే, అతడి మరణాన్ని అతడే కోరి ఆహ్వానించినట్టు వుండేది. తీరమంతా ఇసుకే. తన చేతిలోవున్న మిషన్‌గన్ అతడి శరీరాన్ని తూట్లు తూట్లు పొడిచేది- అడ్డేమీ లేకపోవటంతో.

లేదా నేత్ర ఏ బోట్‌లోనో ఓడవైపు వెళ్ళినా, ఇద్దరిమధ్యా దూరం ఎక్కువ లేదుకాబట్టి, ఒడ్డున నిలబడి తను బోట్‌నిపేల్చి పారేసి వుండేవాడు.

నేత్ర మధ్య దారిలోనే దిగిపోయి అడవిలోకి పరుగెత్తటం అతడి ప్రాణాల్ని తాత్కాలికంగా, రక్షించింది.

'తాత్కాలికంగా' అంటే మరో అయిదు నిముషాలు.... లేదా పది నిముషాలు. గెరిల్లా పద్ధతుల్లో ఆ అడవిలో ఒక మనిషిని వేటాడటానికి తనకామాత్రం టైమ్ చాలు. అడవియుద్ధంలో తనని నేత్రే కాదు కదా, ఈ ప్రపంచంలో ఎవరూ ఎదుర్కోలేరు. ఆ విషయం అతడికి తెలుసు.

నేత్రకి కూడా తెలుసు.

తనా అడవిలో మరో అయిదు నిముషాలకన్నా ఎక్కువసేపు వుండటానికి వీల్లేదు. 'క్యూ' చిరుతపులి లాంటి వాడు. వాసన చూసి పట్టేస్తాడు, అదీగాక అతడి చేతిలో మిషన్‌గన్ వుంది. ఆ అడవంతా అతడికి కొట్టినపిండి. ప్రతీ సీక్రెట్ ఏజెంట్‌కీ కొన్ని రంగాల్లో ప్రావీణ్యత వుంటుంది. ఏ రంగంలో తనకన్నా తన ప్రత్యర్థి గొప్పవాడో, ఆ ఫీల్డులో అతన్ని ఎదుర్కోక పోవటమే మంచి ఏజెంట్ లక్షణం. ఇక్కడ 'ఈగో' సమస్య రాకూడదు.

నేత్ర వేగంగా కదిలాడు.

ఎండు కొమ్మలు అతడి కాళ్ళక్రింద విరుగుతున్నాయి. చెట్ల కొమ్మలు వంటిని చీలుస్తున్నాయి. లతలు, తీగెలు కాళ్ళకి అడ్డుపడుతున్నాయి. అయినా అతను ఆగలేదు. పరుగెడుతూనే వున్నాడు.

ఇప్పుడు అతడు ఏ దశలో, ఎంత వేగంగా వెళ్తున్నాడో వెంట్రుకవాసి తప్పు లేకుండా చెప్పగలడు. అతడు లేచి నిలబడి గుండెనిండా ఊపిరి పీల్చుకున్నాడు. అతడి పెదాల మీద చిరునవ్వు అలాగే వుంది.

అడవి సంగతి తెలియని నేత్ర ఆ దిశగా పరుగెడుతున్నాడు. అక్కడ లోయల్లోంచి ఒక నది పారుతూంది. అమెజాన్, నైల్ నదుల కన్నా భయంకరమైనది అది. ఆ నదికి కుడివైపు నుంచి మరొక పాయవచ్చి కలుస్తూంది. కొండల అడుగున, దాదాపు రెండొందల అడుగుల లోతున ఈ రెండూ ప్రవహిస్తున్నాయి. వాటిని 'క్రాస్' చేసి అవతలి ప్రక్కకి వెళ్ళటం అసంభవం. కాబట్టి నేత్ర తప్పనిసరిగా ఎడమవైపుకే వెళ్తాడు.

'క్యూ' అటు బయల్దేరాడు.

గెరిల్లా పద్ధతి వేటలో ఈ విధమైన లాజిక్కే అన్నిటికన్నా ముఖ్యమైన విషయం అవుతుంది.

నేత్ర ఆ అడవిలోనే నిశ్చలంగా ఒకచోట గాని, ఒక చెట్టుమీదగానీ వుండిపోతే ప్రమాదం నుంచి తప్పించుకున్నట్టే. కానీ అతడలా చెయ్యడని 'క్యూ' కి తెలుసు. ఇంకొక అయిదు నిముషాల్లో విమానం బయల్దేరగానే గార్డులూ బయల్దేరతారు. వేట కుక్కల్తో ఆ ప్రదేశమంతా జల్లెడ వేస్తారు. అప్పుడిక తప్పించుకోవటం కష్టం. అతడు ఏ మాత్రం రిస్కు తీసుకున్నా- తను ఒక్కడున్నప్పుడే తీసుకోవాలి.

'క్యూ' నడక ప్రారంభించాడు.

అతడికి చాలా సంతోషంగా వుంది. ఈ ఆఖరి పోరాటం తామిద్దరి మధ్యే సాగవలసి రావటం ఆ సంతోషానికి కారణం.

మరో నిముషం ప్రయాణం చేసి అతడు ఆగి, బైనాక్యులర్‌తో చూసాడు. దూరంగా చెట్లమధ్య అలికిడి వినిపించింది. జంతువు తాలూకు కదలికకి, మనిషి అలికిడికీ తేడా తెలుసుకోవటం కూడా ఒక కళ. నేత్ర నదివైపు వెళ్తున్నాడు.

విమానం బయల్దేరటానికి మరో నాలుగు నిముషాలుంది.

'క్యూ' ఒక పెద్ద చెట్టు పైకి చకచకా ఎక్కాడు. తాను వెళ్ళే దారికి అడ్డంగా నది కనపడగానే నేత్ర ఏ విధంగా తెల్లమొహం వేస్తాడో చూడాలని 'క్యూ' ఉబలాటం. చెట్టు అంచున కూర్చుని నేత్ర వైపు చూస్తున్నాడు. బైనాక్యులర్స్‌లో నేత్ర

స్పష్టంగా కనిపిస్తున్నాడు ఇంకో పది అడుగులు పైకి వెళ్తే కొండ శిఖరం చేరుకుంటాడు అక్కడ నుంచి అవతలకి దారిలేదు. రెండొందల అడుగులు నిలువుగా జారుడు రాళ్ళు. క్రింద ఉధృతంగా ప్రవహించే నది....

క్యూ నవ్వు బిగపట్టి చూస్తున్నాడు.

నేత్ర శిఖరంపై అంచుకు చేరుకున్నాడు. వంగి, క్రింది నదివైపు చూశాడు. అయితే, అతడి మొహంలో మార్పేమీ లేదు. బలంగా ఊపిరి పీల్చుకుని, రెండు చేతులూ గాలిలో పైకిసాచి, ఒకసారి నదిలోకి డైవ్ చేసాడు.

దూరం నుంచి బైనాక్యులర్స్‌లో చూస్తున్న క్యూ మొహంలో అప్పటివరకూ కదలాడిన నవ్వు మాయమైంది. వేగంగా చెట్టు దిగాడు. "ఈ నేత్రకి నిశ్చయంగా పిచ్చిపట్టింది అనుకున్నాడు. అంత వేగంతో ప్రవహిస్తున్న నదిలోకి అంత ఎత్తునుంచి దూకటం నిస్సందేహంగా దుస్సాహసమే. సూదిమొనలాటి ఏ రాయి మీద పడినా ప్రాణం పోవటం ఖాయం. ఒకవేళ రాయిమీద పడకుండా, అదృష్టవశాత్తు లోతైన నీళ్ళలో పడినా, మరో వందగజాల దూరంలో జలపాతం వుంది. అక్కడయినా మరణం తప్పదు. అక్కడ నుంచి సముద్రం వరకూ దాదాపు పదిహేను అడుగుల పొడవున్న మొసళ్ళు- ఎలాటి ప్రాణినైనా తమ పళ్ళతో చీల్చెయ్యటానికి సిద్ధంగా వుంటాయి. అన్ని అవాంతరాల్ని దాటుకుని సముద్రం వరకూ చేరటం మానవమాత్రుడికి సాధ్యంకాదు.

అయినా కూడా ఏజెంట్ క్యూ, నేత్ర చావు బ్రతుకుల్ని 'విధి'కి వదిలెయ్యలేదు. అతడి చావుని కళ్ళారా చూడాలన్నది అతడి ధ్యేయం.

క్యూ పరుగెత్తాడు. గాలికన్నా వేగంగా పరుగెత్తాడు. నేత్ర శరీరం ఆ నీటి ఉధృతానికి, ఎంత వేగంతో ప్రయాణం చేస్తుందో అతడికి తెలుసు. రాతిమీద పడి శరీరం ఛిద్రమైనా, జల పాతంలో ముక్కలైనా, కనీసం అవశేషాలైనా రాక మానవు.

అతడు తీరం చేరుకున్నాడు.

నిజమైన సాగరసంగమం అది. నదివేగం తగ్గి, సముద్రంలో కలుస్తోంది.

ఒడ్డుకి ఇరువైపులా మొసళ్ళు ఇసుకలో బద్ధకంగా పడుకుని వున్నాయి. అలికిడికి నెమ్మదిగా నీళ్ళలోకి వెళ్లిపోతున్నాయి. కొట్టిపడేసిన తాటిచెట్ల మొదళ్ళలా వున్నాయి అవి.

క్యూ నీటివైపు చూస్తున్నాడు. దూరంనుంచి నీళ్ళలో తెల్లగా ఏదో కొట్టుకొస్తూ కనపడింది. అది నేత్ర షర్టు.

....

పై అంచుని పట్టుకుని, క్రింది రాయిమీద కాలు ఆన్చి నేత్ర నెమ్మదిగా పైకి వచ్చాడు. అతడు అసలు నీళ్ళలోకి దూకనేలేదు.

పరుగెత్తుకుంటూ కొండశిఖరానికి చేరుకొంటూ వుండగానే అతడు నది హోరుని విన్నాడు. తను ట్రాప్ అయిపోయానని అనుకున్నాడు. క్రింద నదిని చూడగానే, అందులో దూకితే తన మరణం ఖాయమని అతడికి తెలిసిపోయింది. వెనుకనుంచి 'క్యూ' తనని చూస్తూ వుంటాడని అతడికి తెలుసు. అతడి మెదడు మిషన్ కన్నా వేగంగా ఆలోచించింది. ఆగకుండా, అదే వేగంతో శిఖరం అంచుకి చేరుకుని, చేతులు రెండూ పైకెత్తి గాలిలోకి 'డైవ్' చేసాడు. నీటిలోకి కాదు. మూడడుగులు క్రింద వున్న రాయి మీదకి.

అర నిముషం అక్కడే ఆగి, నెమ్మదిగా తల పైకెత్తి చూసాడు.

'క్యూ' చెట్టుదిగి సముద్రంవైపు పరుగెత్తటం కనిపించింది. అతడు వెళ్ళిపోతున్నాడని నిశ్చయించుకున్నాక, షర్టు విప్పి నీళ్ళలో పడేశాడు. మెలికలు తిరిగిన నదిలో అది సముద్రం చేరుకోవటానికి రెండు మూడు నిముషాలు పడుతుంది. క్యూలో ఇంటరెస్టు సస్టెయిన్ చేయడం, అతడిని ఆ విధంగా తప్పు దారిలోనే ఆలోచిస్తూ వుండేలా చెయ్యటం నేత్ర ఉద్దేశ్యం. బలం, చురుకుదనం, ఆయుధ విన్యాసం, ఇవన్నీ సీక్రెట్ ఏజెంట్‌ల కనీసార్హతలు అయితే అయ్యుండవచ్చుగానీ, ప్రత్యర్థి మనసులో ఏమున్నదో కరెక్టుగా వూహించి, ఆ దారిలోనే దెబ్బతీయగలిగేలా స్పాంటేనియస్‌గా ఆలోచించగలగడం ఒకటే ఏ ఏజెంట్‌నైనా తన ఫీల్డులో నెంబర్ 1 గా నిలబెడుతుంది.

క్యూ పరుగెత్తుతున్న అడుగుల శబ్దంలో తన నడక శబ్దం కలసి పోతుందని అతడికి తెలుసు. అతడు కూడా సముద్రం తీరం చేరుకున్నాడు. విమానం బయల్దేరటానికి ఒక్క నిముషం వుంది. క్యూ నదివైపు చూస్తున్నాడు. ప్రళయం రాబోయే ముందు నిశ్శబ్దంలా వుందక్కడ.

దూరంగా నదిలో షర్టు వస్తూ కనిపించింది, క్యూ దృష్టి అంతా ఆ షర్టుమీదే వుందని నిశ్చయించుకున్నాక, నేత్ర అడుగులో అడుగు వేసుకుంటూ వెనుక నుంచి అతడిని సమీపించసాగాడు.

అతడి చేతిలో మిషన్‌గన్ వున్నంత కాలం బోటు ద్వారాగానీ, అడవిలోగానీ అతన్నించి తప్పించుకోవటం అసాధ్యం! నేత్ర ఇదంతా చేసింది కేవలం అతడిని నిరాయుధుడిని చేయటం కోసమే.

దూరంగా ఓడ కనిపిస్తోంది. అతడిని నిరాయుధుడిని చేసి, ఓడని చేరుకోవాలి.... ఇదంతా నిముషంలో జరగాలి.

క్యూని సమీపిస్తూంటే నేత్ర గుండె వేగంగా కొట్టుకోసాగింది. గమ్యంవైపు నడిచే చిరుతలా నిశ్శబ్దంగా అడుగులు వేయసాగాడు. నదివైపు చూస్తున్న 'క్యూ' ఉన్నట్టుండి అలర్ట్ అయ్యాడు. ఇసుకలో వేస్తున్న అడుగుల శబ్దాన్ని అతడి చెవులు పసికట్టాయి. ఊహించని వేగంతో వెనుదిరిగాడు. దాంతో, సరీగ్గా అదే సమయానికి అతడి మీదకు దూకబోతున్న నేత్ర అలాగే ఆగిపోయాడు. ప్లాన్ ఫెయిలైంది.

అంత సామీప్యంలో ప్రత్యర్థిని చూసి క్యూ కలవరపడ్డాడు. అయితే అది కనురెప్పపాటు మాత్రమే మిషన్‌గన్ గురిపెట్టి, "గుడ్.... వెరీగుడ్. గెరిల్లా యుద్ధంలో నన్ను మించిన వాడెవడూ లేడని నాకో గర్వం వుండేది. ఇప్పుడది పోయింది. హేట్సాఫ్ టు యువర్ ప్లాన్" అన్నాడు క్యూ. అతడి మొహంలో నిజంగానే నేత్ర తనని ట్రాప్ చేసిన విధానం పట్ల విస్మయంతో కూడిన మెచ్చుకోలు ప్రకటితమవుతోంది.

"థాంక్స్. నువ్వు కూడా ఇంత జాగురూకతతో వుంటావని నేను వూహించలేదు" అన్నాడు నేత్ర.

"పరస్పరాభినందనలు పూర్తయ్యాయి కదా ఇక ఫుల్‌స్టాప్ పెడదామా?.... నీ జీవితానికి" నవ్వేడు క్యూ.

విమానం బయల్దేరుతున్న శబ్దం వినిపించింది.

ఈసారి క్యూ బిగ్గరగా నవ్వాడు "......బ్లాక్ ఈగిల్ వంశం ప్రపంచానికే సార్వభౌమత్వం వహించే క్షణాలు ప్రారంభమయ్యాయి. చరిత్రలో కొత్త పుట మొదలవబోతూంది. ఇకనుంచీ మేమే రాజులం! రారాజులం!! సార్వభౌములం!!! వెనక్కి తిరిగి చూడు నేత్రా. మీ పురాణాల్లో సుదర్శన చక్రం వెళ్ళినట్టు, బ్రహ్మాస్త్రం కదలినట్టు మా విమానం భారతదేశంవైపు బయల్దేరుతోంది. వెనక్కి తిరిగి ఆకాశంలోకి చూడు. ఏ ఆపరేషన్ మీద నువ్వొచ్చావో, దీన్ని రక్షించటం కోసం నువ్వు ఎంత కష్టపడ్డావో, ప్రయత్నం అంతా బూడిదలో పోసిన పన్నీరవుతూంది. అది చూసి ప్రాణాలు వదిలేద్దూగానీ,వెనక్కి చూడు."

నేత్ర వెనక్కి తిరిగి, బ్లాక్ ఈగిల్ స్థావరం వైపు చూసాడు. అక్కణ్ణుంచి విమానం చెట్ల మీదుగా పైకి వస్తూ కనిపించింది.

తన వెనుక నిలబడ్డ 'క్యూ' ఆ విమానం వైపు చూడటం లేదనీ, తననే చూస్తున్నాడనీ నేత్రకి తెలుసు. ప్రత్యర్థి మీద నుంచి కళ్ళు తిప్పటం ఏ పరిస్థితిలోనైనా ప్రమాదకరమే. అందులోనూ 'క్యూ" లాటి ఏజెంట్ ఏ పరిస్థితిలోనూ అలాటి పని చెయ్యడు. కానీ క్యూ కూడా మామూలు మనిషే. మరో పది సెకన్లలో రాబోయే ఆ పరిస్థితి కోసం, కండరాలన్నిటినీ అదుపులోకి తెచ్చుకుని రెడీగా ఉన్నాడు నేత్ర.

* * *

ఇక్కడ ఇది జరగటానికి అరనిముషం ముందు-

"త్రీ..... టూ....వన్.... జీరో"

అన్న కౌంట్‌డవున్ పూర్తికాగానే విమానం రన్‌వే మీద బయల్దేరింది. కేవలం రన్‌వే వుండబట్టి దాన్ని విమానం అనాలేమోగానీ, లేకపోతే అది రాకెట్ అయ్యేదేమో. మామూలు 'జెట్' లలా గాలి పీల్చుకోవటంద్వారా మాత్రమే కాకుండా, రాకెట్స్ పేల్చడం ద్వారా వేగాన్ని కంట్రోల్ చేసే మినీ సూపర్ సానిక్ ప్లేన్ అది. శబ్దవేగానికి దాదాపు ఒకటిన్నర రెట్లు వేగంతో ప్రయాణం చేసే ఆ విమానానికి, గాడ్జెట్ కూడా తోడయితే ఇక ప్రపంచంలో ఎవరూ దాని ఉనికిని కనిపెట్టలేరు.

బ్లాక్ ఈగిల్- టి.వి. లో విమానం బయల్దేరటాన్ని చూస్తున్నాడు. మొత్తం సూచన్లు అన్నీ ఇచ్చేసాడు. ప్రపంచంమీద ఆధిపత్యం వహించటానికి తన రాయబారిగా వెళ్తున్న ఆ విమానాన్నే తృప్తిగా చూస్తూ, విమానం నడిపే వ్యక్తికి, కంట్రోల్ టవర్‌కీ మధ్య జరిగే సంభాషణని వింటున్నాడు.

"స్పీడ్-300 కి.మీ. - గాలిలోకి లేస్తున్నాను."

"గో - ఎహెడ్"

విమానం గాలిలోకి లేచింది. చెట్లమీదుగా పైకి ఎరిగింది.

దాన్నే సముద్రం ఒడ్డునుంచి నేత్ర చూస్తున్నాడు. అతడి వెనుక 'క్యూ' రెండడుగుల దూరంలో నిలబడి వున్నాడు. "దేవుణ్ణి ప్రార్థించుకో నేత్రా! ఇంకొక్క అరనిముషమే వుంది. నీ ప్రాణాలు పోవటానికి-"

నేత్ర ఊపిరి బిగపట్టాడు. విమానం బయల్దేరింది. తనకి కూడా అరనిముషమే టైముంది.

విమానం క్రింది భాగంలో విషవాయువు తాలూకు సిలిండర్ వుంది. రెండోపక్క రాడార్ గాడ్జెట్ వుంది. 'చో' రూపంలో బ్లాక్ ఈగిల్‌కి నేత్ర అందించిన గాడ్జెట్ అది.

విమానం గాలిలోకి లేవగానే ఆ రెండూ స్పష్టంగా కనిపిస్తున్నాయి. 'అన్ కవర్‌ది గాడ్జెట్' కంట్రోల్ రూమ్‌నుంచి సూచన వెళ్ళింది. పైలెట్ స్విచ్ నొక్కాడు. గాడ్జెట్ పై కవచం తెరుచుకుంది.

"ఆక్టివేట్ ది గాడ్జెట్"

పైలెట్ మరో బటన్ నొక్కాడు.

అప్పుడు జరిగింది విస్ఫోటనం!!!

భూమి కంపించిపోయేలా, దీవిలో వున్న సకల చరాచరాలు కదిలిపోయేలా, పెద్ద శబ్దంతో విమానం పగిలి పోయింది. గాడ్జెట్‌ను పరీక్షించి, అది సరి అయినదే అని ధృవీకరించి, సైంటిస్ట్ వేషంలో నేత్ర అందించిన ఎక్స్‌ప్లోజివ్, విమానంతోపాటు ప్రయాణం చేసి, దాన్ని తునాతునకలు చేసింది.

ఆ శబ్దం ఆకాశంలో వినిపించగానే నేత్ర గిర్రున తిరిగాడు. సర్వశక్తులూ కేంద్రీకరించి ఏకాగ్రతనంతా కదలికలో నింపి, ధ్వనికన్నావేగంగా, దృష్టికన్నా చురుగ్గా వెనక్కి తిరుగుతూ అదే వేగంతో 'క్యూ' చేతిలోని మిషన్ గన్‌ని కొట్టాడు.

నిజానికి నేత్ర అప్పటివరకూ ఆ సమయం కోసమే ఎదురుచూస్తున్నాడు. గాలిలోకి లేవగానే విమానం పేలిపోతుందని అతడికి తెలుసు. ఎలాంటి వ్యక్తి అయినాసరే, అంతటి విస్ఫోటనాన్ని వినగానే ఏకాగ్రత చెదిరి కనీసం క్షణంపాటు అయినా కన్నెత్తి చూడక మానడు. అందుకే నేత్ర, ఆకాశం నుంచి ఆ ప్రేలుడు శబ్దం వినిపించగానే వెనుదిరిగి మెరుపు వేగంతో చేతిని కదిపాడు.

సీక్రెట్ ఏజెంట్‌గా, తన సర్వీసు మొత్తంలో 'క్యూ' చేసిన తప్పు అదే. ప్రత్యర్థి మీదనుంచి చూపు మరల్చటం.

అతడి చేతిలోంచి మిషన్‌గన్ ఎగిరి ఇసుకలో పడింది. నేత్ర దాన్ని అందుకోబోయాడు. క్యూ కాలితో దాన్ని దూరంగా తోసి, అతడి మీద పడ్డాడు. ఇసుకలో దొర్లుతూ ఇద్దరూ ఒకర్నొకరు కొట్టుకుంటున్నారు. అక్కడి నుంచి బ్రతికి

బయటపడే అవకాశం ఒకరికి మాత్రమే వుందని ఇద్దరికీ తెలుసు. ప్రాణాల కోసం తెగించి ఇద్దరూ పోరాడుతున్నారు.

ఇక్కడ ఈ సమరం జరుతున్న సమయానికి, అక్కడ వాతావరణం అల్లకల్లోలంగా వుంది. విమానం పేలిపోయిన దృశ్యాన్ని చూస్తూ బ్లాక్ ఈగిల్ నిశ్చేష్టుడయ్యాడు. గాలిలోంచి ఒక్కొక్క వస్తువే నేలజారుతోంది. హాహాకారాలు చెలరేగాయి. ఇన్నాళ్ళ కృషి, తన కళ్ళముందే ఇలా అయిపోవటంతో అతడు ఆవేశంతో వణికిపోయాడు. లోపం ఎక్కడ జరిగిందో అతడికి అర్థం కాలేదు. కోట్ల నష్టం. ఆ నష్టం గురించి బాధలేదు. మరో విమానం పంపి పూడ్చుకోవచ్చు. భారత నౌకాదళం వైమానిక సిబ్బంది ఈ దీవిని పట్టుకోకముందే అది జరగాలి. అనుచరులకి ఈ విధంగా సూచన్లు ఇవ్వటానికి అతడు రన్‌వే దగ్గిరకు వచ్చాడు. ఇంకో యాభై గజాల దూరంలో ఆ ప్రదేశం వుండడంతో సడెన్‌గా ఆగిపోయాడు, దూరంగా జనం- స్లో మోషన్ సినిమాలోలా కూలిపోతున్నారు. అతడు నిర్విణ్ణుడయ్యాడు. ఆ సంగతి అప్పటివరకూ అతడికి స్ఫురణకు రాలేదు. విమానంతోపాటు విషవాయువు సిలిండర్ కూడా బ్రద్దలైంది!

అతడు వెనుదిరిగి పరుగెత్తటం ప్రారంభించాడు. శరీరంలో బలమంతా కాళ్ళలోకి తెచ్చుకుని తన డెన్‌వైపు పరుగుతీసాడు. వెనుక నుంచి ప్రళయ ప్రభంజనంలా విషవాయువు ఆ వాతావరణంలో వ్యాప్తి చెందుతూంది. అతడి అనుచరులు, సైంటిస్టులు, గ్రౌండ్‌మెన్‌లు, అందరూ శలభాల్లా మాడిపోతున్నారు. తను ఏళ్ళతరబడి నిర్మించిన సామ్రాజ్యం తన కళ్ళముందే నిలువునా కూలిపోతూంటే, అతడు పరుగెడుతున్నాడు. ఇంకో పది అడుగుల దూరంలో ఎయిర్ -టైట్ ఛాంబర్ వుంది. అందులోకి చేరి "సీల్" చేసుకుని, ఆ దీవి నుంచి వాయువు ప్రభావం దూరమయ్యేవరకూ అందులో వుండగలిగితే, బ్రతకొచ్చు.

అతడు మరో నాలుగు అడుగులు వేశాడు. అతడితోపాటు ఒకరిద్దరు కూడా ఆ గ్లాస్ ఛాంబర్ వైపు పరుగెత్తుకు వస్తున్నారు. ప్రాణభయం అధికారాన్నీ హోదానీ చూడదు. వారు అతడిని వెనక్కి తొయ్యటానికి ప్రయత్నించారు. కానీ వాళ్ళు అతని బలాన్ని తక్కువ అంచనా వేసారు. రెండే రెండు ఘాతాలతో వారిని తోసి పడగొట్టాడు. దాంతో మరో రెండు సెకన్లు ఆలస్యం అయింది. లేచి గ్లాస్ ఛాంబర్‌వైపు మళ్ళా పరుగుతీశాడు.

ఛాంబర్ మరో అడుగు దూరంలో వుంది. అతడు దాని తలుపు హేండిల్ తీస్తూవుండగా జరిగిందది. ముందు తల తిరుగుతున్నట్టు- తరువాత భరించలేని నిస్సత్తువ- గుండెల్లోంచి ఒక్కసారిగా గాలి బయటకు లాగేస్తున్నట్టు..... అతడి కళ్ళు మూతలు పడసాగాయి. మరొక్క అడుగు.... ఒక్క అడుగు.... ఊపిరి బిగపట్టి హేండిల్ లాగబోతూంటే- దానికి కూడా వెయ్యి ఏనుగులబలం కావలసి వచ్చేటంత నిస్సత్తువ. అతడు మెకాళ్ళ మీద కూలిపోయాడు. శత్రువు మరింత ఉత్సాహంతో అతడిని ఆక్రమించుకుంది. ఇదంతా రెండు క్షణాల్లో జరిగిపోయింది.

కనురెప్పలు పూర్తిగా మూసుకోలేదు. కళ్ళు నిస్తేజంగా చూస్తూనేవున్నాయి. ప్రాణం మాత్రం లేదు. ప్రపంచాన్ని తన ఆధీనంలోకి తెచ్చుకోవటం కోసం కనీస మానవ ప్రమాణాల్నికూడా వదిలి, ప్రళయకాల ప్రభంజనాన్ని సృష్టించిన ఆ ప్రల్లదుడు, ఆ విధి చేతిలోనే పైకి ప్రయాణమయ్యాడు. అతడిని కబళించినగాలి, మిగతావారిని శోధిస్తూ లోపలికి ప్రవేశించింది.

ఈ విధంగా ఈ మారణహోమం ఇక్కడ జరుగుతున్న సమయానికి అక్కడ క్యూ, నేత్రల మధ్య ప్రాణాలకోసం పోరాటం ఇంకా సాగుతూంది. మిషన్ గన్ అందుకోవటానికి ఇద్దరూ పోరాడుతున్నారు. ఇసుకలో దొర్లుతున్నారు. క్యూ చేతులు నేత్ర మెడమీద బిగుసుకున్నాయి. నేత్ర చెయ్యి అతడిని ప్రతిఘటిస్తూంది. తీరప్రాంతాల్లోవున్న మొసళ్ళు కూడా, అచ్చు తమ పోరాటంలా సాగుతూన్న ఆ యుద్ధాన్ని ప్రత్యక్షంగా చూస్తున్నాయి. అంతలో నేత్ర తన చేతిని వదులు చేసాడు. క్యూ, దాన్ని అవకాశంగా తీసుకుని అతడి మెడని మరింత బలంగా నొక్కబోయాడు. నేత్ర చేతిని నేలమీద ఆన్చి బలంగా పైకి విదిలించాడు. క్యూ కళ్ళ నిండా ఇసుక పడింది. ఆ వెసులుబాటు సమయంలో నేత్ర అతడి మొహంమీద మెరుపులా చరచాడు. క్యూ వెనక్కి పడ్డాడు. మరుక్షణం నేత్ర చేతిలోకి మిషన్‌గన్ వచ్చింది. చువ్వలా లేచి నిలబడ్డాడు.

క్యూ ఇంకా అలాగే నేలమీదపడి వున్నాడు. ఇద్దరి కళ్ళూ కలుసు కున్నాయి.

"చంపు" అన్నాడు. నేత్ర మాట్లాడలేదు. అతడికి అలాగే గన్ గురిపెట్టి సముద్రంవైపు నడిచాడు. అతనిచేతిలో మిషన్‌గన్ టపటపా శబ్దం చేసింది. బోట్లు అన్నీ పేలిపోయాయి. ఒక్కటే మిగిలింది. క్యూ అర్థంకానట్టు చూస్తున్నాడు.

నేత్ర బోట్ ఎక్కి స్టార్ట్ చేశాడు. "గుడ్‌బై మిస్టర్ క్యూ"

క్యూ ఇంకా అలాగే చూస్తున్నాడు. చిన్న అనుమానం అతడి మనసులో ప్రవేశించి, గాలిలాగా వ్యాపించింది. తలతిప్పి వెనక్కి చూసాడు. విమానం బ్రద్ధలైన ప్రదేశంనుంచి నల్లటి పొగలు పైకి వస్తున్నాయి, నల్లపొగలు అంత ప్రమాదకరమైనవి కావు. రంగులేని ప్రమాదం ముంచుకొస్తున్నది. అతడికి విషయం అర్థమైంది.

నేత్ర చెయ్యి వూపి "వెళ్తున్నాను క్యూ. గాలి నీకు సాయం చేయదల్చుకుంటే ఈ దిశగా రాదు. వస్తే మాత్రం...." అని ఆగాడు- ".. నువ్వు మా పురాణాల గురించి చాలా మాట్లాడావు. బ్రహ్మాస్త్రం అన్నావు. సుదర్శన చక్రం అన్నావు. మరి నువ్వు భారతం పూర్తిగా చదివావో లేదో నాకు తెలీదు. చివర్లో దుర్యోధనుడు జలస్థంభన విద్య ప్రదర్శిస్తాడు. ఆ విధంగా నువ్వు గాలి అవసరం లేకుండా ఈ దీవిమీద కొంతకాలం వుండగలగాలి. దానికోసం విషవాయువు దీవినుంచి వెళ్ళిపోయేవరకూ సముద్రంలో దాక్కోగలగాలి. షార్క్ చేపల బారినుంచీ, మొసళ్ళనుంచి తప్పించుకోవాలి. లేదా ఈ లోపులోనే ఆక్సిజెన్ సిలిండర్ వెతుక్కోవాలి.... బ్రతికుంటే మళ్ళీ కలుసుకుందాం.... వెళ్ళొస్తాను."

"నో.... నో" అరుస్తున్నాడు క్యూ. ఏదో ప్రమాదాన్ని ఊహిస్తున్నట్టు మొసళ్ళు నీళ్ళలోకి జారుకుంటున్నాయి. నేత్ర బోటు షిప్‌వైపు నెమ్మదిగా కదిలిపోయింది.

* * *

బైనాక్యులర్స్‌తో సముద్రం వైపు చూస్తున్న ప్రతిమ, దూరంనుంచి బోటు కనిపించగానే నీళ్ళలోకి తాళ్ళవంతెన వేసింది.

నేత్ర దాన్ని పట్టుకుని పైకి వచ్చి, 'క్విక్' అని అరుస్తూ పరుగెత్తాడు.

"ఏం జరిగింది?" ప్రతిమ అడుగుతూంది. అతడు సమాధానం తప్పకుండా స్టోర్ రూమ్‌లోకి దారి తీసాడు. అక్కడ ఆక్సిజన్ మాస్క్‌లు ఉన్నాయి. ఇద్దరికీ చెరొకటీ ఇచ్చి, తానొకటి ధరించి మిషన్ దగ్గరికి వెళ్ళాడు.

రెండు నిముషాల్లో షిప్ బయల్దేరింది.

దీవినుంచి దూరంగా దాన్ని నడుపుతూనే అతడు ఆలోచించాడు. పగిలిన విషవాయువు సిలిండర్‌కిఎంత కెపాసిటీ వున్నదీ, గాలి ఎంత వేగంతో ఏ దిశగా వీస్తున్నదీ, ప్రమాదకరంగా జోన్ ఎంతవరకూ వ్యాపించి వున్నదీ లెఖ్ఖ కట్టటానికి ప్రయత్నం చేసాడు సాధ్యంకాలేదు.

దాదాపు నాలుగుగంటలు ప్రయాణం చేసింది షిప్. ఆ తరువాత వచ్చింది వైర్‌లెస్ ద్వారా మెసేజి- భారతదేశపు నౌకా దళానికి సంబంధించిన జలాంతర్గామి నుంచి "మేము దీనికి దగ్గరలోనే వున్నాం. నేత్రా! కంగ్రాచ్యులేషన్స్" అని, నేత్ర తన ఉనికి తెలియబర్చాక.

"జరిగినదంతా మీకు తెలిసిందా?" టెలిగ్రాఫిక్ కోడ్‌లో అడిగాడు.

"మీరిక ఆ ఆక్సిజన్ మాస్క్ తీసివెయ్యవచ్చు."

"ఆ విషవాయువు?"

"దక్షిణ దిశగా వెళుతూంది. అటువైపు వెయ్యి కిలోమీటర్ల దూరం వరకూ ఏ దీవులూ లేవు. అప్పటికి దాని సాంద్రత పూర్తిగా తగ్గిపోతుంది.

ముగ్గురూ మాస్కులు తొలగించారు.

"మీరు దీవి దగ్గిరకి ఎలా వచ్చారు?" ఈసారి మామూలుగా అడిగాడు.

"బ్లాక్ ఈగిల్ మన దేశానికి బెదిరింపు పంపాడు. మాతోపాటు సైంటిస్టలు వచ్చారు. అతడి విమానాన్ని పేల్చెయ్యటానికి బయల్దేరేం. మేమిక్కడికి చేరుకోవటానికి ఇంతసేపు పట్టింది. ఈ లోపులో మీరు పని పూర్తి చేసారు. మీరుగాని ఈ ఆపరేషన్ పూర్తి చేయకపోయి వుంటే ఈ పాటికి భారతదేశం అతడికి వశమైపోయి వుండేది అన్నట్టు, మీతో పాటు వచ్చిన సైంటిస్టలలో అప్పుడే హాస్పిటల్ నుంచి డిశ్చార్జ్ అయిన స్వర్ణరేఖ కూడా వున్నది. ఆమె మీతో మాట్లాడాలనుకుంటున్నది."

"హల్లో"

"స్వర్ణా! ఎలావుంది ఆరోగ్యం?"

"బావుంది. మీకు నా కృతజ్ఞతలు ఎలా చెప్పాలో అర్థం కావటం లేదు. బ్లా ఈగిల్ గానీ విజయం సాధించి వుంటే ఆ గిల్టీ ఫిలింగ్, ప్రపంచానికి నేను చేసి ద్రోహం- నన్ను జీవితాంతం వెంటాడేవి."

"నేను చేసిందేముంది స్వర్ణా?"

"మొగాడిమీద నమ్మకం కుదిరేలా చెయ్యటం! అది చాలదూ?... బైది హంసలేఖ ఎక్కడుంది?"

"నా పక్కనే"

"మైగాడ్ మీ పక్కనా? ఒక్కసారి ఆమెకివ్వండి. అన్నట్టు ఆమెకి అం చెప్పేశారా?"

"లేదు"

"ఇంకా గర్భవతిననే అనుకుంటుందా?" ఎగ్జయిటింగ్‌గా అడిగింది- వైర్‌లెస్ సెట్ బ్రద్దలయ్యేలా.

"అవును."

"ఒకసారి ఆమెకివ్వండి."

హంసలేఖ చెవులకు హెడ్‌ఫోన్స్ తగిలించి, ప్రతిమని తీసుకుని బయటకి వచ్చాడు.

సముద్రం ఆహ్లాదకరంగా వుంది. సన్నటి అలలు షిఫాను చీర మడతల్లా వున్నాయి. మిట్టమధ్యాహ్నం సూర్యుడు- అందమైన అమ్మాయి కోపంలా వున్నాడు. నీటి మీదనుంచి వచ్చేగాలి- ఆర్టు తెలిసిన అబ్బాయి కవ్వింతలా వుంది. ఇటొక కెరటం- అటొక కెరటం- మధ్యలో ఓడ- ఇద్దరు ఆడవాళ్ళ మధ్య కుర్రాడిలా అటూ ఇటూ వూగుతోంది.

"ఇద్దరూ వైర్‌లెస్‌లో ఏమిటి ఇంతసేపు మాట్లాడుకుంటున్నారు?" రెయిలింగ్‌కి ఆనుకుంటూ అడిగింది ప్రతిమ.

"కడుపు, దాని పుట్టు పూర్వోత్తరాల గురించీ, సదరు వ్రత విధానం గురించీ వెయ్యి మైళ్ళ దూరంలో వున్న జలాంతర్థామి నుంచి వైర్‌లెస్‌లో చెల్లికి తీరిగ్గా అక్క వివరించి చెపుతోంది" అంటూ లోపలికి వెళ్ళాడు నేత్ర. హంసలేఖ అప్పుడే సంభాషణ ముగించింది. లోపలికి ప్రవేశించిన నేత్రని చూసింది. ఆమె కళ్ళనిండా నీళ్ళు.

"అక్కయ్య అంతా చెప్పింది-" అంది.

"దానికి దుఃఖమెందుకు? అంత కష్టసాధ్యమైన పనికాదు గర్భం" అన్నాడు. ఆమె ఆ జోక్‌కి నవ్వలేదు. దగ్గిరగా వచ్చి అతడి చేతుల్ని తన చేతుల్లోకి తీసుకుంటూ, "నిజంగా మనుష్యుల్లో ఇంత గొప్ప వాళ్ళుంటారనీ, ప్రేమ ఇంత గొప్పదనీ నాకిప్పుడే తెలిసింది-" అంది.

అంతలో ఓడ సైరన్ చెవులు మార్మోగేలా వినిపించింది. అతడు ఉలిక్కిపడి క్రిందికి పరుగెత్తాడు. ఇంజన్ రూమ్‌లో ప్రతిమ వుంది. "నువ్వా" అన్నాడు.

"అవును. నేనే. పరాయి స్త్రీ నీ చేతులు అలా పట్టుకోవటం సహించలేక డిస్టర్బ్ చేసాను."

"పరాయి స్త్రీయా?"

"మనిద్దరికీ చైనీస్ సాంప్రదాయంలో వివాహం జరిగిన సంగతి మర్చిపోయావా?" అంది. అతను మాట్లాడలేదు. ఆమె అతని దగ్గిరకి వస్తూ "ఇంక ఈ విషయం ఇప్పుడైన్నా తేల్చక తప్పదు. నీ మనసులో ఏముందో సరిగ్గా చెప్పు-" అంది.

"ఈ విషయం నేనూ ఆలోచించాను. నాకూ ఏమీ తోచలేదు. అందుకని దేవుడిని ప్రార్థించాను" అమాయకంగా అన్నాడు.

"సీక్రెట్ ఏజెంట్ దేవుణ్ణి ప్రార్థించటమా?"

"నేనేమీ జేమ్స్‌బాండ్‌ని కాను కదా. బొమ్మలూ, తాతయ్యలూ, కన్నీళ్ళూ, కాసింత సెంటిమెంటూ వున్న మాములు మనిషిని. ఆపరేషన్ బ్లాక్ ఈగిల్ కోసం వస్తూ కూడా 38 రివాల్వర్‌తోపాటు జాడితో గోంగూర పచ్చడి తెచ్చుకున్నవాడిని"

సరే. దేవుడిని ప్రార్థించావు. వప్పుకున్నాను. ఇంతకీ ఏమిటి నీ సమస్య?"

"ఎవర్ని చేసుకోవటమా అని! ఈ సమస్య తీర్చమని దేవుణ్ణే అడిగాను. మూడు ఆల్టర్నేటివ్‌లు వున్నాయి అన్నాడు. వాటిల్లో ఒకదాన్ని, ఈ వ్యవహారం పూర్తయ్యేలోపులో తనే తేలుస్తానన్నాడు. మొదటిది- ఈ ఆపరేషన్‌లో నేను ఫెయిలయి మరణించటం-"

"అమంగళం ప్రతిహతమగుగాక!"

"నేను మరణిస్తే 'ఎవర్ని చేసుకోవటం' అన్న ప్రశ్న రాదుకదా! కానీ దేవుడికి అదిష్టంలేదు. అంధువల్ల నన్ను బ్రతికించి వుంచాడు. ఇకపోతే- రెండోది- మీ ఇద్దరిలో ఒకరు త్యాగం చేయటం"

"లేదా మరణించటం-" కసిగా అంది.

"నువ్వేమన్నా అనుకో. అదికూడా దేవుడికి ఇష్టంలేదు. కాబట్టి ఆయనకిష్టమైనది మూడో ఆల్టర్నేటివ్వే"

"ఏమిటది?"

"కొద్దిగా ఆలోచిస్తే నీకే అర్థమవుతుంది."

ప్రతిమ కర్థమవ్వటానికి రెండు క్షణాలు, గుమ్మం దగ్గిర నిలబడ్డ హంసలేఖకి అర్థం కావటానికి రెండు నిముషాలు పట్టింది. అర్థమవటానికి పట్టే సమయం వారి వారి ఐ.క్యూ. మీద డైరెక్టుగా ఆధారపడి వుంటుంది.